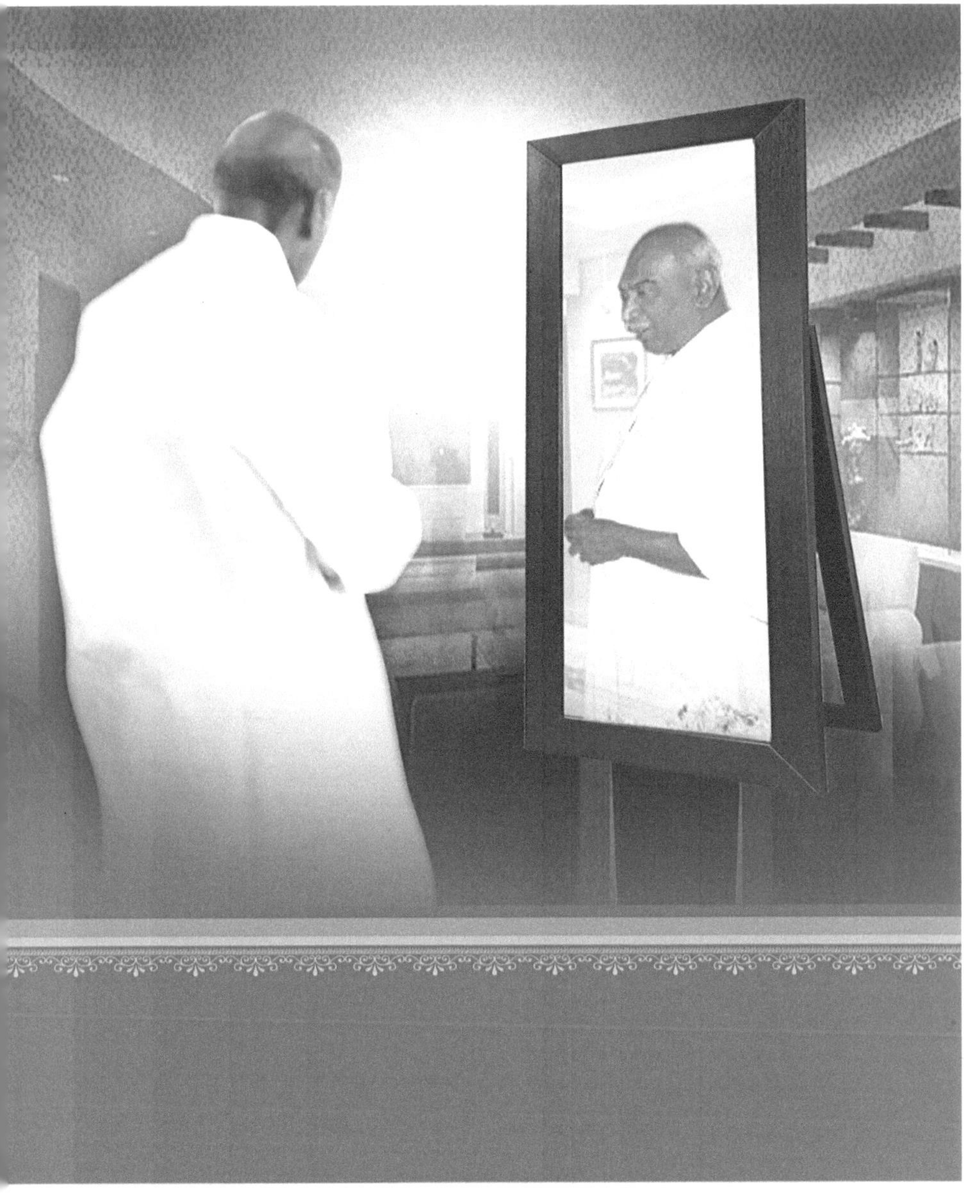

ரங்கசாமியின் காமராசர் மாடல்

KAMARAJ MODEL OF RANGASAMY

எல்லாருக்கும் எல்லாமுமாய்

(ஓர் ஆய்வு நூல்)

ச.ஜெனார்த்தனன்

டிஸ்கவரி பப்ளிகேஷன்ஸ்

எண்: 9, பிளாட் எண்: 1080A, ரோஹிணி பிளாட்ஸ்

முனுசாமி சாலை, கே.கே.நகர் மேற்கு,

சென்னை - 600 078. பேச: 99404 46650

ரங்கசாமியின் காமராசர் மாடல் (ஆய்வு நூல்)
KAMARAJ MODEL OF RANGASAMY (RESEARCH BOOK)

ஆசிரியர்: **ச.ஜெனார்த்தனன்©**
Author: **S.JENARTHANAN©**

Printed in India
First Edition: July- 2022
வெளியீட்டு எண்: 0171
ISBN: 978-93-94762-46-6
Pages: 352

Publisher • Sales Rights

Discovery Publications
No. 9, Plot,1080A,
Rohini Flats,
Munusamy Salai,
K.K.Nagar West,
Chennai - 600 078.
Mobile: +91 99404 46650

Discovery Book Palace (P) Ltd
No. 6, Mahaveer Complex,
Munusamy Salai,
K.K.Nagar West,
Chennai-600 078.
Ph: (044) 4855 7525
Mobile: +91 87545 07070

discoverybookpalace@gmail.com
WWW.DISCOVERYBOOKPALACE.COM

டாக்டர் தமிழிசை சௌந்தரராஜன்
துணைநிலை ஆளுநர்

ராஜ் நிவாஸ்
புதுச்சேரி - 605 001
தொலைபேசி : 0413-2334050
தொலைநகலி : 0413-2334025
மின்னஞ்சல் : lg.pon@nic.in

தேதி – 20-07-2022

வாழ்த்துரை

மாண்புமிகு முதலமைச்சர் ரங்கசாமி அவர்களின் ஆட்சி சிறப்புகளை நாளிதழ் ஒன்றில் தொடர் கட்டுரையாக தான் எழுதிவந்ததைத் தொகுத்து 'ரங்கசாமியின் காமராசர் மாடல்' என்ற புத்தகமாகத் தந்திருக்கிறார் திரு. ஜெனார்த்தனன். ஆசிரியரின் முயற்சிக்கு என்னுடைய வாழ்த்துக்கள்.

முதலமைச்சர் ரங்கசாமி, ஆட்சிப் பொறுப்பில் இருந்த காலங்களில் அறிமுகப்படுத்தப்பட்ட நலத்திட்டங்கள், அதனால் புதுச்சேரி மக்களின் வாழ்வில் ஏற்பட்ட சமூக-பொருளாதார வளர்ச்சி, மக்கள் மத்தியில் முதலமைச்சருக்கு ஏற்பட்ட செல்வாக்கு இவற்றை தனது பார்வையில் விவரித்து இருக்கிறார். 'ஆட்சிப் பொறுப்பில் இருப்பவர்கள் மாநில மக்களின் தேவையை அறிந்து நலத்திட்டங்களைச் செயல்படுத்த வேண்டும்' என்ற கருதுகோளினை அழகாக விளக்கி இருக்கிறார்.

'இந்தியா போன்ற ஜனநாயக நாடுகளில், மக்களின் நலத்தையும் மேம்பாட்டையும் அடிப்படையாக வைத்துதான் திட்டங்கள் வகுக்கப்பட வேண்டும்' என்பது பெருந்தலைவர் காமராசரின் கருத்தியல். அதன் அடிப்படையில், முதலமைச்சர் ரங்கசாமி ஆட்சிப் பொறுப்பில் இருந்த காலகட்டங்களில் நீர்ப்பாசனம், வேளாண்மை, கல்வி, மருத்துவம், உள்கட்டமைப்பு ஆகியவற்றில் கவனம் செலுத்தி, புதுச்சேரி மாநிலத்தின் ஒட்டுமொத்தமான வளர்ச்சிக்கும் எப்படி வழிவகுத்தார் என்பதையும் விவாதித்து இருக்கிறார்.

புதுச்சேரி வரலாற்றின் ஒரு குறிப்பிட்டக் காலகட்டத்தில், மாநிலத்தில் ஏற்பட்ட சமூக-பொருளாதார, அரசியல் வளர்ச்சி பற்றிய ஒருவகைப் புரிதலை ஏற்படுத்த இந்தப் புத்தகம் உதவி செய்யும் என்று நம்புகிறேன்.

(தமிழிசை சௌந்தரராஜன்)

பெறுதல்:

திரு. ஜெனார்த்தனன்,
புதுச்சேரி.

அணிந்துரை

'ரங்கசாமியின் காமராசர் மாடல் - எல்லாருக்கும் எல்லாமுமாய்' நூலாசிரியர் திரு. ஜெனார்த்தனன் அவர்களின் கட்டுரைத் தொடர், 70 நாட்களாக 'நமதுமுரசு' மாலை நாளிதழில் வெளிவந்தது. இந்தக் கட்டுரைத் தொடருக்கு அனைத்துத் தரப்பினரும் பாராட்டுத் தெரிவித்தனர். முதல்வர் ரங்கசாமியின் அனுதாபிகள் மட்டுமல்லாமல், அனைத்துக் கட்சியினரும், சமூக ஆர்வலர்களும் வியக்கும் வகையில் கட்டுரைகள் சிறப்பாக அமைந்தன,

'நமதுமுரசு' வாசகர்கள் எண்ணிக்கை இந்தக் கட்டுரைத் தொடரால் அதிகரித்த சிறப்பம்சம், நூலாசிரியர் திரு. ஜெனார்த்தனனின் எழுத்தாற்றல் எல்லாரையும் கவர்ந்து இருக்கிறது என்பதுதான்.

'நமதுமுரசு' நாளிதழில் அவர் எழுதிய கட்டுரைகளின் தொகுப்பு, இப்போது 'ரங்கசாமியின் காமராசர் மாடல் - எல்லாருக்கும் எல்லாமுமாய்' எனும் நூலாக வெளிவருவது பாராட்டுக்குரியது. இந்த நூல் அவருக்கு மேலும் பெருமைகளைத் தேடித் தரும் என்பது நிச்சயம்.

சமூகநலனில் அக்கறை கொண்ட திரு. ஜெனார்த்தனன் மேலும் பல நூல்களை எழுதி வெளியிட இந்த நூல் ஓர் அடித்தளமாக இருக்கும்.

வாழ்த்துகள் !

அன்புடன்,

த.உதயநாராயணன்

நிறுவனர்

'நமதுமுரசு' மாலை நாளிதழ்

என்னுரை

ஒரு பெரிய வரலாற்றை அதிலும் ஆளுமை மிக்க வரலாற்றை எழுதி முடித்த அனைத்து அனுபவங்களையும் நான் இந்நூலின் தொடரை எழுதும்போது அனுபவித்திருக்கிறேன். இவ்வனுபவங்கள் எனக்கு ஏறக்குறைய நம் மண்ணுக்கே உரிய, நாம் கேள்விப்பட்ட அல்லது படித்துத் தெரிந்துகொண்ட அல்லது அனுபவங்கள் வாயிலாக அறிந்துகொண்ட அனைத்தும் எனக்கும் ஏற்படத்தான் செய்தது. மதுரைவீரனின் கதைகளைப் பேசும்போதும், கருப்பண்ண ஸ்வாமியின் கதைகளை பெரியவர்கள் கூறுகின்றபோதும், வேடியப்பன், ஐயனாரப்பனின் மீது எழும் ஐயமும் எனக்கு இந்த வரலாற்றை ஆய்வு செய்து எழுதுகின்றபோது ஏற்படத்தான் செய்திருக்கிறது.

முதல் முப்பத்தியாறு பகுதிகளை எழுதுகின்றபோது எனது உடல்நிலை மிகவும் மோசமான நிலையை எட்டிவிட்டது. அதனால், அதனை முப்பத்தியாறு பகுதிகளிலேயே நிறுத்திவிட்டு ஏறக்குறைய இரண்டு மாத கால ஓய்வை எடுத்துக்கொள்ளும் நிலையும் எனக்கு ஏற்பட்டது. அந்தக் காலகட்டத்தில் எனக்கு நமது பெரியவர்கள், ஐயனாரப்பன் கதைகளைக் கூறும்போது ஏற்படுத்திய பய உணர்வுகள் எனக்கும் உருவானதை நான் உணர்ந்தேன். இதைப்போன்ற உணர்வுகளை நான் ‘விடாது கருப்பு’ என்னும் இந்திரா சௌந்திரராஜனின் கதையை வாசிக்கும்போதும் உணர்ந்திருக்கிறேன். ஆனால், அதைப்போன்ற நிகழ்வுகளில் நமது முப்பாட்டன்கள் நம்மைக் கைவிடுவதில்லை என்று நமக்கு அளிக்கும் நம்பிக்கை உணர்வுகளுக்கும், அத்தகைய எல்லைச்சாமிகள் செய்யும் அனைத்துக் காரியங்களுக்கும் ஏதாவது ஒரு நல்ல பின்விளைவுகள் இருக்கத்தான் செய்யும் என்கிற நம்பிக்கையூட்டும் நிகழ்வுகளும்கூட இந்த பயங்கரமான அனுபவங்களுக்குப் பின்னால் எனக்கு ஏற்படத்தான் செய்தது.

நாம் எழுத நிறுத்திய இந்த இடைப்பட்டக் காலத்தில் தேசம் முழுவதிலும் மாடல் என்கிற வார்த்தையும், அதன் தாக்கங்களும் கூடுதல் கவனங்கள்கொள்ள ஆரம்பமாயின. ஆனாலும், எனக்கு அதனை மீண்டும் எழுதும்போது அந்த வகையிலான தேடலை ஆரம்பிக்கும் எண்ணம் எங்கும் ஏற்படவில்லை. ஆனால், நாம் மீண்டும் 37வது பகுதியை எழுத ஆரம்பிக்கும் எண்ணத்தை ஏற்படுத்திய தினத்தன்று, 'ராஜஸ்தான் மாடல்' குறித்த செய்தித்தாள் விளம்பரத்தைப் பார்த்தபோதுதான் 'ரங்கசாமி மாடல்' குறித்த உண்மை நிலையை நாம் ஏழுதாமல் இருந்திருக்கிறோம் என்கிற எண்ணம் எனக்குத் தோன்றியது. அத்தினம் மிகச் சரியாக அப்பா பைத்தியம்சாமிகளின் குரு பூஜை தினம் என்பதையும் நாம் கூடுதல் கவனம் கொண்டு பார்க்க வேண்டும். அதற்கு மூன்று மாதங்களுக்கு முன்பு இத்தொடரினை நாம் எழுத ஆரம்பித்த தினம், அப்பா பைத்தியம்சாமிகள் ஜீவமுக்தி அடைந்த தினம் அன்று என்பதையும் நாம் கூடுதல் கவனம் கொண்டே பார்க்க வேண்டும். எழுத ஆரம்பித்தபோதாவது என்.ஆர்.காங்கிரஸ் துவக்க விழாவும், அப்பா பைத்தியம் சாமிகளின் ஜீவமுக்தி நாளும் ஒரே தினத்தில் வருவதால் நான் மற்றவர்களின் கவனத்தை ஈர்க்க வேண்டும் என்கிற உள்நோக்கம் கொண்டும், அரசியல் ஆதாயத்தை கணக்கில் கொண்டும் எழுத ஆரம்பித்திருக்கலாம்.

ஆனால், இடைநிறுத்தத்திற்குப் பிறகு எனக்கு எனது சுயநினைவே மறந்துபோன காலத்தில் நாம் மீண்டும் துவங்கிய தினம் அதே சிறப்புக்குரிய தினமாக அமைந்ததில் இறைவன் மீது ஆணையாக எனக்குத் தொடர்பேதுமில்லை. அதுமட்டுமல்ல, ஆரம்பத்தில் நான் எழுத ஆரம்பிக்கும்போது முதல்தினத்தில் இருந்த உள்நோக்கம், ஓரிரு தினங்களிலேயே மாறிப்போனதும் அதுகுறித்த எந்தச் சிந்தனையும் இல்லாத வகையில் ஏதோ ஒன்று என்னை இயக்கிச் செல்வதையும் என்னால் உணரவும் முடிந்தது. இதனை ஒரு பெருமிதம் பேசும் தொடராக எழுத நினைத்த எனது உள்நோக்கமெல்லாம் சிதைந்து, ஒரு பெரும் ஆய்வு நூலாக என்னையும் அறியாமல் உருவாகிக்கொண்டிருப்பதை என்னால் உணர முடிந்தது. அப்போதுதான் நான் முதல் முறையாக உணர்ந்தேன், இதனை 'நான்' என்னும்

அகம்பாவம் எழுத அனுமதிக்கவில்லை. என்னை ஏதோ ஒரு சக்தி இதனை எழுத அனுமதித்திருக்கிறது என்பதை பல சந்தர்ப்பங்களில் உணர்ந்திருக்கிறேன்.

குறிப்பாக, அந்த 'ராஜஸ்தான் மாடல்' குறித்த விளம்பரம் வெளியானதையே எடுத்துக்கொள்ளுங்கள், அதற்கு முன்புவரையிலும், 'திராவிட மாடல்' குறித்து எத்தனையோ செய்திகள் வெளிவந்திருந்தாலும், எனக்கு அத்தகைய மாடல்களுடன் தொடர்புப்படுத்தி 'ரங்கசாமி மாடலை' எழுதும் எண்ணம் சிறிதளவும் ஏற்படவில்லை. ஆனால், மிகச் சரியாக நாம் எழுத நினைத்த அன்று, எழுத ஆரம்பிக்கும் ஒரு மணி நேரத்திற்கு முன்பு செய்தித்தாள்களை வாசிக்கும்போது, தற்செயலாகப் பார்த்த 'ராஜஸ்தான் மாடல்' என்கிற விளப்பரம் என்னை அதிர்ச்சிக்குள்ளாக்கியது. அதன் முதல் காரணம், நாம் ஏற்கெனவே காங்கிரஸ் மீது கொண்டிருந்த கோபம் ஒருபுறம் என்றால், 'ராஜஸ்தான் மாடல்' என்கிற தமிழ்ப் பத்திரிகையின் விளம்பரம் மீது எனக்கு ஏற்பட்டப் பார்வை 'ரங்கசாமி மாடல்' குறித்த தேவையின் மீது அதீத தேடலை உருவாக்கியது. இதனை நான் எவ்வாறு தற்செயலான நிகழ்வாகக் கொள்ள முடியும். எனது எழுத்தின் இடைநிறுத்தத்திற்கான காரணத்தையும், எனது உடல்நிலையைக் கருத்தில் கொள்கின்றபோதும், இந்நிகழ்வுகளை நான் எவ்வாறு ஒரு சாதாரண நிகழ்வாகவும் கொள்ள முடியும். ஆக, இந்தத் தலைப்பிற்கானக் காரணத்தை 'ரங்கசாமி மாடல்' என எந்தச் சக்தி இதில் உருவாக்கி இருக்க முடியும்.

இதில் மற்றொரு விஷயத்தையும்கூட நாம் கூடுதல் கவனம் கொண்டே பார்க்க வேண்டும். இந்தத் தொடரின் 'ரங்கசாமி ஏன் புதுவையின் தந்தையாகிறார்?' என்கிற தலைப்பை முதல்வர் ரங்கசாமியே விரும்பவில்லை. இதெல்லம் வேண்டாம் என்று குறிப்பாக தலைப்பைத்தான் அவர் கைநீட்டி சுட்டிக்காட்டியிருப்பதை நான் கவனித்திருக்கிறேன். ஆனாலும் அதன் தேவையின் பின்புலம் அந்த எழுத்தில் அதையே மையமாகக் கொண்டு வந்திருப்பதை நம்மில் எவரும் மறுக்கவும் முடியாது, மாற்றவும் முடியாது.

எனது அனுபவத்தில் முதல்வர் ரங்கசாமி குறித்து எழுதுவது சவாலான பணி, ஏனென்றால் அவரிடமிருந்து ஒரு சிறு குண்டூசி அளவிற்குக்கூட தகவல்களைப் பெற முடியவில்லை. அவர் அதை படிக்கிறாரா இல்லையா என்பதையே நம்மால் அறிந்துகொள்ள முடியாது. ஆனால், எழுதும்போது எனக்கு எங்கு தொய்வு ஏற்பட்டாலும் அவரின் அன்றாட செயல்முறைகளின் வாயிலாகவே நான் மீண்டும் அவரிடமிருந்தே தொடங்கியிருக்கிறேன் என்பதே உண்மை. இதனை எழுத்தில் பல சந்தர்ப்பங்களில் நான் வெளிப்படுத்தியிருக்கிறேன். ஆனாலும் குறிப்பாக முதல்வர் ரங்கசாமியின் இத்தகைய குணத்தை சிலர் அவர்களுக்குச் சாதகமாக எடுத்துக்கொண்டு அவரின் வரலாற்றை மறைத்துவிட முடியும் என்ற கருதுகோள் கொண்டிருப்பதையும், நான் இத்தொடரை எழுதும்போது உணர்ந்திருக்கிறேன்.

புதுவையின் ஒட்டுமொத்த உள்கட்டமைப்பு வசதிகளையும், நிர்வாகத் திறமை கொண்ட ஆளுமையையும் ஏற்படுத்திய முதல்வர் ரங்கசாமியின் எந்தச் சுவடுகளும் அரசின் எந்த ஆவணக்குறிப்பிலும் இல்லை. அரசின் சமூகவலைத்தள பிரிவிலோ அல்லது வேறு எந்த வரலாற்றுக் குறிப்பிலோ பதிவிட்டதற்கான சாட்சியங்களை காணமுடியவில்லை. அவரின் எந்த அரசு விழாவின் பேச்சுக்களும் ஆவணப்படுத்தப்படவில்லை. அவரால் கொண்டு வரப்பட்ட திட்டங்களும்கூட ஆவணப்படுத்தப்படவில்லை. நான் இத்தொடரை எழுத ஆரம்பிக்கும் முன்பு முதல்வர் ரங்கசாமியை டென்னிஸ் மைதானத்தில் சந்தித்து, ‘சில குறிப்புகள் கிடைக்குமா?’ என்று கேட்டேன். அதற்கு அவர், ‘நான் செய்வதோடு சரி எதையும் நினைவில் வைத்துக்கொள்வதில்லை. எனவே எதையும் நீங்களும் எழுத வேண்டாம்!’ என்றே கூறினார். அவர் அவ்வாறு கூறலாம்... அது அவரின் குணாதிசயத்தின் வெளிப்பாடாக இருக்கலாம்.

ஆனால், ஒரு மாநிலத்தின் முதல்வராக நான்கு முறை பதவி வகித்த ஒருவரின் குறிப்புகள் அரசு ஆவணங்களில் முற்றிலும் இல்லாத சூழ்நிலை குறித்து செய்தி மற்றும் விளம்பரத்துறை கவனத்தில் கொள்ள வேண்டும் என்றே கூறுவேன்.

நான் ஒரே ஒரு புகைப்படத்தைக்கூட இணையத்தில் பெற முடியாத அளவில், கேமராமேனுடன் ஒவ்வொரு பகுதியாகச் சென்று புகைப்படம் எடுத்தேன். அதன் பலன், இதுவரை முதல்வர் ரங்கசாமியால் நான் வாழ்ந்த புதுவையின் மேற்குப் பகுதியில் மட்டும் ஏற்பட்ட மாற்றங்களை உணர்ந்து, எனக்கு ஏற்பட்ட வியப்புகளில் பெருமைகள் எதுவுமில்லை.

'புதுவையின் நெற்களஞ்சியம்' என்று போற்றப்படும் பாகூரில் அதன் வாழ்வாதாரத்தையே மாற்றியமைக்கும் உள்கட்டமைப்புகளை ஏற்படுத்தியிருப்பதை உணர முடிந்தபோது, ரங்கசாமியின் தாக்கம் இப்புத்தகத்தை எழுதும்போது எனக்கு உருவான கருத்தியலைவிட அதிகமானதாக அதன் செயல்திறன் நீண்டிருப்பதை உணர முடிந்தது. ஏனென்றால், எனது பயணங்கள் ஏற்படுத்தும் ஆய்வு மட்டுமே பத்து பகுதிகளைக் கொள்ளும் அளவிற்கு உள்ள திட்டங்களைக் கொண்டிருந்தது. ஆனால், அத்திட்டங்கள் குறித்த எந்தச் செய்தியும் பொதுவெளியில் காணக்கிடைக்கவில்லை என்கிற கோபம்தான் எனக்கு.

ஆனால், நான் பயணங்கள் மேற்கொண்ட அந்தப் பகுதிகளில் புகைப்படமெடுக்கச் சென்றபோது, 'இங்கு அணை எங்குள்ளது?' என்று கேட்டால், 'ரங்கசாமி கட்டிய அணையா?' என்று பொதுமக்கள் கேட்டு, அதற்குச் செல்லும் வழியை தெரிவிப்பார்கள். ஆனால், இதனை அடுத்தத் தலைமுறைக்கு எடுத்துச் சென்று, இதனை ஆவணப்படுத்தும் பொறுப்பும், கடமையும் அரசுத் துறைக்கு இருக்கிறதா என்பதில் உருவான கோபத்தில்தான், நான் இதனைப் பதிவிடுகிறேன்.

அதைப்போலவே, காரைக்கால், மாஹே, ஏனாம் பகுதிகளின் புகைப்படங்களை என்னால் பெறுவதற்கு இயலவில்லை. ரங்கசாமியின் அரசு விழாக்களின் பேச்சுக்கள் மட்டும் ஆவணப்படுத்தப்பட்டிருந்தால் நிச்சயமாக இந்த ஆய்வு நூல் அதன் மூன்றாம் பாகத்திற்கும் செல்ல நேரிட்டிருக்கும். இதையெல்லாம் செய்தி மற்றும் விளம்பரத் துறை ஆவணப்படுத்தவில்லை என்கிற கோபத்தைத் தவிர எனக்கு வேறொன்றுமில்லை.

இந்த நூல் வெளியிடுவதில் அதன் தொடரின் காலத்திலிருந்தே அரசின் தரப்பிலிருந்து எனக்கு சில தகவல்களையும், ஊக்கத்தையும் கொடுத்து உதவிய ஒரே ஒருவராக நான் இங்கே முதல்வரின் பர்சனல் செக்ரட்டரி பேராசிரியர் அமுதவன் அவர்களை மட்டும்தான் குறிப்பிட முடியும். அவருக்கு மனமார்ந்த நன்றி.

அதற்கடுத்து, இத்தொடரை எந்தச் சூழ்நிலையிலும் நிறுத்தாமல் எனது உடல்நிலையைக் கருத்தில் கொண்டு, ஓரிரு தினங்களில் எனக்குத் தகுந்தவாறு அனுசரித்து வெளியிட்ட 'நமதுமுரசு' பத்திரிகை உரிமையாளர் உதயநாராயணன் அவர்களுக்கு நான் கடமைப்பட்டிருக்கிறேன். சில நேரங்களில், தொடர் வருவதற்கு முந்தையநாள் என்னால் எழுத முடியாமல் போனால் அன்று இரவு இரண்டு மணிக்குக்கூட நான் எழுதியிருக்கிறேன். அப்போது காலை 6 மணிக்கே எனக்காக தட்டச்சு செய்த அருள் அவர்களுக்கும், அவ்வப்போது தகவல்களைக் கொடுத்த ராமாலிங்கம் அவர்களுக்கும், முக்கியமாக இந்த நூலுக்கான தலைப்புக் குறித்த ஆலோசனையின்போது 'ரங்கசாமியின் காமராசர் மாடல் - எல்லாருக்கும் எல்லாமுமாய்' என்னும் தலைப்பைத் தீர்மானிக்க உதவிய ஓய்வுபெற்ற நீதியரசர் அசோகன் அவர்களுக்கும், எனக்கு இலக்கணப் பிழை திருத்தம் செய்த பேராசிரியர் ராமானுஜம் அவர்களுக்கும், எனது உடல்நிலை மோசமான காலத்தில் எழுத முடியுமா என்கிற ஐயம் ஏற்பட்டபோது எனக்கு தொடர்ந்து Manual Physiotherapy மூலம் சிகிச்சை அளித்து, என்னை எழுதுவதற்கு உகந்த வகையில் உடல்நிலை சரியாக்கிய Mother Physiotherapy மணிகண்டன் அவர்களுக்கும், டிஸ்கவரி பப்ளிகேஷன்ஸ் பதிப்பகத்தாரை இந்நூல் வெளியிடுவதற்கு ஏதுவான நிறுவனமாக எனக்கு அறிமுகம் செய்துவைத்த முருகன் கோவிந்தசாமி மற்றும் புதுவை இளவேனில் ஆகியோருக்கும், அதன் பொருட்டு அந்த நூலின் தன்மை கருதி உடனே வெளியீடு செய்வதற்கு ஒப்புக்கொண்ட டிஸ்கவரி பப்ளிகேஷன்ஸ் மு.வேடியப்பன், அந்நிறுவனத்தின் பொறுப்பாசிரியர் பொன்ஸீ அவர்கள், ரங்கசாமியின் மீது பற்றுகொண்ட காரணத்தினால் உற்சாகமாக ஒவ்வாரு வரியாக வாசித்து, என்னுடன் அதுகுறித்து சில நேரங்களில் விவாதம் செய்து, இலக்கணப்

பிழைகளைத் திருத்தம் செய்ததற்கும், இந்தத் தொடர் வெளிவந்தபோது ஒவ்வொரு நாளும் ஆர்வமாய் வாசித்து எனக்கு உற்சாகமூட்டிய வாசகர்களுக்கும், முக்கியமாக இந்நூல் குறித்து எனக்கு ஏற்படும் சிறுசிறு ஐயங்களுக்கு நான் எப்போது நினைத்தாலும் தொடர்புகொண்டு ஐயத்தைத் தீர்த்துக்கொள்ள உதவிகள் செய்த முதல்வர் அலுவலக கடைநிலை ஊழியர் தனகோடி அவர்களுக்கும் இந்நேரத்தில் நான் எனது நன்றியைத் தெரிவித்துக்கொள்கிறேன்.

அன்புடன்,

ச.ஜெனார்த்தனன்

பொருளடக்கம்

1

காமராசரின் கனவையும் அண்ணா விரும்பிய அதிகாரத்தையும் புதுவையில் மீட்டெடுத்த ரங்கசாமி

'ஃபாதர் ஆப் புதுச்சேரி' என்கிற வரலாற்றுச் சிறப்புமிக்க அங்கீகாரத்தைப் பெறுவதில், புதுவை முதல்வர் ரங்கசாமி அவர்கள் திறமையும் தகுதியும் செல்வாக்கும் கொண்டவராகத் திகழ்கிறார் என்று நான் பேசியும் எழுதியும் வருகிறேன். ஆனால், என் கருத்துக்கு அனைத்து அரசியல் சம்பிரதாயங்களுக்கும் உட்பட்ட எதிர்ப்பு கீழ்மட்டத்தில் உருவாகவே செய்கிறது. ஆனால், அதில் ஆச்சர்யம் கொள்ளத்தக்க நிகழ்வு என்று குறிப்பிட வேண்டுமென்றால், என்மீது தனிப்பட்ட காழ்ப்புணர்ச்சியில் அநேகமானவர்கள் தெரிவித்த காரணங்களைத் தவிர, முதல்வர் ரங்கசாமி மீது நேரிடையாகக் கூற முடியாத ஒரு காரணத்தை நான் காண முடிந்தது. இதனை மறுப்பதற்கோ அல்லது வேறு எவருடனாவது ஒப்பிடுவதற்கோ எவருக்கும் எந்தக் காரணமும் இருக்கவில்லை என்கிற உண்மையைத் தெளிவாக அறிந்துகொள்ள முடிந்தது. இது ஒரு பொதுமறை அங்கீகாரமாக உருவாகும் காலமும் வெகுதொலைவில் இல்லை என்பதை இந்நிகழ்வு உணர்த்தியது. ஆனாலும்கூட, இது இன்னும் தெளிவாக்கப்பட வேண்டும் என்கிற எண்ணம் அநேகருக்கு இருந்திருக்கலாம். அதில், முதலாவது கருத்தாக எனது இந்தப் பதிவும் இருக்க வேண்டும் என்று விரும்புகிறேன்.

புதுவையின் வரலாற்றை ஆரம்பக் காலம் தொட்டு ஆராய்ந்து பார்த்தால் ஒரு உண்மையைத் தெளிவாக அறிந்து கொள்ள முடியும். எந்தவொரு கடந்த கால வரலாற்றின் முதல்வர்களும், மத்திய அரசாங்கத்தின் திட்டங்களையும், உதவிகளையும் புதுவைக்கு எடுத்து வந்தவர்களாகத்தான் இருந்திருக்கிறார்கள்.

எனது இந்தப் பதிவு இப்போது இருக்கும் சில முன்னாள் முதல்வர்களையும், மறைந்த சில முன்னாள் முதல்வர்களையும் புண்படுத்தும் விதமாக இருக்குமேயானால் அதற்காக நான் மன்னிப்புக் கோருகிறேன். ஆனால், எந்தவொரு காரணத்திற்காகவும் ஒரு வரலாற்றின் சாதனை மூடி மறைக்கப்படுவது என்பது அறத்துக்குப் புறம்பானது என்பதை அதனின்றும் முக்கியமானதாகப் பார்க்க வேண்டும்.

அவ்வாறு பார்க்கும்போது, முதல்வர் ரங்கசாமி மற்ற எல்லாரிலும் ஏன் சிறப்புக்குரியவராக இருக்கிறார் என்பதில் உள்ள அறம் சார்ந்த விஷயம் இங்கே முக்கிய பங்கு வகிக்கும் என்பதில் எள்ளளவும் சந்தேகமில்லை.

தமிழ்மண்ணின் வரலாற்றில் அவ்வாறான சாதனையாளர்களாக கர்மவீரர் காமராசரையும், பேரறிஞர் அண்ணாவையும் நாம் கருத முடியும்.

இதில், காமராசரை ஏன் முக்கியத்துவம் பெற்ற தலைவராகக் கொண்டாட முடிகிறது என்று ஆராய்ந்து பார்த்தால், காய்ந்துபோன பூமியை விவசாயம் செழிக்கும் பூமியாக்க தொலைநோக்குத் திட்டங்களுடன் அணைகள் கட்டினார்; நிலத்தடி நீர் மட்டத்தை உயர்த்தினார்; ஒரு பெரும் சமூகப் புரட்சியாக மதியஉணவுத் திட்டத்தைக் கொண்டுவந்து கல்வியின் மூலம் பொருளாதார மேம்பாட்டை தமிழகத்துக்கு அளித்தார். இந்த இரண்டு திட்டங்களையும் காமராசருக்குப் பிறகுதான் மைய அரசே செயல்படுத்தத் தொடங்கியது. அவரது நேர்மை இன்னும் சில அரசியல் ஆளுமைகள் எல்லாம் அரசியல் சார்ந்த அறத்தில் சேர்ந்தாலும், மேற்கூறிய இரண்டும் என்றைக்கும் காமராசருக்கு மட்டுமே உரித்தானவை.

அறிஞர் அண்ணா - பெருந்தலைவர் காமராசர்

அதைப்போலவே, மற்றொரு ஆளுமையான பேரறிஞர் அண்ணா, சமூக நீதி மற்றும் பிராந்திய உரிமைக்காக தேசத்தின் முதல் ஆளுமைமிக்கக் குரலாக வெளிவந்ததில் அண்ணாவுக்கே பெரும்பங்கு உண்டு. இன்றைக்கும் தேசிய அளவில் தமிழகத்தில் மட்டும் ஜாதியக் குறியீட்டை தனிமனிதன் தன் பெயருக்குப் பின்னால் சேர்க்காததை ஆய்வு செய்தால், அதில் பெரியாரின் வழியில் ஒரு அரசின் நிர்வாகியாகச் செயல்பட்டு, இன்று வரையிலும் பின்பற்றச் செய்வதில் அண்ணாவுக்கு பெரும் பங்கு உண்டு. தமிழகத்தின் பொதுவுடமை வளர்ச்சியின் ஆகச்சிறந்த அரசு நிர்வாகத்தின் தலைவராக அண்ணாவை மட்டுமே தைரியமாகக் குறிப்பிட முடியும்.

இந்த இருபெரும் ஆளுமைகளின் கீழ் அந்தத் திட்டங்களை கலைஞர் கருணாநிதியும், எம்.ஜி.ஆரும், அவர்களைத் தொடர்ந்து ஜெயலலிதாவும்கூட செய்திருக்கலாம். ஆனால், தமிழ் மண்ணில் இருந்தாலும் தனி கலாசாரப் பாதிப்புகளை செயற்கையாக உள்வாங்கிக் கொண்ட புதுவை, அதன் பெரும் அடையாளங்களை உருவாக்கிய தலைவர் ஒருவரை, இந்தப் பெரும் ஆளுமைகளுடன் ஒப்பிட விரும்புகிற காரணத்தால், மறைத்துவிட முயற்சி செய்வது அறம் சார்ந்த அரசியல் அல்ல என்பதை நாம் உறுதியாக நம்பலாம்.

மிக நீண்ட காரியமாக, தேசத்தின் மைய அரசின் செயல்திட்டங்களை உள்வாங்கிச் செயல்படுத்துவதிலும், தன்னைச் சுற்றிலும் இருக்கிற பெரும்பான்மைப் பகுதிகளை உள்ளடக்கிய தமிழக ஆளுமைகளுக்கு உட்பட்டு இருந்த புதுவையின் அதிகார அளவின் சுருக்கத்தினை உடைத்தெறிந்து, புதுவைக்கு ஒரு தனிப்பெரும் அடையாளத்தை, அரசியல் இயக்கத்தக் கண்டதின் வெற்றியில் மட்டுமல்லாமல், தேர்ந்தெடுக்கப்பட்ட அரசின் நிர்வாகத் தலைமைப் பொறுப்பிலிருந்தும் நிரூபித்துக்காட்டிய ஒரு தமிழனாக புதுவை முதல்வர் ரங்கசாமியை நாம் அடையாளப்படுத்துவதில் உள்ள சுணக்கம் அரசியல் அறம் சார்ந்து இருக்க முடியுமா என்கிற ஐயப்பாட்டை நிச்சயம் முன்னெழுப்பும்.

மக்கள்தொகை அளவின் வேறுபாடுகளும், நிலஅளவின் வேறுபாடுகளும் ஓர் ஆளுமையின் உண்மையான அடையாளத்தைத் தடுத்துவிட முடியாது என்கிற அரசியல் அதிகார விழிப்புணர்வை நிரூபித்துகாட்டியவர் புதுவை முதல்வர் ரங்கசாமி. தனக்கு முன்பிருந்த அனைத்து புதுவை முதல்வர்களும், டெல்லிக்குச் சென்று அல்லது டெல்லியிலிருந்து இங்கே அனுப்பப்பட்ட திட்டங்களுக்கு இடத்தையும், ஆலோசனைகளையும் தேடியபோது, புதுவை முதல்வர் ரங்கசாமி மட்டுமே இங்கே என்ன திட்டம் வேண்டும் என்பதற்கு வடிவம் கொடுத்து அங்கே அனுமதிக்கு அனுப்பியவர். இந்த ஒற்றை வரிச் செய்தி மட்டுமே அவர் சார்ந்த புதுவையின் தேடலின் முக்கியத்துவத்தை உணர்த்திவிட முடியும் என்று நம்புகிறேன்.

இங்கே இப்போது முக்கியமானதொரு கேள்வி ஒன்றை முன்வைக்ககூடும். 'சரி, ஒரு முதல்வராக நிர்வாகத்தின் தரப்பிலிருந்து அவருக்கு மட்டுமே உரித்தானதாக இங்கே எதைக் குறிப்பிட விரும்புகிறீர்கள்?' என்கிற கேள்வி முன்னெழுப்பப் படலாம்.

புதுவையின் திட்டங்களைப் பொருத்தவரை ரங்கசாமி செய்யாதத் திட்டங்களை மட்டுமே சுலபமாகக் கணக்கீடு செய்யமுடியும். அவரில்லாத எந்தத் திட்டங்களும்கூட மத்திய அரசு கொடுக்க விரும்பியத் திட்டங்களாக மட்டுமே இருக்க

மக்கள் ஆதரவில் ரங்கசாமி

முடியும். எனவே, அது ஒரு பெரும் தனிக் கட்டுரையாக மட்டுமே இருக்க முடியும். இருந்தபோதும் தேசத்துக்கே அவர் தரப்பிலிருந்து ஒரு சவாலைக் கொடுக்க முடியும். எவருடைய ஆதரவும் இல்லாமல், எந்தவொரு உயர்கல்வியையும், புதுவை சார்ந்த நன்றாகப் படிக்கும் மாணவர்கள் எந்தப் பொருளாதார நெருக்கடியும் இல்லாமல், படித்து முடிக்கும் 'காமராசர் கல்வி உதவித் திட்டம்' இந்தியாவில் வேறு எங்கும் இல்லாதத் திட்டம். உலகிலேயே தரமான மருத்துவத்தை மிகக் குறைந்த செலவில் புதுவையின் மருத்துவக் கல்லூரியில் அளிக்க முடியும் என்று நிரூபித்துக் காட்டியவர். இன்றைக்கு புதுவையில் உயர்கல்வி முடித்த மாணவர்களால் ஏற்படப்போகும் பொருளாதார மாற்றங்களை நாம் இன்னும் 10 ஆண்டுகளுக்குப் பிறகுதான் புரிந்துகொள்ள முடியும்.

காமராசர் கொண்டுவந்த சத்துணவுத் திட்டத்தால் ஏற்பட்ட கல்விப்புரட்சியின் தாக்கம், அந்தத் திட்டத்தை அவர் கொண்டு வந்த 20 வருடங்களுக்குப் பிறகுதான் உணர முடிந்தது. அதே நிலைதான் ரங்கசாமியின் திட்டத்துக்கும்

புதுவை முதல்வர் ரங்கசாமி

என்பதை உணர்ந்துகொள்ள இன்னும் சிறிது காலம் தேவைப்படும்.

அதைப்போலவே, தேசத்திலேயே புதுவையில் மட்டும்தான் முதியோர்கள் எவரின் உதவியும் இல்லாமல் தங்கள் இறுதிக் காலத்தை மகிழ்ச்சியாகக் கழிக்க முடியும் என்பதை உறுதிபடுத்த அவர்களின் வாழ்வுக்குத் தேவையான நிதி ஆதாரத்தை உறுதிசெய்து, அவர்களின் இறுதிக்கால சுயகௌரவத்தைக் காப்பாற்றியவர் ரங்கசாமி என்பதும், இங்கே அவருக்கு மட்டுமே உரித்தான திட்டங்களாக தேசிய அளவில் கொள்ள முடியும் என்கிறபோது 'ஃபாதர் ஆப் புதுச்சேரி' என்கிற அடையாளத்துக்குரிய சிறப்பு அவருக்கு உள்ளதா என்பதை சிந்தித்துப்பாருங்கள் என்பதையும் கூட உங்கள் பார்வைக்கே விட்டுவிடுகிறேன்.

2

நீர் மேலாண்மையில் ரங்கசாமி

முதல்வர் ரங்கசாமி, புதுச்சேரியின் தந்தையாக ஏன் போற்றப்பட வேண்டும் என்பதற்கான சரியானக் காரணத்தை நமது முந்தைய கட்டுரையில் நாம் தெளிவுபடுத்தியிருந்தாலும், அது ஆழமான காரணங்களைப் பெற்றிருப்பதால் அதன் விளக்கத்தினை மேலும் பார்க்க வேண்டிய கட்டாயம் நமக்கு இருப்பதாக உணர்கிறேன்.

மனிதனின் இன்றியமையாதத் தேவையான நீரில் இருந்தே தொடங்கலாம். அதுவே இந்தக் கட்டுரையின் தலைப்புக்குச் சிறந்ததாக இருக்கும்.

இன்றைக்கு எத்தனையோ அமைப்புகள் மற்றும் ஆளுமைகள் நிலத்தடி நீர்மட்டத்தை உயர்த்த வேண்டும் என்று கூறுவதை நாம் பார்த்திருக்கிறோம். கடந்த சில வருடங்களுக்கு முன்பு 'புதுவை 2020ஆம் ஆண்டு பெரும் தண்ணீர்ப் பற்றாக்குறையைச் சந்திக்க நேரிடும்!' என்ற கணிப்புகள் வந்தன. இப்போதுகூட புதுவைக்கு நீராதாரம் கொடுக்கும் ஊசுட்டேரியை தூர்வார்வதில் மெத்தனம் காட்டியதைச் சுட்டிக்காட்டிக் கேட்கப்பட்ட கேள்விகளை நாம் பார்த்திருக்கிறோம். ஊசுட்டேரி 2004 மற்றும் 2005ஆம் ஆண்டில் தூர் வாரப்பட்டது. அப்போது புதுவையின் முதல்வராக ரங்கசாமி அவர்கள் இருந்தார்கள். அதற்கு முன்பும் சரி, அதற்குப் பின்பும் சரி,

ஊசுட்டேரி

ஊசுட்டேரி தூர் வாரப்பட்டதற்கான எந்த ஆதாரமும் இல்லை. இதைவிட இதன் முக்கியத்துவம் எதுவென்றால், 2002ல் முதல்வராக ரங்கசாமி பொறுப்பேற்றப் பிறகுதான் ஊசுட்டேரி பெரும்பாலும் நீர் நிறைந்த ஏரியாகக் காண

சகடைப்பட்டு தடுப்பணை

கரிக்கலாம்பாக்கம் - கீழ் குமாரமங்கலம் பாலத்தின் வடிகால்நீர், ஏரிக்குத் தனியாகவும் கடலுக்குத் தனியாகவும் செல்ல, பிரித்து அமைக்கப்பட்ட தடுப்புச் சுவர்

முடிந்திருக்க முடியும். அதற்கு முன்புவரை வருடத்துக்கு 11 மாதங்கள் ஏரி வறண்டு இருந்ததைத்தான் பார்த்திருப்போம். அந்த அளவுக்கு முதல்வர் ரங்கசாமி ஊசுட்டேரியில் நீர் தேங்கிநிற்க முக்கியத்துவம் கொடுத்தார்.

அதுமட்டுமல்லாமல், 'பிரெஞ்சு அரசாங்கத்துக்குப் பிறகு புதுவைமண்ணில் தடுப்பணைகள் கட்டிய ஒரே அரசு நிர்வாகி யார்?' என்று கேட்டால், 'அவர் முதல்வர் ரங்கசாமி' என்று உறுதியாக, எந்தச் சந்தேகமும் இல்லாமல் கூறலாம்.

புதுவையில் 10 தடுப்பணைகள் கட்டப்பட்டது முதல்வர் ரங்கசாமியின் ஆட்சியில்தான். அதனாலும், ஊசுட்டேரியை பாதுகாப்பதில் அவர் காட்டிய முனைப்பினாலும் மட்டுமே, 20 வருடங்களுக்கு முன்பே 'புதுவை கடும் குடிநீர்த் தட்டுப்பாடு ஏற்படும் பகுதியாக மாறப்போகிறது' என்கிற அறிவியல் ஆய்வு முடிவுகளை பொய்யாக்கக் காரணமானது. இதில்

செல்லிப்பட்டு அணை

சுத்துக்கேணி அணை

சித்தேரி அணை

முக்கியத்துவம் பெற்றதாக நாம் கவனத்தில் கொள்ளவேண்டிய ஒரு விஷயம், இந்தத் தடுப்பணைகள் எப்போது கட்டப்பட்டன என்று பார்த்தால் முதல்வர் ரங்கசாமி தனிக் கட்சி தொடங்கிய பிறகு ஆட்சி அமைத்த 2011ஆம் ஆண்டுக்குப் பிறகுதான் நடந்தேறின.

தனிக் கணக்கு தொடக்கம், அதனால் நட்டம், காங்கிரஸ் மத்தியில் இருந்தபோதுதான் முதல்வர் ரங்கசாமியின் சாதனைகள் இருந்தது என்பதையெல்லாம் இவரின் இந்தச் சாதனைகள் ஆயிரம் கேள்விகளோடு எதிர்த்து நிற்கின்றன. 90% மற்றும் 70% மானியம் என்று புதுவை பெற்றிருந்தபோது, இங்கிருந்த மற்ற எந்த ஆட்சியாளர்களும் ஏன் புதுவை மண்ணின் எதிர்கால தண்ணீர்த் தேவையை மனதில்கொண்டு அந்த மானிய காலத்திலேயே திட்டங்களைக் கொண்டுவர முயற்சி செய்யவில்லை? தனிக் கணக்குத் தொடங்கிய பிறகு, மானியங்கள் நின்ற பிறகு இந்தத் திட்டங்களை முதல்வர் ரங்கசாமியால் எவ்வாறு கொண்டுவர முடிந்தது என்பதற்கான ஆய்வின் முடிவுகளே அவர் 'புதுவையின் தந்தை' எனப் போற்றப்படுவதற்குக் காரணமாகின்றன. இந்த ஆய்வுகளும்கூட அடுத்தடுத்த நாட்களில் தொடர உள்ளன.

நீர் மேளாண்மையை ஆய்வு செய்யும் ரங்கசாமி

அதேநேரம், இன்றைக்கு தனிக் கட்சி தொடங்கி 12ஆம் ஆண்டில் அடியெடுத்து வைத்திருப்பதும்கூட அவர் குறித்த முக்கியத்துவத்தின் அடுத்த இலக்கிற்கு எடுத்துச் செல்கிறது. புதுவைக்கு சுதந்திரம் கிடைத்த இந்த 60 ஆண்டுகளில் தேசியக் கட்சிகள் மற்றும் தமிழகக் கட்சிகளின் ஆதிக்கத்தில் இருந்த புதுவையின் அரசியல் அதிகாரத்தை முதல்முறையாக நம் மண்ணின் மைந்தன் மீட்டெடுத்தது ஒரு பெரும் மாற்றம். டெல்லிக்கும் சென்னைக்கும் சென்றுகொண்டிருந்த நம் மண்ணின் அரசியல் முடிவுகள் முதல்முறையாக டெல்லியில் இருந்தும், சென்னையில் இருந்தும் புதுவையை நோக்கி வரச்செய்தன.

அரசியல் அதிகார முடிவுகளை எங்கிருப்பவர்களோ எடுப்பதிலிருந்து மாற்றி, புதுவை மண்ணிலேயே அந்த அதிகாரத்தைக் கொண்டுவந்ததில் உள்ள பெருமைகளை நாம் இன்னும் உணர மறுக்கிறோம். அவற்றையெல்லாம் நினைவில் கொள்ள முடியாமல் போனதுதான், ரங்கசாமி ‘புதுவையின் தந்தை’ என போற்றபட வேண்டிய காரணங்களை மறுக்கச் செய்கின்றன. அதன் ஆய்வுகளைப் பார்க்கலாம்.

3

கிராமப்புறத்தின் உட்கட்டமைப்புகளை உருவாக்கிய ரங்கசாமி

புதுவையில் ஒரு புதிய அரசியல் தலைமுறையை ஏற்படுத்துவதில் முதல்வர் ரங்கசாமி ஈடுஇணையற்றவர் என்பதை நாம் நினைவில் கொள்ள வேண்டும். இதற்கு அனைத்து ஆதாரங்களையும் காட்டுவதைவிட, இந்தக் கட்டுரையை நாம் ஒற்றை வரியில் முடிக்க முடியும் என்றால், 'பிரெஞ்சு அரசாங்கம் நடைபெற்று முடிந்ததற்குப் பிறகு, புதுவைமண்ணில் அனைத்துப் புதிய திட்டங்களையும் கொண்டுவந்தவர் என்றால் அது முதல்வர் ரங்கசாமியால் மட்டுமே முடிந்திருக்கிறது' என்று முடித்துவிடலாம்.

'அப்படியென்றால், ரங்கசாமி என்ற எழுச்சி ஏற்பட்ட 2000மாவது ஆண்டுக்கு முன்புவரை ஏறக்குறைய நாற்பது ஆண்டுகள் புதுவையில் எந்தத் திட்டங்களும் செயல்படுத்தப் படவில்லை என்கிறீர்களா?' என்கிற கேள்வியை நீங்கள் முன்னெழுப்பலாம். நான் உறுதியாக அப்படிக் கூறாவிட்டாலும் 'ஆம்' என்பேன்.

ரங்கசாமி என்கிற ஆளுமை உருவாவதற்கு முன்புவரை இங்கே பல ஆட்சிகள் நடைபெற்றன. அந்த ஆட்சிகள் என்ன செய்துகொண்டிருந்தன. மத்திய அரசாங்கத்திடம் இருந்து பணத்தை வாங்கி இங்கிருக்கும் ஊழியர்களுக்கு சம்பளம் போட்டது. வருடா வருடம் போட்ட சாலைகளையே திரும்பத்திரும்பப் போட்டது.

புதிய இடங்களுக்குத் தேவைப்படும் அரசு ஊழியர்களை நியமிப்பது, அதில் தங்களுக்குத் தேவையான ஊழியர்களை நியமனம் செய்வதில் சிபாரிசு செய்வது, மத்திய அரசாங்கம் கொண்டுவரும் திட்டங்களை இங்கே தொடங்கி வைப்பது... இதைத்தவிர அப்போதைய புதுவை ஆட்சியாளர்கள் செய்த சாதனைகள் என்ன? நிர்வாக செயல்முறை என்ன? என்று பார்த்தால் அவையனைத்தும் பூஜ்யமாகத்தான் இருக்கும்.

போட்ட சாலைகளையே வருடா வருடம் திரும்பத் திரும்ப போடுவதால் சாலைகள் புதிதாகத்தான் இருக்கும். ஆனால், அந்தச் சாலைகளை அகலப்படுத்துவது இல்லை. இத்தனைக்கும் அந்தச் சாலைகளின் உண்மையான நிலப்பரப்பைக்கூட அகலப்படுத்த விரும்பிய அரசுகள் இல்லை.

கிராமப்புறச் சாலைகள் அத்தனையும் ஒற்றையடிப் பாதை போலத்தான் இருக்கும். சரி, அப்போது, போக்குவரத்துக் குறைவாக இருந்ததால் அந்தச் சாலைகளை அகலப்படுத்தவில்லை என்கிற அறிவியல்பூர்வ காரணங்கள் கூறப்படலாம். ஆனால், இந்தச் சாலை அமைப்புகளால்தான் 1991ம் வருடம் ஏற்பட்ட உலகப் பொருளாதாரச் சந்தைக்குள் இந்தியா நுழைந்ததற்கான ஆதாயத்தை புதுவை மாநிலம் பெறமுடியாமல் போனது. சரி, அதற்குப் பிறகாவது அதை மாற்றியமைத்திருக்கலாம் என்றால் அதுவும் இல்லை. மாற்றியமைத்த பொருளாதாரத் திட்டத்தினால் புதுவைக்கு வாரி இறைத்த அத்தனை ஆதாயங்களும் வீணாகிப்போயின.

புதுவையில் சரியான உள்கட்டமைப்பு வசதிகளை உருவாக்காமல் இருந்ததுதான் அதன் அடிப்படைக் காரணம். இங்கே எவராவது கேட்கலாம்... 'இதை எப்படி நீங்கள் ஆதாரமேயில்லாமல் கற்பனைச் செய்தியை ஒரு ஆய்வுக் கட்டுரையில் தெரிவிக்கலாம்?' என்று.

என்னிடம் ஆதாரம் இருக்கிறது. 1997ஆம் வருடம் என்று நினைக்கிறேன். ஒரு பெரிய பன்னாட்டு நிறுவனம் எங்கள் ஊரான தேத்தாம்பாக்கத்தில் நிலம் பார்ப்பதற்கு வந்தார்கள். அப்போது அந்தப் பகுதியில் நில வணிகத்தில்

பத்துக்கண்ணு ஐந்துமுனை சந்திப்பு

இருந்த நான்தான் அவர்களுக்கு நிலத்தைக் காண்பித்தேன். எல்லாம் முடிந்துவிட்டது. நிலத்துக்கு அட்வான்ஸ் கொடுக்கும் நேரத்தில் அங்கு வந்த அந்த நிறுவனத்தின் நிர்வாகக் குழு நிலம் வாங்க மறுத்துவிட்டது. அதற்கு அவர்கள் கூறிய காரணம் என்ன தெரியுமா? 'பத்துக்கண்ணு பாலம் – பிரெஞ்சு அரசு இருந்தபோது கட்டிய பாலம் – நான்கைந்து வளைவுகளுடன் ஒரு பேருந்து மட்டுமே சிரமப்பட்டுப் போகும் நிலையில் இருந்த பாலம், அத்தனை பெரிய பன்னாட்டு நிறுவனத்தின் போக்குவரத்துக்குச் சரியானதல்ல!' என்பதே.

அந்த நிறுவனம் நிலம் வாங்க மறுத்துவிட்டதால், அந்தப் பகுதியில் பலருக்கும் வேலை வாய்ப்பு கொடுக்க இருந்த அந்த நிறுவனம் புதுவைக்கே வராமல் திரும்பிவிட்டது. இன்று பலருக்கும் அந்தப் பாலம் தெரியாமல் போயிருக்கும். தெரிந்தவர்கள் உண்மை நிலையை அறிந்திருப்பார்கள்.

அந்த மோசமான பாதை அமைப்பால் ஒரு பன்னாட்டு நிறுவனம் வரவில்லை என்பதோடு மட்டுமல்லாமல், சொந்த மக்களே ஒரு பெரிய வாகனத்தில் அந்தப் பாலத்தைக் கடப்பது அரிதான விஷயமாக இருந்தது. அந்தப் பாலத்துக்குக் கிழக்குப் பக்கத்திலிருந்து, விளைவிக்கப்பட்ட கரும்புகளை, நமது புதுவை மாநில லிங்காரெட்டி பாளையம் கூட்டுறவு

சர்க்கரை ஆலைக்கு அனுப்ப முடியாமல் தனியார் ஆலைக்கு அனுப்பிய வரலாறும் உண்டு. இத்தனைக்கும் மண்ணாடிப்பட்டுத் தொகுதி, இரண்டு முறை முதல்வராக இருந்த D.ராமச்சந்திரனைத் தேர்ந்தெடுத்தத் தொகுதி என்பது கவனத்துக்குரிய விஷயம்.

ஒரு பெரும் போக்குவரத்து மிகுந்த சாலை நவீன போக்குவரத்துக்கு உபயோகமற்ற நிலையில் இருந்தக் காரணத்தால், அந்தப் பாலத்தை இடித்து, புதிதாக இப்போதிருக்கும் பாலத்தை யார் கட்டினார்கள் தெரியுமா? இன்றைய முதல்வர் ரங்கசாமிதான். இப்போது அந்தப் பாலத்தைக் கடந்து செல்லும், இந்தக் கட்டுரையைப் படிக்கும் எவராவது அவர் 'புதுவையின் தந்தை' எனக் கூறப்படுவதை மறுக்க முடியும் என்று கருத முடியுமா?

4

கடலூர் பாதைக்கு கண் திறந்த ரங்கசாமி

உள்கட்டமைப்பு... உள்கட்டமைப்பு என்ற வார்த்தைகளை நாம் அடிக்கடி கேள்விப்பட்டிருக்கிறோம். அதன் உண்மையான செயல்பாடுகளைச் செய்து முடித்தவர் என்றால் அவர் முதல்வர் ரங்கசாமிதான். அவரைத் தவிர வேறு ஒருவரை அவருக்கு இணையான இடத்தில் பொருத்திப் பார்ப்பது இயலாத காரியம் என்றே நினைக்கிறேன்.

ஆனால், என்ன ஓர் அரசியல் தந்திரம் என்றால் முதல்வர் ரங்கசாமி எந்தவிதமான உள்கட்டமைப்பு வசதிகளையும் செய்யாதவர் போலவும், வெறும் இலவசங்களை மட்டுமே கொடுத்து புதுவையில் பொருளாதாரத்தைச் சீரழித்துவிட்டார் என்கிற பொய்யான குற்றச்சாட்டுகளை அவர் மீது சுமத்தி, தாங்கள்தான் ஏதோ பொருளாதார மேதாவிகள் போன்று 'நிர்வாகச் சிங்கங்கள்' என்றும் மாயத்தோற்றத்தை ஏற்படுத்தியவர்கள், இங்கே செய்திருந்த உள்கட்டமைப்பு வசதிகள் எவை என்பதை ரங்கசாமிக்கு இணையாக... தேவையில்லை, சற்றே அருகில் அல்லது சரிபாதியாக செய்துள்ளதை கூறிட முடியுமா?

பிரெஞ்சு அரசாங்கம் இருந்தபோது போடப்பட்ட சாலைகளின் அளவுகளையும், அவற்றின் குறுக்கே இருந்த பாலங்களையும் 75 சதவீத அளவுக்கு மாற்றி

அமைத்தவர் என்றால் அது ரங்கசாமியின் உள்கட்டமைப்பு சாதனை என்றே சொல்லலாம்.. மீதமுள்ள 25 சதவீத பணிகளைத்தான் அறுபது ஆண்டுகால புதுவையின் சுதந்திர வரலாற்றில் நாற்பத்தைந்து ஆண்டுகள் ஆட்சியில் இருந்தவர்கள் செய்திருக்கிறார்கள் என்றால் அதன் அளவுகோலுக்கிடையேயான வித்தியாசத்தை நாம் உணர வேண்டும்.

இதில், கட்டிடங்கள் தொடர்பான ஆய்வுகள், வித்தியாசத்தின் அளவுகளை இன்னும் அதிகமாக்கும் என்றாலும் அதனைப் பிறிதொரு இடத்தில் பார்க்கலாம்.

இன்னும் சாலைகளையே நாம் முடித்துவிடவில்லை. சாலைகள் தொடர்பான விஷயத்தில்கூட நான் முழுமையான புதுவைக்கும் எழுதிடவில்லை... அல்லது எழுதப்போவதும் இல்லை. நான் அறிந்திருக்கும் விஷயத்தை எழுதுகிறேன். அதைப்போன்றே உங்கள் பகுதியிலும் உள்ள சாலைகள், பாலங்கள் தொடர்பான கட்டுமானம் குறித்து நீங்கள் ஆய்வு செய்தால் அங்கே 75 சதவீத பணிகள் ரங்கசாமியால் மட்டுமே நடந்தேறி இருக்க முடியும் என்பதை நீங்கள் அறியலாம்.

உதாரணமாக... புதுவையிலிருந்து கடலூர் செல்லும் மிக முக்கிய சாலையை எடுத்துக்கொள்வோம். அரியாங்குப்பத்தில், அதன் ஆரம்பத்தில் பிரெஞ்சு அரசாங்கம் கட்டிய ஒரு பாலம் இருந்தது, அரியாங்குப்பம் முடியும் இடத்தில் போட் ஹவுஸில் பிரெஞ்சு அரசினால் கட்டப்பட்ட மற்றொரு பாலம் இருந்தது. இந்த இரு பாலங்களும் இருந்த பாதை புதுவையின் வளர்ச்சியுடன் மிக நெருங்கியத் தொடர்புடைய முக்கிய சாலை.

புதுவையிலேயே அதிக வாகன நெரிசல் கொண்ட கடலூர் நகரத்தினை இணைக்கும் முக்கிய சாலை இருந்தபோதும் 100 வருடங்களுக்கு முன்பு கட்டப்பட்ட காலத்தில்தான் ரங்கசாமி என்ற ஆளுமை உருவாவதற்கு முன்பு வரை பயன்பாட்டில் இருந்து வந்தது. அரியாங்குப்பத்தின் ஆரம்பத்தில் இருக்கும் பிரெஞ்சு அரசாங்கம் கட்டிய பாலத்துக்கு மாற்றாக புதிய பாலத்தைக் கட்டுவதற்கு ரங்கசாமி முதல்வாரன பிறகு

அரியாங்குப்பம் பாலம் (வலதுபுறம் பிரெஞ்சு அரசு கட்டிய பாலம்)

அடிக்கல் நாட்டப்பட்டது; வேலையும் தொடங்கப்பட்டது. அந்தப் பாலம் அரியாங்குப்பம் என்ற நகரப் பகுதியிலிருந்து பிரிந்து போக்குவரத்து நெரிசலைக் குறைக்கும் வகையில் பைபாஸ் பாதையாக மாற்றப்பட்டு, அந்த இடத்தில் பாலம் கட்டப்படுகிறது.

இதற்கிடையே முதல்வர் ரங்கசாமியின் பதவி காங்கிரஸ் கட்சியின் சூழ்ச்சியால் பறிக்கப்படுகிறது. முதல்வராக வைத்திலிங்கம் பொறுப்பேற்கிறார். அந்த அரசாங்கம்கூட அந்தப் பாலத்தின் கட்டுமானப் பணியைத் தொடர்ந்து மேற்கொண்டது.

அப்போது அன்றைய முதல்வர் வைத்திலிங்கம் அவரின் ஆட்சி முடிவின்போது அந்த ஆட்சியின் சாதனைகளாக ஒவ்வொரு மேடையிலும் இவ்வாறு குறிப்பிட்டதை நான் பார்த்திருக்கிறேன்... ‘அரியாங்குப்பத்தில் ரங்கசாமி பாலம் கட்டினார்... கட்டினார்... கட்டிக்கொண்டே இருந்தார். ஆனால், நாம்தான் கட்டி முடித்தோம்’ என்று கூறுவார். இப்படித்தான் அவர்கள் ரங்கசாமியின் ஒவ்வொரு திட்டத்தையும் மூடி மறைக்க முயற்சி செய்துகொண்டிருந்தார்கள். இருந்தபோதும்

இந்தப் பாலத்தை முதல்வர் ரங்கசாமிதான் 2013ஆம் ஆண்டு அவர் ஆட்சியின்போது திறந்துவைத்தார் என்பது வேறு விஷயம்.

ஒரு பாலத்தையோ அல்லது ஒரு கட்டுமானத் திட்டத்தையோ ஆரம்பித்தவர்களே முடிக்கவேண்டும் என்பது எந்தப் பெருமையிலும், சாதனையிலும் சேராது. அந்தத் திட்டத்தை யார் கொண்டுவந்தார்கள் என்பதில்தான் அந்தத் திட்டத்திற்கான சாதனையாளர்கள் அடையாளப்படுத்தப்பட வேண்டும் என்பதை காங்கிரஸ் இன்றளவும் உணர மறுக்கிறது.

நான் கேட்கிறேன்... '45 ஆண்டுகளாக மத்திய அரசின் உபரி நிதியில் சுகபோகமாக புதுவையில் ஆட்சி செய்தவர்கள், அப்போதே ஏன் அந்த முக்கிய சாலையில் உள்கட்டமைப்பு (பிரெஞ்சு அரசின் 100 ஆண்டு கால பாலத்துக்கு மாற்றுப் பாலம்) அமைக்க வேண்டும் என்கிற ஆலோசனையோ செயலாக்கமோ மேற்கொள்ளாமல் இருந்தார்கள்?'

இதில் விசித்திரம் என்னவென்றால், அதற்கடுத்த 'போட்டிங் ஹவுஸ்' பாலத்தை ரங்கசாமி கட்டவில்லை... சரி, வேறு யார்தான் கட்டியிருப்பார்கள்? அதைப்போன்ற சிறப்பு வாய்ந்த முதல்வர்கள் வரிசையில் வேறு எவராகிலும் கட்டியிருப்பார்களோ என்று ஆய்வு செய்து பார்த்தால், அந்தப் பாலம் ஈ.சி.ஆர். சாலையில் மத்திய அரசே நேரடியாகக் கட்டியிருப்பதாக ஆவணங்கள் கூறுகின்றன. இது இன்னும் வியப்பு அளிப்பதாக இருக்கிறது.

இதைப்போன்ற உள்கட்டமைப்பில் ஆர்வம் காட்டாத செயல்பாடுகள் இவர்களுக்குக் குற்றமாகத் தெரியவில்லையா? இது குற்றம் என்று நாமும் உணர்ந்தால்தான், முதல்வர் ரங்கசாமி 'புதுவையின் தந்தை' எனப் போற்றப்படுவதில் உள்ள நியாயத்தை உணரமுடியும்.

5

விவசாயப் பொருளாதார மேம்பாட்டை உருவாக்கிய ரங்கசாமி

நான் எழுதிக்கொண்டிருக்கும் இந்தக் கட்டுரையில் குறிப்பிடப்படும் திட்டங்களும், அந்தத் திட்டங்கள் ஏன் செயல்படுத்தப்பட்டன என்பதற்கான காரணங்களும் அல்லது அந்தத் திட்டங்கள் செயல்படுத்தப்பட்டதால் ஏற்பட்ட நல்ல மாற்றங்களும் என்று இந்தக் கட்டுரை உள்வாங்கி வருகிறது. இதில் உள்ள ஒரு விஷயத்தையாவது ஆதாரமற்றது என்று தக்கக் காரணங்களுடன் யாராவது ஒருவர் நிரூபித்தால் நான் இந்தக் கட்டுரையை எழுதுவதை நிறுத்திவிட்டு பகிரங்க மன்னிப்புக் கோருகிறேன்.

நான் உறுதியாக ஒன்றைக் கூறுகிறேன். சிறு சிறு விஷயங்கள் முதற்கொண்டு பெரிய விஷயங்கள் வரை எந்தப் புதியக் கட்டுமானத் திட்டங்களையும் ரங்கசாமி என்ற ஆளுமை உருவாவதற்கு முன்புவரை எந்த முதல்வர்களும் செய்திட முன்வரவில்லை என்பதுதான் உண்மை.

இதில் நகரப்பகுதியில் 30 சதவிகித அளவுக்கு புதிய கட்டிடங்கள் கட்டுவதற்கு வேறு வழியே இல்லாத இறுதி சூழ்நிலையில் சில அரசுகள் திட்டங்களை முன்னெடுத்திருந்திருக்கலாம். ஆனால், கிராமப்புறங்களைப் பொருத்தவரை 100 சதவிகிதம் புதிய கட்டுமானத்திட்டங்களும், மிகப்பழைய

கட்டுமானத்திற்கு மாற்றுத் திட்டங்களும் கொண்டு வந்தவர் என்றால் அது ரங்கசாமியை மட்டுமே சேரும்.

உதாரணமாக, ஒன்றை இங்கே எடுத்து உங்கள் முன்வைக்க விருப்பப்படுகிறேன். காட்டேரிக் குப்பம் பகுதியிலிருந்து ஊசுடு வாய்க்கால் வழியாக கூனிமுடக்கு வரும் சாலையில் காட்டேரிக்குப்பத்திலிருந்து சரியாக 1 கி.மீ. தொலைவில் காட்டேரிக்குப்பம் சுடுகாடு பகுதியின் அருகில் ஊசுடு வாய்க்காலில் ஒரு பாலம் மிகச்சிறிய பாலம் ஒன்று கட்டடப்பட்டிருப்பதைப் பார்ப்பீர்கள். அப்பாலம் 2007ஆம் ஆண்டு ரங்கசாமி முதல்வராக இருந்தபோது கொண்டுவரப்பட்டது. அது ஒன்றும் அவ்வளவு சிலாகிக்கக் கூடிய அளவுக்குப் பெரிய பாலம் அல்ல. மொத்த மதிப்பீடே 20 லட்சத்துக்குள்தான் இருக்கும். ஆனால் அந்தப் பாலம் வந்த பிறகு அந்தப் பாலத்தின் அருகில் இருக்கும் சுமார் 150 ஏக்கர் விவசாய நிலங்களின் விவசாயிகளிடம் கேட்டுப் பாருங்கள், அவர்களின் வாழ்வாதாரம் எந்த அளவுக்கு உயர்ந்திருக்கிறது என்பதை நாம் அறியலாம்.

எனக்கு நினைவு தெரிந்த நாள் முதல் அந்தப் பகுதி முழுவதும் விவசாயம் செய்வதற்கு வழியில்லாமல், விளைந்த பொருட்களை வெளியே கொண்டுவருவதற்கு வாய்ப்புக் கிடைக்காமல், நடந்து செல்வதற்கே தகுதியற்ற நிலையில் அந்தப் பாதை அமைப்பு இருந்தது. அதனால் அந்நிலங்கள் பெரும்பாலும் கரம்பை நிலமாக விட்டுவிடுவார்கள்.

பெரிய விவசாயிகள் சவுக்குமரம் போடுவதை வழக்கமாகக் கொண்டிருந்தனர். அவர்களும்கூட விளைந்த பொருட்களை சித்திரை மாதம் மட்டுமே அறுவடை செய்து வெளியே கொண்டு வருவார்கள். ஆனால் இன்றைக்கோ அந்தப் பகுதி முழுவதும் நெல் முப்போகமும் அறுவடை செய்யப்படுகிறது.

1998ஆம் வருடம் என்று நினைக்கின்றேன், அந்தப் பகுதியில் விவசாய நிலத்தை ஏக்கர் ஒரு லட்சத்துக்கு விற்பதற்கு தயாராக இருந்தார்கள். இன்றோ, ஏக்கர் 30 லட்சம் என்றாலும் விற்பதற்கு விரும்பாமல் அந்த மக்கள் விவசாயம் செய்வதற்கு விரும்புகிறார்கள்.

காட்டேரிக்குப்பம் விவசாயப் பயன்பாட்டிற்கான பாலம்

சுதந்திரம் கிடைத்த 70 ஆண்டுகால வரலாற்றில், அந்தச் சிறிய பாலத்தை ஏற்படுத்தி விவசாய விளைபொருட்களை உற்பத்தி செய்ய வழிவகை செய்திருந்தால்... அந்தப் பகுதி விவசாயிகள் அடைந்த பலன்களின் கூட்டுப்பலனை கணக்கீடு செய்யுங்கள்! இத்தனைக்கும், அந்த மக்களுக்கு அந்தப் பாலம் ரங்கசாமி என்கிற ஆளுமை, புதுவை முழுவதும் செய்துகொண்டிருக்கும் உள் கட்டமைப்பு என்கிற புரட்சியால் கிடைத்தது என்பதுகூடத் தெரியாது. தங்களின் பல ஆண்டுகால கோரிக்கை நிறைவேற்றப்பட்டது என்கிற அளவில்தான் புரிந்திருக்கும். ஆனால், இன்றைக்கு இந்தக் கட்டுரையைப் படிக்கும் மக்கள், 'ரங்கசாமி என்கிற ஆளுமைதான் இந்த மாற்றங்கள் ஏற்படக் காரணமாயிருந்தது, அந்தக் காரணத்தின் ஒரு பிரதிபலனாகத்தான் இந்தப் பாலம் கிடைத்திருக்கிறது, வேறு எந்தக் காரணமும் இல்லை' என்பதை முழு கோணத்தில் அறிந்தால் நிச்சயமாக அவர்களும் ஏற்றுக்கொள்வர், 'ரங்கசாமி புதுவையின் தந்தை' என்பது மிகச்சரியே என்பர்.

அதற்காக அவர்களிடம் எந்தப் பிரசாரமும் மேற்கொள்ளத் தேவையில்லை. அப்பாலம் வருவதற்கு முன்பு அவர்களின் விவசாய நிலை தற்போதைய நிலை ஆகியவற்றை அவர்கள் ஒப்பீடு செய்தாலே அவர்கள் இந்த நிலைக்கு வந்துவிடுவர்.

இதைப்போன்று புதுவை மாநிலம் முழுவதும் ஏராளமான விவசாய நிலங்கள் போக்குவரத்திற்கு தேவையான பாலங்களோ, பாதைகளோ இல்லாமல் விவசாயம் செய்ய முடியாமல் போன நிலங்கள் ரங்கசாமி என்கிற ஆளுமை உருவாக்கிய உள்கட்டமைப்பு என்கிற உருவாக்கம் அவர்கள் வாழ்வில் பெரும் மாற்றத்தை ஏற்படுத்தியது. ஒரு புதிய யுகத்திற்கும், பொருளாதார மேம்பாட்டிற்கும் வழிவகை செய்தது. அதன் காரணமே 2000மாவது ஆண்டிற்குப் பிறகு இந்தியாவின் மற்ற பகுதியில் உள்ளவர்களையும், புதுவையில் வாழ்வதற்கு விருப்பத்தை ஏற்படுத்தியது.

6

பிரெஞ்சு கால புதுவையை மாற்றிய ரங்கசாமி

'தமிழ் இந்து'வின் (10.02.2022 தேதி) தலையங்கச் செய்தி, இந்தக் கட்டுரையின் போக்கில் சிறு மாற்றத்தை ஏற்படுத்திவிட்டதெனக் கருதுகிறேன். அப்பத்திரிகையின் தலையங்கச் செய்தி, சுமார் 400 கோடி அளவுக்கு நபார்டு வங்கி கடனுதவியில் தமிழகம் முழுவதும் பல்வேறு கிராமங்களில் பரவலாக பாலங்கள் அமைப்பதற்கு ஆவன செய்திருப்பதை உறுதிசெய்தது. 'இந்தச் செய்திக்கும், இந்தத் தலைப்பிற்கும் என்ன தொடர்பிருக்கிறது?' என்று நீங்கள் கேட்கலாம்.

இதற்கு முந்தைய கட்டுரைக்கும், இந்தச் செய்திக்கும் தொடர்புடையதாக எவராவது கருதினால் அது அத்துடன் முடிந்து விடவில்லை. அதற்கு மேலும் முக்கிய செய்தியை அது நமக்கு உணர்த்துகிறது. உண்மையில் இந்தக் கட்டுரைத் தொடர் இறுதியாகக் கூறவேண்டிய ஒரு செய்தியை, இடையிலேயே தமிழகத்தின் அந்தப் போக்கு மாற்றியமைத்துவிட்டதாக உணர்கிறேன்.

கடந்த பத்தாண்டுகளுக்கும் மேலாக புதுவையில் ஒரு குற்றச்சாட்டு முன்னெழுப்பப்படுகிறது. 'புதுவைக்குத் தனிக்கணக்கு தொடங்கியதால் முதல்வர் ரங்கசாமி தவறு செய்துவிட்டார்' என்பதே அந்தப் பிரதானக் குற்றச்சாட்டு. அதற்கான பதிலையும், பல்வேறு விஷயங்களையும், விடைகளையும் தமிழ் இந்து

சன்னியாசிக்குப்பம் - சகடைப்பட்டு பாலம்

பத்திரிகையின் தலையங்கச் செய்தி தந்திருக்கிறது என்றே கருதுகிறேன்.

தமிழகத்தின் பல்வேறு கிராமங்களின் உள்கட்டமைப் பிற்கான அந்தப் பணியைச் செய்வதற்கு தமிழக அரசு

சோரியாங்குப்பம் தென் பெண்ணையாறு பாலம்

ஈ.சி.ஆரில் அமைந்துள்ள நவீன சுகாதார மீன் அங்காடி

கடன் பெற்றே அத்தனைப் பெரிய திட்டங்களைச் செய்வதற்கு முன்வந்திருக்கிறது. ஆனால், புதுவை தனிக்கணக்கு தொடங்குவதற்கு முன்புவரை அவ்வாறு கடன் பெறுவதற்கானத் தகுதியமைப்பைப் பெற்றிருக்க வில்லை என்பதை நாம் இத்துடன் பொருத்திப் பார்க்க வேண்டியது முக்கியமாகிறது.

தெற்கு மாவட்ட துணை ஆட்சியர் அலுவலகம்

கரிக்கலாம்பாக்கம் - கீழ் குமாரமங்கலம் பாலம்

இப்போது, இங்கே எவராவது மற்றொரு கேள்வியை முன்வைக்கலாம். ‘கடன் வாங்குவதற்காக தனிக் கணக்கு தொடங்குவது சிறந்த நிர்வாகமா?’ என்று கேட்கலாம். ஆனால், அதற்கு முன்பு நாம் சில விஷயங்களை அலசிப் பார்க்க வேண்டியது மிக அவசியமாகிறது. அப்போதைய மத்திய காங்கிரஸ் அரசு தனிக் கணக்கு தொடங்குவதற்கு பெரும்

மணமேடு - கடலூர் மாவட்ட இணைப்புப் பாலம்

உறுவையாறு - வில்லியனூர் பாலம்

நெருக்கடிகள் கொடுத்தது. இந்தியாவின் அனைத்து யூனியன் பிரதேச நிதியமைப்பிலும் மாற்றம் செய்துகொண்டிருந்தது. அந்த நெருக்கடியை புதுவையின் மீதும் சுமத்தியது. அப்போது தனிக் கணக்கு தொடங்கியபோது இருந்த சுமார் 3,000 கோடி அளவிற்கான கடனைத் தள்ளுபடி செய்வதாக உத்திரவாதம் அளித்து தனிக்கணக்கு தொடங்கிய பிறகு அக்கடனை

காரைக்கால் அரசலாறு பாலம்

பல் மருத்துவக் கல்லூரி (மாஹே)

அப்போதைய காங்கிரஸ் அரசு தள்ளுபடி செய்யவில்லை என்பது வேறு விஷயம்.

அவ்வாறு மத்திய காங்கிரஸ் அரசு தள்ளுபடி செய்வதற்கு உத்திரவாதம் அளித்த கடனைத்தான் மத்திய திட்டத்துறை அமைச்சராக பொறுப்பு வகித்த முன்னாள் முதல்வர் நாராயணசாமி புதுவையின் முதல்வராக பொறுப்பேற்ற பிறகு, மத்திய பா.ஜ.க. அரசிடம் அக்கடனை

அப்துல் கலாம் அறிவியல் கோளரங்கம்

ஒருங்கிணைந்த அரசு அலுவலகம் (மாஹே)

தள்ளுபடி செய்வதற்குக் கேட்டதை அவருக்கான பெரும் போராட்ட குணமாக அறிவித்தது. ஆனால், இங்கே நாம் மிக முக்கியமாக கவனத்தில் கொள்ள வேண்யடி விஷயம், தனிக்கணக்கு ஆரம்பிக்கவேண்டும் என்ற கட்டாயத்தை

காரைக்கால் - திருநள்ளாறு கோவில் நகரத் திட்டம்

வில்லியனூர் கொம்யூன் பஞ்சாயத்து அலுவலகம்

ரங்கசாமி எவ்வளவு சாதுர்யமாக புதுவையின் வளர்ச்சிக்குப் பயன்படுத்திக்கொண்டார் என்பதைத்தான் நாம் உற்று நோக்க வேண்டும்.

மிக நீண்டகாலமாக மிகப்பெரிய துறையான வருவாய்த் துறை ஒட்டுமொத்த புதுவைக்கும் சாரம் அலுவலகம் மட்டுமே செயல்பட்டுக்கொண்டிருந்ததை மாற்றி புதிய ஆட்சியர் அலுவலகம் கட்டியது. வில்லியனூர், பாகூர் துணை ஆட்சியர் அலுவலகம், நகரப் பகுதியின் நடுவே ECR பாதையில் நவீன மீன் அங்காடி, அதே சாலையில் பேரிடர் மேலாண்மை அலுவலகம், லாசுப்பேட்டை அறிவியல் கோளரங்கம், மிக நீண்ட காலமாக பிரெஞ்சு அரசின் கட்டிடத்தில் இயங்கிய குழந்தைகள் மருத்துவமனையை ECR பாதையில் ராஜீவ் காந்தி குழந்தைகள் மருத்துவமனை, இந்திரா காந்தி மருத்துவக் கல்லூரி, காரைக்கால், மாகே, ஏனாம் பகுதிகளில் புதிய மீன்பிடி துறைமுகங்கள், ஆட்சியர் அலுவலகங்கள், மாகேவில் அரசு ஆயுர்வேத கல்லூரி, ஏனாமில் பொறியியல் கல்லூரி,

ஈ.சி.ஆரில் அமைந்துள்ள பேரிடர் மேலாண்மைத்துறை மற்றும் உழவர்கரை வட்டாட்சியர் அலுவலகம்

திருநள்ளாறு கோவில் நகரத் திட்டம் என்று எண்ணற்றத் திட்டங்களைக் கொண்டு வந்தார். இத்துடன் சுத்துக்கேணி, மணலிப்பட்டு, செல்லிப்பட்டு, மணமேடு, சோரியாங்குப்பம் ஆகிய பகுதிகளில் மிகப்பெரும் பாலங்கள்... இவற்றையெல்லாம் தனிக்கணக்குத் தொடங்கிய பிறகு ஏற்பட்ட கடன் வாங்கும் திறனைப் பயன்படுத்தி பெரும் உள்கட்டமைப்பு பணிகளைச் செய்து முடித்தார்.

100 வருடங்களுக்குப் பிறகு *70* சதவிகித புதுவையை மாற்றியமைத்தார். இன்னும் இதில் நாம் கூறாத எண்ணற்ற திட்டங்களும் இருக்கின்றன. அதையும், நாம் இதிலே கூறிய திட்டங்களையும் இன்னும் நாம் விரிவாக, வரும் நாட்களில் ஆய்வுசெய்யப் போகிறோம் என்பதால் இத்துடன் நிறுத்திக் கொள்வோம். இதிலிருந்து ரங்கசாமியின் தொலைநோக்குத் திட்டங்களை நாம் அறிந்துகொள்ள முடிகிறது.

இங்கே, வேறு எவராவது மற்றொரு கேள்வியையும் முன்னெழுப்பலாம். 'சரி, கடன் வாங்கி இதனைச் செய்ததால் என்ன பயன்?' என்று கேட்கலாம்.

ராஜீவ் காந்தி ஆயுர்வேதா மருத்துவக் கல்லூரி (மாஹே)

இப்போது எனக்கு ஒரு மனத்திருப்தி ஏற்படுகிறது. ஏனெனில் இனி இவ்வாறுதான் இந்தக் கேள்வியை எழுப்ப முடியும். ஆனால் இதுவரை, 'அவர் கடன் வாங்கி இலவசங்களைக் கொடுத்தும், வேலைக்கு ஆள் வைத்தும் வீணடித்துவிட்டார்' என்றார்கள். இனி அப்படி எவரும் கூறுவதற்கு இயலாது. ஆனாலும்கூட உங்களின் முந்தைய கேள்விக்கும் நான் பதிலளிக்கிறேன்.

7

சோஷலிச சித்தாந்தம் கொண்ட ரங்கசாமி

'கடன் வாங்கி உள்கட்டமைப்பைப் பலப்படுத்த வேண்டுமா?' என்ற கேள்விக்குப் பதில் அளிக்கிறேன்.

இதற்கான விளக்கம், கோட்பாடு சார்ந்து இருப்பதால் சற்று ஆழமாகத்தான் நாம் செல்ல வேண்டும். 'மூலதனம்' என்ற நூலிலும்சரி, 'கூலி' என்ற நூலிலும்சரி மார்க்ஸும் எங்கெல்ஸும் ஒரு கருத்தை வலிமையாக வலியுறுத்திருப்பார்கள், 'உள்கட்டமைப்பு, இடையூறு இல்லாத போக்குவரத்து சரியாக இருந்தால் மட்டுமே, கூலி எப்போதும் தொழிலாளிக்குச் சாதகமானதாக இருக்க முடியும்' என்ற அறிவுறுத்தல்களையே அந்த நூல்கள் பெரும்பாலும் கூறும். இது முற்றிலுமான கம்யூனிச சித்தாந்தத்தின் அறிவுறுத்தல்கள் என்றால் முதலாளித்துவம் சார்ந்த கோட்பாட்டைச் சிறிதே கொண்டுவரும் சோஷலிசம் இவ்வாறு கூறும். உள்கட்டமைப்பு மற்றும் இடையூறுகளற்ற போக்குவரத்து சொத்தின் மதிப்பைக் கூட்டும் என்பது சோஷலிசத்தின் கருத்தாக இருக்கும். ஆக, அதன் இரண்டு பக்கங்களும், பொருளாதார முன்னேற்றத்திற்கான இறுதியான வழிமுறை என்பதில் இங்கு எவரும் மாற்றுக் கருத்து கொண்டிருக்க முடியாது.

சுதந்திரம் அடைந்த 70 ஆண்டுகளில் புதுவை மாநிலம் அதற்குத் தேவையான விகிதத்தில்

உள்கட்டமைப்பை 2000மாவது ஆண்டு வரை ஏற்படுத்திக்கொள்ளவில்லை என்பதை இங்கே எவராவது மறுக்க முடியுமா? அதன் சாலைப் போக்குவரத்துக்கூட சர்வதேச நிறுவனங்கள் விரும்பும் அளவிற்கோ அல்லது பெரும்பான்மையான பகுதிகளில் உள்ளூர் மக்களுக்கோ போதுமானதாகவும் இருக்கவில்லை. அதனை நாம் ஆதாரத்துடன்கூட பார்க்க முடியும்.

1991ஆம் ஆண்டு உலகப் பொருளாதார சந்தையில் இந்தியா இணைந்த பிறகு, புதுவையில் தொழில் செய்வதற்கு வந்த நிறுவனங்கள் தங்கள் நிறுவனங்களை தொடங்குவதற்கான இடங்களை ஆய்வு செய்து பார்த்தால், விழுப்புரம்–பாண்டி பைபாஸ் சாலை, திண்டிவனம்–வானூர் பாதையிலிருந்த சேதராப்பட்டுப் பகுதி என தமிழக ரோடு பகுதியைச் சார்ந்த இடையூறற்ற போக்குவரத்து அமைந்த சாலைகளில்தான் அதிக நிறுவனங்கள் முதலீடு செய்வதற்கு விரும்பின. மடுகரையை ஒட்டிய சில பகுதிகளில் அன்றைய முதல்வராக இருந்த வைத்திலிங்கத்தினால் சில நிறுவனங்கள் சென்றிருக்கின்றன.

இதனால் மற்றொரு கேள்வி முன்னெழுகிறது. புதுவை நகரப் பகுதியிலிருந்து 30 கிலோமீட்டர் தூரம் உள்ள மடுகரை பகுதிக்குக்கூட சென்ற அந்த நிறுவனங்கள், புதுவையிலிருந்து 12 கிலோமீட்டர் தூரம் மட்டுமே இருந்த செல்லிப்பட்டு, பிள்ளையார்க்குப்பம் பகுதிகளுக்கு ஏன் செல்லவில்லை? ஏனென்றால், அங்கே அதற்கான உள்கட்டமைப்பு வசதி இல்லை. சிலுக்காரிபாளையம், செல்லிப்பட்டு கிராமங்களின் வடபுற புதுவையும், புதுக்குப்பம், லிங்காரெட்டிபாளைய கிராமங்களின் தென்புற புதுவையும், திருக்கனூர் பகுதிக்கு கிழக்குப் பகுதி புதுவையும், புதுவை மாநிலத்தின் வளர்ச்சியோடு இப்பகுதியை ஒப்பிட்டுப் பார்க்கின்றபோது ஒரு பொட்டல் காடாக வளர்ச்சி யற்றுதான் இருந்தது. இந்த நிலையை முற்றிலும் மாற்றியவர் என்றால் அது ரங்கசாமி என்ற ஆளுமையால் மட்டுமே முடிந்தது. அவர், கடன் பெற்று உள்கட்டமைப்பை வலுவாக்கியதால், பாதைகளை இடையூறுகளற்ற முறையில் அமைத்ததால் ஒட்டுமொத்த புதுவையின் சொத்து மதிப்பும் உயர்ந்தது.

ரங்கசாமி முதல்வராகப் பொறுப்பேற்றப் பிறகுதான் புதுவையின் தனிநபர் வருமானம் தொடர்ந்து இந்தியாவில் முதலிடத்தில் இருக்கிறது. அவர் முதல்வராவதற்கு முன்புவரை புதுவையின் தனிநபர் வருமானத்தையும், அவர் முதல்வராகப் பொறுப்பேற்ற பிறகு தனிநபர் வருமானத்தையும் ஒப்பீடு செய்யுங்கள். இதுதான் மார்க்ஸ் கண்ட கனவு. கூலி உயர்வுக்கான வழி என்பதை ரங்கசாமி ஒரு தொலைநோக்குப் பார்வையுடன் செயல்படுத்திய நிர்வாகத்திற்குக் கிடைத்த வெற்றியே.

அதைப்போலவே சொத்தின் மதிப்பும்கூட, கிராமங்களில் எடுத்துக்கொண்டால் 2000மாவது ஆண்டில் ஏக்கர் 4 லட்சம் என்றிருந்த நிலத்தின் மதிப்பு 2010ஆம் ஆண்டில் 60 லட்சம் என்று உயர்ந்தது. ஆனால், அதேநேரம் நாம் சற்றே பின்னோக்கிச் சென்று, இந்த விலை உயர்வைக் கணக்கீடு செய்தால், உலகப் பொருளாதார சந்தை உருவாவதற்குமுன்பு ஒரு ஏக்கர் நிலம் 1 லட்சமாக இருந்தது. அதன் பிறகு உலக பொருளாதாரச் சந்தையில் இணைந்த 1991ஆம் ஆண்டிலேயே விலையேற்றம் வேகமாக ஏறியது. ஒரு ஏக்கர் நிலத்தின் விலை 3 லட்சத்திற்கு ஓராண்டிலேயே சென்றது. ஆனால், அந்த விலையேற்றம் 1991லிருந்து 2000மாவது ஆண்டுவரை ஒரு ஏக்கருக்கு 1 லட்சம் மட்டுமே உயர்ந்து 4 லட்சத்தில் நிலை பெற்று இருந்தது. ஆனால் எந்தவித சிறப்புத் திட்டங்களும் கொண்டுவரப் படாமலேயே, உள்கட்டமைப்பு என்கிற வலுவான உருவாக்கம், 2000மாவது ஆண்டில் இருந்த 4 லட்சம், 2022ஆம் ஆண்டில் ஒரு கோடியில் நிற்கிறது. புதுவை மாநிலத்தின் மக்களை வலுவான சொத்துடைமையாளர்களாக அது உருமாற்றியது. இதன் தாக்கத்தை புதுவையின் குடிசை வீட்டிலிருந்தே நீங்கள் கணக்கீடு செய்யலாம்.

ஆக, ரங்கசாமி, தனிக் கணக்குத் தொடங்கியதால் உருவான மாற்றத்தைச் சரியாகப் பயன்படுத்தி ஒரு வலுவான புதுவையை உருவாக்கினார். அந்தக் கடன் தொகைகள்கூட இலவசங்களுக்காகச் செலவிட்டது அல்ல என்கிற இறுதியான முடிவிற்கு நாம் வந்தால், இவரைவிட 'புதுவையின் தந்தை' எனப் போற்றப்படுவதற்கு வேறு எவரும் உண்டா என்கிற கேள்வியை நம் முன் இன்னும் அதிகமாக்கும்.

8

கிராமவாசிகளின் சுயமரியாதையை நிலைநிறுத்திய ரங்கசாமி

'கடந்த கட்டுரையில் ஏதேதோ, கணக்குகளை எல்லாம் கூறியிருக்கிறீர்கள்... கற்பனையான செய்தியை ஒரு ஆய்வுக் கட்டுரையாக எழுதிடலாம் என்று நினைக்கிறீர்களா?' என்று எவராவது கேட்கலாம். எனக்கு அதைப்போன்று பொய்யானத் தகவல்களை ஆதாரமாகக் கொண்டு எழுதுவது கடினமான பணி. ஒருமுறைக்குப் பலமுறை என்னையே நம்பாமல் நான் ஆய்வுகள் செய்தே உண்மைகளை எழுதக் கூடியவன். இதுகுறித்த முழுமையான உண்மை நிலையை அறிந்துகொள்ள வேண்டும் என்றால், நாம் அதற்காக இன்னும் ஆழமாகச் செல்ல வேண்டும்,

சுத்துக்கேணிப் பகுதியில் என்ற கிராமத்தை இணைத்து, சுமார் 150 கோடி மதிப்பில் ஒரு பெரிய பாலம் மற்றும் தடுப்பணையும் கட்டப்பட்டிருக்கின்றன. இந்தப் பாலத்திற்கான திட்டம் கடந்த 2011–2016ஆம் ஆண்டில் N.R. காங்கிரஸ் ஆட்சியில் அன்றைய முதல்வர் ரங்கசாமியால்தான் கொண்டுவரப்பட்டது. இந்தப் பாலம் வருவதற்கு முன்புவரை என்ற கிராமம் ஒரு தீவு போன்ற பகுதிதான்.

புதுவை நகரிலிருந்து இப்போது இந்தக் கிராமத்திற்குச் செல்ல 20 கிலோமீட்டர் பயணம் செய்தாலே போதுமானது. ஆனால், இந்தப் பாலம் கட்டப்படுவதற்கு முன்புவரை இந்தக் கிராமத்திற்கு

கைக்களப்பட்டு - சுத்துக்கேணி பாலம்

புதுவை நகரப்பகுதியிலிருந்து செல்வதற்கு 27 கிலோமீட்டர் பயணம் செய்ய வேண்டும். இந்தப் பாலத்தினால் சுமார் 7 கிலோமீட்டர் போக்குவரத்து தூரம் குறைக்கப்பட்டது. இதனால், அந்தக் கிராமத்தில் வசிக்கும் கிராமவாசிகள் நகரப்பகுதிக்கு வேலைக்குச் செல்வதற்கான நேரம், பணம் மிச்சப்படுகிறது என்பதோடு மட்டும் இந்த பாலத்தின் தேவை முடிந்துவிடவில்லை.

இந்தப் பாலம், வருவதற்கு முன்பு 2004ஆம் ஆண்டு இந்தக் கிராமத்தில் ஒரு காற்றாலை நிறுவனத்திற்கு நான்தான் சுமார் 20 ஏக்கர் அளவிற்கு நிலம் வாங்கிக்கொடுத்தேன். அன்றைக்கு 1 ஏக்கர் நிலம் ரூபாய் 2 லட்சத்துக்கு விலைபேசி முடித்தோம். (முன்னால் சபாநாயகர் மாணிக்கவாசக ரெட்டியார் குடும்பத்திற்குச் சொந்தமான நிலம்தான். ஆதாரத்துடன் நிரூபிக்க வேண்டும் என்ற கேள்விகளை கேட்பவர்களுக்காகத்தான், ஒரு சில உண்மைகளைக் கூறவேண்டியுள்ளது... மன்னிக்கவும்)

இதிலே நாம் மிகுந்த கவனம் கொள்ள வேண்டியது. இதற்கு முந்தைய நமது ஆய்வுகளில் 2000மாவது ஆண்டில்

1 ஏக்கர் நிலம் 4 லட்சமாக இருந்தது எனக் கூறியிருந்தோம். ஆனால், அதேநேரம் அதிலிருந்து 4 ஆண்டுகள் முடிவடைந்த நிலையிலும் 2004ஆம் ஆண்டிலேயே 2 லட்சத்திற்கு 1 ஏக்கர் நிலம் சந்தை மதிப்பில் அங்கே கிடைத்தது என்றால் அதன் சாலை அமைப்பின் கட்டுமானம் அங்கே சரியாக இருக்கவில்லை என்பதே காரணம். அதனால்தான் அந்தக் காற்றாலை நிறுவனம் முழுமையாகத் தொடங்கப்படுவதற்கு முன்பே சாலைப் போக்குவரத்தில் ஏற்பட்டப் பிரச்னையில் அந்நிறுவனம் தொழிற்சாலையைத் தொடங்காமலேயே சென்றுவிட்டதை அந்தப் பகுதியைச் சார்ந்த எவராவது மறுக்க முடியுமா? ஆனால், இன்றோ 'அந்தப் பாலம் வந்தபிறகு, அந்தப் பகுதியில் 1 ஏக்கர் நிலம் 60 லட்சத்திற்குக் கீழ் சந்தை மதிப்பில் வாங்க முடியுமா?' என்று விசாரித்துப் பாருங்கள், எனது கருத்தில் சந்தேகம் கொண்டவர்கள் இன்றளவும் ஆதாரங்களுடன் இருக்கும் அந்தத் தகவலை விசாரித்து இந்தக் கட்டுரைக்கு வலுசேர்க்கும் விஷயங்களின் உண்மைத்தன்மையை ஆய்வு செய்துகொள்ளலாம்.

இதில், என்னைப் பொருத்தவரை இந்த மண்ணின் மைந்தனாக அனைத்தைக் காட்டிலும் இன்றியமையாத ஒன்று பெரியதாகத் தெரிகிறது. எந்த ஊருக்கும் போக்குவரத்திற்கு ஒருவழிப்பாதை மட்டுமே இருந்தால் அந்த கிராமவாசிகளின் சுயமரியாதை எவ்வளவு கேலிக்கூத்தாகும் என்பதை நாம் பல இடங்களில் பார்த்திருக்கிறோம். உண்மையில் என்ற கிராமமும் அவ்வாறுதான் ஒரு வழிப்பாதை மட்டுமே கொண்டிருந்தது. அந்த மக்கள் அதனால் அடைந்த அவமானங்களும், பாதிக்கப்பட்ட சுயமரியாதையின் கோணங்களும் எண்ணிலடங்காதவை. ஆனால், ரங்கசாமி என்கிற ஆளுமை, அந்தப் பாலத்தைக் கொண்டு வந்தபிறகு அந்த மக்கள் கம்பீர நடைபோட்டு, அந்தப் பாலத்தில் நடந்தபோது அநேகமாக நாம் ஒரு திரைப்படத்தில் வெற்றி பெற்ற ஊர் மக்களின் பார்வையில் இருந்த பெருமிதத்தை நேரிடையாக சந்தித்ததைப் போன்றுதான் இருந்திருக்கும். அந்த மக்களைக் கேட்டுப் பாருங்கள், ரங்கசாமி 'புதுவையின் தந்தை' எனப் போற்றப்படத் தகுதியானவரா? என்பதற்கான பதிலை அவர்களிடம் பெறலாம்.

9

பொறுப்புள்ள அரசின் பிரதிநிதியாக ரங்கசாமி

இந்தியா எப்போதும் மனித உயிர்களின் கேள்விகளற்ற பலிகளாலும், பொறுப்புள்ள ஒரு அரசாங்கத்தின் பாதுகாப்பற்ற நிலையிலும் ஏற்பட்ட பொருளாதார சேமிப்பாலும் அல்லது நெருக்கடிகளை சந்திக்காத சூழ்நிலையின் லாபக்கணக்காலும் தனது வளர்ச்சியைக் குறித்த பெருமிதங்களை நெடுங்காலமாகக் கொண்டிருந்தது.

ஆனால், சமீபகாலமாக அதிலிருந்து மாற்றத்தை ஆரம்பித்தது. அதன் விளைவாக சர்ஜிகல் ஸ்ட்ரைக் மற்றும் கல்வான் பள்ளத்தாக்கிற்கு முதல்முறையாக பெரும் பதிலடியைக் கொடுக்க ஆரம்பித்தது இந்தியா. ராணுவத்தின் உயிர்ப்பலி என்பதை இனி வரும் காலங்களில் எவரும் சாதாரணமாக எடுத்துக்கொள்ளக் கூடாது, என்பதை உலகிற்கு அறிவித்தபோது, இந்தியர்கள் அதிலும் ராணுவத்தில் பணியாற்றுபவர்கள் பெருமிதம்தான் கொண்டனர்.

எந்த ஒரு அரசாங்கமாக இருந்தாலும் சரி, அந்த அரசாங்கத்தின் எந்த ஒரு வகையைச் சார்ந்தவரும் அந்த அரசாங்கத்தின் மூலம் மக்கள் பாதுகாப்பையும் அல்லது அரசாங்கத்திடம் தனது துன்பங்களைப் பகிர்ந்துகொள்ளும் உரிமைகளைப் பெற்றிருந்தால் மட்டுமே அங்கு ஒரு அரசாங்கம் நடைபெறுகிறது என்பது உறுதியாகிறது.

மக்கள் எல்லா வகையான துன்பங்களையும் பொறுத்துக் கொண்டு, தங்கள் வாழ்க்கையை தாங்களே இயன்ற வரை வாழ்ந்து முடித்துக்கொண்டிருக்கும்போது, அந்த மக்கள் மீதான அரசாட்சியை உறுதி செய்துகொண்டிருக்கும் எந்த ஓர் ஆட்சியும் மக்களாட்சி தர்மங்களை உள்ளடக்கியப் பெருமைகளை உரித்தாக்கிக்கொள்ள முடியாது.

உண்மையில் சர்வாதிகாரம், ஜனநாயகம் என்பது இதில்தான் பெரும் வித்தியாசத்தைக் கொண்டு இருக்கிறது. மக்களுக்குத் தேவையான அடிப்படை வசதி அல்லது பெரும் மதிப்புகள் பெற்ற தேவைகளுடன் தொடர்ந்து தொடர்பில் இருந்து அதனை நிறைவேற்றும் அரசினை சர்வதிகாரம் கொண்டதாகவும், மக்கள் தங்களால் இயன்றவரை வாழ்நாளை வாழ்ந்து முடிக்கும் ஒரு வாழ்வினை ஆட்சி செய்யும் அரசு எந்தப் பலனும் கொடுக்காமல் போனாலும் ஜனநாயக ஆட்சியாகவும் இங்கே தவறான ஒரு கண்ணோட்டத்தையும், புரிதலையும் கொண்டிருக்கின்றனர்.

அதுபோலத்தான், 'ரங்கசாமியும்கூட சில நேரங்களில் சர்வதிகார ஆட்சி நடத்துகிறார்' என்று எதிர்க்கட்சிகள் விமர்சனத்தை முன்வைத்திருக்கின்றனர். இதனைப் பொருத்து நாம் ஆய்வுகளை மேற்கொண்டால் மணலிப்பட்டு பாலத்திலிருந்தே தொடங்கலாம் என்றே கருதுகிறேன்.

மணலிப்பட்டு என்ற கிராமம் புதுச்சேரியுடன் இணைவது என்பது கூனிச்சம்பட்டிக்கும், மணலிப்பட்டிக்குமான சங்கராபரணி ஆற்றைக் கடப்பது என்பதைத் தவிர வேறு வழியே இல்லை. இதற்கு முன்பு நாம் பார்த்த என்ற கிராமமாவது பல சுயமரியாதை இழப்புகளோடு சுமார் 7 கிலோமீட்டர் அதிக தூரப் பயணத்தில் அதன் தலைநகர் புதுவையை அடைந்துவிடலாம். ஆனால் மணலிப்பட்டு என்ற கிராமம், அந்த ஆற்றுப்பாதையில் புதுவை நகரை அடைவதைத் தவிர வேறு வழியே இல்லை.

ஆகவே சுதந்திரம் கிடைத்ததிலிருந்து மிகநீண்ட காலம், ஆற்று மணலையும், தண்ணீர் உள்ளபோது தண்ணீரில் நீந்தியும் மட்டுமே கடந்துவந்தவர்கள். சில காலங்களுக்குப்

மணலிப்பட்டு பாலம்

பிறகு தரைப்பாலத்தின் உதவியோடு புதுவை நகருக்குள் சென்று வந்துகொண்டிருந்தனர்.

எனக்கு நினைவு தெரிந்து ஒவ்வொரு ஆண்டும் மழைக் காலங்களில் அந்தத் தரைப்பாலம், இருவருக்குக் குறையாமல் உயிர்ப்பலியைப் பெற்றுவிடும். அந்த இறப்பையோ, அந்த மக்களின் வலியையோ, 2000மாவது ஆண்டுவரை இருந்த எந்த அரசும் கண்டுகொள்ளவில்லை. ஏனென்றால், அங்கு வாழ்ந்த மக்கள் தொகை ஆயிரத்திற்குள்ளாகத்தான் இருந்தது. அவர்களின் உயிர்ப்பலிக்காக அல்லது சுயமரியாதையைப் பூர்த்தி செய்வதற்காக அங்கு ஒரு தரமானப் பாலம் அமைக்க வேண்டும் என்றால் சுமார் 100 கோடி வரை நிதி தேவைப்படும். அதற்காக இத்தனைப் பெரிய நிதிச்சுமையை ஏற்க வேண்டுமா என்பதே இதன் அடிப்படைக் காரணமாக இருந்தது.

ஆனால், ரங்கசாமி முதல்வரான பிறகு அங்கு சுமார் 80 கோடி மதிப்பில் ஒரு பாலத்தைக் கட்டினார். சுதந்திரம் பெற்றதிலிருந்து அவமானப்படுத்தப்பட்ட அவர்களின் வாழ்வாதாரத்தை முதன்முறையாக ஒரு தலைவர் ஏறெடுத்துப்

பார்த்தார், அம்மக்களின் உயிர்பலியின் மீது ஒரு அரசாங்கம் சுகபோகமாக ஆட்சி செய்துகொண்டிருப்பதில் உள்ள அர்த்தமற்ற செயலின் அர்த்தத்தை அறிந்தார்.

ஒரு அரசாங்கம் என்பது கடைக்கோடி மனிதனின் நம்பிக்கையை நிறைவேற்றும் விதமாகச் செயல்படுவதிலும் அவர்களின் பாதுகாப்பைப் பலப்படுத்துவதிலும்தான் உள்ளது என்பதை புதுவையில் முதன்முறையாக ஒரு அரசாங்கத்தின் பிரதிநிதியாக இருந்து அவர்களுக்கும், அவர்களைப் போன்றவர்களுக்கும் நம்பிக்கை அளித்தார் ரங்கசாமி.

‘மக்கள் எப்படி வாழ்ந்தால் எனக்கென்ன, அவர்கள் வாழ்கிறார்களா? அது போதும், அவர்களை ஆட்சி செய்வதற்கும் அரசாங்கத்தை நடத்துவதற்கும்’ என்றிருந்தவர்களுக்கு மத்தியில், ‘அவ்வாறு புறந்தள்ளப்பட்ட மக்களுக்கு நானிருக்கிறேன், இந்த அரசாங்கம் இருக்கிறது’ என்று நிரூபித்தார் முதல்வர் ரங்கசாமி. அப்படிப்பட்டவர் ‘புதுவையின் தந்தை’யாக தகுதி பெற்றவரா? தகுதி அற்றவரா? என்பதை நீங்களே முடிவு செய்துகொள்ளுங்கள்.

10

புதுவையின் சுற்றுச்சூழலைப் பாதுகாத்த ரங்கசாமி

ரங்கசாமி என்கிற ஆளுமையின் மீது சர்வாதிகாரம் என்ற முத்திரையை ஏற்படுத்துவதற்கு எதிர்க்கட்சிகள் முன்வந்தன. அதற்கு அவர்களின் பெரும்பாலான காரணங்கள் எவை என்று ஆராய்ந்து பார்த்தால், நாம் கூறியதைப்போல் ஒற்றை கிராமமான மணலிப்பட்டுக்காக இத்தனை கோடி செலவில் பாலம் அமைக்கப்பட வேண்டுமா? என்றிருந்த நிலையில், அமைத்தே தீரவேண்டும் என்கிற அவரின் தீர குணத்தையும்கூட அவ்வாறு கொண்டனர். அத்துடன் மட்டுமல்லாது, சில நேரங்களில் அவர் இந்திய ஆட்சிப் பணி அதிகாரிகளே மிரண்டு போகும் அளவிற்குக் கடுமையான அரசு முடிவுகள் எடுப்பதிலும், அதனைக் காப்பாற்றி நிற்பதிலும் தீவிரம் காட்டுவார். அதிலே நேர்மையையும் கொண்டிருப்பார்.

உதாரணமாக, முதல்வராக ரங்கசாமி பொறுப்பு ஏற்பதற்கு முன்புவரை, புதுவை மாநிலத்தில் கிடைத்த சலுகைகள் கொண்ட மின்சாரத்தைப் பயன்டுத்தி பழைய இரும்புகளை உருக்கும் அதிக மின்சாரம் தேவைப்படும் ஆலைகள் அதிகமாக வரத்தொடங்கின. அத்தகைய நிறுவனங்களுக்கு புதுவை தலைநகருடன் அதிக தொடர்பிற்கான தேவைகள் இல்லாததால் குறைந்த விலையில் நிலமும், சுலபமான முறையில் மின்சாரமும் கிடைக்கும் இடங்கள் மட்டுமே இலக்காக

இருந்ததால் போக்குவரத்திற்கான அதிக தூரம் என்பது குறித்த தேவைகள் அற்ற அந்த நிறுவனங்கள், தங்களின் தொழிலாளர்களை வடமாநிலங்களில் இருந்து கொண்டுவந்து தொழிற்சாலையிலேயே தங்கவைத்து வேலை வாங்கும் அந்த நிறுவனங்கள், உள் கட்டமைப்பைக் குறித்த அதிகத் தேவையற்ற அவர்களின் தொழிற்சாலைகளை புதுவையின் உள்கட்டமைப்புகளற்ற பகுதிகளில் அதிக அளவில் தொடங்க ஆரம்பித்தனர்.

ஆனால், அந்த நிறுவனங்கள் பழைய இரும்புகளை உருக்குவதால் அதிகமான நச்சுப்புகை வெளியேறி, பெரும் பாதிப்புகளை உள்ளாக்கி புதுவையின் சுற்றுச்சூழலுக்கு பெரும் சவாலாக மாறி வந்தன. ஆனால், நிறுவனங்களோ அதைப்பற்றி கவனத்தில் கொள்ளாமல் தேசமெங்கும் இருந்து புதுவையை நோக்கி புற்றீசல்போல் வரத்தொடங்கின.

அன்றைய மின்சாரத் தேவையையும், அதனால் ஏற்படும் நிதிச்சுமையையும் கணக்கீடு செய்கின்றபோது, அந்த நிறுவனங்கள், இந்தியாவின் மற்ற மாநிலங்களில் 10 ரூபாயில் மின் கட்டணம் செலுத்தினால், புதுவையில் அவர்கள் 4 ரூபாய் செலவினத்திலேயே அந்தப் பணி முடிந்துவிடும். 2000மாவது ஆண்டிலேயே மாதந்தோறும் மின் கட்டணம் முப்பது லட்சத்திற்கு பில் வரும், தற்காலங்களில் அது 1 கோடியை தாண்டும் என்று கருதுகிறேன். இதைவிட முக்கியமானது அத்தகைய நிறுவனங்களை நடத்துவதற்கு 24 மணிநேர மின்சாரத் தேவை என்பது மிக முக்கியம். ஒருவேளை மின்சாரம் தடைப்பட்டு 2 மணி நேரத்திற்குள்ளாக மீண்டும் மின் சப்ளை ஆகவில்லையென்றால் அப்போதைய மதிப்பீட்டி லேயோ ஒவ்வொரு முறையும் அதனைச் சரிசெய்ய ரூ.50,000 வரை அதிகச் செலவு பிடிக்கும். அப்போதெல்லாம் தமிழக மின்சாரம் தொடர்ந்து 2 மணிநேரம் தடைபடாமல் வந்தாலே பெரிய விஷயம்.

இந்நிலையில் புதுவை, அந்தத் தொழிலைச் செய்வதற்கு ஏற்ற மிகுந்த லாபத்தைக் கொடுக்கும் தொழிலாக இருந்த பகுதியாக இருந்ததால், அந்நிறுவனங்களை நடத்துவதற்கான உரிமம் பெறுவதற்கு பல கோடிகள் வரையில் செலவு செய்வதற்கு அந்நிறுவன முதலாளிகள் தயாராக இருந்தனர். ஆனால், அத்தகைய நிறுவனங்கள் புதுவை மக்களின் ஆரோக்கியத்தைக்

கெடுக்கும் நச்சுப்புகையை வெளியேற்றுவதாலும், அந்நிறுவனங்களில் பணிபுரிவோரில் 95% பணியாளர்கள் வெளிமாநிலத்தைச் சார்ந்தவர்களாக இருந்ததாலும், முதல்வராக பதவியேற்றதிலிருந்து ரங்கசாமி அதைப்போன்ற நிறுவனங்களுக்கு அனுமதி அளிப்பதை தவிர்த்ததோடு, எதிர்காலத்திலும் வந்துவிடக்கூடாது என்பதிலும் உறுதியாக இருந்தார். அந்த நிறுவனங்களுக்கு ஆயுட்கால தடையும் பிறப்பித்தார்.

எனக்குத் தெரிந்து அக்காலத்தில் சுமார் 15 நிறுவனங்கள் புதுவையின் பல்வேறு பகுதியில் நிலம் வாங்கியும், நிறுவனத்தைத் தொடங்க முடியாமல் தங்கள் முயற்சியைக் கைவிட்டுத் திரும்பினர்.

ஓர் அரசியல் தலைவர், இந்திய ஆட்சிப் பணி அதிகாரிகளைக் காட்டிலும் தொழிற்சாலைகள் விஷயத்தில் இவ்வளவு கடுமையாக, நேர்மையைக் கடைப் பிடித்ததைத்தான், சில அரசியல் எதிரிகள் 'சர்வாதிகாரம்' என்று விமர்சனம் செய்தனர்.

இதில் என்ன வேடிக்கை என்றால், 2000மாவது ஆண்டில் பழைய இரும்பு உருக்கு ஆலைகளுக்கான இறுதி சுற்றுச்சூழல் துறை கூட்டத்தில் கலந்துகொள்ளாத காரணங்களைக் கூறி நிராகரிக்கப்பட்ட சில நிறுவனங்கள், அதையே காரணம் கொண்டு தாங்கள் தடையுத்தரவு போடுவதற்கு முன்பே, அனுமதிக்கு முயற்சி செய்தவர்கள் என்கிற காரணத்தை ஆதாரமாகக் கொண்டு தங்களுக்கு மட்டும் இரும்பு உருக்கும் ஆலைக்கு அனுமதி வழங்கலாம் என்று ரங்கசாமி முதல்வராக இல்லாத ஒவ்வொரு ஆட்சியின்போது, சட்டசபை படியேறினர்.

ஆனால், மிகக் கடுமையான ரங்கசாமியின் தடையுத்தரவு, அவர்கள் யாருக்கும் அனுமதி கொடுப்பதை தீவிரமாக மறுத்தது. ரங்கசாமி என்கிற ஆளுமை நல்ல திட்டங்களைக் கொண்டுவந்தார் என்பதைப் போலவே, புதுவை மக்களின் ஆரோக்கியமே முக்கியம் எனக் கருதி எதையெல்லாம் தீவிரமாக, நேர்மையாக, லாபநோக்கமில்லாமல் தடுத்தார் என்பதையும் மனதில் கொண்டால் அவர் 'புதுவையின் தந்தை' எனப் போற்றப்படுவதற்கான காரணத்தை முழுமையாக அறியலாம்.

11

புதுவையின் நிலத்தடி நீரைப் பாதுகாத்த ரங்கசாமி

ஏறக்குறைய இந்த நிலை பெற்றோர்களை நினைவு படுத்தக்கூடியதுதான். தனது குழந்தைகளுக்கு எதைக் கொடுக்க வேண்டும், உடல்நலத்திற்கு எதுவெல்லாம் ஏற்ற உணவாக இருக்கும் என்பதைத் தீர்மானிக்கும் தாய்–தந்தையர், அதற்குச் சற்றும் குறையாத அளவுக்கு எதையெல்லாம் கொடுக்கக் கூடாது என்பதையும் முடிவு செய்வர். இந்தக் குணாதிசயங்கள் செயற்கையாக வரவழைக்கப்பட்டது அல்ல. ஒரு குழந்தையைப் பெற்றவர்கள் அல்லது இந்த உலகத்தின் எந்த வகைப்பட்ட தாய்–தந்தையரும் இயற்கையாகக் கொண்டிருக்கும் குணாதிசயம் இது.

இதைப்போல், புதுவையில் வேறு எந்த முதல்வராவது 'ஒரு சிலவற்றைச் செய்திருக்கிறேன்' என்று ஏதாவது ஒன்றைக் கூறுவதற்கு வாய்ப்புகள் இருக்கத்தான் செய்யும், மறுப்பதற்கில்லை. ஆனால், 'இந்தத் திட்டம் புதுவைக்கு ஆபத்தானது, எதிர்கால சந்ததியினருக்குப் பெரும் அச்சுறுத்தல் கொடுக்கக்கூடியது என்பதால் லாபநோக்கில்லாமல் நான் தடுத்திருக்கிறேன்' என்று எதையாவது அந்த முதல்வர்களால் கூறமுடியுமா?

மத்திய அரசாங்கத்தின் நடைமுறையில் இருந்த சில அறிவுறுத்தல்களைக் காரணமாகக் கொண்டு எதையாவது தடுத்திருந்தால் அதனைக் கணக்கில் கொள்ள முடியாது.

அவர்களாகவே சுய விருப்பத்தின் பேரில் இந்த நிறுவனங்கள் எல்லாம் புதுவையின் மக்களுக்கும், எதிர்கால சந்ததியினருக்கும் ஆபத்தை விளைவிக்கக் கூடியது என்ற கருத்தில் தாமாகவே முன்வந்து தடுத்திருக்க வேண்டும். அவ்வாறு செய்திருப்பதற்கான ஆதாரம் 1% அளவுக்கும் காண முடியவில்லை. ஆனால், ரங்கசாமியால் அது நடந்தேறி இருக்கிறது.

ஒன்றல்ல, இரண்டல்ல... எண்ணற்ற கேடு விளைவிக்கும் செயல்பாடுகள் தடுக்கப்பட்டிருக்கின்றன. நாம் இதற்கு முன்பு பார்த்த பழைய இரும்பு உருக்கு ஆலைகள் மாத்திரமல்ல, ஒரு மிகப்பெரும் பன்னாட்டு வண்ணம் தயாரிக்கும் நிறுவனம், உறுவையாரில் பல கோடி ரூபாய் மதிப்பில் நிலத்தைக் கிரையம் பெற்று அந்த நிறுவனத்தைத் தொடங்குவதற்குப் பல வகைகளில் முயற்சி செய்தது. அதிகமான நீரை உபயோகப்படுத்தும் என்ற காரணத்தினாலும், கடல்நீர் உட்புகும் அபாயம் இருப்பதை கணக்கில் கொண்டும், குடிநீர் பற்றாக்குறை எதிர்காலத்தில் உருவாகும் ஆபத்தைக் கவனத்தில் கொண்டும் அந்நிறுவனம் தொடங்குவதற்கு ரங்கசாமி அனுமதி அளிக்க மறுத்துவிட்டார்.

அதனால், 2008ஆம் ஆண்டில் அவர் முதல்வர் பதவியை இழப்பதற்கு இந்நிகழ்வும் ஒரு மறைமுக காரணமாக இருந்த போதும் அதைப் பற்றி ரங்கசாமி சிறிதளவும் கவனத்தில் கொள்ளவில்லை. அந்நிறுவனத்துக்காக ரங்கசாமி அரசுடன் பேச்சு வார்த்தை நடத்திய வடமாநிலத்தைச் சேர்ந்த மூத்த மத்திய அமைச்சர் ஒருவர் ரங்கசாமியின் நேர்மையை மனசாட்சியுடன் அறிந்திருப்பர். முதல்வர் மாற்றப்பட்டபோது அதற்கடுத்து வந்த ஆட்சியாளர்களிடம் அந்நிறுவனம் அனுமதி கேட்டு முயற்சி செய்தபோது, அந்த அரசாங்கம் அதற்கான முயற்சிகளை மேற்கொண்டபோதும் மேற்கொண்டு அனுமதி அளிக்க முடியாத அளவுக்கு கோப்புகள் இருந்ததால் அந்நிறுவனம் தொடங்குவதற்கான அனுமதி கனவாகவே முடிந்துவிட்டது.

அதைப்போலவே, காலாப்பட்டியிலிருந்த இரண்டு ரசாயன கம்பெனிகளின் விரிவுபடுத்தும் திட்டத்துக்கும் ரங்கசாமி அனுமதி அளிக்க மறுத்துவிட்டார். இதுவும்கூட கடல்நீர் உட்புகும் அபாயத்தையும், நச்சுப்புகை ஆபத்தையும்,

குடிநீர் தட்டுப்பாடு ஏற்படும் காரணத்தையும் கொண்டே செய்தார்.

பொதுவாக இதுபோன்ற விஷயங்களில், இந்தியாவின் வேறு எந்தப் பகுதியிலும் ஒரு அரசியல் இயக்கத் தலைவரின் நிர்வாகத் தலைமை இதைப்போன்ற முடிவுகளை எடுக்காது. இந்திய ஆட்சிப் பணி அதிகாரிகள்தான் இதைப்போன்ற விஷயங்களில் ஆர்வம் கொண்டு நேர்மையுடன் நடந்துகொள்வார்கள். அதை அரசியல் தலைமையில் இருப்பவர்கள் எதிர்ப்பார்கள், அந்த அதிகாரிகளை இட மாறுதல் செய்து அத்திட்டத்தினைக் கொண்டுவருவதற்கான கோப்புகளுக்கு அனுமதி அளிக்க விரும்புவார்கள். ஆனால், ரங்கசாமி முதல்வராக இருந்தபோது இவையனைத்தும் தலை கீழான நிலைப்பாட்டில் இருந்தன. புதுவைக்கு ஆபத்தை விளைவிக்கும் எந்தத் திட்டத்தையும் கொண்டுவருவதில் தனது வலுவான எதிர்ப்பை அரசின் தலைமை அரசியல் நிர்வாகியாக இருந்து தடுத்தார். அவர் ஆட்சிக்கு வந்தபிறகு ஆபத்தை விளைவிக்கும் எந்த ஒரு வேதியியல் தொழிற்சாலைக்கும் புதுவையில் அனுமதி கிடைக்காத சூழ்நிலை ஏற்பட்டது. இதனால், இதைப்போன்ற நிறுவனங்களை ரங்கசாமி என்கிற ஆளுமை உருவாகுவதற்கு முன்பே அனுமதி பெற்று இங்கே நடத்தி வந்தவர்கள், ரங்கசாமி முதல்வரானாலே பயம் கொள்ளத் தொடங்கிவிடுவர். இதைப்போன்ற காரணங்களால் அவரை சர்வாதிகாரியாகவும் சித்திரிக்கத் தொடங்கினர்.

ரங்கசாமி என்கிற ஆளுமை, இதைப்போன்ற நடவடிக்கையில் தொடர்ந்து ஈடுபட்டதால்தான், 20 வருடங்களுக்கு முன்பே கடல்நீர் புதுவை நகருக்குள் நிலத்தடி நீருடன் கலக்கும் அபாயம் இருப்பதை சுட்டிக்காட்டிய அறிவியல் ஆய்வுகளின் கருத்துகள் பொய்யாக்கப்பட்டன. இதைப் போன்று லாப நோக்கத்தைக் கணக்கில் கொள்ளாமல், அரசியல்வாதியாக நடந்துகொள்ளாமல், ஆபத்துகளைத் தடுத்து புதுவையை ஆட்கொண்டு காப்பாற்றிய ரங்கசாமி என்கிற ஆளுமை, இனியும் 'புதுவையின் தந்தை' எனப் போற்றப்படுவதில் உங்களில் எவருக்கேனும் ஐயம் இருக்கிறதா?

12

வேண்டுவதை எடுத்து வேண்டாதவற்றை நீக்கிய ரங்கசாமி

இதைப் பொருத்து இப்போது இங்கே முக்கியமான ஒரு கேள்வி முன்னெழுகிறது. அது ஒற்றைக் கேள்வியல்ல, அநேகமாக 2 கேள்வியாகவும் இருக்கலாம். ஆனால், ஒரு கேள்விக்கானத் தேடலை நாம் இப்போது பார்க்கலாம்... அடுத்தக் கேள்விக்கானத் தேடல் சற்றுப் பெரிதாக இருக்கும் என்பதால் பிறகு பார்க்கலாம்.

முதல் கேள்வி அநேகமாகப் பிரதான எதிர்க்கட்சியான அல்லது பிரதானம் என்று கூறுவதற்குத் தற்போது வாய்ப்புகள் இல்லாவிட்டாலும், ரங்கசாமி என்கிற ஆளுமை மீது குற்றங்களையும் குறைகளையும் மட்டுமே கூறுவதில் பிரதான இயக்கமாக இருக்கின்ற காங்கிரஸ் கட்சி என்றும் எடுத்துக்கொள்ளலாம். அவர்களின் தரப்பிலிருந்து ரங்கசாமி என்கிற ஆளுமை மீது இவ்வாறான குற்றச்சாட்டினை மட்டுமே மிக நீண்ட காலமாக முன்னெழுப்பி ரங்கசாமியின் சாதனைகளை காங்கிரஸ் கட்சிக்குச் சாதகமானதாகக் கூறிக்கொண்டிருந்தனர்.

ரங்கசாமி செய்த சாதனைகள் எல்லாம், காங்கிரஸ் மத்தியில் ஆட்சியில் இருந்தபோது நடந்தது என்பார்கள். அதற்காக நாம் அவர்களை நோக்கி இப்படியும் கேள்வி கேட்கலாம்... 'சரி, ரங்கசாமி என்கிற ஆளுமை ஆட்சியின் தலைமை பொறுப்பை ஏற்றுக்கொள்வதற்கு முன்பு புதுவையில் காங்கிரஸ் கட்சியின் சார்பில் முதல்வர்களே

இருக்கவில்லையா..? அவர்கள் முதல்வர்களாக இருந்தபோது மத்தியில் காங்கிரஸ் கட்சி ஆட்சியில் இருந்ததில்லையா..?' என்கிற நமது கேள்விக்கு அவர்களிடம் பதில் இருக்கிறதா?

இத்தனைக்கும், அப்போது அதிக நிதிச் சலுகைகளுடன் கூடிய புதுவை அதிகாரம் அமைந்திருந்தது, மத்தியிலும், மாநிலத்திலும் காங்கிரஸ் ஆட்சியில் இருந்தபோது சில நேரங்களில் 90% நிதி மானியம் இருந்தது, சில நேரங்களில் 70% நிதி மானியம் இருந்தது, அநேகமாக அரசியல் சூழ்நிலைகளும்கூட சாதகமாகத்தான் இருந்தது, அக்காலங்களில் அதனைப் பயன்படுத்தி புதுவையின் உள்கட்டமைப்பு வசதிகளை அன்றைய காங்கிரஸ் முதல்வர்கள் செய்வதற்கு ஏன் முன்வரவில்லை? நிச்சயமாக நான் இந்த இடத்தில் எனது இந்தக் குற்றச்சாட்டினை எந்த ஒரு தனிப்பட்ட முதல்வருக்கு எதிராகவும் பதிவு செய்ய விரும்பவில்லை. ஒட்டுமொத்த அனைத்து முதல்வர்களுக்கும் பொதுவான கேள்வியாக முன்னெழுப்புகிறேன். இதன் காரணம்கூட எந்த ஒரு முதல்வரையும் நேசிப்பதற்காகவோ அல்லது காழ்ப்புணர்ச்சி கொண்ட வெளிப்பாட்டின் அளவீடுகளோகூட அல்ல. இந்தக் கட்டுரை 'ரங்கசாமி ஏன் புதுவையின் தந்தையாகிறார்?' என்ற வாதத்தை முன்வைக்கின்றபோது எனது இந்தக் கேள்வி ரங்கசாமி அல்லாத அனைத்து நிர்வாகத் தலைமை மீதும் தொடுக்கப்பட்ட கேள்வியாக இருப்பதுதான் நியாயமானதாகவும் இருக்க முடியும். அதன் உண்மையான சவாலையும்கூட அப்போதுதான் அது பெற்றிருப்பதாக உணர்ந்துகொள்ள முடியும்.

இந்தச் சவாலான பதில் இத்துடனும்கூட முடிந்து விடவில்லை, அந்த முதல் கேள்வியே அதன் உள்ளே இன்னும் அழுத்தம் தரும் ஒரு துணை பதிலையும், கேள்வியையும் முன்னெழுப்புகிறது. முதலாவதாக, திட்டங்களைக் கொண்டு வருவதற்குத்தான் ரங்கசாமி என்ற ஆளுமைக்கு மத்திய காங்கிரஸ் அரசு உதவி செய்ததாகக் குறிப்பிட்டு, அவரின் சாதனைகளை எல்லாம் காங்கிரஸ் மத்தியில் இருந்தபோது செய்த சாதனைகளாகக் கூறி புதுவை காங்கிரஸ் பெருமைப்பட்டுக்கொள்ள விருப்பப்பட்டால், இதன் அடுத்தக் கேள்விக்கு அவர்கள் பதில் அளிக்க வேண்டும்.

‘புதுவை மக்களுக்கும், அதன் மண்ணிற்கும், அதன் எதிர்கால சந்ததியினருக்கும் பாதிப்பை ஏற்படுத்தும் சில திட்டங்களை தடுப்பதற்கும்கூட மத்திய அரசின் உதவியைத்தான் நாம் பெற்றிட வேண்டுமா?’ என்கிற ஐயமுள்ள கேள்விக்கு இங்கே எவராவது பதில் கூற முடியுமா? அவ்வாறு ரங்கசாமி தவிர்த்து வேறு எந்த முதல்வராவது இந்த 2022ஆம் ஆண்டு வரை, இது புதுவை மக்களுக்குப் பாதிப்பை ஏற்படுத்தும் என்ற கோணத்தில் தனியார் முதலீடுகள் சார்ந்த எந்தத் திட்டத்தையாவது எடுத்து நிறுத்தியதற்கான ஒரே ஒரு ஆதாரத்தைக் காண்பிக்க முடியுமா?

தண்ணீர் அதிகம் உறிஞ்சும் தொழிற்சாலைகளுக்கும், அதிக ஆபத்தை விளைவிக்கும் வேதியியல் தொழிற்சாலைகளுக்கும், நச்சுப்புகை வெளியேற்றும் தொழிற்சாலைகளுக்கும், முதன்முதலாக புதுவையில் தொடங்குவதில் தடை ஏற்படுத்தி அதனை அரசு ஆவணங்களாக்கி அந்த ஆவணங்களில் கையெழுத்திட்ட ஒரே முதல்வர் ரங்கசாமி என்பதை ஆதாரங்களுடன் கூறியிருக்கிறேன். வேறு எவராவது இருந்தால் கோப்புகளின் ஆதாரங்களுடன் தெரிவியுங்கள், நான் இந்தத் தொடர் எழுதுவதை நிறுத்தி விடுகிறேன்.

ஒரு நல்ல ஆளுமை கொண்ட தலைமை என்பது நல்ல திட்டங்களைக் கொண்டுவருவதில் உள்ளது. ஆனால், அதே தலைமை, எப்போது தந்தையாகும் தலைமைப் பொறுப்புக்குத் தகுதியாகிறது என்றால், கெடுதல் தரும் திட்டங்களை அரசியல் ஆதாயத்திற்கு அப்பாற்பட்டு எப்போது தடுத்து நிறுத்துகிறதோ அப்போது அந்தத் தலைமை, அந்த மண்ணிற்கான தந்தை என்கிற பொறுப்பேற்கும் அதிகாரமாகிறது. அதனால்தான் ரங்கசாமியை ‘புதுவையின் தந்தை’ என்றும்கூட குறிப்பிட வேண்டிய கட்டாயமும் ஏற்படுகிறது.

இதைப் பொருத்து இங்கே சில அறிவுஜீவிகள் மற்றொரு கேள்வியை முன்னெழுப்புவர். ‘கெடுதல் தரும் திட்டங்கள் என்று வகைப்படுத்தி சில திட்டங்களைத் தடுத்தால் மாநிலத்தின் பொருளாதார வளர்ச்சி எவ்வாறு சாத்தியமாகும்?’ என்று கேட்கலாம். அதற்கான விரிவான விளக்கங்களைச் சொல்கிறேன்.

13

சுற்றுலாவைத் தொழிலாக மாற்றிய ரங்கசாமி

மக்களுக்கு கெடுதல் தரும் சில திட்டங்களை ரங்கசாமி தடுத்தார் என்பதைக் குறித்த ஆய்வுகளின் முடிவில் அவை இரண்டு கேள்விகளை முன்னெழுப்பும் என்று கூறியிருந்தோம். அதன் இரண்டாவது கேள்வியோடு நாம் முந்தையக் கட்டுரையை முடித்திருந்தோம்.

'கெடுதல் தரும் திட்டங்களாக வகைப்படுத்தி, சில திட்டங்களைத் தடுத்தால் மாநிலத்தின் பொருளாதார வளர்ச்சி எவ்வாறு சாத்தியமாகும்?' என்கிற அந்தக் கேள்வி சாதாரணமாக ஒதுக்கிவிடக் கூடியதும் அல்ல. ஆனால், அக்கேள்விக்கான பதில் மிகவும் ஆய்வுகளை மேற்கொள்ள வேண்டிய அடுத்தப் பரிமாணத்தையும் ரங்கசாமி என்கிற ஆளுமையின் இன்னுமொரு வியக்கத்தக்க முகத்தையும் நம் கண்முன்னே கொண்டு வரப்போகிறது.

அக்கேள்வியைப் பொருத்து முதலில் நாம் உற்றுநோக்க வேண்டிய ஒரு விஷயம் எதுவென்றால் புதுவை மாநிலம் மிகச்சிறிய புவிப்பரப்பைக் கொண்டிருக்கும் மாநிலம் என்பதோடு அந்தப் பரப்பளவும் மிக நீண்ட கடற்கரையை ஒட்டியப் பகுதியாகவும் இருந்திருக்கிறது என்பதையும் நாம் கவனத்தில் கொள்ள வேண்டும். அதேநேரம் அதன்

புவிப் பரப்போடு ஒப்பீடு செய்கின்றபோது மிக அதிக மக்கள்தொகை கொண்ட மாநிலமாகவும், விவசாயம் என்றால் நிலத்தடி நீரை மட்டுமே ஏறக்குறைய 100% தேவையை முன்னிருத்தி இருந்த ஒரு மாநிலம் இவ்வாறான ஒரு சூழ்நிலையில் அந்தக் குறுகியப் பரப்பளவில் வாழும் மக்களின் வாழ்வாதாரத்தையும், அவர்களின் எதிர்கால வாழ்க்கையையும் ஒப்பீடு செய்து இன்னும் நூறு ஆண்டுகள் இன்றைக்குக் கிடைத்துக்கொண்டிருக்கும் அத்தியாவசிய தேவைகள் முழுமையாகக் கிடைப்பதற்குச் சிந்தித்த ஒரு அரசுதான் உண்மையில் அந்த மண்ணிற்கான தந்தைக்குரிய தகுதி அமைப்பைப் பெற்ற இயற்கையான அரசாக மாறுகிறது. அவ்வாறு உள்ள சூழ்நிலையில் அந்தச் சிறிய பரப்பளவில் உள்ள நிலத்தடி நீர்ப் பாதுகாப்பையும், காற்று மாசுபடுவதையும், கடல் நீர் உட்புகுவதில் உள்ள பிரச்னைகளையும் சிறந்த முறையில் கையாளும் அரசே சிறந்த அரசாக மாறுகிறது.

அவ்வாறு இல்லாமல் கேட்டவர்களுக்கெல்லாம் அனுமதி அளித்து, அனைத்து விதமான தொழிற்சாலைகளையும் கொண்டு வருவதற்கு முனைப்புக் காட்டக்கூடிய அளவிற்கு நாம் பரந்த நிலப்பரப்பைக் கொண்டிருக்கவில்லை என்பதை கவனத்தில் கொள்ளாத அரசினை, எவ்வாறு இந்த மண்ணிற்கான பொறுப்புள்ள அரசாகக் கொள்ள முடியும் என்கிற நமது கருத்தினைக் கொண்டு இங்கு எவராவது இவ்வாறு ஒரு கேள்வியை முன்னெழுப்பக்கூடும்.

பாதுகாப்பையும், எதிர்கால வாழ்க்கையையும் மட்டுமே கருத்தில் கொண்டால் பொருளாதாரம் இல்லாமல் மக்கள் நிம்மதியாக வாழமுடியுமா? என்கிற நமது முந்தையக் கேள்வியே மீண்டும் இங்கு எழும். இதன் பொருட்டு நாம் ஆய்வு செய்தால் அந்த ஆய்வுகளின் முடிவு எந்த விதமான சந்தேகத்திற்கும் இடமளிக்காத வகையில் ரங்கசாமி என்கிற ஆளுமையை 'புதுவையின் தந்தை' என்று நிரூபிப்பதை நாம் உணரலாம்.

புதுவையின் ஒட்டுமொத்தப் பொருளாதார வளர்ச்சியையும் வேறொரு வகையில் வளர்த்தெடுப்பதையும் ரங்கசாமி செய்தார். அந்த முறை மண்ணிற்கு தீங்கற்றதாகவும்,

எதிர்கால சந்ததியினருக்கு பாதிப்பு இல்லாத வகையிலும் அமைந்தது. ரங்கசாமியின் சாதுர்யம் மிக்க பொருளாதாரச் சிந்தனை புதுவையை சிறந்த சுற்றுலாத்தளமாகவும், தென்னிந்தியாவின் பெரும் கல்விக் கேந்திரமாகவும் மாற்றியது. எண்ணற்ற வியாபாரங்களின் வளர்ச்சியை இவை உறுதிப்படுத்தின. தனியார் பங்களிப்பில் பெரும் மூலதனங்கள் புதுவைக்குக் கொண்டுவரப்பட்டன, உள்ளூர் வேலை வாய்ப்புகள் அதிகரித்தன, தேசமெங்கும் இருந்து புதுவைக்குச் சுற்றுலா வருவதற்கு மக்கள் விரும்பினர், அவர்கள் தங்குவதற்கானப் பெரும் விடுதிகள் தோன்றின, ஒரே ஒரு ஓட்டலைக் காப்பாற்றுவதற்கு ஆரம்பிக்கப்பட்ட கடன் மானியத்தை அனைத்து விடுதிகளுக்கும் வழங்கிட ரங்கசாமி ஆவன செய்தார். பெரும் கட்டுமானத் தொழில் விரிவடைய ஆரம்பித்தது. தனியார் பங்களிப்புடன் கூடிய புதுவையின் உள்கட்டமைப்பு வரலாறு காணாத அளவிற்கு வலுவடைய ஆரம்பித்தது. இந்தத் தொழில்களால் எந்த விதமான சுற்றுச்சூழல் பிரச்னைகளோ, நீராதாரம் குறைவதற்கான வாய்ப்புகளோ இல்லை என்பதால் புதுவை மண்ணிற்கான இயற்கையான தொழிலாக இவ்விரண்டு தொழில்களும் விரிவடைய ஆரம்பித்தன.

அதேநேரம், நாம் மற்றொன்றையும் கவனத்தில் கொள்ள வேண்டும். இதற்காக ரங்கசாமி அவர் ஆட்சிப் பொறுப்பை ஏற்பதற்கு முன்பே புதுவையில் இருந்த எந்தத் தொழில்களையும் மூடுவதற்கு உத்தரவு இடவில்லை. தீமைகள் ஏற்படுத்தும் புதிய தொழிற்சாலைகளைக் கொண்டுவருவதில்தான் தடையாக இருந்தார். பாதிப்புகள் ஏற்படுத்தாத தொழிற்சாலைகளுக்கு அனுமதி அளிக்கவே செய்தார்.

ஆனால், 2000மாவது ஆண்டிற்கு முன்பே புதுவையில் தொடங்கிய தொழிற்சாலைகளுக்கு மத்திய அரசாங்கத்தால் கொடுக்கப்பட்ட சலுகைகளில் பாதி அளவிற்கு குறைந்ததும், 2003ஆம் ஆண்டிற்குப் பிறகு அச்சலுகைகள் முழுமையாக நின்றுவிட்டதாலும், பன்னாட்டு பாதிப்புகள் ஏற்படுத்தாத தொழிற்சாலைகள் புதுவையில் தொடங்கப்படுவதற்கு விருப்பம் காட்டாததாலும், பாதிப்புகள் ஏற்படுத்தும்

தொழிற்சாலைகள் மாத்திரமே இங்கே தொடங்கப்படுவதற்கு ஆர்வம் கொண்டிருந்தனர்.

ஆனால், அவற்றிற்கு ரங்கசாமி என்ற ஆளுமை தடை ஏற்படுத்தியது என்பது உண்மையே. ஆனால் இதையே எதிர்க்கட்சிகள் ரங்கசாமியின் ஆட்சிக் காலத்தில் புதிய தொழிற்சாலைகள் புதுவைக்குக் கொண்டுவரப்படவில்லை என்கிற குற்றச்சாட்டுகளாக முன்வைத்தனர். அவர்களுக்கு நமது கேள்வி ஒன்று இங்கே முன்னெழுகிறது. ‘சரி, 2001ஆவது ஆண்டிற்குப் பிறகு 7½ ஆண்டுகள் ரங்கசாமியைத் தவிர்த்த வேறு முதல்வர்கள் இருந்திருக்கிறார்கள். அவர்கள் கொண்டு வந்த பன்னாட்டுத் தொழில் நிறுவனங்கள் எவை எவை என்பதை அவர்கள் பட்டியலிட முடியுமா? நிச்சயமாக முடியாது.

அந்தச் சூழ்நிலையைச் சாதுர்யமாகச் சமாளித்து வேறொரு வடிவத்தில் பொருளாதாரத்தை வலுவாக்கிய ரங்கசாமியின் திட்டத்தால் கல்விப் புரட்சி ஒன்று புதுவையில் ஏற்பட்டது. அது பெரும் வரலாறு. அந்த வரலாற்றை நாம் ஏற்படுத்தி புதுவையின் இயற்கையான அமைப்பிற்கேற்ற சுற்றுலா, கல்வி வளர்ச்சியை மாநிலத்தின் பொருளாதார வளர்ச்சிக்கு பயன்படுத்திக் கொண்ட ரங்கசாமியை நாம் ‘புதுவையின் தந்தை’ என்று ஒப்புக்கொள்ள மறுக்கப் போகிறோமா?

14

காந்திய பொருளாதாரத்தில் ரங்கசாமி

புதுவையின் பொருளாதார வளர்ச்சி என்றால் அது எப்போது ஏற்பட்டது? எப்படி ஏற்பட்டது? என்பது பெரும் ஆய்வுகளுக்கு உட்படுத்தப்பட வேண்டிய ஒன்றுதான். புதுவையின் ஆரம்ப காலங்கள் தொட்டு இந்த ஆய்வுகளை நாம் மேற்கொண்டாலும்கூட எவர் எந்த ஆட்சியில் பொருளாதார சிந்தனை கொண்டு புதிய முயற்சிகளை மேற்கொண்டனர் என்று ஆய்வு செய்தால் அதில் அவ்வாறு குறிப்பிடுவதற்கு ரங்கசாமி என்ற ஆளுமையைத் தவிர வேறொருவரை அடையாளம் காண்பதற்கான வாய்ப்புகளே இல்லை.

அதேநேரம் அவரின் சிந்தனைகள் சோஷலிச சித்தாந்தத்துடன் தொடர்புடன் கூடிய பொருளாதார சிந்தனையாக இருந்தது. அவ்வாறு அவர் சோஷலிச சித்தாந்தத்துடன் தொடர்புடைய பொருளாதார சிந்தனை கொண்டிருந்ததால், இங்கு வேறு எவரேனும் முதலாளித்துவ சிந்தனை கொண்ட பொருளாதார வளர்ச்சியை முன்னெடுத்தார்கள் என்று உரிமை கோரவும் முடியாது. ஏனெனில், வருமானம் ஏற்படுத்த வேண்டும் என்ற நோக்கத்தில் இங்கு வேறு எந்த முதல்வர்களும் ரங்கசாமியைத் தவிர முயற்சிக்கவில்லை என்பதே உண்மை.

பெரும்பாலானவர்கள் சிக்கனத்தை வருமானத்தின் கணக்கில் கொண்டிருந்தனர். வேறு சிலர் அவ்வாறான கணக்கீடுகள் ஏதும் இல்லாமல் மத்திய அரசாங்கத்தின் நிதி செலவாளிகளாக இருந்து வந்தனர். நிச்சயமாக இந்தக் கட்டுரைத் தொகுப்பு நூல் எதிர்காலத்தில் வேறு சிலரின் ஆய்வுகளுக்கு உட்படுத்தப்படலாம். அவ்வாறு நிகழ்கின்றபோதுகூட இந்த மிகுந்த படிப்பறிவு இல்லாதவனின் கருத்தையே நீங்கள் உறுதி செய்ய முடியும். ஆனால், அவ்வாறான சூழ்நிலைகளிலிருந்து ரங்கசாமி புதிய ஒரு புதுவைக்கான தேடலில் இறங்கினார்.

கூட்டுறவுத்துறையைப் புதுப்பொலிவுடன் மாற்றுவதற்கு முயற்சிகள் மேற்கொண்டார். புதுவைக்கு அதிக லாபம் தரும் மது விற்பனை அனுமதியை தனியார் நபர்களுக்குக் கொடுக்கும் பர்மிட் முறையை முற்றிலும் நிறுத்தினார். புதியதாக தொடங்கப்பட வேண்டிய மதுபானக் கடைகள் அனைத்தையும் கூட்டுறவுத்துறைகள் மூலம் அனைத்துப் பகுதியிலும் ஆரம்பிக்கத் தொடங்கினார். பல தனியார் விற்பனை கடைகளின் முதலாளிகளே கதறும் அளவிற்கு அவரின் நடவடிக்கை அரசின் சார்பில் நடந்தேறியது. இதனால் மது விற்பனைக் கடையைத் தொடங்க நினைத்த பல தனியார் நபர்கள் அதிக வரி செலுத்தக்கூடிய விடுதி முறையில் மது விற்பனையைத் தொடங்க ஆரம்பித்தனர். இது எவ்வாறு என்றால், ஒரு சாதாரண சில்லரை மது விற்பனைக் கடை வருடத்திற்கு 2 லட்சம் கிஸ்தி செலுத்த வேண்டுமென்றால், விடுதிகளில் மது விற்பனைக்கான அனுமதி பெறுவோர் மாதம் 2 லட்சம் கிஸ்தி செலுத்த வேண்டும். இதனால் மது விற்பனையால் கிடைத்த வருமானம் 5 மடங்கு அதிகமானது.

இங்கே எவராவது ஒரு கேள்வியை முன்னெழுப்பலாம். 'மது விற்பனையால் கிடைத்த வருமானம் குறித்து பெருமைப்படுவதற்கு என்ன இருக்கிறது?' என்று கேட்கலாம். கேள்வியின் தன்மை நியாயமானதாக இருக்கலாம். ஆனால், புதுவையின் மிக நீண்டகால வருமானமான மது விற்பனையின் வருமானத்தை ரங்கசாமி அரசாங்கமே

நேரிடையாக அறுவடை செய்வதற்குச் செய்த முயற்சியின் நேர்மையைத்தான் நாம் இந்தத் தலைப்புக்கேற்ற முறையில் பார்க்க வேண்டும்.

அதேநேரம் இதனுடன் வேறொன்றையும் கூட நாம் ஒப்பிட்டுப் பார்க்க வேண்டும். ரங்கசாமி 2008ஆம் ஆண்டு காங்கிரஸ் கட்சியின் சூழ்ச்சியால் பதவி விலகி புது அரசாங்கம் ஏற்பட்டவுடன் 90 புதிய தனியார் பார்களுக்கு அனுமதி அளிக்க ஆவன செய்தார். அது நீதிமன்ற நடவடிக்கையால் தடைபட்டுப்போனது என்பது வேறு கதை. இங்கே முக்கியமாக உற்றுநோக்க வேண்டியது அதிக லாபம் தரும் மது விற்பனை தொழிலின் லாபத்தை தனியார்களுக்கு பங்கிட்டு அளித்த அனைத்து அரசுகளிலிருந்தும் மாறுபட்ட கோணத்தில் அந்த லாபங்களை நேரடியாக அரசாங்கத்திற்கு கொண்டுவருவதற்கு ரங்கசாமி எடுத்த நேர்மையான முடிவே இங்கு முக்கியத்துவம் பெறுகிறது.

இதேபோலத்தான் பல தொழில்களை பல கூட்டுறவு நிறுவனங்கள் மூலம் நடைமுறைப்படுத்த அவர் ஆர்வம் காட்டினார், முதலீடுகள் செய்தார். ஆனால், அவற்றில் அவரின் கனவுகள் மெய்யாக்கப்படாமல் ஒரு சிலரால் கெடுக்கப்பட்டுவிட்டது. ஒருவேளை அந்தத் திட்டங்கள் அவரின் எண்ணங்களுக்கேற்ற வகையில் வெற்றி பெற்றிருந்தால், இன்றைக்கு புதுவை எவரிடமும் கையேந்தாத அளவிற்குப் பொருளாதார தன்னிறைவு பெற்றிருக்கும். இதை அரசியல் காரணங்கள் கொண்டு இங்கு எவராவது திரித்துக்கூற முற்படலாம். உண்மை எதுவாக இருக்க முடியும் என்பதுதான் இங்கே முக்கியத்துவம் பெறுகிறது.

அதிக வேலை வாய்ப்புகளை உருவாக்கும் எண்ணத்தில் அரசின் முதலீட்டில், காந்தியக் கனவுகளை நினைவாக்க கூட்டுறவுத்துறைக்கு பெரும் பொலிவுகள் கொடுக்க விரும்பிய ரங்கசாமியின் எண்ணங்களை மட்டுமே இங்கே நாம் பார்க்க வேண்டும். இதைக்கூட செய்வதற்கு மனமில்லாமல் நமக்கேன் வம்பு, கொடுப்பதை செலவு செய்வோம், கணக்கினை டெல்லிக்கு அனுப்புவோம், என்பவர்களும் அவர்களின்

கருத்துகளை உள்வாங்கிக்கொள்பவர்களும் புரிந்துகொள்ளக் கூடியவை அல்ல.

ரங்கசாமி என்கிற ஆளுமை, பொருளாதாரத்தை வலுப்படுத்த பல திட்டங்களை ஏற்படுத்தியது. அதில் ஒன்றிரண்டு லாபத்தை ஈட்டமுடியாமல் இருந்திருக்கலாம். ஆனால், அவற்றை மட்டுமே ஊதிப் பெரிதாக்கும் எதிர்க்கட்சிகள் மது விற்பனைக் கொள்கையில் அவர் எடுத்த முடிவினால்தான் 2021–22 ஆண்டிற்கான வருவாயில் மது விற்பனைவரியின் மூலம் 1000 கோடி ரூபாய் அரசு லாபமாக ஈட்டியிருக்கிறது என்பதை எதிர்க்கட்சிகள் ஏன் கவனத்தில் கொள்ளாமல் இருக்கின்றனர்? இது மட்டுமா அவர் ‘புதுவையின் தந்தை’ என்று கூறப்படுவதற்குக் காரணம்?

15

கூலித் தொழிலாளர்களின் நிலையில் ரங்கசாமி

கடந்த கட்டுரையில், 2008ஆம் ஆண்டு, ரங்கசாமியை சூழ்ச்சியால் மாற்றி பதவியேற்றுக் கொண்ட காங்கிரஸின் புதிய அரசு, 90 புதிய தனியார் பார்களுக்கு அனுமதி அளிக்க தயார் செய்த கோப்புகளின் விபரங்கள் சரியான முறையில் கூறப்படவில்லை என்று கருதுகிறேன். அதனால் மீண்டும் அதனை நினைவுபடுத்த வேண்டிய கட்டாயம் ஏற்பட்டிருக்கிறது.

கல்வி, புதுவையின் பொருளாதாரத்தில் எத்தகைய பாதிப்புகளை ஏற்படுத்தியது என்பதைப் பார்ப்பதற்கு முன்பு, சில பொருளாதாரப் பிரச்னைகளுடன் தொடர்புடைய தகவல்களை நாம் பார்க்க வேண்டும். இதற்கு முன்பு, நாம் உள்கட்டமைப்பு ஏற்படுத்திய மாற்றங்களைப் பார்த்தோம். அந்த மாற்றங்கள்கூட புதுவையின் பொருளாதாரத்துடன் மிக நெருங்கிய தொடர்பு கொண்டவைதான். வலுவான உள்கட்டமைப்பு, புதுவையின் சொத்துடைமையாளர்களைக் கோடீஸ்வரர்களாக மாற்றியது என்றால், சாதாரண கூலித் தொழிலாளிகளை அதிக வருமானம் ஈட்டும் உயர்ரக உழைப்பாளி வர்கங்களையும் அந்த மாற்றம் உருவாக்கியது. புதுவையின் உள்ளே சொத்துப்

பரிமாற்றங்கள் அதிக அளவில் நடைபெற ஆரம்பித்தன. அது அரசுக்கு வருமானம் தேடித் தந்தது என்பதைக் காட்டிலும், பெரும் பணப்புழக்கத்தை உள்ளூர் மக்களின் உதவியுடனேயே நடைபெறுவதற்கு வழி வகுத்தது.

அதேநேரம், தனிநபர் வருமானத்தில் கூலி, வரலாறு காணாத அளவிற்கு உயரத் தொடங்கியது. கூலித்தொழிலாளர்கள் மிக மெதுவாக உள்ளூரில் சொத்துடைமையாளர்களாக மாறத் தொடங்கினர்.

ஒருகட்டத்தில் புதுவையில் 2010ஆம் ஆண்டிற்குப் பிறகு அநேகமாக கூலித்தொழிலாளர்களின் பற்றாக்குறை மிக அதிக அளவில் உருமாறியது. இவையனைத்தும் புதுவையின் உள்கட்டமைப்பை ரங்கசாமி என்கிற ஆளுமை உருவாக்கிய பிறகு நடந்தேறியது. இதன் அடுத்த பரிமாணமாக, இந்தியாவிலேயே தற்போது கூலித்தொழிலாளிகள் அற்ற மாநிலமாக எந்த பகுதியையாவது நீங்கள் வரையறுக்க விரும்பினால் அதில் புதுவை மாநிலம் முதலிடத்தில் இருக்கும். இத்தகைய அபரிமிதமான மாற்றம் எங்கிருந்து உருவானது என்றால் புதுவையை தேசத்திலேயே சிறந்த கல்விக் கேந்திரமாக மாற்றிய ரங்கசாமி என்கிற ஆளுமையின் செயல்பாடுகளால் உருவானது.

புதுவைக்குப் புதிய தொழிற்சாலைகளின் வரத்து குறையத் தொடங்கியவுடன், அதற்கடுத்த வளர்ச்சிக்கான வழிமுறைகளான கல்விக்கு முக்கியத்துவம் கொடுக்க ஆரம்பித்த ரங்கசாமி, எண்ணற்ற மருத்துவக் கல்லூரிகளையும், பொறியியல் கல்லூரிகளையும் தனியார் பங்களிப்புடன் புதுவைக்குக் கொண்டுவந்தார்.

அத்தகைய கல்வி நிலையங்களைக் கொண்டுவந்ததோடு தமது பணி முடிந்தது என்று நிறுத்திவிட்டிருந்தால்கூட ரங்கசாமியை பத்தோடு பதினொருவராகச் சேர்த்திருக்கலாம். அவ்வாறில்லாமல், அந்தத் தனியார் கல்லூரிகளில், புதுவைக்கான இட ஒதுக்கீட்டை வரையறை செய்தார். சரி, அந்த இட ஒதுக்கீட்டோடு மட்டும் தம் பணி முடிந்ததாக ரங்கசாமி முடித்துக்கொண்டாரா என்றால் அதுவும் இல்லை.

அவ்வாறு இட ஒதுக்கீட்டில் எண்ணற்ற பொறியியல் மாணவர்களும், மருத்துவ மாணவர்களும் சேர்ந்தாலும்கூட, அதைப் படித்து முடிப்பதற்கான பொருளாதாரத் தன்னிறைவு இல்லாமல் இடைநிற்றல் அதிகமாக இருந்தது. அந்த இடைநிற்றலைச் சரிசெய்யாமல், புதுவையின் மாணவர்களை மருத்துவர்களாகவும், பொறியியல் வல்லுனர்களாகவும் உருவாக்குவதில் மிகப்பெரும் பின்னடைவை சந்திப்பதைக் கண்டார்.

அதனைச் சரிசெய்வதற்காகத்தான் காமராசர் கல்வி உதவித்தொகைத் திட்டத்தை ஏற்படுத்தினார். இதன் பலனாக ஒவ்வோர் ஆண்டும் பள்ளிக்கல்வியின் இறுதி வகுப்பான 12–ம் வகுப்பு மாணவர்களின் மொத்த விழுக்காட்டில் 20% மாணவர்கள் மருத்துவ மாணவர்களாகவும், 60% மாணவர்கள் பொறியியல் மாணவர்களாகவும், 10% மாணவர்கள் மருத்துவத் துணைப்படிப்பு மாணவர்களாகவும் உருவாகும் சூழ்நிலை ஏற்பட்டது. அநேகமாக உயர்படிப்பில் இத்தனை சதவிகித அளவிற்கு மருத்துவ மாணவர்களை உருவாக்கிய மாநிலமென்றால் அது இந்தியாவிலேயே புதுவையாக மட்டும்தான் இருக்க முடியும்.

அத்தகைய விழுக்காட்டின் மாணவர்களை இடைநிற்றல் இல்லாமல் தொடர்ந்து படித்து மருத்துவர்களாகவும், பொறியியல் வல்லுநர்களாகவும், மருத்துவ துணை வேலைவாய்ப்புகளும் பெற்று வளமான ஒரு புதுவைக்கு வழி ஏற்படுத்த வேண்டிய அவசியத்தை ரங்கசாமி உணர்ந்தார். அதனால் காமராசர் கல்வி உதவித்தொகைத் திட்டத்தின் மூலம் நிறைவேற்றியும் காட்டினார். இந்தச் சாதனை ஏறக்குறைய காமராசரின் மதிய உணவுத் திட்டத்திற்கு இணையான ஒரு திட்டம் என்பதில் சந்தேகம் கொள்ளத் தேவையில்லை.

பள்ளிகளில் மாணவர்களின் இடைநிற்றலுக்கும், படிப்பதற்கு கல்விச் சாலைகளுக்குச் செல்வதற்கும் அந்தக் காலங்களில் பசி ஒரு பெரும் தடையாக இருந்ததை காமராசர் கண்டார். அதனால் மதியஉணவுத் திட்டத்தைத் தொடங்கினார்.

அதனால், தமிழகம் வளமான மாற்றத்தைக் கண்டது. இந்திய அளவில் தமிழர்களின் பங்களிப்பு அதிகமானது. ஏழைக் குடும்பத்திலிருந்து எண்ணற்ற அதிகார மையங்கள் உருவாகின. பொருளாதார மாற்றம் ஏற்பட்டது என்பதை நீங்கள் ஒப்புக்கொள்வீர்கள் என்றால், அதிலிருந்து 50 வருடங்களுக்குப் பிறகு ஒரு பெரும் சமூகத்தை பொறியாளர்களாகவும், மருத்துவர்களாகவும் உருவாக்குவதற்கு உணவு பிரதான தேவையிலிருந்து மாறி பணமே பிரதான தேவையாக இருந்ததைக் கண்டார் ரங்கசாமி. அந்தப் பணத்தை அரசின் சார்பில் கொடுத்து, கல்வியில் சமூக மாற்றத்தை ஏற்படுத்திய ரங்கசாமியின் காமராசர் கல்வி உதவித் திட்டம், காமராசரின் மதிய உணவுத் திட்டத்திற்கு எந்த வகையிலும் குறைந்ததில்லை என்பதை நாம் மனசாட்சியுடன் ஒப்புக்கொள்ளத்தானே வேண்டும். அப்படி ஒப்புக்கொள்ளும் போது அவர் 'புதுவையின் தந்தை' என்று போற்றப்படுவதில் என்ன குறை காண முடியும்?

16

மருத்துவப் படிப்பை எளிமையாக்கிய ரங்கசாமி

'மருத்துவம் படிப்பது என்பது ஒரு மாபெரும் கனவு' என்றிருந்த காலத்தில், புதுவையில் சாதாரண கிராமத்தில்கூட மருத்துவ மாணவர்கள் உருவானார்கள். இதனை இவ்வாறு கூறுவதைக் காட்டிலும், மருத்துவம் படிக்காத மாணவர்களைக் கொண்ட கிராமங்கள் புதுவையில் எங்காவது இருக்கிறதா என்பதைத் தேடித்தான் பார்க்க வேண்டும், நிச்சயமாக இல்லை என்று கூறலாம். அந்த அளவிற்கு மருத்துவக் கல்வியை பரவலாக்கினார் ரங்கசாமி, அநேகமாக இந்தியாவில் அதிகமான மருத்துவ மாணவர்களை உருவாக்கிய பிரதேசமாக புதுவையே இருக்கக்கூடும்.

இந்த நிகழ்வை ஏறக்குறைய வாஜ்பாய் பிரதமராக இருந்த போது தொலைபேசி சேவையை தேசமெங்கும் பரவலாக்கி அதனை இந்தியர்கள் அனைவருக்கும் சமமான ஒரு சாதனமாக மாற்றினார். அதற்கு முன்புவரை தொலைபேசி என்பது ஊரில் ஒன்றிரண்டு பெரிய பணக்காரர்கள் மாத்திரமே பயன்படுத்தும் பகட்டின் அடையாளமாக இருந்தது. இந்நிலை எவ்வாறு வாஜ்பாய் அரசினால் மாற்றப்பட்டதோ, அதைப்போலவே மருத்துவம் படிப்பது என்பது ஒரு காலத்தில் மருத்துவர்களின் வாரிசுகளாகவும்,

இந்திரா காந்தி மருத்துவக் கல்லூரி மற்றும் ஆராய்ச்சி நிறுவனம்

பெரும் தொழிலதிபர்களும், செல்வாக்குப் பெற்றவர்களும் தங்களது ஆடம்பரத்தை வெளிக்காட்டுவதற்காக மருத்துவப் படிப்பினை தங்கள் வீட்டுப் பிள்ளைகளைப் படிக்க வைத்தனர். அந்நிலையை புதுவையில் உடைத்தெறிந்தது ரங்கசாமி என்கிற ஆளுமை மட்டுமே. அவரின் நேர்மை, அந்தத் துணிவான முடிவினை எடுக்கச் செய்தது. அதன் பயனாக புதுவையைப் பொருத்தவரை மருத்துவம் படிப்பது என்பது எளிதான இயல்பான ஒரு விஷயமாக அனைவராலும் கடந்து போகக்கூடிய அளவிற்கு உருவானது.

முக்கியமாக செல்வந்தர் வீட்டுப் பிள்ளைகளுக்கு இணையான அளவில் அல்லது அதற்கு மேலாகவும் மருத்துவ மாணவர்கள் புதுவையில் சாமானியக் குடும்பத்திலிருந்து உருவானார்கள். அவர்கள் இன்று தேசமெங்கும் மருத்துவர்களாக இருக்கிறார்கள். உலகெங்கிலும்கூட வியாபித்திருக்கிறார்கள். புதுவையின் பொருளாதார வளர்ச்சிக்கு இந்நிகழ்வு உதவி செய்திருந்தாலும்கூட, முக்கியமாக அது சமூக மாற்றத்தை ஏற்படுத்தியது. எக்காலத்திலும் மருத்துவம் படிக்கமுடியாத தாழ்த்தப்பட்ட ஏழைக் குடும்பங்களில் பல மருத்துவர்களை

ரங்கசாமியின் திட்டம் உருவாக்கியது. அந்த மருத்துவர்களிடம் அதுவரை அந்த ஊர்களில் ஆதிக்க மனப்பான்மையில் வலம் வந்தவர்கள் அடங்கி ஒடுங்கி மருத்துவம் பார்த்ததை நம்மில் பலரும் பார்த்திருக்கலாம். சமூகச் சமன்பாட்டிற்கு மருத்துவ மாணவர்கள் பரவலாக அனைத்து சமூகத்திலும் உருவாவதைப் போன்ற வேறு செயல்கள் இல்லையென்றே கூறலாம். அந்தப் பெருமைமிகு செய்கையை புதுவையில் ரங்கசாமிதான் செய்து முடித்தார்.

அதன் அடிப்படைக் காரணம் சென்டாக்கில் தேர்வாகும் மருத்துவ மாணவர்களின் கல்விக் கட்டணத்தின் பெரும்பகுதியை அரசாங்கமே காமராசர் கல்வி உதவித் திட்டத்தின் மூலம் ஏற்பதற்கு ரங்கசாமி ஆவன செய்ததே புதுவையில் அதிகளவில் மருத்துவ மாணவர்கள் உருவாவதற்குக் காரணமானது.

இந்நிலையில் தனியார் மருத்துவக் கல்லூரிகளில் 40% என்றும் 50% என்றும் இட ஒதுக்கீட்டிற்காக ஒவ்வொரு ஆண்டும் பேச்சுவார்த்தை நடத்துவதன் மூலம் கிடைக்கும் இடங்கள் அவருக்குப் போதுமானதாக இல்லாத காரணத்தால் புதுவைக்கென்று தனியாக ஒரு அரசு மருத்துவக் கல்லூரி ஏற்படுத்தி அதன் 150 இடங்களும் புதுவை மாணவர்களுக்குக் கிடைப்பதோடு அங்கே உலகிலேயே இலவசமாக, தரமான மருத்துவம் படிக்கும் மாணவர்களைக் காண வேண்டும் என்று விரும்பினார்.

ரங்கசாமி, புதுவையில் அதிகமான மருத்துவ மாணவர்களை உருவாக்குவதில் எவ்வளவு ஆர்வம் கொண்டிருந்தார் என்பதை நாம் அறிய வேண்டும் என்றால், அவர் 2016ஆம் ஆண்டு ஆட்சிப் பொறுப்பிலிருந்த வரை தன்னால் முடிந்தவரை புதுவை மருத்துவ மாணவர்களுக்கான இடத்தை அதிகமாகப் பெறுவதில் ஆர்வமாகச் செயல்பட்டதிலிருந்து அறியலாம்.

அவர் காலத்திலும்கூட நிகர்நிலைப் பல்கலைக்கழகங்கள், மாநிலத்திற்கு மருத்துவ இடங்கள் ஒதுக்கீடு செய்வதற்கு சட்டவரைவு இல்லாதபோதும், ரங்கசாமி அவர்களிடம் சாதுர்யமாகப் பேசி, அவர் ஆட்சியிலிருந்தவரை 375

இடங்களுக்குக் குறையாமல் பார்த்துக்கொண்டார். இந்நிலை 2016ஆம் ஆண்டு காங்கிரஸ் ஆட்சி ஏற்பட்டவுடன் சாதுர்யச் செயல்பாட்டில் ஏற்பட்டத் தவறுதலால் அவ்விடங்கள் 175 என்ற அளவில் சுருங்கிப்போயின. அத்துடன் மட்டும் இல்லாது, 2021ல் ரங்கசாமி மீண்டும் ஆட்சியமைத்தபோது, அதுவரை இருந்த நடைமுறையிலேயே கூடுதலாக உள்ளூர் மாணவர்களுக்கு 5 இடங்கள் பெற்றார்.

ரங்கசாமி எப்போதும் புதுவை மண்ணின் மாணவர்கள் அதிகமாக மருத்துவம் படிக்க வேண்டும் என்பதிலும், அவ்வாறு படித்தவர்கள் உலகம் முழுவதும் வியாபித்து புதுவையின் தரப்பிலிருந்து பணி செய்வதில் ஏற்படும் பெருமை குறித்தும் கனவுகள் கண்டவர். இவ்வாறு மருத்துவ மாணவர்களை உருவாக்குவதில் பெரும் ஆர்வம் கொண்டு செயல்பட்ட ரங்கசாமி 'புதுவையின் தந்தை' எனப் போற்றப்படுவதில் குறை இருப்பதாக எவரேனும் கருதமுடியுமா??

17

மக்களின் வாங்கும் சக்தியை அதிகரித்த ரங்கசாமி.

நாம் தொடர்ந்து எழுதுவதற்கு முன்பு ஒரு சிலரின் சந்தேகங்களுக்குப் பதிலளிக்க வேண்டும் என்று கருதுகிறேன். என்னிடம் ஒருவர் ஒரு சந்தேகத்தை முன்னெழுப்பினார். புதுவையில் அவ்வாறு ரங்கசாமியால் உயிரூட்டப்பட்ட கூட்டுறவு நிறுவனங்கள் அனைத்தும் நட்டத்தில் சென்றுவிட்டதே அது குறித்த தங்களின் கருத்துக்கள் என்ன? அதை ஏன் தாங்கள் விரிவாக எழுதவில்லை? அதைச் சுருக்கமாக முடித்துக்கொண்டீர்கள் என்றால் அதனால் ரங்கசாமி செய்த தவறுகளை எல்லாம் தாங்கள் எழுத முன்வராமல், நன்மைகளை மட்டுமே பகிர்ந்துகொள்வதற்கு முன்வரும் ஒரு கட்டுரை தொடரை எவ்வாறு நேர்மையான தொடராகக் கருத முடியும்? என்கிற சந்தேகமும் என்னைப்போன்ற நடுநிலையாளர்களுக்கு ஏற்படத்தானே செய்யும் என்ற கேள்வி, எனது நண்பர் ஒருவரால் முன்னெழுப்பப்பட்டது.

அந்தக் கேள்வியை நியாயமற்றது என்றோ? அர்த்தமற்றது என்றோ? எவ்வாறு நம்மால் கூறமுடியும். ஆனால் புரிதல் உணர்வு குறைவால் ஏற்பட்ட கேள்வி என்று என்னால் உறுதியாகக் கூறமுடியும். இந்தக் கேள்விக்கான ஆய்வுகள்

உண்மையில் ரங்கசாமி என்கிற ஆளுமையின் அடுத்த பரிமாணத்தையும், பொருளாதாரச் சிந்தனையின் வீரியத்தையும் உணர்த்துவதாகவே உள்ளது. உண்மையில் ரங்கசாமி சமீபத்திய சில கார்பரேஷன் அரசு அலுவலக கூட்டங்களில் இவ்வாறு குறிப்பிட்டதாக நான் கேள்விப்பட்டிருக்கிறேன். ஒரு மதுபானக் கடை வைத்திருப்பவரும், ஒரு பெட்ரோல் பங்க் வைத்திருப்பவரும் சுகபோகமாக வசதியாக வாழும் போது, நான் அனைத்து பார்களையும், பெட்ரோல் பங்குகளையும், அனைத்து கார்பரேஷன்களுக்கும் பகிர்ந்தளித்த போதும் அந்நிறுவனங்களை நீங்கள் ஏன் நட்டத்தில் இயங்க அனுமதித்தீர்கள் என்று அத்துறைகளைச் சார்ந்த அதிகாரிகளிடம் கேட்டிருந்திருக்கிறார். நானே பலமுறை பார்த்திருக்கிறேன், அவர் வீட்டிற்கும், கோவிலுக்கும், விளையாடும் மைதானத்திற்கும், வரும் எண்ணற்ற கார்பரேஷன் தொழிலாளர்கள் தங்களுக்கு சம்பளம் போடவில்லை, வேலையும் இல்லை என்று தங்களின் குறைகளைக் கூறும்போது, அதற்கு முதல்வர் ரங்கசாமி இவ்வாறு கூறுவார், "எல்லாத்தையும் பொறுக்கித் துண்ணுட்டு இப்ப எங்கிட்ட வந்து நின்னா நான் என்ன செய்ய முடியும், நிதி வரட்டும் பார்க்கலாம்!" என்பார். அவரின் அந்தக் குரலில் ஆழ்ந்த கவலைகள் கொண்டிருப்பதை நான் உணர்ந்திருக்கிறேன். அவர் உயர்ந்த பொருளாதார வளர்ச்சியை முன்னிட்டுத்தான், அந்தத் திட்டங்களுக்கு உயிரோட்டம் அளித்தார். ஆனால் அவரின் அந்த உயர்ந்த எண்ணங்களுக்காக அவரால் ஏற்பட்ட நட்டங்களை ஒப்புக்கொள்ள முடியுமா? என்கிற கேள்வியும் கூட இங்கு முன்னெழலாம். இதற்கான பதிலை நான் நேரிடையாகக் குறிப்பிட்டால், ஒருவேளை உங்களுக்கு புரிவதற்கு சிரமம் ஏற்படலாம். வேறொரு ஆதாரத்துடன் இதனை விளக்குவதற்கே முற்பட விரும்புகிறேன்.

1991ஆம் ஆண்டு உலக பொருளாதாரச் சந்தைக்குள் இந்தியா நுழைந்தபோது, பல யூனியன் பிரதேசங்களில் சில சிறப்பு சலுகைகளுடன் தொழில் தொடங்க இந்திய அரசு அனுமதி அளித்தது. சில என்று கூறுவதற்கு பதில் அனைத்தையும் என்று கூறலாம். சில தொழில்களுக்கு

இலவச மின்சாரம், சில தொழில்களுக்கு மானிய மின்சாரம், அதைப்போலவே சில தொழில்களுக்கு முற்றிலும் வரிச்சலுகை, சிலவற்றிற்கு குறிப்பிட்ட மானிய வரிச்சலுகை, அதைப்போலவே சில தொழில்களுக்கு முதலீட்டு மானியம், சில தொழில்களுக்கு 50% முதலீட்டு மானியம் என்று வாரி இறைத்த சலுகைகளுடன் தொழில் தொடங்குவோருக்கு அத்தொழிலைத் தொடங்குவதற்கு ஊக்கம் அளிக்கும் வகையில் சலுகைகளை அறிவித்தது. இதனை மேலோட்டமாகப் பார்த்தால் இத்தனை சலுகைகள் கொடுத்து தொழில் தொடங்குவதால் நாட்டிற்கோ, மாநிலத்திற்கோ என்ன லாபம் என்கிற குறுகிய கண்ணோட்டம்தான் தெரியும். ஆனால், இந்தத் திட்டங்களை எல்லாம் உலகில் தன்னிகரற்ற பொருளாதார மேதை மன்மோகன் சிங்தான் கொண்டுவந்தார். இதன் அடிப்படைக் காரணம் எதுவென்றால், இத்தகைய சலுகைகள் வழங்குவதால், தொழில் நிறுவனங்கள் பெருகும்போது, அதைச் சார்ந்த உள்ளூர் அமைப்புசாரா துணைத் தொழில்கள் வளர்ச்சிபெறும். அதிக வேலை வாய்ப்புகள் உருவாகும். இதனால் பணப்புழக்கம் அதிகரிக்கும். அதைப்போலவே வரிச் சலுகைகளில் வருமான வரியை ரத்து செய்தால் அதிக தொழில்கள் தொடங்கி அதனால் வரும் அதிகமான விற்பனை வரி, வருமான வரி ரத்து ஏற்படுத்தும் நட்டத்தையும் சரிசெய்து லாபத்தைக் கொடுக்கும் என்கிற பொருளாதார திட்டம் இதன் உள்ளடக்கிய ஒன்று. இதனால், பொருளாதாரம் பெரும் வளர்ச்சி பெறும். பொருளாதார வளர்ச்சி என்பது அரசு அடையும் நட்டத்தில் இல்லை. மக்களின் வாங்கும் சக்தியை அதிகரிப்பதில் உள்ளது என்கிற சூட்சமத்தை உள்ளடக்கியதே இத்திட்டம். அவ்வாறான பெரும் மேதாவிகளின் திட்டத்தை மிகச் சாதாரணமாக புதுவையில் வேறொரு வடிவத்தில் செயல்படுத்திக் காட்டியவர்தான் ரங்கசாமி என்கிற ஆளுமை.

லாபம் தரும் பல தொழில்களை அரசாங்கமே ஏற்று நடத்துவதில் அவர் காட்டிய அக்கறையும்கூட அவ்வாறானதுதான். அதனால், அந்நிறுவனங்களில் பணி புரிவதற்கு அதிக ஆட்களை நியமித்து வேலைவாய்ப்புகளை அதிகரித்தார். இதில் மிக முக்கியமாக நாம் கூர்ந்து கவனிக்க

வேண்டிய ஒன்று லாபம் மற்றும் நட்டம். ஒரு மதுக்கடை வைத்திருக்கும் தனி நபர் ஏன் அதிகம் லாபம் பார்க்கிறார் என்றால், அவர்கள் மிக குறைந்த அளவிற்கு ஆட்களை கொண்டு அந்நிறுவனத்தை நடத்துகிறார்கள். மறைமுகமாக பல வேலைவாய்ப்புகள் பறிக்கப்பட்டு லாபம் தனிநபரிடம் குவிகிறது என்கிற கம்யூனிச சித்தாந்தத்தின் வெளிப்பாட்டை அவர்கள் கொண்டிருக்கிறார்கள். அதனினும் முக்கியமாக நாம் உற்றுநோக்க வேண்டிய ஒன்று வரி ஏய்ப்பு. ஒரு தனியார் நிறுவனம் வரி ஏய்ப்பு செய்ய முடியும். ஆனால், ஒரு அரசு நிறுவனம் வரி ஏய்ப்பு செய்வதற்கு வாய்ப்புகள் உள்ளதா? நிச்சயமாக இல்லை. இதனால் ஒரு பெரும் மாற்றம் நிகழ்கிறது. வரி ஏய்ப்பு ஒருவருக்கு லாபத்தை குவிக்கிறது. வரியைச் சரியாகச் செலுத்துபவர்கள் லாபத்தின் கணக்கிலிருந்து வெளியேறுகிறார்கள். அரசு நிறுவனங்கள் முறையாக வரி செலுத்துவதால் அரசின் வருமானம் உயர்கிறது.

அதன் வெளிப்பாடுதான், 2022ஆம் ஆண்டு கலால் துறையின் லாபம் 1000 கோடியைத் தாண்டுவதற்குக் காரணமும் கூட. இதனையெல்லாம் அதிகாரிகள் சரியான திட்டமிடல்களுடன் கொண்டு செல்லாதது காரணமா? அல்லது இதையே காரணமாக திட்டமிட்டு நட்டத்தில் இயங்குவதாகக் கூறி மூடுவதற்கு சிலர் முயற்சி செய்ததுதான் காரணமா? என்பது ஆய்வுக்கு உட்படுத்த வேண்டிய ஒன்றுதான். இதைப் பொருத்து சந்தேகம் கொண்டு என்னைக் கேள்வி கேட்ட அந்த நண்பர் அறிந்துகொள்ள வேண்டிய இறுதியான ஒன்று... ரங்கசாமி என்ற ஆளுமையின் தொலை நோக்குச் சிந்தனையை மாத்திரமே.

முடிவாக கார்பரேஷன் விவகாரத்தில் பொருளாதாரச் சிந்தனையுடன் ரங்கசாமி செயல்பட்டிருப்பது என்பது மட்டுமே உண்மை. அவ்வாறு, அன்றைய பிரதமர் மன்மோகன் சிங் தனியார் பங்களிப்பில் நிறைவேற்ற நினைத்த பொருளாதார மேம்பாட்டை, இந்தக் குறுகிய நிலப்பரப்பில் அரசின் நிறுவனங்கள் மூலம் செயல்படுத்த விரும்பிய ரங்கசாமி என்கிற ஆளுமையை 'புதுவையின் தந்தை' என்று கொள்ள உங்களுக்குத் தயக்கமிருக்கிறதா?

18

புதுவைக்கான வளத்தை உருவாக்கிய ரங்கசாமி

சில திட்டங்கள், ரங்கசாமி என்கிற ஆளுமையால் மட்டுமே முன்னெடுக்கப்பட்டது என்கிற நமது கருத்து புதுவை மாநிலத்தின் சில தலைவர்களை ஒப்பீடுச் செய்வதால் நாம் குறிப்பிடுகிறோம் என்றும் கருதிவிடத் தேவையில்லை. அது அவ்வாறு இருப்பதைக் காட்டிலும் ஏன் அதிக முக்கியத்துவம் பெறுகிறது என்றால், இந்திய அளவில் ரங்கசாமி கொண்டு வந்த திட்டங்களையே முன்னுதாரணமான திட்டங்களாக கொண்டு மற்றவர்கள் செயல்படுத்தியதற்கும், மற்றவர்களுக்கு தூண்டுதலாக அமைந்தது என்பதாலும் அது இன்னும் கூடுதல் சிறப்புப் பெறுவதற்குக் காரணமாகிறது.

உதாரணமாக மருத்துவ மாணவர்களை எடுத்துக் கொண்டால் மிக நீண்ட காலத்திற்கு முன்பே ரங்கசாமி புதுவையின் அதிகமான மாணவர்களை உருவாக்குவதில் முனைப்புக் காட்டத் தொடங்கி அதில் போதிய அளவிற்கு வெற்றியும் பெற்றார். அவரின் அந்த செயல்பாடுகளுக்கு மிக நீண்ட காலத்திற்குப் பிறகுதான் இந்திய அரசே அதிகளவில் இந்தியாவில் மருத்துவ மாணவர்களை உருவாக்க வேண்டியதின் அவசியத்தை உணர்ந்து பிரதமர் மோடி, மாவட்டங்கள் தோறும் மருத்துவக் கல்லூரியை ஏற்படுத்துவதற்கு திட்டங்கள்

வகுத்தார். ரங்கசாமி சென்டாக் முறையை அறிமுகப்படுத்தி, உண்மையாக நன்றாகப் படிக்கும் மாணவர்களுக்கு உயர் படிப்பில் எவரின் தேவைகளும் அற்ற நிலையில் இடம் கிடைப்பதற்கு வழிவகை செய்தார். நான் ஆய்வு செய்த வரையிலும்கூட இந்தியாவிலேயே முதன்முதலாக அவ்வாறான ஒரு செயல்பாட்டினை புதுவையில் முதல்வர் ரங்கசாமிதான் கொண்டு வந்தார் என்று உறுதியாகக் கூறுவேன்.

அதற்குப்பிறகுதான் தமிழகத்திலேயேகூட கவுன்சிலிங் முறை நடைமுறைக்கு வந்தது. இருந்தபோதும், சென்டாக் நடைமுறையில் இருந்ததைப்போன்று ஒரு தவறும் ஏற்படாதவாறு அனைத்தையும், வெளிப்படையாக தகவல் தொழில் நுட்பத்தில் பரிமாற்றம் செய்து அனைவரும் அறிந்துகொண்டு தங்களுக்கான இடம் எப்போது கிடைக்கும் என்பதை மாணவர்களே எவரின் உதவியையும் தேவையில்லாமல் தெரிந்துகொள்ளும் நிலையை ஏற்படுத்திய ரங்கசாமியின் திட்டங்களைப் போன்று மற்றவர்களின் திட்டங்களில் வெளிப்படைத் தன்மை சற்றுக் குறைவாகத்தான் இருந்தது.

அத்துடன் மட்டும் அவர் நின்றுவிடவில்லை, முக்கியமான ஒரு சிலர் உயர்கல்வியில் தங்கள் பிள்ளைகளைச் சேர்க்க சிபாரிசு வேண்டி ரங்கசாமியிடம் வந்தால் அதற்கு அவர் சிபாரிசு கடிதங்கள் கொடுப்பதை தவிர்ப்பதோடு, சென்டாக்கின் நடைமுறையைப் பின்பற்றுமாறு அறிவுரைகளையும்கூட தெரிவிப்பார். அதனால் தற்காலங்களில் சென்டாக் முறையில் தேர்வாகும் உயர்கல்வி விவகாரங்களுக்கு அவரிடம் சிபாரிசு கடிதம் வேண்டி எவரும் செல்வதே இல்லை. அந்த அளவிற்கு நேர்மையை கல்வி விவகாரங்களில் கடைபிடித்தவர் ரங்கசாமி. அவரின் இத்தகைய நடை முறைகளைப் பின்தொடர்ந்தே தேசத்தின் வெவ்வேறு பகுதிகளில் வெவ்வேறு வகைகளில் சென்டாக் பல வடிவங்கள் எடுத்து உருவாகத் தொடங்கியது. இதைப்போன்ற நடவடிக்கைகளால் புதுவையின் கல்வித் தரத்தையும், அதன் கட்டுமான வடிவங்களையும் புதுவையின் ஒரு பெரும் சொத்து மதிப்பாக உருமாற்றி வைத்தவர்

ரங்கசாமி. இதை தான் கொள்ளையடிக்க பலரும் பல வகைகளில் விருப்பம் கொண்டனர்.

ஒரு தேசத்தின், மாநிலத்தின், மாவட்டத்தின், ஊரின் கனிம வளங்களை கொள்ளையடித்து செல்வதைப் பார்த்திருக்கிறோம், அப்போதெல்லாம் அந்தந்த பகுதிகளைச் சார்ந்தவர்கள் எதிர்ப்பார்கள், அவர்களின் உள்ளூர் வளங்களை எவரும் எடுத்துச் சென்றுவிடக் கூடாது என்பதில் உறுதியாக இருப்பார்கள். இந்த முறையானது காலங்காலமாக மன்னர்களின் காலங்களிலிருந்து தொடர்ந்து நடைமுறையில் இருந்த ஒரு செயல்பாடுதான். ஆனால் இந்த நவீன யுகத்தில் புதுவைக்கென்று எந்த வளங்களையும் இயற்கை அமைப்பு கொடுத்திடவில்லை. காலங்காலமாக புதுவையின் அடையாளம் என்றால் குறைந்த விலையில் மது கிடைக்கும் என்பதைத் தவிர இங்கிருந்து வேறு எவர்களாவது ஒரு புது அடையாளத்தை அல்லது வளத்தை ஏற்படுத்தியிருக்கிறார்களா? இல்லை.

நவீன உலகத்தில் இதனைச் சுலபமாகப் புரிந்துகொள்ள வேண்டும் என்றால் பெங்களூரு மாநகரின் வளர்ச்சியைப் பார்க்க வேண்டும். இந்தியாவெங்கும் இருக்கும் தகவல் தொழில்நுட்ப பொறியாளர்கள் பணி செய்வதற்கான கட்டமைப்பை ஏற்படுத்தி மிக நீண்ட காலத்திற்கு இன்றளவும், இந்தியாவின் சிறப்பு வாய்ந்த பகுதியாக இருக்குமளவிற்கு அங்கே பல பன்னாட்டு தகவல் தொழில்நுட்ப நிறுவனங்கள் கட்டமைக்கப்பட்டது. அதற்குப் பிறகு அதே நடைமுறையை ஹைதராபாத்தும், சென்னையும் முயன்று பார்த்தும்கூட இன்றளவும் பெங்களூரு அடைந்த இலக்கினை அடைய முடியவில்லை.

அதைப்போலவே, இந்தியாவில் மருத்துவம் படிப்பதற்கான சொர்க்க பூமியாக புதுவையை மாற்றியமைத்தது ரங்கசாமி என்கிற ஆளுமை மட்டுமே. மருத்துவப் படிப்பினை புதுவையின் செயற்கை வளமாக, சொத்தாக மாற்றினார். அதே நேரம், மாற்றிய அந்த வளத்தின் பெரும் பகுதியை, மண்ணின் மைந்தர்களுக்காகவே பகிர்ந்தளிக்க திட்டங்கள் வகுத்தார்.

இம்முறையாவது தேசமெங்கும் இருக்கும் அனைவரையும் புதுவையின் இந்த வளத்தின் மீது கண்களை திருப்பியது, புதுவையின் சட்ட திட்டங்களைப் பயன்படுத்தி வெவ்வேறு வகைகளில் அதன் மருத்துவக் கல்வி வளத்தைக் கொள்ளையடிக்க அதிகாரிகள் முதற்கொண்டு தேசத்தின பல்வேறு அரசியல்வாதிகளும் முயற்சி செய்யுமளவிற்கு அதன் வளத்தை ஒரு தனிச் சிறப்புடன் உருவாக்கிய பெருமை ரங்கசாமி ஒருவருக்கே உரித்தானது.

அவ்வாறு ஒரு வளம் தேசம் தேடிய வளம் புதுவையில் வேறு எவராவது உருவாக்கியதற்கான சான்றுகள் உள்ளனவா? அவ்வாறு ஒருவரைக் காண முடியவில்லை என்றால் ரங்கசாமியை 'புதுவையின் தந்தை' என்று ஒப்புக்கொள்வதுதானே நியாயமானதாக இருக்க முடியும்.

19

கால்நடை மருத்துவக் கல்லூரியை உருவாக்கிய ரங்கசாமி

நாம் அநேகமாக ரங்கசாமி என்கிற ஆளுமை புதுவைக்கு ஏற்படுத்திய வளம், அதனைக் கொள்ளையடிக்க நினைத்தவர்களின் செயல்பாடுகள் குறித்துதான் எழுதியிருக்க வேண்டும். என்றாலும், என்னிடம் வேறொரு சந்தேகம் எழுப்பப்பட்டதாலும், அந்தச் சந்தேகத்தின் பதில் இதன் தொடர்ச்சியாக இருப்பதில் ஒன்றிப்போவதாலும் நாம் இதிலிருந்தே தொடங்கலாம். நீங்கள் குறிப்பிடும் திட்டங்களை எல்லாம் ரங்கசாமி என்ற ஒருவர்தான் செய்திருக்கிறாரா? இது உங்களுக்கு நியாயமானதாகப் படுகிறதா? வேறு எந்த முதல்வரும் எதையும் செய்யவில்லை என்று கூற விரும்புகிறீர்களா? என்று என்னிடம் சிலர் ஒரு கேள்வியை முன்வைத்தனர்.

அநேகமாக நாம் இன்னும் சிறிது தூரம் சென்ற பிறகு முடிவுரைகளின்போது தெரிவிக்க வேண்டிய தெளிவுரையை இக்கேள்வி முன்னெழுந்ததால், இடையிலேயே நாம் குறிப்பிட வேண்டிய ஒரு நிர்பந்தம் ஏற்படுகிறது. இருந்தபோதும், நாம் இப்போது பார்க்கும் இக்கருத்தின் தெளிவுகளை வரப்போகும் நாட்களிலும் நினைவுப்படுத்திக் கொள்வது இக்கட்டுரையின் நம்பகத் தன்மையை அதிகரிக்கக் கூடும் என்பதால் இப்போது இதைப்போன்ற கேள்விகளுக்கு பதிலளிக்க விரும்புகிறேன்.

உண்மையில் இது ஒரு அதிசிக்கலான கேள்விதான். ஆனால் மிகச் சுலபமாகப் புரிந்துகொள்ளக்கூடியது. நான்குபேர் காலந்தொட்டே ஒரு கேள்வியை முன்னெழுப்புகிறேன். புதுவையில் பல முதல்வர்கள் இருந்திருக்கிறார்கள், அவர்கள் எவரும் சரியாகவே செயல்படவில்லை என்று நம்மால் எவ்வாறு கூறமுடியும். நிச்சயமாக முடியாது. ஆனால் ஒரு கேள்வியை எழுப்ப முடியும். அவர்கள் புதுவைக்கு என்ன செய்திருக்கிறார்கள்? தனித்துவமான அடையாளத்தை எதையாவது ஏற்படுத்தியிருக்கிறார்களா? அல்லது சமூக மாற்றத்திற்கு வித்திட்டிருந்திருக்கிறார்களா? நான் எழுதாமல் விட்டிருந்தாலும்கூட நீங்கள் எனக்கு நினைவுபடுத்தலாம். அவ்வாறு நீங்கள் நினைவுபடுத்தப் பெரிய காரணங்கள் ஏதும் இல்லாது போனால், அதன் கேள்வியை இன்னும் சுலபமாக நீங்கள் பதிலளிக்கக்கூடிய அளவில் சுருக்கிக்கேட்கிறேன். இவர்களின் ஆட்சியில் இவர்களின் கனவுத் திட்டம் என்றோ, வாக்குறுதி அளித்த திட்டம் என்றோ எதையாவது, புதிய திட்டங்களாக இவர்கள் கொண்டு வந்திருக்கிறார்களா? என்று நாம் கேள்வியை முன்னெழுப்பினால், நிச்சயமாக உங்களிடம் அதற்கு பதில் இருக்கவே செய்யும்.

அந்த பதிலில், புதுவைக்கு பொறியியல் கல்லூரியை கொண்டு வந்ததைக் குறிப்பிடுவீர்கள், அல்லது லிங்காரெட்டிபாளையம் சர்க்கரை ஆலையைக் குறிப்பிடுவீர்கள். சரி, இந்தத் திட்டங்கள் எல்லாம், தேர்தல் வாக்குறுதிகளாக கொடுத்தோ அல்லது இந்த திட்டத்தை இங்கே கொண்டு வந்தே தீரவேண்டும் என்றோ எவராவது முயற்சி செய்து கொண்டுவந்தார்களா? என்றால் அதன் ஆதாரங்களைக் குறிப்பிடுங்கள். இங்கே ஒரு பொறியியல் கல்லூரி மத்திய அரசின் விருப்பத்தின் பேரில் உருவாக இருந்தது. அது காலாப்பட்டிக்குக் கொண்டு செல்லப்பட்டதற்காக வேண்டுமானால் எவராவது உரிமை கொண்டாடலாம். அதைப்போலவே லிங்காரெட்டிபாளையம் சர்க்கரை ஆலை மத்திய அரசாங்கம் புதுவைக்கென்று ஒதுக்கீடு செய்தது. அதனை மண்ணாடிப்பட்டிக்குக் கொண்டு சென்றதற்காக எவராவது உரிமை கொண்டாடலாம்.

ராஜீவ் காந்தி கால்நடை மருத்துவக் கல்லூரி

புதுவையில் ஒரு நடைமுறை இருந்தது. குபேர் காலந் தொட்டு அது தொடர்ந்து வந்துவிட்டது. பிரெஞ்சு அரசின் விசுவாசிகளாக இருப்பது அல்லது இந்திய அரசின் விசுவாசத்தைக் கடைப்பிடிப்பது என்கிற ஆரம்பகால இருநிலைக் கொள்கையில் உருவான இரு தரப்பினரும், நாளடைவில் இந்திய அரசின் பிரதிநிதியாக ஏகபோகமாக புதுவையில் செயல்பட தொடங்விட்டபோது, தங்களின் தனித்துவமான சிந்தனைகளுக்கு வடிவம் கொடுக்க வேண்டும் என்கிற அரசியல் சுதந்திரக் கொள்கையில் ஆர்வமற்றவர்களாகவே இருந்து விட்டார்கள். இதிலிருந்து மாறுபட்டக் கோணத்தில் ஒருவரைப் பார்க்க முடிந்தால் சிறிதளவேணும் நாம் முன்னால் முதல்வர் ஜானகிராமனை நினைவு கூறலாம் என்றே கருதுகிறேன். பொதுப்பணித்துறையில் சில புதிய திட்டங்களை தன்னிச்சையான முடிவுகளின் மூலம் எடுத்த ஜானகிராமன் முக்கியமாக பேருந்து சேவையை விரிவுபடுத்தினார். கிராமங்களிலிருந்து நகரத்திற்கு வரும் பேருந்துகளில் ஒரே பேருந்தில் நான்கு பேருந்து பயணிகள்

பயணம் செய்ததை மாற்றியமைத்து, அந்தச் சேவையை சாமானியர்களின் உரிமையாக மாற்றினார்.

நாம் ஏன் இதனைக் குறிப்பிட வேண்டும், நாம் உண்மைகளின் அடிப்படையில்தான் ரங்கசாமி புதுவையின் தந்தை என்பதை தெளிவுப்படுத்த விரும்புகிறோம், அதனால்தான் இவர்களைப் போன்றவர்களின் மத்தியில் ரங்கசாமி ஏன் அவ்வாறு போற்றபடுவதற்கு உரிய சிறப்புகளைப் பெறுகிறார் என்றால் அவர் அமைச்சராக இருந்தபோதே அதற்கு விதை போட்டார், விளையும் பயிர் முளையிலேயே தெரியும் என்பார்களே, அதைப்போல், 1991ஆம் ஆண்டு பதவியேற்ற காங்கிரஸ் அரசின் புதிய அமைச்சரவையில் வேளாண்துறை அமைச்சராக ரங்கசாமி பொறுப்பேற்றுக்கொண்டார். அக்காலக்கட்டத்தில், குரும்பாப்பேட்டில் இருந்த வேளாண்மை அறிவியல் நிலையத்தில் புதுவை அரசிற்கென்று ஒரு கால்நடை மருத்துவக் கல்லூரியை தொடங்குவதற்கு முயற்சிகள் மேற்கொண்டார். அப்போது ஆளும் அரசின் தலைமைப் பொறுப்பில் இருந்தவர்கள் அக்கல்லூரிக்கு அனுமதி அளிக்க மறுப்புத் தெரிவித்தபோது, அதையும் மீறி அக்கல்லூரியைக் கொண்டு வந்தார். இப்போது இங்கே எவராவது, 'அனுமதி அளிக்க மறுத்ததற்கு ஏதாவது ஆதாரமிருக்கிறதா? எவ்வாறு நீங்கள் இப்படி ஒரு கருத்தினை ஆதாரமில்லாமல் தெரிவிக்கலாம்?' என்று கேட்கலாம்.

2010ஆம் ஆண்டு என்று நினைக்கின்றேன், ராஜீவ்காந்தி மருத்துவமனை மற்றும் இந்திராகாந்தி மருத்துவக் கல்லூரி திறப்பு விழாவிற்கு வருகை தந்த காங்கிரஸ் கட்சியின் தலைவி அன்னை சோனியாகாந்தி அந்த இரண்டு திறப்பு விழாக்களிலும், ரங்கசாமியை அழைக்கக் கூறி உத்தரவிட்டார். அன்றைக்கு முதல்வராக இல்லாத சாதாரண சட்டமன்ற உறுப்பினராக மட்டுமே இருந்த ரங்கசாமியை புரோட்டாகால் விதிமுறைகளை மீறி மேடையேற்றியதற்கான ஒரே காரணம் அந்தத் திட்டங்கள் ரங்கசாமியால் கொண்டுவரப்பட்டது என்பதைத் தவிர வேறொன்றுமில்லை. சரி, அது நமக்கு இப்போது தேவையுமில்லை!

http://www.maalaimalar.com Regd. No.PY/59/2021-23 RNI. No.40735/82

மாலை மலர்

இந்தியாவின் No.1 மாலை நாளிதழ்

MAALAI MALAR

புதுச்சேரி 11-7-2022 (திங்கட்கிழமை) 10 பக்கம் ₹ 5 ★★★ மலர் 45 இதழ் 208

PUDUCHERRY 11-7-2022 (MONDAY) 10 PAGES ₹ 5 VOL: 45 ISSUE: 208

கடந்தகாலம் போல இல்லை

பணிகளை செய்வதில் நிர்வாக சிரமம் உள்ளது

முதல்-அமைச்சர் ரங்கசாமி வேதனை

புதுச்சேரி, ஜூலை 11–

புதுவை ராஜீவ் காந்தி கால்நடை மருத்துவக் கல்லூரி, ஆராய்ச்சி நிறுவனத்தின் 23–வது ஆண்டு பட்டமளிப்பு விழா கம்பன் கலையரங்கில் ந டந்தது.

மாணவர்களுக்கு பட்டம்

விழாவுக்கு அமைச்சர் தேனீ.ஜெயக்குமார் தலைமை வகித்தார். கல்லூரி டீன் செழியன் வரவேற்றார். முதல்–அமைச்சர் ரங்கசாமி 52 மாணவர்களுக்கு பட்டங்களை வழங்கி பேசினார். அவர் பேசியதாவது:–

கால்நடை மருத்துவக் கல்லூரியை ரிவர் என அழைக்கின்றனர். ஆறு போல செழிப்பை தரக்கூடிய நிறுவனமாக உள்ளது. இங்குள்ள மாண வர்கள் வெளிமாநிலங்கள், வெளிநாடுகளில் பணியாற்றி கல்லூரிக்கு பெருமை சேர்க்கின்றனர்.

கல்லூரி தொடங்கி இதுவரை ஆயிரத்து 100 மாணவர்கள் பட்டம் பெற்றுள்ளனர். இங்கு படித்த மாணவர்களில் 93 சதவீதத்தினருக்கு வேலை கிடைத்துள்ளது. 1994–ம் ஆண்டு நான் விவசாயம் மற்றும் கால்நடை அமைச்சராக இருந்தபோது கல்லூரியை தொடங்க எண்ணி டெல்லியில் அனுமதி கேட்டேன். அப்போது தமிழகத்தில் ஏற்கனவே ஒரு கால்நடை மருத்துவக்கல்லூரி இருந்தது. மற்றொரு மருத்துவக்கல்லூரிக்கு அனுமதி கோரியிருந்தனர்.

பட்டம் பெற்ற மாணவர்கள் சந்தோஷமாக துள்ளி குதித்த காட்சி.

இதனால் டெல்லியில் பெரிய மாநிலமான தமிழகத்துக்கு 2–வது கல்லூரிக்கே இப்போதுதான் அனுமதி கேட்கின்றனர். கல்லூரிக்கு தேவையான வசதி செய்ய முடியுமா? என கேட்டனர். நிலம், வசதிகளை செய்து கொடுத்தோம். கடந்த காலத்தில் எளிமையாக அனைத்தையும் செய்ய முடிந்தது.

சிரமம்

தற்போது நிர்வாகத்தில் சிரமம் உள்ளது. கல்லூரி தொடங்கும்போது இயக்குனர் கிடைப்பதே கடினமாக இருந்தது. ஆனால் இந்த கல்லூரியில் படித்தவரே இயக்குனராக இருப்பது மகிழ்ச்சியளிக்கிறது. கடந்த காலத்தில் இயக்குனராக இருந்த வர்களும் கல்லூரி வளர்ச்சிக்கு உறுதுணையாக இருந்துள்ளனர். அவர்களுக்கு என் பாராட்டுக்கள்.

ஆசியாவிலேயே மிகச்சிறந்த கல்லூரிகளில் ஒன்றாக இந்த கல்லூரி உள்ளது. இன்னும் இந்த கல்லூரியின் தரத்தை உயர்த்த வேண்டும் என கோரிக்கை வைத்துள்ளனர்.

முதுகலை பட்டம் கூடுதலாக 5 பாடப் பிரிவுகளில்தொடங்கவேண்டும்என கேட்டுள்ளனர். ஆராய்ச்சி படிப்புகள் தொடங்கவும் கேட்டுள்ளனர்.

மருத்துவத்தில் நாளுக்கு நாள் புதிய தொழில்நுட்பங்கள் வருகிறது. புதிய நோய்களும் வருகிறது, புதிய கண்டுபிடிப்புகளும் நடக்கிறது. எனவே ஆராய்ச்சி அவசியமானதாக உள்ளது.

தற்போது 100 மாணவர்கள் படித்து வருகின்றனர். இதை 150 ஆக உயர்த்த உள்ளோம். இதற்கான கட்டிட வசதி தேவைப்படுகிறது. இதற்கு உரிய நிதி ஒதுக்கி செய்து தருவோம். கால்நடை படிப்பு மிகவும் கடினமான படிப்பு. எம்.பி.பி.எஸ். படிப்பை விட கடினமாக உள்ளதாக மாணவர்கள் கூறுகின்றனர். படித்தவர்கள் வாயில்லா ஜீவன்களுக்கு மருத்துவம் செய்வது பெரும் புண்ணியம்.

இங்கு பட்டம் பெறும் மாணவர்கள் குடும்ப நிலையையும் உயர்த்துகின்றனர். அவர்கள் மென்மேலும் உயர வாழ்த்துகிறேன்.

இவ்வாறு அவர் கூறினார்.

விழாவில் சபாநாயகர் ஏம்பலம்செல்வம், அமைச்சர் சாய் ஜெ.சரவணன் குமார், கென்னடி எம்.எல்.ஏ., பெங்களூரு தேசிய கால்நடை உணவியல் மற்றும் உடலியல் நிறுவன இயக்குனர் ராகவேந்திர பட்டா, கால்நடைத்துறை செயலர் ரவிபிரகாஷ் உள்ளிட்ட பலர் கலந்துகொண்டனர்.

ராஜீவ் காந்தி கால்நடை மருத்துவக் கல்லூரி
பட்டமளிப்பு விழாவில் ரங்கசாமியின் பேச்சு

அந்த விழாவின் மேடையில் அன்றைய முதல்வர் வைத்திலிங்கத்தை மேடையில் வைத்துக்கொண்டே அவர் முன்னிலையில் முதல்வர் ரங்கசாமி பேசும்போது இவ்வாறு கூறினார்.

"நான் கால்நடை மருத்துவக் கல்லூரியை கொண்டு வந்தபோதுகூட நமக்கேன் இப்போது அந்தக் கல்லூரி என்று முதல்வர் வைத்திலிங்கம் விரும்பவில்லை. ஆனால், நான்தான் நம் ஊர் மாணவர்கள் படிப்பதற்காக அதனைக் கொண்டு வந்தேன்" என்றார். இக்கருத்து இங்கே எதனால் முக்கியத்துவம் பெறுகிறது என்றால் இங்கே பலரும் முதல்வர்களாக இருந்தபோதே அவர்கள் கொண்டு வந்த திட்டங்களைத் தேடிப்பார்த்தாலும் கிடைக்காதபோது, அமைச்சராக இருந்தபோதே தொலைநோக்கு சிந்தனையுடன் கால்நடை மருத்துவக் கல்லூரியைக் கொண்டு வந்த ரங்கசாமியை வேறு எந்த முதல்வர்களுடனாவது ஒப்பீடு செய்யுமளவிற்குத் தேவையே இருக்காது என்பதே என் கருத்து. இருந்த போதும், மரியாதை நிமித்தமாக நாம் சில ஒப்பீடுகளைச் செய்கிறோம் என்பதால், அந்த ஒப்பீடு சரியான அளவீடும் அல்ல. ஏனென்றால் ரங்கசாமி என்கிற ஆளுமை இந்திய தேசத்திற்கு முன்னுதாரணமான திட்டங்களை ஏற்படுத்தியவர் மற்றவர்களும் அத்திட்டங்களை செயல்படுத்துவதற்கு விரும்புகின்ற அளவிலே இந்திய தேசத்தின் மற்ற மாநில முதல்வர்கள் திரும்பிப் பார்த்த ஒரு ஆளுமை ரங்கசாமி. அந்த ரங்கசாமி 'புதுவையின் தந்தை' எனப் போற்றப்படுவதில் என்ன தவறு?

20

தேசத்திற்கு முன்மாதிரியான திட்டங்களை வகுத்த ரங்கசாமி

ரங்கசாமி என்கிற ஆளுமை புதுவை மாநிலத்திற்கான ஒரு வளத்தை உருவாக்கினார் என்றும் கூறியிருந்தோம், அதேநேரம் அவரைப்போல் வேறு எந்தவொரு ஆளுமையும் புதுவையின் வரலாற்றில் புதுவைக்கான அடையாளத்தை இதுவரை ஏற்படுத்தவில்லை என்றும் கூறியிருந்தோம்.

அதைப்போலவே ரங்கசாமி என்கிற ஆளுமை உருவாக்கிய அந்த வளத்தை தேசத்தின் பல்வேறு பகுதிகளிலிருந்தும் கொள்ளையடிக்கவும் திட்டமிடப்பட்டதையும் கூறியிருந்தோம். இதற்கெல்லாம் மேலாக மருத்துவ மாணவர்களை உருவாக்குவதிலும், அதன் உள்கட்டமைப்பை உருவாக்குவதிலும் ரங்கசாமி காட்டிய ஆர்வமே, புதுவையில் ஒரு புதிய மூலதனத்தை கொண்டு வந்து மருத்துவக் கல்லூரிகளாக உருவானது என்றும் கூறியிருந்தோம். அச்சமயங்களில் எனது நண்பர்கள் சிலர், 'தனியார் மருத்துவ கல்லூரிகள் எவ்வாறு மூலதனத்தில் சேரும்? எப்படி பொருளாதாரத்திற்கான வழிகாட்டுதல் முறையை ஏற்படுத்தும்?' என்கிற சந்தேகத்தை என்னிடம் கேட்டிருந்தனர். ஒருவேளை நான் அதற்கு அப்போது பதிலளித்து இருந்தால் அப்பதில் அப்போது சரியானதாக இருந்திருக்குமா?

அல்லது சரியான புரிதலை ஏற்படுத்தியிருக்குமா? என்கிற சந்தேகம் எனக்குள்ளும் இருந்தது. ஆனால் அதனை சரியான முறையில் முன் வைக்கக்கூடிய சிறந்த ஆதாரம் தற்போது கிடைத்திருக்கிறது. இதுதான் இறைவன் செயல் என்பது.

ஏனென்றால் நமது இந்தக் கட்டுரைத் தொடருக்கு மிகுந்த ஆதாரமளிக்கக் கூடிய வகையிலும், சந்தேகத்திற்கிடமில்லாத வகையிலும் அவர் புதுவையின் தந்தையென்று நிரூபிக்கும் வகையில் பாரதப் பிரதமர் நரேந்திர மோடி ஒரு கருத்தை தெரிவித்திருக்கிறார். *27.2.2022* தேதி தினமலர் பத்திரிகையில் *7*ஆம் பக்கத்தில் மருத்துவக் கல்லூரியில் பங்கேற்க தனியாருக்கு பிரதமர் அழைப்பு என்ற தலைப்பில் வெளிவந்திருக்கும் செய்தியைப் படியுங்கள். அச்செய்தியில் 'பார்லிமெண்டில் கடந்த *1*–ந்தேதி தாக்கல் செய்யப்பட்ட மத்திய பட்ஜெட்டில் இடம் பெற்றுள்ள சுகாதாரத் துறைக்கான அம்சங்கள் பற்றி நடந்த "வெபினார்" எனப்படும் இணைய வழி கருத்தரங்கில், பிரதமர் மோடி பேசியதாவது:

'சுகாதாரத் துறையுடன் சேர்த்து மக்களின் ஆரோக்கியத்திலும் கவனம் செலுத்தி வருகிறோம். இதற்காக பட்ஜெட்டில் மூன்று அம்சங்களில் கவனம் செலுத்தப்பட்டு உள்ளது. நவீன உள்கட்டமைப்பு மற்றும் மனிதவளத்தை அதிகரித்தல், ஆராய்ச்சியை ஊக்குவிப்பதில், நவீன தொழில் நுட்பத்தை ஏற்றுக்கொள்ளுதல் ஆகிய மூன்று அம்சங்களில் கவனம் செலுத்தப்பட்டு வருகிறது.

நம் குழந்தைகள் படிப்புக்காக, முக்கியமாக மருத்துவ படிப்புக்காக சிறிய நாடுகளுக்கு செல்கின்றனர். அங்கு மொழிப் பிரச்னை இருந்தும் அவர்கள் தொடர்ந்து செல்கின்றனர். இதனால், நம்முடைய கோடிக்கணக்கான பணம் வெளிநாடுகளுக்குச் செல்கிறது. அதனால் தனியார் நிறுவனங்கள் மருத்துவக் கல்வித்துறையில் பெரிய அளவில் ஆர்வத்துடன் பங்கேற்க வேண்டும். மருத்துவக் கல்லூரிகளுக்கு நிலம் ஒதுக்குவதில் சிறந்த கொள்கைகளை, மாநில அரசுகள் கடைப்பிடிக்க வேண்டும். இதன் வாயிலாக, உலகளவில் தேவைக்கு ஏற்ப ஏராளமான டாக்டர்கள் மற்றும் மருத்துவ நிபுணர்களை இந்தியாவால் உருவாக்க முடியும். நம் டாக்டர்கள்

லட்சுமி நாராயணா தனியார் மருத்துவக் கல்லூரி

பலர் தங்கள் பணியின் வாயிலாக நாட்டின் பெருமையை உயர்த்தி உள்ளனர்!' என்கிற பாரத பிரதமரின் கருத்துகள், தனியார் மருத்துவக் கல்லூரிகள் என்பது நவீன உள்கட்டமைப்பு மற்றும் மனிதவளத்தை அதிகரித்ததுடன் பொருளாதாரத்தின் வளர்ச்சியுடன் தொடர்பில் இருப்பதை உறுதி செய்கிறது. அது பொருளாதார முன்னேற்றத்திற்கும் வழிவகுப்பதை எடுத்துரைக் கிறது. ஆனால் இது இப்போதுதான் தேசத்தின் தலைமைக்குப் புரிகிறது.

உக்ரைன் என்ற தேசத்தில் போர் நிகழ்வதால், அங்கு மருத்துவம் படிக்கும் ஏராளமான இந்திய மருத்துவ மாணவர்களை உலகம் அறிந்ததால் அதிலுள்ள பொருளாதாரம் புரிகிறது. ஆனால் ரங்கசாமி என்கிற ஆளுமை 15 வருடங்களுக்கு முன்பே தனியார் மருத்துவ கல்லூரியும் சிறந்த உள்கட்டமைப்பு மற்றும் மனிதவளத்துடன் தொடர்புடைய பொருளாதாரத்தை அதிகரிக்கும் அம்சம் என்பதை அறிந்திருக்கிறார் என்பதை நாம் தெரிவிக்கின்ற போது, இங்கே முக்கியமான மற்றொரு கேள்வியும் முன்னெழுப்பப்படலாம். தனியார் மருத்துவக் கல்லூரிகளின் அனைத்து விதமான கட்டமைப்பும் ரங்கசாமி முதல்வராக இருந்தபோது மட்டுமே கொண்டுவரப்பட்டதா என்பது அந்த கேள்வியாக இருந்தால், தனியார் மருத்துவக்

கல்லூரிகளின் 60% புதிய கட்டமைப்புகள் ரங்கசாமி என்கிற ஆளுமையின் கீழ் கொண்டுவரப்பட்டது என்பதின் முக்கியத்துவத்தை காட்டிலும், அதன் இட ஒதுகீடு என்பதில் புதுவை மாணவர்களுக்கான பங்கீட்டை பெருவதற்கு சென்டாக் முறையை பின்பற்றி அதிக அளவில் புதுவை மாணவர்களை மருத்துவர்களாக மாற்றியதின் பெருமை 100% ரங்கசாமியை மட்டுமே சாரும். ஏனென்றால் நாம் முன்பே குறிப்பிட்டதுபோல் மருத்துவ நிகர்நிலை பல்கலைக்கழகங்கள் மாநிலங்களுக்கு இட ஒதுக்கீடு அளிக்கத் தேவையில்லை என்கிற நடைமுறை மிக நீண்டகாலத்திற்கு முன்பிருந்தே இருந்துவந்த நிலையிலும், ரங்கசாமி முதல்வராக இருந்த வரையிலும் அவர்களிடம் சாதுர்யாமாகப் பேசி புதுவை மாணவர்களுக்கான இட ஒதுக்கீட்டை உறுதிசெய்தார். அவ்வாறு அவர் நிகர்நிலை பல்கலைக்கழகங்களில் பெற்றுவந்த இடஒதுக்கீடு கடந்த ஆட்சியில் சாதுர்யத்தின் போக்கில் ஏற்பட்ட மாறுபட்டால் பறிபோனது. அதற்கு அவர்கள் நீட் தேர்வு வந்ததால் இவ்வாறு இடஒதுக்கீடு கிடைக்காமல் போனது என்கிற காரணத்தை முன்வைக்கின்றனர். ஆனால் அது அவ்வாறு அல்ல. நீட் தேர்வு நடைமுறைக்கு வருவதற்கு ஒரு வருடத்துக்கு முன்பே நிகர்நிலை பல்கலைக் கழகங்கள் புதுவைக்கான இட ஒதுக்கீட்டை நிறுத்திவிட்டது. அதுமட்டுமல்ல, வெங்கடேஸ்வரா மருத்துவக் கல்லூரியை சிறுபான்மை கல்லூரியாக அங்கீகரிப்பதற்கு, அவர்கள் கேட்டிருந்த அனுமதியை அளிப்பதற்கு கடந்த அரசு உத்தரவிட்டது.

இந்தியாவில் இந்து சமுதாயத்தின் ஒரு பிரிவினரை சிறுபான்மையாகக் கருதி இட ஒதுக்கீடுக்கு பங்கம் ஏற்படுத்தும் நிகழ்வு எங்காவது நடந்திருக்கிறதா? வடகிழக்கு மற்றும் ஜம்மு–காஷ்மீர் மாநிலங்களில் சிறுபான்மை இந்துக்களுக்காக இருந்த நடைமுறை சட்டத்தை புதுவையில் நிறைவேற்றியதை போன்ற ஒரு அவலம், புதுவை மாணவர்களுக்கு செய்த துரோகம் வேறொன்றும் இருக்க முடியாது. இதையெல்லாம் கருத்தில்கொள்கின்றபோது பிரதமர் குறிப்பிடும் மனிதவளம் தொடர்பான நவீன உள்கட்டமைப்பு என்பது ரங்கசாமி என்கிற ஆளுமையை மட்டுமே சேரும்.

அதைப்போலவே, இந்தியாவிலேயே பெண்களின் பெயரில் கிரையம் பெறும் சொத்துக்களுக்கு அதன் நில மதிப்பில் 50 சதவிகித மானியத்துடன் கூடிய வழிகாட்டி மதிப்பில் சலுகை அளித்ததால், புதுவை மாநிலத்தில் ஆண்கள் பெயரில் கிரையம் பெறும் சொத்துக்களின் எண்ணிக்கை 90 சதவிகித அளவிற்குக் குறைந்துபோனது. ஆனால், அதேசமயம் தினந்தோறும் நடைபெறும் கிரையங்களின் எண்ணிக்கையில் 90 சதவிகித அளவிற்கு புதுவை மாநிலத்தில் பெண்களின் பெயரில் மாத்திரமே சொத்துக் கிரையம் நடைபெற ஆரம்பித்தது. இந்தச் சலுகைகள் சொத்துப் பறிமாற்றத்தின் எண்ணிக்கையை அதிகரிக்கச் செய்ததால், சலுகைகள் கொடுத்த வருமான இழப்பு சரிசெய்யப்படுகிறது என்பதை அதன் இன்றைய வருமானத்துடன் ஏனைய மாநிலங்களின் வருமானங்களுடன் ஒப்பிடும்போது அறிந்துகொள்ள முடியும்.

அதுமட்டுமல்லாமல், இந்தத் திட்டம் பெண்களுக்கான உரிமையை மீட்டெடுக்க உதவியது. இந்தியாவிலேயே பெண்களை அதிக அளவில் சொத்துடைமையாளர்களாகக் கொண்ட பிரதேசமாக புதுவையை மாற்றியது. இதன் தாக்கம் திருமணமான பெண்களுக்கெதிரான குற்றங்கள் இல்லாத மாநிலமாக புதுவையை உருமாற்றியது. இன்னும் இதன் எதிர்கால பலன்கள் கருத்தில்கொள்ளப்படுகின்ற போது இது ஈடுஇணையற்ற ஒரு சமூகநலத் திட்டம் என்பதையும் தேசம் அறிந்துகொள்ளும். அன்றைக்கு தேசமே இத்திட்டத்தைச் செயல்படுத்த முன்வரலாம். அன்றைய தினம் ரங்கசாமியின் அருமை தேசத்திற்குத் தெரியவரும்.

முக்கியமாக, 'புதுவையின் தந்தை' என்கிற அடையாளக் குறியீடு இங்கே ஒட்டுமொத்த உள்கட்டமைப்பிற்கான பங்கீட்டைக் கோருவதைவிட, அந்தக் கட்டமைப்பு உருவாக்கி இருக்கும் புதுவையின் நவீன மனித வளத்தின் செழிப்பு, இந்தத் தலைப்பிற்கான அதிக முக்கியத்துவத்தை ரங்கசாமி என்கிற ஆளுமைக்கு வழங்குவதாகவே கருதுகிறேன். ஆகவே, அவர் இயற்கையாகவே இந்த மண்ணிற்கான தந்தையாகிவிடுகிறாரே!

21

மக்களை மதிக்கக் கற்றுக்கொடுத்த ரங்கசாமி

இப்போது, ரங்கசாமி ஒரு முதல்வராக இருந்து மாற்றியமைத்த சில நடைமுறைகளை நாம் பார்க்கலாம்.

அநேகமாக அத்தகைய நடைமுறைகளை தேசத்தில் வேறு எங்கும் பார்த்திட முடியாது. ஒரு தலைவரைக் குறித்து எழுதும்போது அவர் செய்த திட்டங்களை எழுத முடியும். கொண்டுவந்த வளர்ச்சிப் பணிகள் குறித்தெல்லாம்கூட எழுதிவிட முடியும். குறைந்தளவும்கூட எதுவுமே செய்திடாத ஒரு முதல்வரோ, அமைச்சரோ எந்த ஒரு அதிகார அமைப்பின் செயல்வடிவமோ, நிச்சயமாக ஓர் ஊரில் தண்ணீர் குழாயாவது அமைத்திருப்பார்கள் அல்லது நான் இந்த ஊரில் சமுதாய நலக்கூடம் அமைப்பதற்கு ஆவன செய்வேன் என்கிற உத்திரவாதமாவது கொடுத்திருப்பார்கள்.

ஆனால், அவர்கள் அனைவரின் செயல்பாடுகளும் அந்தந்த தலைவர்களின் உண்மையான குணாதிசயங்களை தீர்மானிக்கும் உண்மையான வடிவம் என்பதை நாம் ஒப்புக்கொள்ளத்தான் வேண்டும். அவ்வாறு இருக்கும்போது மிக நீண்ட நாட்களுக்கு எவராலும் நல்ல மனிதர்களாக நடிக்கவே முடியாது. உண்மையாகவே நடந்துகொள்பவர்களை நீண்ட நாட்களுக்கு எவரும் புரிந்துகொள்ளாமலும் இருக்க முடியாது.

அதனை நீங்கள் இன்னும் எளிமையாகப் புரிந்துகொள்ள வேண்டும் என்றால், தலைவர்களின் செயல்பாடுகளே அவர்களை அனைத்தையும் காட்டிலும் நல்ல தலைவராக முன்னெடுக்கிறது. அல்லது இவ்வாறு கூறலாம், அத்தகைய நல்ல செயல்பாடுகளைக் கொண்டிருக்கும் தலைவர்கள் மாத்திரமே நல்ல திட்டங்களையும், ஆரோக்கியமான வளர்ச்சியையும் முன்னெடுத்துச் செல்ல முடியும். அந்த வகையில் நீங்கள் ரங்கசாமியைப் போன்று வெகுஜனம் விரும்பும் தலைவரை புதுவையில் காண முடியுமா என்பதையும் உங்களின் விவாதமாக எடுத்துக்கொள்ளலாம். இதில் சில விதிவிலக்காக கண்ணன் தலைவரை நாம் ஏற்றுக்கொள்ளத்தான் வேண்டியிருக்கிறது. என்றாலும், எளிமைகள் மூலம், மக்களோடு பழகும் செயல்பாடுகள், மூலம் ரங்கசாமி என்கிற ஆளுமை செய்த புரட்சிகரமான செயல்பாடுகள் புதுவையின் ஒட்டுமொத்த தலைவர்களின் பழக்கவழக்கங்களையும்கூட மாற்றி அமைக்கக்கூடிய வகையில் அமைந்தது என்பது எவரொருவரோடும் ஒப்பீடு செய்ய முடியாத அளவிற்கு உயர்ந்து நிற்பதையே உறுதி செய்கிறது.

நீங்கள் 1991ஆம் ஆண்டிற்கு முன்பு வரை பொதுமக்களின் எந்த சுப துக்க நிகழ்ச்சியாக இருந்தாலும் உள்ளூர் சட்டமன்ற உறுப்பினர்களே அத்தொகுதி மக்களின் அனைவரின் விசேஷங்களிலும் கலந்துகொள்வது என்பது அரிது. தொகுதியின் முக்கியஸ்தர்களின் விசேஷங்களில் மட்டுமே கலந்துகொள்வார்கள். மாநில அளவில் முக்கியமானவர்களின் குடும்ப விசேஷங்களில் அமைச்சர்கள் கலந்துகொள்வதே அரிதான விஷயம்தான். இதில் முதல்வர்கள் என்பவர்களோ அக்காலங்களில் அரிதானவர்கள், அவர்களைப் பார்ப்பதும் கடினம், அவர்களிடம் பேசுவதும் அறிது, அவர்கள் விசேஷங்களில் கலந்துகொள்வது என்பது அரிதிலும் அரிதான விஷயம். ஒருவேளை செல்வச் சீமான்களின் விசேஷங்களில் கலந்துகொள்ளலாம்.

ஆனால், ரங்கசாமி என்கிற ஆளுமை 1991ஆம் ஆண்டு உருவான பிறகு ஒரு அமைச்சராக இருந்தபோதே, மாநிலத்தில் உள்ள அனைவரின் வீட்டு விசேஷங்களிலும்

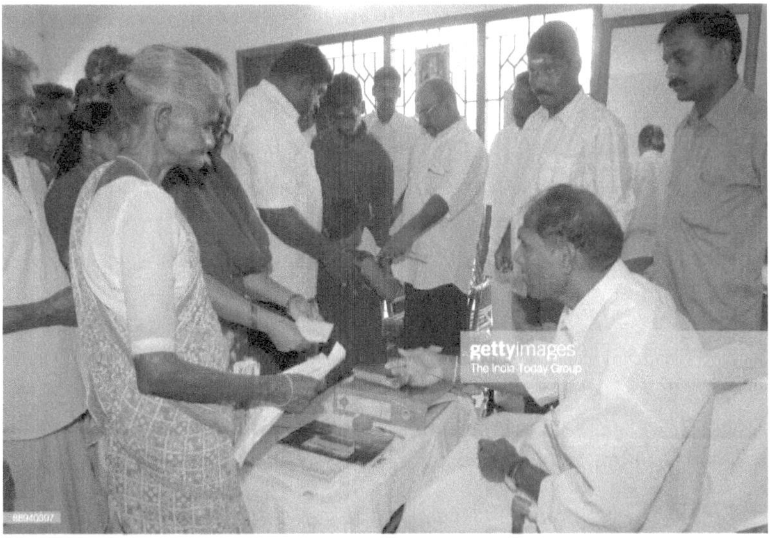

வீட்டின் உள்ளே மக்களின் குறைகளைக் கேட்கிறார் ரங்கசாமி

கலந்துகொள்வதை ஒரு எளிமையான பழக்கவழக்கமாகக் கொண்டார். மக்களோடு மக்களாக வாழத் தொடங்கிவிட்டார். அவருக்கு அழைப்பிதழ் கொடுத்த எந்த ஒரு விசேஷத்திற்கும் அவர் போகாமல் விட்டதில்லை. 2000மாவது ஆண்டில் நடைபெற்ற எனது திருமணத்திற்குக்கூட அவர்தான் சீப் கெஸ்ட். நான் மண்ணாடிப்பட்டு தொகுதியைச் சார்ந்தவன். ஆனால், தட்டாஞ்சாவடி தொகுதியில் தேர்ந்தெடுக்கப்பட்ட ரங்கசாமி ஏன் கலந்து கொண்டார்? ஆம்... அவர் மக்களோடு இருந்தார். அவரின் வருகை, விசேஷங்கள் நடத்துபவர்களுக்குக் கொடுக்கும் சந்தோஷத்தை நடத்துபவர்களுக்குக் கொடுக்க விரும்பினார். இது, அடிப்படையில் மற்றவர்களின் மகிழ்ச்சியையும், அவர்களின் பெருமிதங்களையும் அங்கீகரிக்கும் தலைமைப் பண்பு.

இத்தகைய நடைமுறைகளுக்குப் பிறகு ஒரு மாற்றம் நடைபெற்றது. புதுவையில் இருந்த அனைத்துத் தலைவர்களும் அனைத்து விசேஷங்களிலும் கலந்துகொள்ள வேண்டிய கட்டாயம் ஏற்பட்டது. அத்தகைய கட்டாயம் ஏற்பட்டபோது, ‘இதென்ன புது தலைவலி... வேலை செய்ய முடியவில்லையே. விசேஷங்களுக்குப் போவதற்கே நேரம் சரியாக இருக்கிறது,

இதெல்லாம் ரங்கசாமியால் வந்தது!' என்று சில தலைவர்கள் புலம்பத் தொடங்கினர்.

ஆனால், ரங்கசாமி எத்தனை விசேஷங்களில் கலந்துகொண்டாலும், அவரின் எந்த அலுவலகப் பணியும் தொய்வில்லாமல்தான் நடந்தது. இதைப் பொருத்து சில தலைவர்கள் திருமணங்களில் 'மொய் எழுதியே என் சொத்து அனைத்தும் போயிடும் போலிருக்கே!' என்று புலம்பிய வரலாறும்கூட உண்டு.

விசேஷங்களில் நூறு ரூபாய் மொய் வைக்கும் தலைவர்கள் மத்தியில் 1000 ரூபாய்க்குக் குறையாமல் மொய் எழுதியும், அனைவரைக் காட்டிலும் அதிக விசேஷங்களில் கலந்துகொள்வதை வாடிக்கையாகவே கொண்டார் ரங்கசாமி.

இதனால், பொதுமக்களுடன் அவருக்கு எப்போதும் நெருங்கிய தொடர்பு இருந்துகொண்டே இருந்தது. மக்களின் உணர்வுகளை அவ்வப்போது நேரிடையாக அறிந்துகொண்டே இருந்தார். இந்த நடைமுறை புதுவையின் முதல்வர்களுக்கான எளிமையான அடையாளத்தை வெளிக்காட்டியது.

இது அனைவருக்கும் பொதுவானதாகவும் மாறினாலும், இந்த மாற்றத்திற்கு ரங்கசாமி மட்டுமே மூலகாரணம் என்பதால் அவருக்கே அந்த 'எளிமையான முதல்வர்' பட்டம் நீடித்து நிலைபெற்று நின்றுவிட்டது. அவரை 'புதுவையின் தந்தை' என்று ஏற்றுக்கொள்ள நாம் ஏன் தயக்கம் கொள்ள வேண்டும்?

22

குபேரும் ரங்கசாமியும்

ரங்கசாமி என்கிற ஆளுமை, பொதுமக்களுடன் சகஜமாக பழகத் தொடங்கியதற்கும், மாநிலமெங்கும் இருப்பவர்களுடனும் நெருங்கிய தொடர்பினை ஆரம்பகாலங்களில் ஏற்படுத்தியது. அவர் அழைப்பிதழ் கொடுக்கும் அனைத்து விசேஷங்களிலும் கலந்து கொண்டதின் மூலம் இது நடந்தது. இந்நடைமுறையை அதற்குப் பிறகு அனைவரும் பின்பற்றினாலும்கூட அதில் உயிரோட்டம் இருக்கவில்லை. கடமைக்காகத்தான் செய்தார்கள்.

இரவு மணி 12 ஆனாலும் திருமண காரியங்களை முடித்துக் கொண்டு, திருமண மண்டபத்திலிருந்து வீட்டிற்குச் சென்றுவிட்ட பெண்ணையும் மாப்பிள்ளையும்கூட வீடு தேடிச் சென்று வாழ்த்திய நிகழ்வுகளும்கூட அநேக நேரங்களில் என்பதைவிட அன்றாடம் நடந்தது. இதன் அடிப்படைக் காரணத்தைப் பார்த்தால் ரங்கசாமி அனைத்து விசேஷங்களையும் ஒன்றுகூட தவிர்க்காமல் கலந்துகொள்வதும், அதனால் அவர்கள் அடைகின்ற பெருமிதம் கொண்ட மகிழ்ச்சி எந்த வகையிலும் குறைந்துவிடக்கூடாது என்பதை கருத்தில் கொண்டதும் என்பதையும்கூட நாம் நினைவுப்படுத்திக்கொள்ள வேண்டும்.

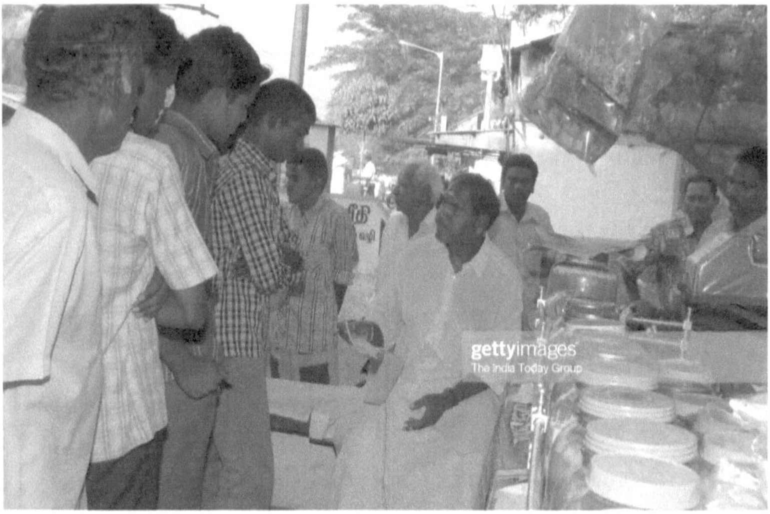

தேநீர்க் கடையில் அமர்ந்து மக்களின் குறைகளைக் கேட்கிறார்.

இதைப்போன்ற அவரின் செயல்பாடுகளில் முக்கியமானதாக அனைவரும் அறிந்தது. அவர் காலையில் எழுந்து வீட்டிலிருந்து வெளியில்வரும்போது மருத்துவம் பார்க்க பணம் வேண்டி முதியோர்கள், கண்ணாடி வாங்குவதற்கு உதவி கேட்டு சிலர் மற்றும் பெரியவர்கள் பலர் பெற்ற பிள்ளைகள் சோறு போடாதற்குக்கூட பஞ்சாயத்து செய்வதற்கு வலியுறுத்தி அவரைச் சந்திப்பதற்கு தினம் ஒரு கூட்டம் அவர் வீட்டின் வாசலில் நின்றுக்கொண்டே இருக்கும். அவரும் அவர்களுக்குச் சளைக்காமல் பணத்தையும், சிலரைக் கண்டித்துப் பேசிவிட்டு பிறகு உதவியையும் செய்வதற்கு மறுப்பதே இல்லை. தினமும் அவர் வீட்டில் நடந்தேறும் அதிகாலை செயல்கள் இவை. இதைப்போன்ற செயல்பாடுகளை நாம் குறிப்பிடுவதற்கு முக்கியமாக இரண்டு காரணங்கள் உண்டு. இது அவரின் தனிப்பட்ட செயல்பாடுகளை அலசுகின்ற கட்டுரை தொடரும் அல்ல. அவை பிரிதொரு சமயங்களில், என்னாலோ அல்லது அவருடன் நெருங்கிப் பழகி அறிந்த மற்றொருவராலும்கூட எதிர்காலத்தில் எழுதப்படலாம். ஆனால், நமக்கு இரண்டு காரணங்களுக்குத் தேவையான விடையைத் தேடுவதில்

இப்போது மேலோட்டமாக இத்தகைய செயல்பாடுகளைப் பார்க்கவேண்டிய தேவை ஏற்பட்டிருக்கிறது.

முதலாவது காரணம், எனது ஒரு நண்பர் இந்தக் கட்டுரைத் தொடர் வெளிவருவது குறித்து என்னுடன் பேசும்போது, 'புதுவையின் தந்தை குபேர் என்று ஒருவர் இதற்கு முன்பே இருக்கிறார் என்பதை தாங்கள் அறிவீர்களா?' என்ற கேள்வியை என்னிடம் கேட்டிருந்தார். நானும், 'எனக்கும் தெரியும்... அவர் புதுவைக்காக என்னென்ன திட்டங்களைக் கொண்டு வந்தார்?' என்று கேட்டேன். அதற்கான பதிலை நான் எதிர்பார்த்த விதத்தில் அவரால் கொடுக்க முடியவில்லை. அதற்கான பதில் இவ்வாறுதான் இருந்தது. 'குபேர் மக்களுடன் நெருங்கிப் பழகினார், எப்போதும் பாக்கெட்டில் பணம் இருந்துகொண்டே இருக்கும், யார் வந்தாலும், சாப்பிடுவதற்கு பணம் கேட்டாலும் உடனே தயங்காமல் தருவார்' என்பதே அவரின் பதிலாக இருந்தது. இதற்காக நான் இப்போது செய்யப்போகும் வாதம், நிச்சயமாக ஒரு மூத்த மறைந்த முன்னால் முதல்வருக்கு எதிராக இருக்கப் போவதில்லை. ஆனால், உண்மை எக்காரணம் கொண்டும் எதற்காகவும் மறைக்கப்பட்டுவிடக் கூடாது என்பதுதான் இதன் மிக முக்கியத்துவம் வாய்ந்த அறம் சார்ந்த கருத்தாக நான் கொள்கிறேன்.

இங்கே மதிப்பிற்குரிய முன்னாள் முதல்வர் காலஞ் சென்ற குபேர் அவர்கள் மக்களுடன் நெருங்கிப் பழகினார் என்பதிலோ, அல்லது அவர்களுக்கு எப்போதும் தன் பையிலிருந்து பணம் தந்தார் என்பதிலும் சிறிதளவேனும் மாற்றுக்கருத்தினை நாம் கொண்டிருக்கப்போவதில்லை. அதன் காரணத்தைக் கொண்டு மக்கள் அவரை அப்பாவாகப் பாவித்து அழைத்ததும்கூட இங்கே சந்தேகத்திற்கு இடமில்லாத வகையில் ஒரு உறவின் வெளிப்பாடாகத்தான் அமைந்திருந்தது. ஆனால், அதனை அங்கீகரிக்கும் நாம் இங்கே இப்போது ரங்கசாமி என்கிற ஆளுமை மாநிலத்தின் அனைத்து குடும்ப நிகழ்ச்சிகளிலும் கலந்துகொண்டு, அந்த நடைமுறையை அனைத்து தலைவர்களும் பின்பற்ற வேண்டிய கட்டாயத்தை ஏற்படுத்திய அந்த எளிமையான மாற்றத்தையோ அல்லது

தூங்கி எழுந்தவுடன் உதவிகேட்டு அவர்வீட்டு வாசலில் நிற்கும் ஏராளமான மக்களுக்கு, குபேருக்கு சற்றும் குறையாத அளவிற்கு உதவிகள் செய்திட்ட செயல்பாடுகளையோ நாம் ஏன் அங்கீகரிக்க மறுக்கிறோம்? அதன் அறம் சரியானதாக இருக்கிறதா என்பதை நாம் ஆய்வு செய்திருக்கிறோமா? என்பதற்காகவே நான் அவரின் செயல்பாடுகள் குறித்து எழுத வேண்டிய முதல் காரணம் உருவானது. ஆக, இதன் முதல் காரணத்தைப் பொருத்து குபேரும், ரங்கசாமியும் தந்தை என்கிற அந்தஸ்தைப் பெறுவதில் சிறிதளவேனும் குறை இல்லாதவர்கள் என்பதை நான் ஒப்புக்கொள்ளவே செய்கிறேன். ஆனால், மிக முக்கியமான ஒரு கேள்விதான் இங்கு அனைத்தையும் மாற்றியமைத்து விட்டதாக அறத்தின் தரப்பிலிருந்து நாம் எடுத்துரைக்க விரும்புகிறோம்.

குபேர் மக்களுடன் நெருங்கிப் பழகினார், பொருளுதவி அளித்தார், அத்துடன் நின்றுகொண்டார். ஆனால் ரங்கசாமி அவ்வாறு பழகும்போதும் பொருளுதவி அளித்தபோதும் மக்களின் துன்பங்களை நிரந்தரமாகத் துடைத்தெறிய விருப்பப்பட்டார். அதன் காரணங்களே ரங்கசாமியின் சமூக நலத்திட்டங்களாக உருவெடுத்ததின் இரண்டாவது காரணத்தைப் பார்ப்போம்.

ஆனால், இப்போது முடிந்திருக்கும் இந்த நிகழ்வைப் பொருத்து ரங்கசாமி மற்றும் குபேர் இருவரில் எந்த ஒருவரையும் நாம் தந்தையென்று கூற விரும்பவில்லை. அதனை நாளை மட்டுமே கூறுவோம். இது இன்றைய சிறப்பு.

23

இயற்கை சமத்துவபுரங்களை உருவாக்கிய ரங்கசாமி.

ரங்கசாமி என்கிற ஆளுமையின் செயல்பாடுகள் மக்களுடன் கொண்டிருந்த நேரடித் தொடர்புகள் குறித்து கூறுவதின் காரணம், நமக்குத் தேவையான 2ஆவது விடையைத் தேடுவதற்காகவே குறிப்பிட விரும்புகிறேன் என்று கூறியிருந்தோம். அதன் காரணம் இதுவே.

ரங்கசாமி என்கிற ஆளுமைக்கு இணையான சமூகத் தொடர்புகள் கொண்டவர்களை நாம் காணமுடிந்திருந்தாலும்கூட அவர்களிடம் இருந்து ரங்கசாமி எவ்வாறு மாறுபடுகிறார் என்பதுதான், அவர் 'புதுவையின் தந்தை' என்று அழைக்கப்படுவதற்கான காரணங்களுக்கான விடையை நாம் காண முடியும். மக்களுக்கு உதவி செய்வதோடு நிறுத்திக்கொண்டவர்கள் மத்தியில், ரங்கசாமி அந்த உதவிகளையே கோர முடியாத ஒரு சமூகத்தை ஏற்படுத்த நினைத்து அதற்காகக் கொண்டுவந்த சமூக நலத்திட்டங்கள் இந்தியாவிற்கே முன்னோடியாக பல திட்டங்களுக்கு வழி ஏற்படுத்திய வரலாற்றுப் பின்னணியைக் கொண்டதாக மாறியது. மாநிலமெங்கும் சுக, துக்க நிகழ்ச்சிகளுக்கு மண்டபங்கள் மட்டுமல்லாது அவர்களின் வீடுகளுக்கே நேரிடையாக செல்வதற்கான வாய்ப்புகளை உருவாக்கிக் கொண்ட ரங்கசாமி, மத்திய அரசு புதுவை மாநிலத்திற்கு மானிய உதவியுடன் நிதியை வாரி இறைப்பதால்

சொர்க்க பூமியாக இருக்கிறது என்று புதுவையின் எல்லை மாநிலங்களில் இருந்தவர்கள் கருதிய எண்ணம் முற்றிலும் தவறானது என்பதை அறிந்துகொண்டார். புதுவையில் அப்படி எந்த ஆரோக்கியமான வளர்ச்சியும் நிகழவில்லை என்பதையும் ரங்கசாமி அறிந்துகொண்டார்.

அந்த அதிகப்படியான நிதியைக் கொண்டு குறுகளான சாலைகளையே மீண்டும் மீண்டும் குறுகலாகவே வருடாவருடம் போடுவதால் குண்டும் குழியுமற்ற சாலைகள் இருந்தன. மத்திய அரசின் நேரடிக் கட்டுப்பாட்டின் கீழ் புதுவை மாநிலம் இருந்ததால், தேதி தவறாமல் அரசு ஊழியர்களுக்கு அதிகமான அளவில் சம்பளமும் கிடைத்து வந்தது. இதைத்தவிர வேறெந்த பெரிய வளர்ச்சி பெற்ற புதுவையை இங்கே எவரும் உருவாக்கிவிடவில்லை என்பதைக் கண்டார். கிராமங்கள் எங்கும் நகரங்களிலும் பெரும்பாலான பகுதிகள் குடிசைப் பகுதிகளாகவே இருந்து வந்ததைக் கண்டார். பெரும் சலுகைகளுடன் கிடைத்த மானிய நிதி, இந்த அமைப்பை மிக நீண்ட காலத்திற்கு மாற்றி அமைத்திடவில்லை என்பதைக் கண்டார். அதனால் காமராசர் கல் வீடு கட்டும் திட்டத்தின் மூலம், குடிசை இல்லாத மாநிலமாக புதுவையை மாற்றியமைக்க முற்பட்டார். மாநிலமெங்கும் இருந்த குடிசை வீடுகள் கல்வீடுகளாக மாற்றப்பட்டது. குடிசை வீடுகள் இருந்த இடங்களின் பத்திரங்களையோ அல்லது அரசாங்கம் கொடுத்த இலவச மனைப் பட்டாவையோ குடிசை மாற்று வாரியத்திடம் ஒப்படைத்து, வீடு கட்டுவதற்கான மானிய தொகை ஒரு லட்சத்தை பகுதிவாரியாக கட்டுமானத்திற்கு தகுந்தவாறு நிதியைப் பெற்றுக்கொள்ளும் முறை உருவாக்கப்பட்டது. ஒரு சாதாரண கூலித் தொழிலாளி அவருக்குத் தேவையான வீட்டை அக்காலத்தில் கட்டுவதற்கு இரண்டு லட்சம் செலவாகும் நிலையில், 1 லட்சம் அரசு தரப்பில் மானிய மாக அளிக்கப்பட்டது. இத்திட்டம் ஒரு புதிய தனிநபர் உள்கட்டமைப்பை வலுவானதாக புதுவையில் மாற்றியது. மிக அதிகமான அளவில் கட்டுமானங்கள் நடைபெற்றன. அதன் உபதொழில்கள் பெரிய அளவில் விரிவடையத் தொடங்கின. சிறிது காலத்திற்குப் பிறகு 1 லட்சம் மானியத்தை இரண்டு லட்சமாக உயர்த்தினார். அது அடுத்த சமூகப் புரட்சியை ஏற்படுத்தியது. மிகப்பெரிய அளவில் உள்ளூர் நில வணிக

தொழில் விரிவடைய ஆரம்பித்தது. ஏனென்றால் இப்போது 1 லட்சம் மானியமாக இருந்தபோது நீண்ட காலமாக இருந்த குடிசைவீடுகள் அனைத்தும் கல்வீடாக மாற்றப்பட்டது. இப்போது இன்னுமொரு பிரச்னை அடித்தட்டு மக்களிடம் இருந்தது.

1980களில் இந்திரா காந்தியால் பட்டியலின மக்களுக்காக கொண்டு வரப்பட்ட கல்வீடு திட்டத்திற்கு பிறகு அவர்களுக்கு அதன்பிறகு எந்த கட்டுமான உதவிகளையும் எந்த அரசும் செய்திடவில்லை. இதனால், ஒரு சிறிய வீட்டிற்குள், அதாவது 500 சதுரடி இடத்தில் மூன்று நான்கு குடும்பங்கள் எல்லாம் ஒரே குடும்பத்தில் பிறந்த சகோதரர்கள் இடவசதியில்லாமல் வாழ்ந்துவரும் சூழ்நிலை நிலவியது.

1 லட்சம் மானிய திட்டத்தில் கட்டப்பட்ட வீடுகளில்கூட இதே அவலநிலை நீடிக்கச் செய்தது. இப்போது மானியம் 2 லட்சமாக உயர்ந்தவுடன் ஒவ்வொரு குடும்பத்தில் இருந்த இரண்டு மூன்று சகோதரர்களும் அன்றைக்கு 50 ஆயிரம் விலையில் ஒரு புதிய மனையை வாங்கினால் அந்த மனைக்கு கல்வீடு கட்ட அரசு ரூ.2 லட்சம் மானியம் அளித்தது. ஒரு பெரும் சமூகம் தங்களின் கவுரவமான வாழ்க்கைக்குரிய நியாயமான நீதியைப் பெற்றவர்களாக அவர்களாகவே மாறத் தொடங்கினர். அந்த நீதியை ரங்கசாமி என்கிற ஆளுமைதான் அவர்களுக்கு அளித்தது.

இது மற்றொரு சமத்துவத்தையும்கூட உருவாக்கியது. தமிழகத்திலாவது சமத்துவபுரம் உருவாக்க வேண்டிய தேவை இருந்தது. அதை ஏற்படுத்தியும்கூட அது பெரிய பயன்கொடுக்கும் திட்டமாக இருக்கவில்லை. ஆனால், புதுவையில் ரங்கசாமி என்கிற ஆளுமையின் இந்த முயற்சி மாற்றியமைக்க முடியாத அளவிற்கு இயற்கையான சமத்துவபுரங்களை பல்வேறு இடங்களில் உருவாக்கியது. இவ்வாறுதான் சமூக நெருக்கத்தால் காண முடிந்த குறைகளில் ஒன்றான குடிசை வீடுகளை கல்வீடாக மாற்றும் முயற்சியில் ரங்கசாமி வெற்றி பெற்றது வரலாற்றில் பதிவான திட்டமாக மாறியது. அந்த ரங்கசாமியையா நாம் தந்தை' என ஏற்க மறுக்கப் போகிறோம்?

24

முதியவர்களின் சுயமரியாதையைப் பாதுகாத்த ரங்கசாமி.

ரங்கசாமி என்கிற ஆளுமை நாம் கணிக்க முடியாத அளவிற்கு ஒரு புதிராக இருக்கிறார் என்பதை நாம் ஒப்புக்கொள்ளவே செய்வோம். இதையே மதிப்பிற்குரிய முன்னாள் முதல்வர் வைத்திலிங்கம் சட்டமன்ற உறுப்பினராக தொடர்ந்து இருந்த 25ஆவது ஆண்டு விழாவிலும்கூட பதிவு செய்திருக்கிறார்.

“நான் பல முதல்வர்களுடன் இந்த 25 ஆண்டுகள் பணி செய்திருக்கிறேன். ஆனால், ரங்கசாமியை மட்டும் என்னால் புரிந்துகொள்ளவே முடிந்ததில்லை. அவர் மவுனத்திற்கான காரணம் எவரும் அறிந்திட முடியாத வகையில் இருப்பதை உணர்ந்தேன்” என்று சட்டசபையிலேயே அவரின் அந்த விழாவின் சிறப்புப் பேச்சில் குறிப்பிட்டிருக்கிறார். இது முற்றிலும் உண்மை. அவர் ஆழ்ந்த ஆய்வுகளுக்கு உட்படுத்தப்பட வேண்டியவர் என்பதை நான் அறிந்திருக்கிறேன். அதனை நாம் தீர்க்கதரிசி என்று கூறுவதா? அல்லது தொலைநோக்குப் பார்வையுடன் தனக்குள்ளேயே சிந்தித்து முடிவெடுத்து அதனை செய்து முடிக்கும் சிறப்பு வாய்ந்த தலைமை என்று கூறுவதா? என்று விளங்கிட முடியாத அளவிற்குத்தான் உள்ளது.

அவர் மேடையில் பேசுகின்றபோது அந்தப் பேச்சில் அறம் சார்ந்த தொலைநோக்குக் கருத்துகளையும்,

பெரும் தத்துவங்களையும், மிக எளிமையாக இன்றைய இளைஞர்களுக்குக் கற்றுத்தர விரும்புவதைப் பார்க்கலாம். அதேநேரம் நேரிடையாக பேசும்போது நம் வீட்டுப் பக்கத்து வீட்டு பெரியப்பாவையோ அல்லது சித்தப்பாவையோ சிலருக்கு தாத்தாவையும் நினைவுக்கு கொண்டு வருமளவிற்கு மிக எளிமையான நடையில் பேசுவதும், பழகுவதும் இருக்கும். இதன் அடிப்படைக் கருக்துகளை நாம் ஆய்வு செய்தால், அவரின் திட்டங்களில் ஒரு தொலைநோக்குப் பார்வை இருந்தது என்று கூறுவதின் காரணத்திற்கான உண்மை நிலையையும்கூட நாம் சுலபமாக அறிந்துகொள்ள முடியும்.

அதைப்போலவேதான், புதுவையை குடிசை இல்லா மாநிலமாக உருமாற்றியதின் தொலைநோக்குப் பார்வையையும், அந்தத் திட்டங்கள் உதித்த விதங்களையும்கூட எடுத்து முன்வைத்திருக்கிறோம். அதனை இன்னும் ஆழமாக நாம் அறிந்துகொள்ள வேண்டும் என்றால் ரங்கசாமியின் மற்ற திட்டங்களையும்கூட உற்றுநோக்க வேண்டும்.

அவர் வீட்டில் ஒரு வயது முதிர்ந்த பாட்டி ஒருவர் தலையில் ரத்தம் சொட்ட சொட்ட வந்து ரங்கசாமியின் வருகைக்காகக் காத்துக்கொண்டிருந்தார். அவர் வந்து காரிலிருந்து இறங்கியதும் கத்த ஆரம்பித்துவிட்டார். தன் மீதுள்ள ரத்தத்தையெல்லாம் காட்டி அவர் வீட்டு மனையை அவரின் உறவினர்கள் சொந்தம் கொண்டாடி தன்னை அடித்துவிட்டதாகவும் அதனால் ரத்தம் வருவதையும், அந்த மனைக்காக தாம் நீதிமன்றம் சென்றிருப்பதையும் கூறிய அந்த மூதாட்டி, தன்னை தாக்கியவர்கள் குறித்து காவல்நிலையத்தில் கூறி அவர்களை கண்டிக்க வேண்டியும் முறையிட்டார்.

அனைத்தையும் மிக பொறுமையாகக் கேட்டுக்கொண்டிருந்த ரங்கசாமியோ, அந்த மூதாட்டியிடம் ‘உன் வயது என்ன இப்ப போய் கோர்ட்டுக்கு போயிறுக்கறேன்று சொல்லுறியே, கோர்ட்டுக்கு போற வயசா இது நான் தான் மூனாயிரம் மாசாமாசம் தர்றேன்னே, அத வாங்கி சாப்பிட்டுட்டு, நமக்கின்னான்னு வாழ்ந்துட்டு போறத விட்டுட்டு இந்த வயசுக்கேத்த வேலையா செய்யற”

என்று கண்டித்தவர், காவலரை அழைத்து உடனடியாக அந்த மூதாட்டியை தாக்கியவர்களை விசாரிக்கும்படி உத்தரவிட்டார். இந்நிகழ்வில் நாம் உற்று நோக்கவேண்டிய விஷயம் எதுவெனில், இதற்கு முன்பு நாம் கூறிய ரங்கசாமி என்கிற ஆளுமையின் தொலைநோக்குப் பார்வையை அறிந்துகொள்வதில் உள்ள சிரமங்களுடன் இந்நிகழ்வினை ஆய்வாளர்கள் பொருத்திப் பார்க்க வேண்டிய அவசியத்தையும் உணர வேண்டிய கட்டாயத்தை ஏற்படுத்துவதை உணர வேண்டும்.

அவர் முதியோர்களுக்கு அளித்த உதவித் தொகை திட்டம் என்பது ஏதோ கடமைக்கான அரசின் திட்டமாக இருந்திடவில்லை. ஒவ்வொரு நாளும் தன் வீட்டில் வந்து உதவி கேட்கும் முதியோர்களின் நிலையைப் பார்த்தவர், அவர்களுக்கு உதவிகொண்டே இருப்பதும், அதற்காக அவர்கள் தினம் தோறும் தன்வீட்டு வாசல் படியில் வந்து நின்றுகொண்டே இருப்பதும், அவர்கள் வயதான காலத்தில் தன் சொந்த குடும்பத்தினரால் படுகின்ற அவமானங்களைவிட அதிகமானது என்பதையும் உணர்ந்தார் ரங்கசாமி. அதனால், அவர்களுக்கு கவுரவமான வாழ்க்கையை ஏற்படுத்தவும் அதன்பொருட்டு எவரையும் எதிர்பார்த்து வாழாத வாழ்க்கையை அமைத்துக்கொடுக்க வேண்டும் என்பதிலும், அதில்தான் உண்மையான கருணை எண்ணம் அடங்கியிருப்பதையும் அவர் கண்டார். நாம் அதனை தான் உயர்ந்த தலைமைப் பண்பென்றும், தந்தைக்குரிய தகுதியென்றும் அழைக் கின்றோம் இதைப் பொருத்து நாம் அறிந்துகொள்ள வேண்டிய முக்கியமான கருத்து எதுவெனில்,

இரண்டு, மூன்று வருடங்களுக்கு முன்பு வரையிலும் கூட ரங்கசாமியின் வீட்டிற்கு அதிகளவில் உதவிகள் கேட்டு முதியோர்கள் வந்து கொண்டிருந்தார்கள். இதுவே பத்து வருடங்களுக்கு முன்பெல்லாம் எண்ணிலடங்கா முதியோர்கள் வந்துகொண்டிருந்தார்கள். ஆனால் இன்றோ அதைப்போல் பண உதவிகள் கேட்டு வருகின்ற கூட்டம் முற்றிலும் இல்லையென்று கூறுமளவிற்கு குறைந்துவிட்டது. அந்த எண்ணத்தின் வெளிப்பாடாக தான் அந்த மூதாட்டியிடம்

கூட நீதிமன்றம் செல்லும் வயது இது இல்லை. நிம்மதியாக வாழ்வதற்கு முயற்சி செய் என்ற அர்த்தத்தில் தன் எண்ணத்தை வெளிப்படுத்துகிறார். இன்றைக்கு புதுவையில் எவரையும் எதிர்பார்க்காதே என்று கூறுவதைக் காட்டிலும், முதியோர்களின் உதவித்தொகையை நம்பி முதியோர்களை பாது காக்கும் குடும்ப உறுப்பி னர்களை கொண்ட அமைப்பை உருவாக்கி கொடுக்கும் அளவிற்கு மிக மிக தொலைநோக்கான பார்வையுடன் முதியோர் உதவித்தொகை திட்டத்தை கொண்டு வந்த ரங்கசாமி என்கிற ஆளுமையையா, நாம் புதுவையின் தந்தையென்று கூறக்கூடாது.

25

ரங்கசாமின் தொலைநோக்குப் பார்வை

நாம் இதற்கு முன்பு இதுவரை ரங்கசாமி என்கிற ஆளுமையின் இரண்டு சமூக நலத்திட்டங்கள் குறித்து பார்த்திருக்கிறோம். இனியும்கூடப் பார்க்கப்போகிறோம். என்றாலும், அதற்கு முன்பாக சில விஷயங்களை நாம் ஆய்வு செய்துகொள்வது இன்னும் வலிமையாகப் புரிந்துகொள்வதற்குப் பயனுள்ளதாக இருக்கும் என்று கருதுகிறேன். பொதுவாக ரங்கசாமி என்கிற ஆளுமை செய்திருக்கும் திட்டங்கள் குறித்து இங்கே சில விமர்சனங்கள் முன்னெழுப்பப்பட்டிருக்கின்றன என்பதை நாம் மறுப்பதற்கில்லை.

முதலில் வீடுகட்டும் திட்டத்திற்கு மானியம் அளித்ததையே எடுத்துக்கொள்ளுங்கள், அதைப் பொருத்து இவ்வளவு பணம் இலவசமாக வழங்கப்படுவது ஒரு அரசின் நிதி மேலாண்மையின் சார்பிலிருந்து சரியாக இருக்குமா? என்கிற கேள்வி பலராலும் முன்னெழுப்பப்பட்டிருக்கிறது. ஆனால் இந்தக் கேள்வியின் தர்க்கத்தைப் பொதுமக்களின் தரப்பிலிருந்து எதிர்த்தாலும் கூட, ஒரு அரசின் சார்பிலிருக்கும் அதிகாரியாக, அல்லது பொதுமக்களில் உள்ள ஒன்றிரண்டு அறிவுஜீவியாக இருந்து பார்த்தால் அந்தச் சந்தேகம் வலுவுள்ள சரியான காரணங்களைக்

கொண்ட கேள்வியாகவே தெரியும். ஆனால் 15 வருடங்களுக்கு முன்பு அந்தக் கேள்வி ஒரு சாரருக்கு சரியாக தெரிந்திருந்ததைப் போன்று, இன்று அக்கேள்வி சரியான உண்மைத் தன்மையை பெற்றிருக்கிறதா? என்பதிலிருந்துதான் நாம் ரங்கசாமியின் தொலைநோக்குத் திட்டத்தின் உண்மை நிலையை அறிந்துகொள்ள வேண்டும்.

இப்போது தற்காலங்களில், அவ்வாறு கல்வீடு கட்டும் மானிய தொகைக்காக எத்தனை நபர்கள் விருப்ப மனு கொடுக்கத் தயாராக இருக்கிறார்கள் என்பதை ஆய்வுசெய்து பாருங்கள். ஒரு காலத்தில் இந்த விண்ணப்பம் சிபாரிசுகளின் அடிப்படை யிலும், சில நேரங்களில் வேறொருவரிடமிருந்து பணம் கொடுத்து வாங்கி வீடு கட்டுவதற்கு முயற்சித்தளீ காலங்களும் உண்டு. ஆனால் இன்று அதன் தேவை மிகுதியாக இருக்கிறதா என்பதே, அந்தத் திட்டத்தின் மீது ஐயம் கொண்டவர்களின் கேள்வியில் உள்ள அர்த்தமற்றச் செயலை உணர்த்தும். அது அவ்வாறு உணர்த்துவதைவிட ரங்கசாமி என்கிற ஆளுமை எத்தனை தொலைநோக்குப் பார்வையுடன் திட்டங்களைக் கொண்டு வந்திருக்கிறது என்கிற உண்மையையும் நமக்கு உணர்த்தும்.

எந்த ஒரு மானியத் திட்டம் அல்லது இலவசத் திட்டமும் ஒரு குறிப்பிட்ட காலக்கெடுவிற்குள் அதன் பூரணத்தை அடைந்து அதன் தேவையை குறைத்துவிட்டால், அதுதான் தொலைநோக்கு சமூக நலத்திட்டங்களின் வகையை சார்ந்ததாக அமைகிறது. அது மட்டுமல்ல அத்தகைய திட்டங்கள் வேறு சிலகாலங்களில் மக்களின் இன்றியமையாத தேவையாகவும் இருந்திருக்கிறது என்பதையும்கூட சேர்த்தே நமக்கு உணர்த்து கிறது. அதைப்போலவேதான் ரங்கசாமி என்கிற ஆளுமையின் முதியோர் உதவித்தொகைத் திட்டமும்கூட ஆனால், அது இங்கே வேறு வகையில் தன் பூரணத்துவத்தின் நிறைவின் வடிவத்தைக் கொண்டிருக்கிறது. கல்வீடு கட்டும் திட்டத்தில் அளித்த மானிய உதவித் தொகைத் திட்டம், நாளடைவில் அதன் பயனாளிகளின் எண்ணிக்கையைக் குறைத்துக்கொண்டே செல்வதில் வெற்றிபெற்ற ஆக்கபூர்வமான திட்டமாக அடையாளப்படுகிறது என்றால், முதியோர்,

விதவைகள் உதவித் தொகைத் திட்டம் அத்தகைய உதவிகள் பெறுவோரை தன் சொந்தக் குடும்பத்து உறுப்பினர்களிடம் அல்லது வெளியில் உள்ள உதவிபுரிவோர்களிடமும் உதவி கேட்பதின் நிலையிலிருந்து தடுத்து நிறுத்துவது என்கிற வேறொரு வடிவத்தில் அதன் பூரணத்துவம் அடைவதின் மூலம் முதியோர், விதவைகள், ஊனமுற்றோர்களின் சுய கவுரவத்தைக் காப்பாற்றி நிற்கிறது.

ஆக இதுபோன்றத் திட்டங்கள் நிச்சயமாக இலவசத் திட்டங்கள் என்று கூறி வகைப்படுத்தி, தேவையில்லாதது என்று சித்தரிப்பவர்களின் கேள்விதான் உண்மைத்தன்மையற்றதாக இருக்கிறது. அத்தகைய சமூக நலத்திட்டங்கள் மக்களுக்குத் தேவையானதாகவே இருந்திருக்கிறது என்பதை ரங்கசாமி என்கிற ஆளுமை அறிந்திருக்கிறார். அவ்வாறு அவர் அறிந்து செயல்படுத்திய ஒரு திட்டம், தேவையின் எண்ணிக்கையை குறைத்துக்கொண்டது, மற்றொரு திட்டம், அவர்களின் சுய கவுரவத்தைக் காப்பாற்றி நிற்கிறது. எவரிடமும் கையேந்தி நிற்பதிலிருந்து தடுத்திருக்கிறது. இவ்வாறு அதன் தேவை நிறைவடைவதிலும், சுய கவுரவம் காப்பாற்றப்படுவதிலும், அந்த திட்டங்கள் நிறைவடைந்து நிற்பது ரங்கசாமி என்கிற ஆளுமையின் தொலைநோக்கு பார்வையை நம் கண்முன் கொண்டு வருகிறது.

இந்த இரண்டு திட்டங்களின் நிலை இது என்றால், இலவச அரிசி திட்டம் குறித்தோ நாம் கூறவே தேவையில்லை. மக்களை சோம்பேறியாக்கும் திட்டம், புதுவையில் ஒரு ரேஷன் கார்டு இருந்தால் போதும் வேலைக்கு செல்லாமலேயே குடும்பம் நடத்திவிடலாம், இதனால் மக்கள் சோம்பேறி ஆகி விடுவார்கள் என்றெல் லாம் விமர்சனத்தை முன் வைத்தனர். உண்மையில் அத்திட்டம் அதைத்தான் செய்ததா என்று ஆய்வு செய்து பார்க்க வேண்டும். ஒரு காலத்தில் இந்த இலவச அரிசியை வாங்குவதற்கு மக்கள் ரேஷன் கடைகளில் தவமாய் தவமிருப்பார்கள். அரிசி ஒரு மாதம் போடவில்லை என்றாலும் எங்கெங்கும் போராட்டம் வெடிக்கும், தலைவர்கள் செல்லுமிடமெங்கும், 'ஏன் அரிசி போடவில்லை?' என்று கேள்வி கேட்பார்கள். இன்று அவ்வாறு எங்காவது அந்த

இலவச அரிசிக்காகப் போராட்டங்களோ, தேவை அதிகமாக இருப்பதையோ பார்க்க முடிகிறதா? அதன் தேவையும் குறைந்துபோனது. அதனால்மட்டும் அந்தத் திட்டம் வெற்றிபெறவில்லை. அதன் தேவையை அது குறைத்தது என்கிற ஆய்வும், குறைக்கப்படுவதற்கான மற்றொரு செயல் அதனுடன் தொடர்ந்து பயணித்ததையும் இதனுடன் பொருத்திப் பார்த்து அதன்பிறகே அந்தத் திட்டத்தின் வெற்றியைக் கணிக்க வேண்டும்.

அவ்வாறெனில் இலவச அரிசித் திட்டம் எந்தச் செயலுடன் தொடர்ந்து பயணம் செய்து வெற்றிபெற்றத் திட்டமாக மாறியது? என்கிற கேள்வியும்கூட இங்கே உருவாகலாம். இலவச அரிசித் திட்டத்தை ஆரம்பித்தக் காலங்களில் புதுவை மாநிலத்தில், அனைத்துக் குடும்பத்திலும், பொறியியல் படிப்பும், மருத்துவம் படிக்கும் மாணவர்களும் இருந்தனர். செலவினங்கள் அதிகமாக இருந்தது, ஒரு புதிய மனிதவளத்தை உருவாக்கிய அந்தக் காலங்கள் இலவச அரிசியின் பங்களிப்பை அதிகளவில் எடுத்துக்கொண்டது.

இன்றைக்கு நமது புதுவையின் பொறியியல் வல்லுனர் வேலை செய்பவர்களும், மருத்துவர்களும் நிச்சயமாக 75 சதவீதத்தினர் இலவச அரிசியை உணவாகக் கொண்டிருந்தனர் என்பதை மறுக்க முடியுமா? காமராசரின் மதியஉணவுத் திட்டமாவது ஒரு வேளை உணவைத்தான் அளித்தது, ஆனால் ரங்கசாமியின் இந்த இலவச அரிசித் திட்டம் மூன்று வேளை மாணவர்களுக்கு உணவளித்தத் திட்டமென்பது இதன் உள்ளடங்கிய மற்றுமொரு முக்கியத்துவத்தைப் பெறுகிறது.

அவ்வாறு உருவான அந்தப் புதிய மனிதவளம் உயர்ந்த வேலை பார்ப்பவர்களை உருவாக்கியதின் மூலம், அந்தக் குடும்பங்கள் அனேகமாக இன்று இலவச அரிசித் தேவையிலிருந்து வெளியேறிவிட்டது. அவ்வாறு அது உண்மையென்றால், ரங்கசாமியின் இந்தத் திட்டங்கள் எல்லாம், ஆய்வு செய்யவேண்டிய தொலைநோக்குத் திட்டங்களா? அல்லது வெறும் வெற்று விளம்பர இலவசத் திட்டங்களா என்பதை நீங்களே ஆய்வு செய்துகொள்ளுங்கள்.

எந்த இலவசத் திட்டம் அதன் பூரணத்துவத்தை அடைகிறதோ, அந்தப் பூரணத்துவத்தின் புள்ளியில் நின்று போகிறதோ, அது பெறும் வெற்றிகொண்ட சமூக நலத்திட்டங்களே அல்லது இவ்வாறும் கூறலாம்... காலத்திற்கும் கையேந்த விடாமல் இலவசத்தையும் அதனுடன் சேர்ந்த வளர்ச்சியையும் ஒருங்கே திட்டமிட்டுச் செயல்படுத்தினால் அதைச் செயல்படுத்தியவரே அனைவரின் தந்தையென்று கொள்ளத்தக்கவராக இருக்கிறார். இப்போது ஒப்புக்கொள்கிறீர்களா ரங்கசாமி புதுவையின் தந்தையென்று?

26

விருந்தோம்பலில் ரங்கசாமி

நாம் இறுதியாக இப்போது ஒரு முடிவுக்கு வரலாம், குபேர் கொடை வள்ளலாக இருந்ததால், புதுவையின் தந்தையாக போற்றப்பட்டார் என்கிற காரணத்தை நாம் எதற்காகவும் மறுக்கப் போவதில்லை என்பதை தெளிவுப்படுத்தி விட்டோம். ஆனால் ரங்கசாமி என்கிற ஆளுமை கொடை வள்ளலாக இருந்ததோடு, அவர் கொடை அளித்த ஒரு சில திட்டங்களின் தேவையை மக்களே பூர்த்தி செய்து கொள்வதற்கான வழிமுறைகளை ஒரு ஆளும் தரப்பிலிருந்து சிந்தித்து முடிவெடுத்து, அதற்கான தீர்வுகளை கண்டார் என்பதிலிருந்து அவர் இன்னும் வெகுதூரம் சென்று ஈடு இணையற்றவராக இருக்கிறார் என்பதை ஆதாரங்களே நமக்கு உண்மையென்று எடுத்துரைப்பதையும் கூட நாம் பார்த்துவிட்டோம்.

ஒப்பீடு செய்துகொள்ளும் அளவிலேயோ அல்லது எவருக்கு இணையானவராகவோ மட்டுமே கூறி, என்னால் முடிக்கவும் முடியவில்லை. ஏனெனில் புதுவையில் ரங்கசாமிக்கு இணையான கொடை தன்மை கொண்ட தலைவர்கள் இருந்தி ருக்கிறார்களா? என்கிற கேள்வி நிச்சயமாக அனை வரையும் காட்டிலும் என்ப தாகவோ, அல்லது அவருக்கு இணை என்று சொல்வதற்கு புதுவையில் ஒருவரும் இல்லாத வகையில் என்கிற பதிலாகவோ மட்டுமே நிறைவு பெறமுடியும்.

அப்பா பைத்தியம்சாமி ஆலய சாப்பாடு மண்டபத்தில் ரங்கசாமி உணவு பரிமாறுகிறார்

என்னிடம் என் நண்பர் ஒருவர் கூறினார், கண்ணன் தலைவர் கிராமத்திலிருந்து வருபவர்களிடம் நீங்கள் சாப்பிட்டீர்களா என்று கேட்டு சாப்பாடு டோக்கன் தருவதை எப்போதும் செய்வார். அதைப்போல் ரங்கசாமி செய்வதில்லையே, அது குறித்து உங்கள் கருத்து என்ன? என்கிற கேள்வியை கேட்டார். இந்த கேள்விக்கான பதிலை என்னாலும் கூட நேரிடையாக அளிக்க முடியுமா என்று எனக்கு தெரியவில்லை. இதை தொடர்வதற்கு முன்பு நான் இங்கு ஒரு விளக்கத்தினை கொடுத்து விடுகிறேன், ரங்கசாமி என்கிற ஆளுமை குறித்து நான் எழுதும் இந்த தொடர் முழுவதும் நான் என் தொழில் முறைசார்ந்த வகையிலும், என் சிறுவயது முதல் அவரின் திட்டங்கள் ஏற்படுத்திய மாற்றங்களை உணர்ந்த வகையிலும், நேரிடையாக என்னால் மட்டுமே எவரின் உதவியும் பெறாமலேயே நான் ரசித்து, வியந்த ரங்கசாமியைத் தான் எழுதிக் கொண்டிருக்கிறேன். அந்த வகையில் மேற்கூறிய சாப்பாடு குறித்த சந்தேகத்திற்கு என்னிடம் நேரிடையாக பதில் இல்லாததால், ரங்கசாமியுடன் அதிக நேரம் செலவிடும் ஜவகரிடம் இக்கேள்வி குறித்து கேட்டேன். அதற்கு அவர் கண்ணன் காலத்தில் கிராமத் திலிருப்போர் பேருந்தில் தான்

அப்பா பைத்தியம்சாமி ஆலய சாப்பாடு மண்டபத்தில் ரங்கசாமி உணவு அருந்துகிறார்

அதிகம் வருவார்கள். அவரை சந்திப்பதற்கு நேரம் இல்லாமல் போனால் எதிரில் பூங்காக்களில் காத்திருந்து நேரம் கடந்து சந்திப்பதால் அவ்வாறு அவர் டோக்கன் முறையை கையாண்டிருக்கலாம். ஆனால் இன்று நிலமையோ வேறு, எல்லோரும் மோட்டார் சைக்கிள், கார்களில் வருகின்றனர். மதியம் என்ன செய்ய வேண்டும் என்பதையும் வீட்டில் சொல்லிவிட்டே வந்துவிடுகிறார்கள், சந்திப்பதற்கு நேரம் ஆனால் வீட்டிற்கே சென்று சாப்பிட்டு வந்துவிடுவதால் அந்த கேள்வியின் தேவை இருக்கவில்லை. ஆனால், வருபவர்களில் எவராவது அதற்கான பொருளுதவியை கேட்டால் அதற்கு ரங்கசாமி மறுக்காமல் உதவி செய்து விடுவார். அவருக்கு போலியாக நடிக்கவும் வராது. ஆனால் அவர் சாப்பிடும் போது பெரும் செல்வந்தர்களாக இருந்தாலும், ஏழையாக இருந்தாலும், யார் வந்தாலும், சாப்பிட்டியாப்பா என்று கேட்காமல் இருக்க மாட்டார் என்று கூறினார்.

அவரின் ஆய்வுத்தன்மை மிக்க அந்த பதில் எனக்கு போதுமானதாக சரியானதாக இருந்தாலும், சாப்பாடு தொடர்பான விஷயத்தில் நான் அறிந்த ரங்கசாமியை

அப்பா பைத்தியம்சாமி ஆலய சாப்பாடு மண்டபம்

இவ்வாறு தான் வகைப்படுத்துவேன். சாப்பாடு விஷயத்தில் எம்.ஜி.ஆருக்கு இணை யாருமில்லை என்பார்கள். அவ்வாறு அவர் வீட்டிற்கு வருபவர்களுக்கெல்லாம் உணவளிக்க கூடியவர் எம்.ஜி.ஆர். விருந்தோம்பலின் சிகரம் என்று கூட அவருக்கு பெயருண்டு. ஏறக்குறைய அதற்கு சற்றும் குறையாத தன்மையை, வேறொரு வடிவத்தில் நான் ரங்கசாமியிடம் நேரிடையாக பார்த்திருக்கிறேன். எனக்குத் தெரிந்து கடந்த 10 வருடங்களாக தினந்தோறும் பசியுடன் இருக்கும் எவறும் (250 நபருக்கு குறையாமல்) இரவு ரங்கசாமி வணங்கும் அப்பா பைத்தியம்சாமி கோவிலில் உணவருந்துவதும், அதைப்போலவே சனிக்கிழமை தோறும் 2,000 நபர்களுக்கு குறையாமல் கூட்டு, பொறியல், அப்பளம், வடை, பாயாசம் ஆகியவற்றுடன் தலைவாழை இலை விருந்தும் நடைபெறும். பசியுடன் இருக்கும் எவரும் அங்கு உணவருந்தலாம், அவர்கள் அனைவரும் சாப்பிட்டார்களா என்று அறிந்து கொள்வதிலும், கேட்பதிலும் ரங்கசாமியின் கவனம் என்றும் குறைந்ததை நான் பார்த்ததில்லை. செல்வந்தர்களையும், கட்சி பிரமுகர்களையும் அல்லது தன்னை சந்திக்க வருபவர்களையும் உணவருந்தக் கூறுவதைக் காட்டிலும், தனக்கு முகமே தெரியாத உண்மையில் பசியுடன் இருக்கும்

உணவு தேவைப்படுவோருக்கு தினந்தோறும் உணவளித்த அரசியல் தலைவர் உலகில் எவருமில்லை.

ஆட்சியில் இருந்தாலும், இல்லாவிட்டாலும் தொடர்ந்து இவ்வாறு உணவு அளித்து மகிழ்ந்ததை குறிப்பாக நாம் கவனத்தில் கொள்ள வேண்டும். ரங்கசாமி அன்னதானம் அளிக்கும் விழாவில் அவர் முகத்தில் தெரியும் மகிழ்ச்சி வேறு எப்போதும் பார்த்திட முடியாது. பெரும்பாலும் அவர் அன்னதானம் அளிக்கும் நிகழ்ச்சிகளை தவிர்ப்பதும் கூட கிடையாது.

எங்கள் ஊர் மகாத்மா நகர் கோவில் கும்பாபிஷேக விழாவில் அது கொரோனா காலம் என்பதால், நூறு நபர்களுக்கு மட்டும் பார்சல் செய்த தட்டில் உணவை நிரப்பி அதை மட்டும் ரங்கசாமியின் கையால் கொடுத்துவிட்டு, பாத்திரங்களில் இருக்கும் உணவை நாங்களே வழங்கிவிடலாம் என்று ஏற்பாடு செய்திருந்தோம். ஏனெனில் பாத்திரத்தில் இருந்த உணவை அளிக்கும் போது கூட்டத்தை கட்டுப்படுத்த முடியாது என்பதால் கொரோனாவை கருத்தில் கொண்டு அம்முடிவை எடுத்திருந்தோம். ஆனால் ரங்கசாமி பார்சல் செய்த உணவை கொடுத்துவிட்டு, அது முடிந்தவுடன் அவரா கவே பாத்திரத்தில் உள்ள உணவையும் கொடுக்க முன்வந்துவிட்டார். அவருக்கு உணவளிப்பதில் அலாதி விருப்பம், மகிழ்ச்சி எப்போதும் உண்டு என்பதை நான் பார்த்திருக்கிறேன். எனக்கு தெரிந்து உணவு அளிக்கும் விஷயத்தில் இந்த உலகத்திலேயே ரங்கசாமி என்கிற ஆளுமைக்கு இணையான தலைமை இருக்க முடியாது என்பேன். அவர் உணர்ச்சிகளை வெளிக்காட்டுவதில்லை என்பதால் நாம் எதையும் கற்பனை செய்து கொள்வதிலும் அர்த்தமிருக்காது. ஒருவர் காசு கொடுத்தார், மற்றொருவர் உணவு கொடுத்தார், மற்றுமொருவரோ உதவிகள் செய்தார். இவர் களையெல்லாம் உங்கள் பார்வையில் கொடை வள்ளல் என்றால், இவைகள் அனைத்தையும் ரங்கசாமி என்கிற ஒருவரே கொடுத்தார் என்றால் அந்த ரங்கசாமியை என்னவென்று அழைப்பது, அதனால் தான் அவரை புதுவையின் தந்தையென்று அழைக்கிறோம்.

27

அடுத்தவர்களின் திட்டங்களுக்கு உரிமை கோராத ரங்கசாமி

விருந்தோம்பல் என்பது குறித்துப் பார்த்தோம், அதில் ரங்கசாமி என்கிற ஆளுமையின் விருந்தோம்பல் மற்றவர்களைக் காட்டிலும் வித்தியாசமான வேறொரு வகையைச் சார்ந்திருந்ததையும்கூடப் பார்த்தோம்.

ஆனால், இதன் அடிப்படைக் காரணம் எதுதான் என்பதைப் பார்த்தால், ரங்கசாமி என்கிற ஆளுமை நாம் குறிப்பிடும் மற்றவர்களிடம் உள்ளதுபோல் குடும்ப அமைப்பினைக் கொண்டிருக்கவில்லை என்பதை நாம் முக்கியமாக இதனுடன் ஒப்பீடு செய்ய வேண்டும்.

அவர் வீடும், கோவிலும் ஒரே நிலப்பரப்பில் உள்ளது. அத்தகைய அமைப்போடுதான் அவரின் விருந்தோம்பலையும் நாம் உற்று நோக்க வேண்டும். அதேநேரம், நாம் இதனுடன் வேறு எவரையாவது ஒப்பிட விரும்பினால் அதில் ஒரு சிலர் ஆட்சி உள்ள போது விருந்தோம்பலைச் செய்திருப்பர் மற்றும் சிலரோ ஆட்சி இருந்தாலும், இல்லாவிட்டாலும் தங்களைத் தேடி வருபவர்களிடம் அவர்களின் விருந்தோம்பலைச் செயல்படுத்தி இருந்திருக்கலாம்.

ஆனால், ரங்கசாமி என்கிற ஆளுமை, ஆட்சி இருந்தாலும், இல்லா விட்டாலும் செய்த விருந்தோம்பல்

என்பதைக் காட்டிலும், உண்மையான பசி உள்ள, உணவு தேவையுள்ள எவரையும் முகம் பார்க்காதவர்களுக்கும் விருந்தோம்பல் அளித்தார். ‘அந்த விருந்தோம்பல் எவருடனும் இணையானது என்று கூறும் நிலையில் இருக்க முடியுமா?’ என்பதே நம் கேள்வியாகிறது.

இப்போது நாம் மதிப்பிற்குரிய முன்னாள் முதல்வர் நாராயணசாமி கேட்டிருக்கும் ஒரு கேள்வியைப் பொருத்து தற்போது விளக்கம் கொடுக்க வேண்டிய தேவையை ஏற்படுத்தியிருப்பதாக உணர்கிறேன்.

அவர் ஒரு செய்திக்குறிப்பில் ராஜீவ் காந்தி மற்றும் இந்திரா காந்தி சிக்னல் அருகில் வரப்போகும் மத்திய அரசின் பாலம் கட்டுமானப்பணி மற்றும் விழுப்புரம் தேசிய நெடுஞ் சாலையில் ஆரியப்பாளையம் அருகில் வரும் ஒரு பாலம் ஆகியவற்றிற்கும், விழுப்புரம் தேசிய நெடுஞ்சாலை விரிவு படுத்தும் பணி ஆகிய பணிகளும் அவரது ஆட்சிக் காலத்தில் மத்திய பா.ஜனதா அரசால் கொண்டுவரப்பட்ட திட்டங்கள் என்று கூறியிருக்கிறார். இதைப் பொருத்து அவருக்கு நாம் அந்தப் பாலங்கள், சாலைகள் தொடர்பான கருத்துகளுக்கு மட்டும் விளக்கம் கொடுத்தால் போதுமானதாக இருக்கும் என்று கருத முடியவில்லை. அவர் ஒட்டுமொத்தமாக அனைத்து விஷயத்தையும் அறிந்துகொள்ள வேண்டும் என்று கருதுகிறேன்.

ஜிப்மர் மருத்துவக் கல்லூரி மற்றும் புதுவைப் பல்கலைக் கழகம் ஆகிய திட்டங்கள்கூட இங்கே புதுவையின் எந்த தலைவர்களின் திட்டங்களிலும் சேராது என்பதையே நம் கட்டுரை தொடர்ந்து வலியுறுத்தி வருகிறது. பொதுவாக அக்காலத்தில் எய்ம்ஸ், ஜிப்மர் போன்ற மருத்துவக் கல்லூரிகள் யூனியன் பிரதேசங்களில் மட்டுமே ஆரம்பிக்கப்பட்டன.

அதைப்போலவே எய்ம்ஸுக்கு நிகராக தென்னிந்தியாவில் ஒரு மருத்துவக் கல்லூரியைக் கொண்டுவருவதற்கு மத்திய அரசு முயற்சி செய்தபோது, காமராசர் அதனை திருச்சிக்குத்தான் கொண்டுசெல்ல முயன்றார். அன்றைக்கு காமராசருக்கு இணையான ஆளுமை ஏதும் புதுவையில் இருக்கவில்லை.

இருந்தபோதும் அக்கல்லூரி ஏன் திருச்சிக்குச் செல்லவில்லை என்றால், அக்காலத்தில் அது யூனியன் பிரதேசத்தில் ஆரம்பிக்கப்படுவதற்கான வாய்ப்புகள் மட்டுமே இருந்ததுதான் காரணம்.

அதைப்போலவே, புதுவைப் பல்கலைக்கழகம், பொறியியல் கல்லூரியும்கூட மத்திய அரசால் வழங்கப்பட்ட கொடையே தவிர அதனை புதுவையைச் சார்ந்த எவரும் கேட்டுப்பெற்றதற்கான எந்த ஆதாரமும் இல்லை. அவ்வாறு ஆதாரங்கள் இருந்தால் கொடுங்கள். அதாவது, பல்கலைக் கழகமும், பொறியியல் கல்லூரியும் புதுவைக்கு வேண்டும் என்று மத்திய அரசிற்கு எழுதிய கடிதம் அல்லது பாராளுமன்றத்தில் பேசியதற்கான ஆதாரம் இருந்தால் காட்டுங்கள். ஆனால், இவையிரண்டும் மத்திய அரசின் அறிவிப்பு வெளிவருவதற்கு முன் தேதியிட்ட ஆதாரங்களாக இருக்க வேண்டும். நன்றி தெரிவித்ததையோ, அல்லது விரிவுபடுத்துதல் குறித்தோ இருப்பதற்கான ஆதாரங்கள் இங்கு ஏற்றுக்கொள்ளத்தக்கதல்ல.

அதற்குச் சற்றும் குறையாததுதான் ராஜீவ்காந்தி சிக்னல் அருகில் வரப்போகும் மேம்பாலம், ஆரியப்பாளையம்–விழுப்புரம் தேசிய நெடுஞ்சாலை, சங்கராபரணி ஆற்றுப் பாலம், விழுப்புரம் தேசிய நெடுஞ்சாலை விரிவுடுத்தும் பணியும்கூட. இவை அனைத்தும் ரங்கசாமி முதற்கொண்டு வேறு எந்த முதல்வர்களும் கூட கேட்டுப் பெறவில்லை. அந்தப் பாதைகள் அனைத்தும், தேசிய நெடுஞ்சாலையின் போக்குவரத்தில் இருந்ததால், அதன் போக்குவரத்தின் அதிகரிப்பைக் கணக்கில் கொண்டு மத்திய அரசே நேரடியாக அவர்களின் திட்டமதிப்பில் கொண்டுவரப்பட்ட பாலங்கள்.

இன்னும் ஆழமாகக் கூறுவதென்றால், ராஜீவ் காந்தி சிக்னல் மேம்பாலம் மத்தியில் காங்கிரஸ் அரசு இருந்தபோது, மாநிலத்திலும் காங்கிரஸ் அரசு இருந்த 2011–ம் ஆண்டு ஆட்சியின் இறுதியில் மத்திய காங்கிரஸ் அரசு அறிவித்த மேம்பாலத் திட்டம்.

எனக்கு நன்றாக நினைவில் இருக்கிறது. அந்தப் பால அறிவிப்பை அதற்கடுத்த தேர்தலில் காங்கிரஸ் தேர்தல்

பிரசாரத்தில் பயன்படுத்தியது. ஆனால் அத்தேர்தலில் காங்கிரஸ் தோல்வியடைந்தது.

என்.ஆர். காங்கிரஸ் ஆட்சிக்கு வந்தவுடன் மேம்பாலத் திட்டத்தை அறிவித்த மத்திய காங்கிரஸ் அரசு ஆட்சியில் இருந்தும், அதில் நாராயணசாமி மத்திய அமைச்சாரக இருந்தும் மேம்பாலம் ஏன் வரவில்லை? அப்போதே அந்த பாலம் வந்திருந்தால் புதுவையின் போக்குவரத்தில் எவ்வளவு பெரிய மாற்றம் நிகழ்ந்திருக்கும். ஏன் நாராயணசாமி அதற்கு முயற்சி எடுக்கவில்லை?

அடிப்படையில் அந்தப் பாலம் 10 வருடங்களுக்கு முன்பே வந்திருக்க வேண்டியது. எதனால் தடைபட்டது? இந்தத் தருணத்தில் முன்னாள் முதல்வர் நாராயணசாமி உணர்ந்திருக்க வேண்டும்.

அவர் அதை மட்டும் உணர வேண்டியதில்லை, அவர் உணர வேண்டியது இன்னும் இருக்கிறது. அவர் குறிப்பிட்ட அந்தக் குறைபாடுகளுக்கும், ரங்கசாமி என்கிற ஆளுமையின் திட்டங்கள் ஏற்படுத்திய வேறுபாட்டையும் அவர் உணர்ந்தால் அவரே ரங்கசாமியை 'புதுவையின் தந்தை' என்று ஒப்புக் கொள்வார்.

28

திட்டங்களுக்கான சிந்தனையில் ரங்கசாமி

ராஜீவ் காந்தி சிக்னல் மற்றும் இந்திரா காந்தி சிக்னல் வரையிலும் கிழக்குக் கடற்கரைச் சாலை பாதையில் வரவேண்டிய மேம்பாலம், 2011ஆம் ஆண்டே மத்திய காங்கிரஸ் அரசால் கொண்டு வரப்பட்டும் அதற்குப் பிறகும்கூட காங்கிரஸ் 3 வருடகாலம் மத்தியில் ஆட்சியிலிருந்தும், அந்த ஆட்சியின் மிகவும் அதிகாரம் மிக்க பிரதமர் அலுவலக அமைச்சராக நாராயணசாமி இருந்தும், அறிவித்த மேம்பாலத்தை ஏன் கொண்டு வருவதற்கு முயற்சி எடுக்கவில்லை?

சரி, முயற்சி எடுக்கவில்லை என்பதையும்கூட நாம் சற்றுத் தள்ளிவைத்துப் பார்ப்போம். அந்தத் திட்டத்தை மத்திய பா.ஜனதா அரசு மீண்டும் அறிவித்ததை நாராயணசாமி தனது ஆட்சியில் அறிவித்ததாகப் பெருமையோடு வேறு கூறுகிறார்.

ஆக, இதிலிருந்து அவர் என்ன கூற விரும்புகிறார்? மத்தியில் காங்கிரஸ் ஆட்சியில் இருக்கும்போது தங்களுக்குத் தேவையென்றால் அத்திட்டத்தைச் செய்வதையும், தேவையில்லை என்றால் அத்திட்டத்தை நிறுத்துவதையும் வாடிக்கையாகக் கொண்டு இருந்தோம் என்றல்லவா வாக்குமூலம் அளித்திருக்கிறார்.

ராஜீவ் காந்தி மகளிர் மற்றும் குழந்தைகள் மருத்துவமனை

இங்கே எவராவது கேட்கலாம். அவ்வாறு கூறியது எப்படி வாக்கு மூலமாகும் என்று? நாராயணசாமிதான் மூச்சுக்கு முன்னூறு முறை கூறுயிருக்கிறார், மத்திய பா.ஜனதா அரசு அவரின் ஆட்சிக் காலத்தில் புதுவைக்கு எதையும் செய்வதற்கு முன் வரவில்லை. தனது அரசை பழிவாங்கிவிட்டதாகக் கூறியிருக்கிறார்.

ஆனால் மத்திய காங்கிரஸ் அறிவித்தத் திட்டத்தை தனது நலம் ஒன்றையே குறிக்கோளாகக் கொண்டு பா.ஜனதா அறிவித்ததாகக் கூறுகிறார். இவ்வாறு நாம் சென்றுகொண்டிருந்தால் நம் கட்டுரையின் தன்மை மாறிவிடும். ஒரு சரித்திரத்தை எழுதும் கட்டுரையில் இந்த வாதம் வேண்டாம் என்றாலும், நாம் ஏன் கூறியிருக்கிறோம் என்றால், இத்தகையத் திட்டங்களை யார் அறிவித்தால்தான் நமக்கென்ன, இவை அனைத்தும் மாநில அரசின் சாதனைப்பட்டியலைச் சேராது என்று நாம் அறிவித்துவிட்டபோது இதுகுறித்த விவாதமே தேவையில்லாதது.

ஆனால், நாராயணசாமி கூறியிருக்கும் புதிய சட்டசபை கட்டும் திட்டம் என்றைக்கும் எவர் ஆட்சியில் ஏற்படுத்தப் பட்டாலும் இன்னும் இருபது வருடங்களுக்குப் பிறகு ஏற்பட்டாலும்கூட அச்சாதனை ரங்கசாமியை மட்டுமே சாரும். ஏனெனில் இன்றைக்கு 10 வருடங்களுக்கு முன்பே ரங்கசாமி என்கிற ஆளுமை புதிய சட்டமன்றம் கட்டுவதற்கு நில ஆர்ஜிதம் செய்து உத்திரவு போட்ட ஆவணங்கள்

அதற்குச் சாட்சியாக இருக்கிறது. ஆனால், அந்த நிலங்களை உரியவர்களிடம் ஒப்படைக்கும் பணியை யார் செய்தார்கள் என்பதும்கூட இப்போது இந்த கட்டுரைக்குத் தேவை இல்லாத ஒன்று என்பதால் நாம் கடந்து சென்றுவிடுவோம். மொத்தத்தில் நாராயணசாமியின் இந்தக் குற்றச்சாட்டுகள் தொடர்பான இந்த விவகாரத்தில் அவரும், மற்றவர்களும் அறிந்துகொள்ள வேண்டிய முடிவான இடத்திற்கு நாம் வந்திருப்பதாக உணர்கிறேன்.

இப்போது இந்திரா காந்தி மருத்துவக்கல்லூரியை எடுத்துக்கொள்வோம், அந்தக் கல்லூரியை இங்கு கொண்டுவர வேண்டும் என்ற திட்டத்தை வகுத்தது யார்? அக்காலத்தில் இவ்வாறான திட்டத்தைச் செயல்படுத்தும் நிதி புதுவை அரசுக்கு உள்ளதா என்கிற கேள்வியைக் கேட்டது யார்?

இருந்தபோதும், ரங்கசாமியால் கொண்டுவரப்பட்ட அந்த திட்டம் நிதி பற்றாக்குறையிலும் முழுமையடைந்ததில்தான் அந்தத் திட்டத்தின் வெற்றி அடங்கியிருப்பதாக கருத வேண்டும். இதன் நிலை எதை வலியுறுத்துகிறது?

ஒரு திட்டம் எவரால் ஆரம்பிக்கப்படுகிறது, எவரின் சிந்தனையால் உதிக்கிறது என்பதுதான் அந்தத் திட்டத்திற்கான உரிமையாளரைத் தீர்மானிக்கிறது. இது எதைப்போன்றது என்றால் குழந்தையைப் பெற்றவர்கள்தான் அதன் ரத்த உறவால் நிலைத்திருக்க முடியும், இடையில் சிறிது காலம் குழந்தையின் விடுமுறை காலங்களில் உறவினர்கள் வீட்டில் தங்கியதை ஆதாரமாகக் கொண்டு அக்குழந்தையை உறவினர்கள் உரிமை கொண்டாட முடியாது. விடுமுறைக் காலத்தை உறவினர் வீட்டில் கழிப்பது காலங்காலமாக இருக்கும் நடைமுறையைச் சார்ந்தது என்கிற வாதத்தை இத்துடன் நாம் ஒப்பிட்டும் பார்க்கவேண்டும்.

ரங்கசாமியின் ஆட்சியில் ஏற்படுத்தப்பட்ட திட்டங்கள் அவர் ஆட்சியில் இல்லாதபோது மற்றவர்கள் ஆட்சிக்கு வந்தால் ரங்கசாமின் அந்தத் திட்டம் தொடர்ந்து மற்ற ஆட்சியாளர்களால் நடைமுறைப்படுத்தப்படுகிறது என்பதும், ஒரு நடைமுறைச் சார்ந்த நிர்வாக அமைப்பு. அவ்வாறெனில் ரங்கசாமியைத் தவிர்த்து புதுவையில் வேறு தலைவர்களின் சிந்தனையில் உதித்தத் திட்டங்கள் எதாகிலும் இருக்கிறதா? இதனை ஏன் இங்கே கூறுகிறோம் என்றால், நாராயணசாமி மத்திய அரசின்

இந்த திட்டங்களை மட்டும் அவர் காலத்திய திட்டங்களாக ஒரு நகைப்புக் குரிய விஷயத்தை மட்டுமே கூறியிருப்பதாக கருத வேண்டாம். அவர் இந்திரா காந்தி மருத்துவமனை, ராஜீவ்காந்தி மருத்துவக் கல்லூரி, காமராசர் மணி மண்டபம் ஆகியவற்றைக்கூட சிறிதும் கூச்சம் இல்லாமல் காங்கிரஸ் சாதனைகளாக 2021ஆம் ஆண்டு சட்டமன்ற தேர்தலின் பிரசாரத்தில் கூறியிருக்கிறார்.

ஒரு சிறிய பாலத்தைக்கூட கட்ட வேண்டும் என்று கருதாதவர்கள், ரங்கசாமி என்கிற ஆளுமையின் அனைத்து கனவு திட்டங்களையும் களவாடத் துணிந்தது வெட்கமற்ற செயல் என்று கூறலாம். இதனால்தான் இறைவன் ஒரு விஷயத்தைத் தீர்மானித்தார், அது இன்றளவும் நாராயணசாமி போன்றவர்களுக்குப் புரியவில்லை.

மத்தியில் காங்கிரஸ் அரசு இருந்தபோது, அரும்பார்த்தபுரம் மற்றும் முதலியார்பேட்டை – கடலூர் சாலை ஆகிய இடங்களில் ரயில்வே மேம்பாலத் திட்டம் கொண்டுவரப்பட்டது.

இப்போது ராஜீவ்காந்தி சிக்னல் மேம்பாலத்திட்டம், ஆரியப் பாளையம் தேசிய நெடுஞ்சாலை ஆற்றுப்பாலம், நிச்சயமாக சட்டசபை கட்டிடம் என்று அனைத்துத் திட்டத்திற்கும் அடிக்கல் நாட்டும் பெரும் கவுரவத்தை கடவுளே அவருக்கு அளிக்கிறார். ஏனென்றால் அவர் கையால் செய்தால் அப்பணி முழுமையாக நிறைவுபெறும் என்பது இறைவனுக்கும் தெரிந்திருக்கிறது. அடுத்தவர் திட்டங்களையும் அவர் கையால் தொடங்கப்படுவதற்கு ஆண்டவன் விருப்பப்படுகிறார். இதுவெல்லாம் தானாக நடப்பதில்லை, நல்லவராக நடப்பவர்களுக்கு இறைவன் நடத்திக்காட்டுவது.

ரங்கசாமி என்கிற ஆளுமைக்கு இணையான ஆளுமை புதுவையில் இருந்ததேயில்லை என்பதை நீங்கள் கடந்தகால அவரின் திட்டங்களை மனதில் கொண்டு முடிவுக்கு வரவேண்டும்.

அதேசமயம் மற்றவர்கள் என்ன செய்திருக்கிறார்கள் என்பதையும் ஒப்பீடு செய்ய வேண்டும். குறைந்தபட்சம் ரங்கசாமி என்கிற ஆளுமையுடன் ஒப்பீடு செய்வதற்கு

மற்றவர்களுக்கு திட்டங்கள் இல்லாமல் போகலாம். ஏனெனில் ரங்கசாமி என்கிற ஆளுமை கொண்டுவந்த திட்டங்களை வரிசைபடுத்தத் தொங்கினாலே அதை முடிப்பதற்கு இன்னும் 3 கட்டுரைகள் எழுத வேண்டும். குறைந்தபட்சம் கெடுதிகள் குறித்துகூட கணக்கீடு செய்து இதனை முடிவு செய்யலாம். அதாவது எந்தத் தலைவராவது கெடுதலே செய்யவில்லை என்பது குறித்த வாதத்தை முன்னிருத்த விரும்பினாலும் நாம் தயாராகவே இருக்கிறோம். ஒரே ஒரு உதாரணத்துடன் அதை இங்கே நினைவுபடுத்துகிறேன்.

ரங்கசாமி என்கிற ஆளுமை இல்லாவிட்டாலும், இந்த திட்டங்கள் எல்லாம் ரங்கசாமி என்கிற ஆளுமையின் எண்ணத்தில் உதிர்த்து உருவான திட்டங்கள் என்பதால் எக்காலத்திலும் சில திட்டங்கள் ரங்கசாமியின் காலத்தில் நடைமுறைக்கு வந்தாலும் அல்லது எவரின் ஆட்சியின்போது கொண்டு வரப்பட்டாலும், புதிய சட்டசபை கட்டிடம், புதுவையின் வரலாறு பாடப்புத்தகத்தில் சேர்த்தல், தமிழைக் கட்டாயமாகக் கற்பது, புதுவை மாணவர்கள் கட்டணமே இல்லாமல் இலவசமாக உயர்கல்வி கற்பது போன்ற திட்டங்கள் எல்லாம் ரங்கசாமி என்கிற ஆளுமைக்கான எதிர்காலத் திட்டங்கள்.

ஆனால், நாராயணசாமி போன்றவர்களுக்கு எந்தத் திட்டங்கள் எதிர்காலத் திட்டங்களாக இருக்கப்போகிறது என்று ஆய்வு செய்தால், கேசினோ சூதாட்ட விடுதி என்று புதுவைக்கு வந்தாலும், அது ரங்கசாமின் ஆட்சிகாலத்திலே வந்தாலும் காலம் அதற்கு நாராயணசாமியைத்தான் பொறுப்பாக்கும். ஏனென்றால் அது அவரின் கனவுத்திட்டம். புதுவையின் கடல் வளத்தை இப்படியும் உருவாக்கலாம் என்கிற திட்டத்தை வகுத்து, புதுவைக்கு வெளியில் இருக்கும் ஆளுமைகளுக்கு ஒரு ஆசையை உருவாக்கிய பெரும் பாதகச் செயலை உருவாக்கியதால் இதற்கான பொறுப்பை நாராயணசாமிதான் ஏற்க வேண்டும்.

இதையெல்லாம் கருத்தில் கொண்டு, தாம் எதையெல்லாம் செய்தோம், ரங்கசாமி என்கிற ஆளுமை எதையெல்லாம் செய்திருக்கிறது என்பதை அவர் பெரும் ஆய்வுகளுக்கு உட்படுத்தினால் நாராயணசாமியே, ரங்கசாமியை 'புதுவையின் தந்தை' என்று ஒப்புக்கொள்வார்.

29

தேசத்தின் பல திட்டங்களுக்கு வழிகாட்டிய ரங்கசாமி

இதுவரை இந்தத் தொடரை ஆரம்பித்ததிலிருந்து இன்று வரை தக்க ஆதாரத்துடன் கூடிய தகவல்கள் கிடைத்திடாத சூழ்நிலையில்தான் நான் எழுதி வந்தேன். சிறுவயது முதல் நான் பார்த்த, ரசித்த, வியந்த ரங்கசாமி என்கிற ஆளுமையைத்தான் இதுவரையிலும் எழுதிக்கொண்டிருக்கிறேன்.

ஆனால், முதல் முறையாக எனக்கு முதலியார் பேட்டை ராமலிங்கம் அவர்கள், ரங்கசாமியின் முதல் நான்காண்டு சாதனைகள் அடங்கிய அதாவது 24.5.2001லிருந்து 23.5.2005 வரையிலான அவரின் சாதனைகள் அடங்கிய புத்தகத்தை எனக்கு அளித்தார். அதனை நாம் படித்துப் பார்க்கும்போது இன்னும் வியப்புகளுக்குரிய விஷயங்கள் அதில் இடம்பெற்றிருப்பதாக உணர்கிறேன்.

இன்றைக்கு அமைப்பு சாரா தொழிலாளர்கள் குறித்து அதிகமாக நாம் பேசிக்கொண்டிருக்கிறோம். அந்த அமைப்பு சாரா தொழிலாளர் சங்கத்தை புதுவையில் முதன்முதலாக ஏற்படுத்தியவர் ரங்கசாமி என்பதையும், அதைப்போலவே கட்டிடத் தொழிலாளர் நலவாரியத்தையும் ஏற்படுத்தி இருக்கிறார் என்பதையும் அந்தப் புத்தகம் எடுத்துரைக்கிறது. இது இந்திய அளவில் முன்னுதாரனமான திட்டமா? என்பதற்கு என்னிடம்

சரியான ஆதாரங்கள் இல்லை. ஆனால் புதுவையில் வேறு எந்த முதல்வர்களும் கருத்தில் கொள்ளாத அடித்தட்டு மக்களை முதன் முதலாக அங்கீகரிப்பதற்கு அவர் செய்த முயற்சி அவரின் தொலைநோக்குப் பார்வைக்குக் கிடைத்த வெற்றி என்று கூறுவதில் எந்தத் தயக்கமும் கொள்ளத்தேவையில்லை என்பதை உறுதியாக நம்பலாம்.

அதைப்போலவே, அவரின் தொலைநோக்குப் பார்வையை நாம் அறிந்துகொள்ள மற்றொரு வாய்ப்பையும் கூட அந்தப் புத்தகத்தில் பார்க்க முடிகிறது.

நாட்டிலேயே முதல்முதலாக வேளாண் தொழிலுக்கு சிறப்பு காப்பீட்டு திட்டம் ரங்கசாமியால் தான் முதன் முதலாக அறிமுகப்படுத்தப்பட்டதற்கான ஆதாரம் இருக்கிறது.

இன்றைக்கு ஒவ்வொரு மாநில முதல்வர்களும், நாட்டின் பிரதமர்களும் போட்டி போட்டுக்கொண்டு விவசாயக் காப்பீட்டுத் திட்டத்தை அறிமுகப்படுத்திக்கொண்டிருக்கும் நிகழ்வுகளை நாம் சமீப காலங்களில் பார்த்திருக்கிறோம். ஆனால், புதுவை என்கிற ஒரு சிறிய பிராந்தியத்தின் முதல்வர் விவசாயிகளுக்குக் காப்பீட்டு உரிமையின் அவசியத்தை உணர்ந்து 19 வருடங்களுக்கு முன்பே அந்தத் திட்டத்தைக் கொண்டு வந்திருப்பது நாம் அவ்வளவு சாதாரணமாக கடந்து சென்றுவிடக்கூடியது அல்ல.

இதைப் போன்ற செயல்பாடுகள்தான் அவரை மற்றவர்களிடமிருந்து பிரித்துக் காட்டுகிறது. அவரின் தனித்துவத்தையும்கூட நமக்கு உணர்த்துகிறது. அதைப்போலவே புதுவைக்கு தனி கல்வி வாரியம் அமைப்பதற்கான முயற்சியினையும்கூட அவர் அக்காலத்திலேயே முன்னெடுத்துச்சென்றுள்ளதை அப்புத்தகத்தின் மூலம் அறிந்துகொள்ள முடிகிறது.

8–ம் வகுப்பு வரை தமிழ் கட்டாயம் பயில அரசாணைகூட ரங்கசாமி வெளியிட்டிருப்பதையும், அப்புத்தகத்தின் வாயிலாகத் தான் அறிந்துகொள்ள முடிகிறது. அதைப்போலவே ராஜீவ் காந்தி காலை சிற்றுண்டித் திட்டத்தையும், தேசத்திலேயே முதன்முறையாக ரங்கசாமிதான் கொண்டுவந்திருக்கிறார்.

இந்தத் திட்டங்களையெல்லாம் அவர் கொண்டுவந்தார் என்பதில் பெருமைகொள்ளும் அதேசமயம், இத்திட்டத்தில் சில தற்போது நடைமுறையில் இருந்து காலப்போக்கில் இல்லாமலும் ஆகியிருக்கலாம். சில திட்டங்கள் பெரும் தாக்கங்களை ஏற்படுத்தி இருக்கலாம். ஆனால் ரங்கசாமியின் ஆளுமை அதில் முக்கியத்துவம் பெறுவதைக் காட்டிலும், இத்திட்டங்களின் தேவைகளையும், மக்களின் பிரச்னைகளையும், மக்களின் குறைகளையும் அவர் மிகத்தெளிவாகத் தெரிந்திருக்கிறார் என்பதைத்தான் நாம் இதில் முக்கியமாகக் கொள்ள வேண்டும். மற்ற எந்த முதல்வர்களும் நமக்கென்ன என்றிருந்த அன்றாட தேவைகளைத் தவிர்த்து எதிர்காலத்திற்கான அச்சுறுத்தல்கள் மீது ரங்கசாமி கொண்ட சிறப்பு கவனத்தையும், அந்தத் தேவைக்கான ஆரம்பப் புள்ளியை ஏற்படுத்தியதற்கான மனோதைரியத்தையும் இந்த தலைப்பிற்கான முக்கிய தேவையாகவும் நாம் கவனத்தில் கொள்ள வேண்டும்.

அவ்வாறு ரங்கசாமி என்கிற ஆளுமையின் சில திட்டங்கள் பெரும் வெற்றி பெற்று நடைமுறையில் மக்களுக்கு பயன் தருவதாக இருந்திருக்கலாம். அதைப்போல், தமிழ் கட்டாயமாக கற்க வேண்டும் என்கிற அரசாணையில் தற்போது சிறிது தொய்வு ஏற்பட்டிருக்கலாம், புதுவைக்கு தனி கல்வி வாரியம் அமைப்பதில் சிரமம் இருந்திருக்கலாம்.

ஆனால் எக்காலத்திலும் புதுவை மக்களின் இன்றியமையாத தேவையாகவும், இன்னும் தீர்க்கப்படாத பிரச்னையாகவும், அவை வளர்ந்து உருவெடுத்து வரப்போகும் காலங்களில் அடையப்போகும் தீவிரத் தன்மைக்கு ரங்கசாமி என்கிற ஆளுமையே விதை இட்டிருக்கிறார் என்பதை நாம் மறுக்க முடியுமா? என்பதே இதனுடன் இருக்கும் நமக்கு தேவையான கேள்வியாகிறது.

அக்கேள்வி மற்றுமொரு சந்தேகத்தையும் முன்னெழுப்புகிறது என்றால், ரங்கசாமிக்கு முன்பு அல்லது பின்பு புதுவையில் முதல்வர்களாக இருந்தவர்களில் எவரெல்லாம் இதைப்போன்ற தொலைநோக்குப் பார்வையுடன் சில திட்டங்களையோ அல்லது தேவைகள்

குறித்து அறிவிப்புகளையோ வெளியிட்டிருக்கிறார்களா? என்பதே இங்கே முன்னெழும் தலையாய மற்றுமொரு கேள்வியாக அது முடிகிறது.

ரங்கசாமி என்கிற ஆளுமை உருவாவதற்கு முன்பு வரை மக்களுக்கு இது தேவை, இதை செயல்படுத்த வேண்டும் என்கிற குறைந்த பட்ச எண்ணங்களைக் கொண்டு இருந்ததையாவது செய்தியாக வெளியிட்டிருப்பதற்கான ஆதாரங்கள் ஏதேனும் இருக்க முடியுமா? நிச்சயம் இல்லை.

அவ்வாறு இல்லையென்று உறுதியாக நிரூபணம் ஆனால், ரங்கசாமியை புதுவையின் தந்தையென்று கொள்ள என்ன தயக்கம் இருக்கிறது? அப்படி தயக்கம் இருக்கத்தான் செய்யும் என்கிறீர்களா? அதற்குச் சரியான ஆதாரத்துடன் மறுப்பைத் தெரிவியுங்கள். ஆதாரத்துடன் ரங்கசாமி என்கிற ஆளுமைக்கு எதிராக மறுப்பைத் தெரிவிக்க முடியாமல் போனால்... ஆம், அவர் ‘புதுவையின் தந்தை’ என்று ஒப்புக்கொள்ளத்தான் வேண்டியிருக்கிறது என்பதை ஒப்புக்கொள்ளுங்கள். அதுதான் அறம் சார்ந்த அரசியல்.

30

புதுவையின் நான்கு பிராந்தியங்களுக்கும் சமமான வளர்ச்சி

ஒரே தலைவர் ஒட்டுமொத்த புதுவையையும் மாற்றிய பெருமைமிகு செயல்களைச் செய்தால் அவரை என்னவென்று அழைப்பது? ரங்கசாமி தனது திட்டங்களை புதுவை பிராந்தியத்திற்குள் மட்டும் அடைத்திடவில்லை. மாநிலத்தின் நான்கு பிராந்தியங்களுக்கும் விரிவுபடுத்தினார்.

கேரளாவின் அஞ்சரைக்கண்டியிலிருந்து மாகேவிற்கு தண்ணீர் கொண்டுவரும் திட்டம். அதைப்போலவே, ஏனாமிற்கு கோதாவரியில் இருந்து குடிநீர் கொண்டுவருவதற்கான ஆந்திர அரசுடன் புரிந்துணர்வு ஒப்பந்தம் செய்தது போன்ற தொலைநோக்கு திட்டங்களும் அவரின் காலத்தில் ஏற்படுத்தப்பட்ட முக்கியமான திட்டங்களாக நாம் கொள்ள வேண்டும்.

பொதுவாக புதுவையில் இதற்கு முன்பிருந்த எந்த முதல்வர்களும் புதுவையை தவிர்த்து வேறு பிராந்தியங்களை அவ்வளவாக ஏறெடுத்துப் பார்த்ததற்கான சாட்சியங்கள் இல்லை. அதற்காக புதுவையையாவது சிறப்பாக வைத்திருந்ததற்கான முயற்சிகளை மேற்கொண்டார்களா என்றால் அதிலும் அவர்களின் முக்கியமான பங்களிப்பு என்பது முற்றிலும் இல்லாத நிலைதான் இருந்தது.

காமராசர் கல்வி வளாகம்

ஆனால், ரங்கசாமி என்கிற ஆளுமை இவை அனைத்திலும் சரிசமமாகப் பங்களிப்பு செய்து அனைத்து பிராந்தியங்களின் வளர்ச்சியிலும்தான் புதுவை மாநிலத்தின் எதிர்காலம் சிறப்பாக அமைந்திருப்பதை தீர்மானிக்கும் வல்லமை பொருந்தி இருப்பதை உணர்ந்தார்.

ஏனாமில் உள் விளையாட்டு அரங்கம் கட்டுவதற்கு ஆவணம் செய்த அதேசமயம், மாஹேவிலும் அதைப்போன்ற அமைப்பை உருவாக்குவதற்குப் பணிகளைத் தொடங்கினார்.

காரைக்காலிலும் கூட கீழ்வெளிப் பகுதியில் அதைப்போன்ற உள்விளையாட்டரங்கம் அமைப்பதற்கான முயற்சிகளை மேற்கொண்டார். புதுவையில் அண்ணா நகரில் பெருந்தலைவர் காமராசர் கல்வி வளாகம் ரூ.7.75 கோடி மதிப்பீட்டில் கட்டடத்தை அமைத்து கல்வித்துறைக்கான கட்டமைப்பை பெரியளவில் உருவாக்கிய அதேசமயம், காரைக்காலில் அதற்குச் சமமான அளவில் ரூ.3கோடி மதிப்பில் அனைத்து அரசுத் துறைகளும் ஒரே இடத்தில் இயங்குவதற்கான ஒருங்கிணைந்த அரசு அலுவலகம்

ஏனாமில் உள்ள உள்விளையாட்டு அரங்கம்

அமைத்தார். அதைப்போன்ற அலுவலகத்தை மாஹேவிலும் ரூ.1.10 கோடி மதிப்பில் உருவாக்கினார்.

ரங்கசாமி என்கிற ஆளுமையின் சமச்சீரான வளர்ச்சியை எப்படி முன்னெடுத்துச் செல்லவேண்டும் என்கிற திட்ட மதிப்பை இதன் மூலம் நாம் அறிந்துகொள்ள முற்பட வேண்டும்.

இதில் நாம் முக்கியமாகக் கருதவேண்டியது, ரங்கசாமி என்கிற ஆளுமை புதுவை மாநிலத்தின் அனைத்துப் பிராந்தியங்களுக்கும் இவ்வாறு உள் கட்டமைப்பு வசதிகளைச் சரிசமமான அளவில் மக்கள் தொகைக்கு ஏற்றவாறு உரியவகையில் எந்தப் பங்கமும் ஏற்படாமல் கொண்டுசென்ற போக்கு அவரின் சமத்துவப் போக்கினை வெளிப்படுத்தும் விதமாக அமைந்திருந்தாலும்கூட, சிலரின் விமர்சனங்கள் இதனுடன் பொருத்திப் பார்க்க வேண்டிய காரணத்தையே நமக்கு அதனினும் பிரதானமாக முன்னெடுக்கிறது என்று கருத வேண்டியுள்ளது. சில அரசியல் வியாபாரிகள் தங்கள் சொல்லாடல் திறமைகளின் மீது அவர்களின் திறமைகளை

காரைக்காலில் உள்ள கீழ்வெளி உள்விளையாட்டு அரங்கம்

இறக்கி ரங்கசாமியை தட்டாஞ்சாவடி என்ற தொகுதிக்குள் இப்போது அத்தொகுதி மூன்றாகப் பிரிந்ததற்குப் பிறகு அந்த மூன்று தொகுதிகளைச் சுற்றிலும் மட்டுமே ரங்கசாமி நலத் திட்டங்கள் செய்திருக்கிறார் என்கிற அளவில் அவரை சுருக்கிவிட சிலர் முயற்சி செய்ததற்கான பெரும்பதில் இதில் அடங்கி இருப்பதாக நான் கருதுகிறேன். ஒரு பெரும் சவாலை இங்கு எவராவது ஏற்றுக்கொள்ள முன்வந்தால், அதற்கு தயாராக இந்தக் கேள்வி அவர்களுக்கு முன்னெழுகிறது.

ரங்கசாமி என்கிற ஆளுமை மாநிலம் முழுவதும் அணைகள் கட்டியது, பாலங்கள் கட்டியது என்பதின் மூலம் கிராமங்கள் தோறும் அதன் உள்கட்டமைப்பை வலுவாக்கி அவர்களின் பொருளாதார, சுயகவுரவங்கள் அடங்கிய வாழ்வாதாரத்தை மேம்படுத்தியது போன்று வேறு எந்த முதல்வர்களாவது செயல்பட்டிருப்பதற்கான ஆதாரம் இருக்கிறதா? அந்தப் பாலங்களும், அணைகளும், தட்டாஞ் சாவடி தொகுதியில்தான் உள்ளதா? அல்லது காமராசர் மணிமண்டபமும், காமராசர் கல்வி வளாகமும், ராஜீவ் காந்தி மகளிர் மற்றும் குழந்தைகள் மருத்துவமனை தட்டாஞ்

காரைக்காலில் உள்ள உள்விளையாட்டு அரங்கத்தின் உள்பகுதி

சாவடி தொகுதியில்தான் உள்ளதா? இவ்வாறு ரங்கசாமி உருவாக்கிய உள்கட்டமைப்பு வசதிகளை மீண்டும் நாம் அடுக்கிக்கொண்டே சென்றால் அதற்கு நம்மிடம் இடமும், நேரமும் இங்கு இல்லை.

அதனால், அவற்றை இவ்வாறு கூறலாம். இந்திரா காந்தி மருத்துவக் கல்லூரி மற்றும் ராஜீவ் காந்தி கலை அறிவியல் கல்லூரி தவிர்த்து தட்டாஞ்சாவடி பகுதிக்குள் சென்ற பெரிய உள்கட்டமைப்பு திட்டங்கள் எவை? நிச்சயமாக வேறு எதையும் கூற முடியாது. அவ்வாறு அரசு மருத்துவக் கல்லூரிக்கு இடம் கொடுத்தவர்கள் பெரும்பான்மையாக அந்தப் பகுதிகளைச் சார்ந்த உள்ளூர்வாசிகளாக இருந்ததாலும், எங்கும் நடைபெருகின்ற இயற்கையான அரசியல் நடைமுறைப்படி அவருடன் நேரிடையாக அந்த மக்கள் தொடர்பில் இருந்ததாலும், அந்த நிறுவனங்களில் அதிகமாக சிலர் பணியில் அமர்த்தப்பட்டிருக்கலாம். ஆனால், அதையே காரணமாகக் கொண்டு ரங்கசாமி என்கிற

ஆளுமையை சில அரசியல் பேச்சுக்கள் தட்டாஞ்சாவடி என்ற தொகுதிக்குள் அடக்கிவிட முயற்சிப்பதைக் காட்டிலும் ஒரு அவலம் வேறென்ன இருக்க முடியும்.

புதுவை மாநிலத்தின், புதுவை பிராந்தியத்தில் மட்டும் பரவலாக உள்கட்டமைப்பு வசதிகளை ஏற்படுத்துவதில் அவருக்கு இணையாக இங்கு எவரிருக்கிறார் என்ற தேடல் இருக்குமென்றாலும், அதற்கும் எவரும் இல்லை என்றாலும், அவரின் பரவலான பணிக்கு சாட்சியாக அவை மட்டும் இருந்திடவில்லை. ரங்கசாமி என்கிற ஆளுமை புதுவை மாநிலத்தின் நான்கு பிராந்தியங்கள் மீதும் சரிசமமான அளவில் ஏற்றத் தாழ்வுகளற்ற முறையில் தனது பங்களிப்பைச் செய்திருக்கிறது என்பதைத்தான் நாம் கூடுதல் கவனத்துடன் அணுகவேண்டும். அவ்வாறு ஒரு முதல்வரை இதுவரை என்றில்லை இனிமேலும் பார்க்க முடியுமா?

அப்படிப்பட்டவரை தட்டாஞ்சாவடி என்ற தொகுதிக்குள் சிலர் அடைத்துவைத்து மகிழ்ச்சியடைந்து வந்திருந்தனர். ஆனால், மாநிலமெங்கும் எப்போதும் இல்லாத வகையில் எவரிடம் எந்த கையூட்டும் கொடுத்து வேலைவாங்காமல் உருவான காவல்துறை பணியாளர்களும், வருவாய்த்துறை பணியாளர்களும், கல்வித்துறையில் உருவான ஆசிரியர்களும், இன்னும் எண்ணற்ற அரசு பணியாளர்களும் மாநிலமெங்கும் வியாபித்திருக்கும் அவர்களின் குடும்பங்களும் இன்றைக்கும் புதுவை பிராந்தியங்கள் முழுவதும் தெய்வமாக நினைப்பதால், நேர்மையான அவரின் ஆட்சியால்தான் எங்களுக்கு அரசு வேலைகிடைத்தது என்று நம்புவதால்தான் தனிக்கட்சி தொடங்கியும், புதுவை வரலாற்றில் இல்லாத வகையில் ரங்கசாமி 2-வது முறையாக முதல்வராக தேர்ந்தெடுக்கபட்டிருக்கிறார் என்பதை அறியவேண்டும்.

மக்களால் அவருக்கு அளிக்கபட்டிருக்கும் ‘மக்கள் முதல்வர்’ என்பது பட்டம் என்றால், அப்பட்டம் செய்த செம்மையான செயல்கள் அவரை ‘புதுவையின் தந்தை’யாக உருவெடுத்து அதன் அடுத்தப் பரிமாணத்தைத் தோற்றுவிக்கிறது.

31

நேர்மையால் ஆட்சி இழந்த ரங்கசாமி

இப்போது நாம் பார்க்கப்போகும் மிக முக்கியமான ஒரு திட்டமும், நாம் இதற்கு முன்பு கூறிய வேலைவாய்ப்பு தொடர்பான விவகாரங்களும் ரங்கசாமி என்ற ஆளுமையின் நேர்மையான ஆட்சியையே காவு கேட்டது. முக்கியமாக புதுவை நகர் முழுவதும் பாதாளச் சாக்கடைத் திட்டத்தை சுமார் ரூ.221.50 கோடி மதிப்பீட்டில் ஒரு திட்டத்தை ரங்கசாமி மிகவும் தொலைநோக்கோடு கொண்டு வந்தது, ஆட்சியில் பங்கெடுத்த மற்றவர்களுக்கு பெரும் எதிர்பார்ப்புகளை உருவாக்கிவிட்டது,

அநேகமாக, 2005ஆம் ஆண்டில் இந்தியாவின் பெரும் நகரங்கள், அதாவது மெட்ரோ நகரங்கள் மட்டுமே பாதாளச் சாக்கடைத் திட்டத்தில் இருந்திருந்தது. புதுவையைப் போன்று அன்றைக்கு சுமார் 2 லட்சத்திற்குள் மக்கள் தொகையைக் கொண்ட எந்த நகரத்திலும் பாதாளச் சாக்கடைத் திட்டம் கொண்டுவரப்படவில்லை என்பதை விட 20 லட்சம் மக்கள் தொகை கொண்ட பெருநகரங்களில் கூட அத்திட்டம் செயல்முறையில் இருக்கவில்லை. அதைவிட மிக முக்கியமாக அநேக பெரும் மாநிலங்களின் தலைநகரங்கள்கூட இன்றளவும் அத்திட்டத்தில் சேராமல் இருக்கிறது.

ஆனால் 2005ஆம் ஆண்டே ரங்கசாமி என்கிற ஆளுமை அத்திட்டத்தை புதுவை நகருக்குக் கொண்டு வந்து சேர்த்தது. அதன் ஒப்பந்தத் தொகையோ மிகவும் அதிக மதிப்பீட்டைக் கொண்டிருந்தது. அதுமட்டுமல்ல ரங்கசாமி அனைத்து வேலை வாய்ப்புகளையும் தட்டாஞ்சாவடி என்கிற தொகுதிக்கே வழங்கி விட்டதாக இன்று பெரும் பாலானோர் கூறுகின்றனர். அதில் ஓரளவிற்கு உண்மை இருக்குமாயின் அதன் காரணத்தையும் கூட நாம் தெரிவித்துவிட்டோம். அப்படியே இருந்தாலும் அந்த வேலைவாய்ப்புகள் அனைத்தும் கார்ப்பரேஷன்களில் அளிக்கப்பட்டது.

புதிய தொழில்களை கார்ப்பரேஷன்களில் உருவாக்கியதின் மூலமும், மருத்துவக் கல்லூரிக்கு இடம் வழங்கியோருக்கும் வழங்கப்பட்ட வேலைகள் என்பதையும், அது குறித்தும் அதிகமாகப் பார்த்துவிட்டதால் முக்கியமாக அறிந்துகொள்ள வேண்டிய கருத்தினை இப்போது பார்ப்போம்.

ரங்கசாமி, அங்கீகரிக்கப்பட்ட வேலைவாய்ப்பு அலுவலகம் மற்றும் செய்தித்தாள்களில் விளம்பரம் கொடுத்து எடுத்த அனைத்து வேலைகளையும் நேர்மையான முறையில் வழங்கிட ஆவன செய்தார். இதனை அவ்வாறு வேலைக்குத் தேர்ந்தெடுக்கப்பட்ட அனைவரும் அறிவர். அதற்கு முன்பு வரை இருந்த நடைமுறை ரங்கசாமியின் காலத்தில் அழித்தொழிக்கப்பட்டது.

அதாவது, வேலைவாய்ப்புகளை அமைச்சர்களும், சட்டமன்ற உறுப்பினர்களும் பங்கீடு செய்து அவரவர்களுக்கு உகந்தவாறு வேலை வாய்ப்புகளை தேவைப்பட்டோருக்குத் தேவையை முன்னிருத்தி அளித்துவந்த நடைமுறையை முற்றிலும் அழித்தொழித்து, நேர்மையான முறையில் அனைத்து வேலைகளையும், தகுதிவாய்ந்தவர்களுக்கு அளிக்கும் நடைமுறையை ரங்கசாமி ஏற்படுத்திய உடன் அனைத்து சட்டமன்ற உறுப்பினர்களும் அந்த நடவடிக்கையை பெரும் அளவில் வெறுக்கத் தொடங்கினர்.

அந்த வெறுப்பு ஒரு கட்டத்தில் ரங்கசாமியின் மீது திரும்ப ஆரம்பித்தது. ஏனெனில் அக்காலங்களில் இவ்வளவு

பாதாளச் சாக்கடைத் திட்டம்

அதிகமான உள்கட்டமைப்பு வசதிகளை ரங்கசாமி என்கிற ஆளுமை உருவாக்கியபோது இயற்கையாக எழும் நிதிப் பற்றாக்குறை ஏற்படுவது இயல்பே. ஆனால், அப்பற்றாக்குறையை நேர்மை என்கிற அஸ்திரத்தின் மூலம் அழித்தொழிப்பதை ரங்கசாமி தீவிரமாகப் பின்பற்றத் தொடங்கினார்.

ஆனால், பெரும் மதிப்பிலான தொகையில் உருவாகும் பாதாளச் சாக்கடைத் திட்டம் கொடுக்கப்போகும் மறைமுக வருமானம் ஒருசிலருக்குக் கண்களை உறுத்த ஆரம்பித்தது.

இப்போது ரங்கசாமியை மாற்றியே தீரவேண்டும் என்கிற எண்ணத்தை அனைவரின் எண்ணத்திலும் உதிக்கும் அளவிற்குக் கொண்டு சென்றனர். ரங்கசாமியின் நேர்மை அவரை எதிர்த்து நிற்கத் தொடங்கியது.

இந்நிலையில் பன்னாட்டு நிறுவனம் தயாரிக்கும் கம்பெனியின் விவகாரத்தில் அவமானப்பட்டுப் போன டெல்லி ஆளுமை, இவர்களுக்குப் பக்கபலமாக இருக்கவும் ஆரம்பித்தது. இப்போது அவர்களின் பலம் கூடத்தொடங்கியது. இவ்வாறு நான்கு பக்கமும் ரங்கசாமியின் நேர்மையால் பாதிக்கப்பட்டவர்கள் திரைப்படப் பாணியில் ஒன்றுகூடத் தொடங்கினர். அப்போது அவ்வாறு ஒன்று

கூடியவர்கள் கையிலெடுத்த ஆயுதம், ரங்கசாமி தட்டாஞ் சாவடி தொகுதிக்கே அனைத்து வேலைவாய்ப்புகளையும் வழங்குகிறார், மாநிலமெங்கும் வளர்ச்சி இல்லை. அரசு மருத்துவக் கல்லூரியையும், கொண்டுவரப்போகும் சட்டசபையையும்கூட தட்டாஞ்சாவடிக்கே கொண்டுசெல்ல விருப்பப்படுகிறார், பரவலாக மாநிலமெங்கும் முதலமைச்சராக செயல்பட மறுக்கிறார், தட்டாஞ்சாவடி தொகுதிக்கு மட்டுமே முதல்வராக இருக்கிறார், என்கிற குற்றச்சாட்டினையே பிரதானமாக முன்வைத்து முழங்கினர். ஒருகட்டத்தில் இதை ரங்கசாமியே நம்பத் தொடங்கும் அளவிற்கு இந்தப் பிரச்சாரம் வலுவானதாக மாறியது.

ஆனால், உண்மை நிலை என்ன?

ரங்கசாமிக்கு இணையாக மாநிலமெங்கும் உள்கட்டமைப்பை உருவாக்கிய முதல்வர்களை சுதந்திரம் அடைந்ததலிருந்து புதுவை மாநிலம் கண்டதில்லை என்கிற உண்மையை இதில் மூடி மறைக்க முடியுமா?

ஒன்றிற்கும் உதவாத சம்பளமே கிடைக்காத வேலைகளை தட்டாஞ்சாவடி தொகுதியில் நிலம் கொடுத்தோருக்கும், இன்னும் தனக்கு தெரிந்தோருக்கும் வழங்கிய ரங்கசாமி, அங்கீகரிக்கப்பட்ட அதிக சம்பளம் பெறும் வேலை வாய்ப்புகளை நேர்மையான முறையில் மாநிலமெங்கும் இருக்கும் தகுதி வாய்ந்த நபர்களுக்கு அளித்த அவரின் நேர்மையை இதில் மூடி மறைக்க செய்யும் முயற்சி அறம் சார்ந்ததா?

அவ்வாறு கார்ப்பரேஷன்கள் அளித்த வேலைவாய்ப்புகளில் கூட இன்றைக்கும் கணக்கீடு செய்து பாருங்கள்... 25% அளவிற்கு மட்டுமே தட்டாஞ்சாவடி பகுதிகளை சார்ந்தவர்களாக இருப்பார்கள். மீதமுள்ள 75% பணியாளர்கள் பல்வேறு பகுதிகளைச் சார்ந்தவர்களாகத்தான் இருந்தார்கள்.

இதில் அப்போதைய தட்டாஞ்சாவடி தொகுதி இப்போது 3 தொகுதியாக உருமாறி இருக்கிறது. 30 தொகுதிகளில் 3 தொகுதியின் சதவிகிதத்தை இதனுடன் ஒப்பீடு செய்யுங்கள்,

எவ்வளவு பெரிய வித்தியாசம் ஏற்பட்டதாக நாம் கருத முடியும். இதில் நிலம் கொடுத்தோருக்கு வேலை கொடுக்க வேண்டியதையும் நீங்கள் கணக்கீடு செய்துகொள்ளுங்கள், இவர்கள் கூறிய அளவிற்கு குற்றச்சாட்டின் உண்மைத் தன்மை நடைமுறைக்குச் சரியானதாக இருக்க முடியுமா? என்பதை உங்கள் பார்வைக்கே விட்டுவிடலாம்.

இன்னும், ஒரு ஆட்சியின் நடைமுறை சார்ந்து ஆய்வு செய்கின்றபோது இவர்கள் கூறிய இந்தக் குற்றச்சாட்டு அனைத்து முதல்வர்களிடமும் காணப்பட்ட நடைமுறை சார்ந்த விஷயம்தான், ஆனால், அதனின்றும் மாறுபட்ட வகையில், மற்ற வேலைவாய்ப்புகளை நேர்மையான முறையில் அளித்ததை மறைப்பதற்கும், ஆட்சி மாற்றத்தைச் செய்வதற்கு தங்கள் தவறுகளை மூடிமறைத்து நியாயப்படுத்த காரணமாக, சிலர் உருவாக்கிக் கூறிய பொய்யான குற்றச்சாட்டாக மட்டுமே அது இருந்தது என்பதை நாம் உணர வேண்டும்.

அப்படி ஆய்வில் உணர்ந்தால் மட்டுமே ரங்கசாமி ‘புதுவையின் தந்தை’ என்பதை நாம் உணர முடியும்.

32

துரோகம் அறியாத ரங்கசாமி

இங்கே நாம் ஆய்வுக்கு எடுத்துக் கொண்டது அநேகமாக இந்தக் கட்டுரையின் தலைப்பிற்கு தேவையில்லாமல் இருக்கலாம். ஆனால் அது மறைமுகத் தேவையை முன்னிறுத்துவதை நான் உணரவே செய்கிறேன். என்னிடம் எனது முன்னாள் காங்கிரஸ் நண்பர் ஒருவர் இந்த கட்டுரைத் தொடர் எழுவது தொடர்பாக மிகவும் ஆரோக்கியமற்ற நிலையில் விவாதித்தாலும் அதில் உள்ள உரிமைகளின் பொருட்டு அதனை நாம் அவ்வளவு தீவிரமாக கொள்ளத் தேவை யில்லையென்றாலும், நாம் பெரும்பாலும் இத்தொடரில் அரசியல் குறித்து நேரிடையாக அதிகமாக எழுத விரும்பாத காரணத்தை ஒருவேளை அந்த விவாதம் எனக்கு உருவாக்கி இருக்கலாம் என்று கருதுகிறேன்.

ரங்கசாமி காங்கிரஸ் கட்சிக்கு துரோகம் இழைத்துச் சென்றுவிட்டார். அவரால் இந்தக் கட்சி அடைந்த பயன் என்ன? என்கிற கேள்வியையே என்னிடம் அந்த நண்பர் முன்வைத்தார்.

இக்கேள்வி அநேகமாக கடந்த இரண்டு கட்டுரைகள் ஏற்படுத்திய பாதிப்பினால் வெளிவந்திருக்கலாம் என்று நான் கருதுவதால் இந்தத் தலைப்பிற்கு முற்றிலும் பொருந்தாமல் போனாலும்கூட நாம் பதில் அளிக்க வேண்டிய கடமை உள்ளதாகவே கருதுகிறேன்.

இந்தக் கேள்வி மிக நீண்ட நாட்களாக காங்கிரஸ் கட்சிக்குள் இருந்துவந்த கேள்விதான். நிச்சயமாக நாம் ரங்கசாமியின் தனிப்பட்ட வாழ்க்கை குறித்து எதிர்காலத்தில் எழுத முடியாமல் போனாலும்கூட இந்தக் கேள்விக்கு பதில் கூறாமல் இருந்துவிட்டோமோ என்கிற வருத்தம் எனது வாழ்நாள் முழுவதும் இருப்பதற்குக் காரணமாகிவிடும் என்பதால் இது இத்தொடரின் முக்கியத்துவம் வாய்ந்த கேள்வியாக கருதுவதற்கும் வாய்ப்பளித்துவிட்டது.

சரி, காங்கிரஸ் கட்சியில் இருந்த அதன் மற்ற எந்த தலைவர்கள் காங்கிரஸ் கட்சிக்கும், அதன் வளர்ச்சிக்கும் உறுதுணையாக இருந்திருக்கிறார்கள் என்கிற பொதுவான ஆய்வுகளையே இதில் மேற்கொண்டாலும், கண்ணன் தலைவர் ஒருவரை அதில் கொள்வதற்கு வாய்ப்பிருக்கிறது.

மற்ற எந்த தலைவர்கள் காங்கிரஸ் கட்சியின் வளர்ச்சியை இங்கே உறுதி செய்திருக்கிறார்கள். இங்கே காங்கிரஸ் கட்சியின் வளர்ச்சி என்பது அதன் மீதான விசுவாசத்தோடு மட்டும் முடிந்துவிட்டதாக ஒரு பரவலான கருத்து நிலவுகிறது. அக்கருத்தின் வலிமை மிக்க கூர்மையான ஆயுதம் தான் இன்றைக்கு காங்கிரஸ் கட்சியை இந்த நிலைக்குக் கொண்டு வந்திருக்கிறது என்பதை எவரும் உணரவில்லை. அது எந்த நிலைக்கு இப்போது வந்திருந்தாலும் நமக்கென்ன அது நமக்கு இப்போது தேவை இல்லாதது. இங்கே அதன் பொருட்டு முன்னெழுகிற முக்கிய கேள்வி இதுதான்.

விசுவாசம் கொண்ட தலைவர்கள் என்பதோடு, அதனை காங்கிரஸ் கட்சியின் வளர்ச்சியோடு தொடர்புபடுத்துபவர்கள் மாத்திரமே, ரங்கசாமி என்கிற ஆளுமை காங்கிரஸ் கட்சியின் மீது கொண்ட பற்றுதல் காரணமாக செய்த செயல்கள் காங்கிரஸ் கட்சி ஒரு காலத்தில் எதிர்க்கட்சி வரிசையைகூட ஏற்படுத்தாத அளவிற்கு புதுவையில் வலுவான இயக்கமாக இருந்து வந்தது என்கிற உண்மையை உணர மறுக்கின்றனர்.

இங்கே விசுவாசம் மற்றும் பற்றுதலுக்கு முக்கியமாக நாம் வேறுபாட்டை உணர்ந்து கொள்ளுதல் வேண்டும். விசுவாசம் என்பது கூலிக்கு மட்டுமே வேலை செய்வது. பற்றுதல் என்பது அதன் வளர்ச்சியோடு பங்கெடுத்து அதன் தேசிய தலைவர்களை மதித்து நடப்பது என்று கொள்ள வேண்டும்.

இதைப் பொருத்து நாம் ஆய்வு செய்தால் மேடைதோறும், நாராயணசாமியும், வைத்திலிங்கமும், 2008ஆவது ஆண்டு, ரங்கசாமியின் ஆட்சி கவிழ்ந்தபோது ஒவ்வொரு காங்கிரஸ் கட்சி கூட்டங்களிலும் கூறிய ஒரே வார்த்தை, 'ரங்கசாமி எங்காவது ஒரு காங்கிரஸ் கொடியையாவது ஏற்றியிருக்கிறாரா? அவர் காங்கிரஸ் கட்சியின் வளர்ச்சிக்கு எதையும் செய்ய வில்லை, அவரைத்தான் வளர்த்தெடுக்கிறார்' என்கிற குற்றச்சாட்டினை பிரதானமாக முன்வைத்தனர்.

ரங்கசாமி தட்டாஞ்சாவடி தொகுதிக்குத்தான் முதல்வராக இருக்கிறார் என்கிற பொய்யான குற்றச்சாட்டினை எவ்வாறு பொதுமக்களிடம் முன்வைத்தார்களோ அதைப்போலவே ஒரு பொய்யான தகவலை காங்கிரஸ் கட்சிக்காரர்களிடமும் ஒரு பிம்பத்தை ஏற்படுத்தினர். அதனால், இதற்கு பதிலளிக்கும் கட்டுரை இப்போது இந்தத் தொடருக்கு தேவையானதாகவும் மாறிப்போகிறது. ஆனால் உண்மை நிலையென்ன ரங்கசாமி என்கிற ஆளுமை, தன்னை உருவாக்கிய காங்கிரஸ் கட்சிக்கு எத்தனைப் பற்றுதலோடு ஒரு அதிகார அமைப்பாக செயல்பட்டிருக்கிறது என்கிற தகவல் அடியோடு மறைக்கப்படுவதற்கான சூழ்ச்சியில் வெற்றி பெற்றுவிட்டது.

ரங்கசாமி தனது ஆட்சிக்காலத்தில் ஏற்படுத்திய வரலாற்றுச் சிறப்புமிக்க திட்டங்களுக்கும் செயல்களுக்கும், காங்கிரஸ் கட்சியின் தேசிய தலைவர்களின் பெயர்களையே கூட்டினார்.

ராஜீவ் காந்தி காலை சிற்றுண்டித் திட்டம், காமராசர் மணிமண்டபம், பெருந்தலைவர் காமராசர் கல்வி வளாகம், ராஜீவ் காந்தி குழந்தைகள் மற்றும் பெண்கள் மருத்துவமனை, இந்திரா காந்தி மருத்துவக் கல்லூரி, கதிர்காமம் ராஜீவ் காந்தி கலை அறிவியல் கல்லூரி, பெருந்தலைவர் காமராசர் கல்வி நிதியுதவி திட்டம், காமராசர் வீடுகட்டும் திட்டம் என்கிற திரும்பிய திசையெங்கும் தீட்டிய திட்டங்களுக்கு காங்கிரஸ் கட்சியின் தலைவர்களின் நினைவாக காலத்திற்கும் நிலைத்திருக்கும் செயல்களைச் செய்தார். ஆனால், நடந்தது என்ன, கண்ணன் தலைவருக்குப் பிறகு கொடியையே எங்கும் ஏற்றாதவர்கள், ரங்கசாமி ஒரு கொடியையாவது ஏற்றினாரா? என்று கேட்டனர். கண்ணன் தலைவர் ஏற்றிய கொடிக்கம்பங்களே இன்று எங்கும் இல்லை.

ஆனால், ரங்கசாமி என்கிற ஆளுமை காங்கிரஸ் கட்சியின் மீது கொண்ட பற்றுதல், நன்றியுணர்வு ஆகிய செயல்கள், இன்னும் நூறாண்டுகள் ஆனாலும் இங்கு நிலைத்திருக்கும்.

ஆனால் இவ்வாறு குறைகூறியவர்கள், அவ்வாறு எந்தத் திட்டத்திற்காவது இங்கே மறைந்த காங்கிரஸ் கட்சி தலைவர்களின் பெயர்களை சூட்டிய வரலாறு இருக்கிறதா? திட்டங்களே இல்லை, பெயரை எங்கே சூட்டுவது என்கிறீர்களா? சரி விடுங்கள்.

'ரங்கசாமி ஒரு கொடியையாவது ஏற்றினாரா?' என்று கேட்டார்களே மாநிலம் முழுவதும் கொடியை ஏற்றிய கண்ணனை காங்கிரஸில் இருக்கவிடவில்லை. அதைவிட பன்மடங்காக நூறாண்டுகள் நிலைத்திருக்கும் வகையில் நினைவுத் திட்டங்களைக் கொண்டு வந்த ரங்கசாமியையும் இருக்கவிடவில்லை. ஆனால், இருப்பவர்கள் எதையாவது செய்திருக்கிறார்களா என்கிற கேள்விக்காவது அவர்களிடம் பதில் இருக்குமா?

விசுவாசம் என்று கூறுபவர்கள் இன்றைக்கு காங்கிரஸ் நிலைமையை இந்த விசுவாசத்துடன் தொடர்புப்படுத்திப் பார்க்க வேண்டும். இதைப் பொருத்து இப்போது, இறுதியாக ரங்கசாமி காங்கிரஸ் கட்சிக்கு என்ன செய்தார் என்று கேட்கும் காங்கிரஸ்காரர்களும்கூட இப்போது ரங்கசாமிதான் 'புதுவையின் தந்தை'யென்று ஒப்புக்கொள்ளும் இடத்திற்கு வரலாம் என்று கருதுகிறேன்.

33

தேசத்தில் முதல் மருத்துவப் பாதுகாப்புத் திட்டத்தைக் கொண்டுவந்த ரங்கசாமி

ரங்கசாமி என்கிற ஆளுமையோடு புதுவை மாநிலத்தில் இருந்த எந்தத் தலைவர்களும் போட்டியில் இருக்கவில்லை என்கிற உறுதியான கருத்தினை நாம் கொள்ள வேண்டும். அவர் தேசத்தில் உள்ள மறைந்த, வாழ்ந்த தலைவர்களுக்கு இணையான அளவில் சிந்தித்து ஒரு சிறு பிராந்தியத்தில் வாழந்த தலைவர் என்பதை அறிந்துகொள்ள இன்னும் வெகுதூரம் நாம் செல்ல வேண்டியிருக்கிறது.

தமிழகத்தில் 2009ஆம் ஆண்டு கலைஞர் கருணாநிதியால் கலைஞர் மருத்துவ காப்பீட்டு திட்டம் கொண்டுவரப்பட்டது. அன்று இந்தியாவிற்கே ஒரு முன்னுதாரணத் திட்டத்தை அவர் கொண்டு வந்ததாக அனைவரும் ஒரு கருத்தினைப் பறிமாற்றம் செய்திருந்தனர்.

அதைப்போலவே ஆந்திராவில்கூட அதற்கும் முன்பே இத்திட்டம் ராஜீவ் ஆரோக்கிய திட்டம் என்கிற பெயரில் ஆந்திர மக்களால் பெரிதும் விரும்பப்பட்ட அம்மாநில முதல்வர் ராஜசேகர ரெட்டியால் 2007ஆம் ஆண்டு கொண்டுவரப்பட்டது. இது குறித்து அன்றைய அரசியல் அரங்கில் பெரும் விவாதம் நடைபெற்றது.

கலைஞர் காப்பீட்டுத் திட்டத்திற்கும், ராஜசேகர ரெட்டியின் ராஜீவ் ஆரோக்கிய திட்டத்திற்குமான வேறுபாடுகள் மற்றும் சிறப்பு அம்சங்கள் குறித்த விவாதம், அவரவர்கள் சிந்தனைக்கு தகுந்தவாறு விவாதித்துக் கொண்டிருந்தனர்.

ஆனால், இதற்கெல்லாம் முன்பாகவே ஒரு சிறிய மாநிலத்தின் முதல்வர், நிதி அதிகாரமற்ற பிராந்தியத்தின் முதல்வர், ஏழைமக்களின் மருத்துவம் என்பது ஒரு அரசினால் சிறப்புக் கவனத்திற்குரிய வகையில் பாதுகாக்கப்பட வேண்டும் என்பதை தனக்குரிய அதிகார அமைப்போடு சிந்திக்கத் தொடங்கி, இந்தியாவிலேயே முதன் முறையாக ரங்கசாமி என்கிற ஆளுமை 2004ஆம் ஆண்டிலேயே தனிநபர் சுகாதார அட்டையை அறிமுகப்படுத்தினார். இத்திட்டமே, அடிப்படையில் இவ்விரு திட்டங்களுக்கும் முன்னோடியான திட்டம்.

ஏனெனில், 2004ஆம் அண்டு வரையில் இந்தியாவின் வேறு எந்த மாநிலங்களும் அதாவது, சுயநிதியில் ஆட்சி செய்யும் பெரிய மாநிலங்களில்கூட சுகாதாரத் திட்டத்தில் மருத்துவம் பார்ப்பதற்கன தனி நபர் உரிமையை எளிமைப் படுத்த இவ்வாறு மக்களுக்கு உரிமை அளித்தத் திட்டம் எங்கும் கொண்டுவரப்படவில்லை என்பதே ஆதாரபூர்வமான உண்மை.

எனவே, கலைஞர் மருத்துவ காப்பீட்டுத் திட்டத்திற்கும், ஆந்திராவின் ராஜசேகர ரெட்டியின் ராஜீவ் ஆரோக்கிய திட்டத்திற்கும் ஆரம்பப் புள்ளியை ஒரு யூனியன் பிரதேச முதல்வராக இருந்த ரங்கசாமி என்கிற ஆளுமை, 2004ஆம் ஆண்டிலேயே கொண்டுவந்ததை ஆதாரங்கள் நமக்கு நிரூபிக்கிறது.

இதிலிருந்து ரங்கசாமி என்கிற ஆளுமை, அவரது சிந்தனை புதுவையிலிருந்த தலைவர்களுடன் ஒப்பிடும் அளவில் இருக்கவில்லை என்பதை நாம் அறிந்துகொள்ள முடிகின்ற அதே சமயம், அவர் ஒரு சிறிய பிராந்தியத்தின் ஆளுமையாக இருப்பதால் மட்டுமே அவ்வுண்மைகள் மறைக்கப்படுவதில்

உள்ள அறமற்ற செயலின் தீவிரத் தன்மையையும்கூட நாம் ஒரு சிறிய பிராந்தியத்தின் மக்களாக இருக்கின்ற உணர்வைக் கொண்டு உணர்ந்துகொள்ள வேண்டும்.

அதைப்போலவே, மத்திய அரசு 2004ஆம் ஆண்டிற்கு முன்பிருந்தே முதியோர், விதவை மற்றும் ஊனமுற்றோர் உதவித் தொகைத் திட்டத்தைக் கொண்டிருந்தது. ஆனால், அதில் முதிர்கன்னிகள், திருநங்கைகள், கணவரால் கைவிடப்பட்டோரை அத்திட்டங்கள் கொண்டிருக்கவில்லை. அதற்கு முன்புவரையிலும்கூட மற்ற இந்த மூன்று பிரிவினர்களும் இத்திட்டத்தின் மூலம் பயனடைந்ததற்கான ஆதாரத்தை இந்தியாவின் வேறு எந்த மாநிலங்களிலும் காண முடியவில்லை.

ஆனால், 2004ஆம் அண்டு ரங்கசாமி என்கிற ஆளுமை இத்திட்டங்களை முதியோர், விதவை, ஊனமுற்றோர் உதவித்தொகைத் திட்டத்துடன் தொடர்புடைய திட்டங்களாக வகைப்படுத்தினார். இந்தப் புதிய மூன்று பிரிவினரும், முதிர்கன்னிகள், திருநங்கைகள், கணவரால் கைவிடப்பட்டோர் ஆகியோர் சமூகத்தில் அடையும் அவலம் அவர்களின் நிதி உதவியை மேம்படுத்த வேண்டிய கட்டாயம் அவர்களும் உதவி பெறவேண்டியவர்களின் வரிசையில் உள்ளவர்களின் நிலையில் சற்றும் உயர்ந்து இருக்கவில்லை என்று கருதிய ரங்கசாமியின் ஆளுமைதான் தேசத்தலைவர்களுக்கு இணையான சிந்தனையைக் கொண்டிருக்கிறது என்று நாம் கருதும் புள்ளியை உருவாக்குகிறது.

அதனால்தான் புதுவையில் இதுவரையிலும் எவரும் சிந்தித்துச் செயல்படாத வண்ணம் மக்கள் பிரச்னை களுக்குத் தீர்வு காணவேண்டும் என்கிற சிந்தனையில் புதுவை மகளிர் ஆணையத்தையும் முதன்முதலாக ரங்கசாமி என்கிற ஆளுமைதான் உருவாக்கியிருக்கிறது.

இவ்வாறான அவரின் செயல்பாடுகளைத்தான் நாம் சற்று ஆழமாக உற்றுநோக்கக் கூறுகிறோம். ஒரு தலைவர் என்ற ஆளுமை, அடிமட்ட மக்களின் அனைத்துப் பிரச்னைகளையும் சிந்தித்துச் செயல்படும் தன்மையைப் பொருத்தே அவரின் ஆளுமைத் திறன் தீர்மானிக்கப்படுகிறது.

முதியோர், விதவை மற்றும் ஊனமுற்றோர் ஆகியோர்களுக்கு உதவித்தொகை அளிக்க வேண்டும் என்று பல ஆண்டுகளாக இந்தியாவின் அனைத்து அரசுகளும், அந்த அரசுக்கு ஆலோசனைகள் வழங்கிய அதிகாரிகளும் கருதினால் அதன் நிறைவுத் தன்மை போதுமானதாக இருந்திட முடியும் என்று ரங்கசாமி என்ற ஆளுமை நம்பிக்கை கொள்ள மறுத்து, இந்தப் பிரச்னை மத்திய அரசு உதவி வழங்கிய மூன்று பிரிவினரோடு முடிந்துவிடவில்லை என்பதை தேசத்திற்கே எடுத்துரைத்தார்.

அந்த 3 பிரிவினர்களுக்கு இணையான மற்றொரு மூன்று பிரிவினரும் அடித்தட்டில் எவரின் ஆதரவும் இல்லாமல், அடுத்தவர்களின் உதவிகளையே பிரதானமாகக் கொண்டு தங்கள் சுயத்தை இழந்து வாழ்ந்துகொண்டிருக்கிறார்கள் என்பதை இத்தனைப் பெரிய தேசத்தில், புதுவை என்கிற சிறிய பிராந்தியத்தில் இருந்த ரங்கசாமி என்கிற ஆளுமை சிந்தித்ததால், அந்தச் சிந்தனையில் உதித்த விஷயங்களை அதற்குப் பிறகு தேசமே ஏற்றுக்கொண்டதால், அவர்களும் அதற்குப் பிறகு அந்தப் பிரிவினருக்கு உதவித் தொகை வழங்கும் திட்டத்தைத் தொடங்கவும் செய்தால், அந்தத் தலைமைதான் தேசத்திற்கான தலைமைகளின் வரிசையில் இயற்கையாகச் சேர்ந்துவிடும்.

அவ்வாறு ரங்கசாமி என்கிற ஆளுமை சேர்ந்த பிறகு அந்த ஆளுமை புதுவை மாநிலத்திற்குப் பெருமைகள் சேர்த்த பிறகு அந்த ஆளுமையை நாம் 'புதுவையின் தந்தை'யெனக் கொள்ள தயக்கம் என்ன இருக்கிறது?

34

அரசியல் அதிகாரம் பெற்ற ரங்கசாமி

ரங்கசாமி என்கிற ஆளுமையை புதுவை மாநிலத்திலிருந்து பார்க்கின்றபோது அதன் தேசிய முக்கியத்துவம் என்பது நாம் குறிப்பிட்ட அந்த அளவோடும் முடிந்துவிடவில்லை. அதன் காரணம் அதற்கப்பாலும் விரிந்து செல்வதை நாம் பார்க்க வேண்டும்.

விவசாயக் காப்பீடு, தனிநபர் மருத்துவ அட்டை, திருநங்கைகள், முதிர்கன்னிகள், கணவரால் கைவிடப்பட்டோர் உதவித் தொகைத் திட்டம் என்று இந்த தேசத்திற்கான வலுவான தேவைகளை தேசத்தில் உள்ள அனைவரும் அறிந்துகொள்ளும் வகையில் அவரது அரசியல் ஆளுமை அதற்கான திட்டங்களை வகுத்ததைப் போன்றே இப்போது நாம் பார்க்கப் போகின்ற மற்றுமொரு அரசியல் ஆளுமையும் தேசிய முக்கியத்துவத்தில் ரங்கசாமிக்கான இடத்தை வலியுறுத்துவதை நாம் அறிந்துகொள்ள முடியும்.

ஒரு சிறிய நிலப்பரப்பில் அதிலும் மத்திய அரசுடன் நேரடிக் கட்டுப்பாட்டில் இயங்கும் யூனியன் பிரதேசத்தின் முதல்வராக ரங்கசாமி இருந்தாலும்கூட, சில திட்டங்களை மத்திய அரசுடன் போராடி புதுவை மாநிலத்திற்குத் தனித்துவமாகக் கொண்டு

வந்ததையும்கூட அதன் தனித்துவம் வேறு எவரிடத்திலும் காண முடியாததையும்கூட நாம் அறிந்துகொள்ள வேண்டிய தேசிய முக்கியத்துவத்திற்கான தேவையாகக் கருதலாம்.

அந்த வகையில் இன்றைக்கும் இந்தியாவின் எந்தப் பகுதியிலும், அங்கன்வாடி ஊழியர்கள் அரசு ஊழியர்களாக நிரந்தரமாக்கப்படாத சூழ்நிலையில் ஒரு யூனியன் பிரதேசமான புதுவையில் மத்திய அரசு அதற்குச் சாத்தியமில்லை, பெரிய மாநிலங்களில்கூட இது நடைமுறையில் இருந்ததில்லை என்று அங்கன்வாடி ஊழியர்களைப் பணி நிரந்தரம் செய்வதற்கு மறுத்தபோது, அதற்கு பாலசேவிகா திட்டத்தின் மூலம் அவர்களைப் பணி நிரந்தரம் செய்வதற்கான வழிமுறைகளை ஆராய்ந்து, மத்திய அரசின் ஒப்புதல் பெற்று அங்கன்வாடி ஊழியர்களைப் பணி நிரந்தரம் செய்திருக்கிறார்.

இத்தகையச் செயல்கள் புதுவை மாநிலத்தில் எவரும் கொண்டிருக்கவில்லை என்ற வாதத்துடன் நாம் மீண்டும், மீண்டும் பொருத்திப்பார்த்தால் ரங்கசாமி என்கிற ஆளுமையை, நாம் தொடர்ந்து சிறுமைப்படுத்துவதாக அமைந்துவிடும். இந்தப் போக்கினை இன்றைக்குப் பெரிய மாநிலங்களின் முதல்வர்கள்கூட இன்று வரையிலும்கூட முயற்சிசெய்யாமல் இருப்பதைத்தான் நாம் இத்துடன் பொருத்திப் பார்க்க வேண்டும்.

நமது அண்டை மாநிலங்கள் பெரிய மாநிலங்களாகவும், அதேசமயம் தன்னாட்சி பெற்ற அரசியல் அதிகாரம் கொண்டிருந்தும் அங்கும்கூட அங்கன்வாடி ஊழியர்கள் பணி நிரந்தரம் செய்யப்படவில்லை என்பதைத்தான் நாம் இத்துடன் பொருத்திப் பார்க்க வேண்டும்.

ரங்கசாமி என்கிற ஆளுமை இதுவரை செயல்படுத்திய திட்டங்களும், கொண்டு வந்த விதங்களையும், அங்கன்வாடி ஊழியர்களைப் பணி நிரந்தரம் செய்வதற்கு மத்திய அரசுடன் போராடி அனுமதி பெற்றதும், ஏறக்குறைய பெருந்தலைவர் காமராசர் என்கிற தேசிய ஆளுமையை இங்கே நினைவுபடுத்துவதாக இருந்தால், அதற்குச் சற்றும் குறையாத வகையில் காமராசருக்கு நேரெதிரில் நிற்கும்

மற்றொரு ஆளுமையான பேரறிஞர் அண்ணாவையும்கூட ரங்கசாமி என்கிற ஆளுமை பிரதிபலித்திருப்பதையும் நாம் உற்று நோக்க வேண்டும்.

பெரும்பாலும் யூனியன் பிரதேசங்களில் தேசிய கட்சிகளின் ஆதிக்கம்தான் மேலோங்கி இருக்கும் அல்லது அதன் பக்கத்துப் பெரிய மாநிலங்களின் இயக்கத்தின் துணையுடன் அரசியல் அதிகாரம் தேடிய நிகழ்வுகளும் நடைபெற்றிருக்கலாம். ஆனால், இந்தியப் பிரதேசத்தில் இருந்த, குறிப்பாக டெல்லி, புதுவை ஆகிய யூனியன் பிரதேசங்களில் முதன்முறையாக ஒரு மாநிலக் கட்சியாக ஆரம்பிக்கப்பட்டு அதாவது, அந்த மாநிலத்தையே சேர்ந்த ஒரு தலைவரால், வேறு எந்த பெரிய மாநிலத்தின் தலைவர்களின் ஒப்புதல் இல்லாமலும் கட்சி ஆரம்பித்து, அந்தக் கட்சியின் கொள்கைகளை மாநில அந்தஸ்து பெறுவதே இலக்கு என்று அறிவித்து ஆட்சியைப் பிடித்ததில் ரங்கசாமியே முதன்மையானவராக இந்த தேசத்தில் இருக்கிறார்.

அவரின் இந்தச் செயல் மத்தியில் கூட்டாட்சி, மாநிலத்தில் சுயாட்சி என்ற கோட்பாட்டை முன்னிறுத்தி தமிழகத்தில் தனிக்கட்சி தொடங்கி ஆட்சியமைத்த பேரறிஞர் அண்ணாவின் அரசியல் அதிகார நகர்வுக்கு இணையான ஒன்றுதான் என்பதை நாம் நினைவில் கொள்ள வேண்டும்.

அரசியல் ஆளுமை என்பது இரு நிலைகளைக் கொண்டிருக்கிறது என்பதை தேசத்திற்கே எடுத்துரைத்த இரு பெரும் ஆளுமைகளை தமிழகம் கொண்டிருந்தது. இவை இரண்டும் தவிர்க்க முடியாத ஆளுமைகளின் அதிகார பகிர்வுக்கான தலைமைகள் என்பதையும்கூட உலகிற்கு எடுத்துரைத்தது. காமராசர் என்கிற ஆளுமை, பல திட்டங்களை தமிழக மக்களுக்குக் கொண்டுவந்தார். மத்திய அரசுடன் போராடி பல திட்டங்களை தமிழகத்திற்குக் கொண்டு வரவும் செய்தார்.

ஆனால், அதற்கு நேரெதிராக அத்தனைத் திட்டங்களைக் கொண்டு வந்த ஒரு தலைவரை குறையேகூற முடியாத அளவிற்கு ஆட்சி செய்த காமராசருக்கு எதிராக தமிழக

மக்களின் அரசியல் உரிமை குறித்த, மத்தியில் கூட்டாட்சி, மாநிலத்தில் சுயாட்சி, தனித் தமிழ்நாடு, மக்களுக்கு அதிகார பகிர்வு போன்ற அழுத்தமான முழக்கங்கள் மூலம் காமராசரின் அத்தனைத் திட்டங்களையும் பின்னுக்குத் தள்ளி அண்ணாவால் ஆட்சிக்கு வரமுடிந்தது என்றால் அதன் தேவையும் மக்களின் உள்ளக் கொதிப்பாகவும் அண்ணா முன்னிறுத்திய கோட்பாடு இருந்திருக்கிறது, என்பதைத்தான் வரலாறு நமக்கு நினைவு படுத்துகிறது.

அவ்வாறு இருக்கும்போது, மிகப்பெரிய மாநிலங்களில் இரு வேறு துருவமாக இருந்த இரண்டு ஆளுமைகளின் போர்க்குணங்களையும் ரங்கசாமி என்கிற ஒரு ஆளுமையே கொண்டிருந்து. அதன் போக்குகளை புதுவையில் தீர்மானித்து இருந்தால், அந்த ஆளுமையை ‘புதுவையின் தந்தை’ எனப் போற்றத் தகுதி உள்ளதாகத்தானே கருத வேண்டும்.

35

புதுவை எங்கும் ரங்கசாமியின் திட்டங்கள்

முதலியார்பேட்டை ராமலிங்கம் அளித்த ரங்கசாமியின் 2001 மற்றும் 2005ஆம் ஆண்டு வரையிலான அவரின் சாதனைப் புத்தகங்களைப் படித்தால் புதுவையின் 90 சதவிகித திட்டங்களும், நிர்வாகச் செயல்பாடுகளும் அந்த நான்காண்டுகளில் மட்டுமே உருவானதை அறிந்துகொள்ள முடியும் என்று கருதுகிறேன். தேசத்தின் அனைத்து முதல்வர்களும் சாதனைப் பட்டியலை வருடந்தோறும் வெளியிடுவார்கள். அப்புத்தகத்தில் சம்பளம் போட்டது, நிதி செலவினங்கள் செய்தது, விழாக்களை நடத்தியதைத்தான் பெரும்பாலும் எடுத்துரைத்திருப்பார்கள்.

ஆனால், ரங்கசாமி என்கிற ஆளுமையின் நான்காண்டு சாதனைப் புத்தகம், ஒட்டுமொத்த புதுவையையும் உருவாக்கிய நான்காண்டுகளாக இருந்ததைத்தான் நமக்கு எடுத்துரைக்கிறது. நாம் அதில் மிக முக்கியத்துவம் வாய்ந்தவைகளை மட்டுமே எடுத்துரைக்கிறோம். நான் அறிந்தவரையில் இந்தக் கட்டுரைத் தொடர் ரங்கசாமி என்கிற ஆளுமையை புதுவையின் தந்தையென்று கருதுவதற்கான காரணங்களைக் கூறுவதைவிட, அப்புத்தகம் அதிகமாகக் கூறுவதாகக் கருதுகிறேன்.

நாம் சின்னசின்ன திட்டங்களைத் தவிர்த்துவிடுவோம். கன்னியகோவிலில் காரில் பயணத்தைத் தொடங்கினால், அந்தப் பாதையில் புதுவை வரும்வரையில் இருக்கும் பெரிய திட்டங்கள் எவை? அரியாங்குப்பம் பாலம். அதைத் தாண்டினால் நீதிமன்றம். நீதிமன்றம் என்றதும்தான் ஞாபகம் வருகிறது. சமீபத்தில் சென்னையைச் சார்ந்த உயர்நீதிமன்ற நீதிபதிகள், நீதியரசர்கள் ராஜா மற்றும் டாக்க ராமன் ஆகியோர் புதுச்சேரி நீதிமன்ற விழா ஒன்றில் கலந்துகொண்டபோது, விழாவில் இவ்வாறு கூறினார்கள்: 'காமராசரை நாம் ரங்கசாமியின் வடிவில் பார்க்கமுடிகிறது. இந்த நீதிமன்றமே அதற்கு சாட்சியாக நிற்கிறது. மிகவும் தொலைநோக்குப் பார்வையோடு இன்னும் 100 ஆண்டுகளின் தேவையை நிறைவேற்றும் வகையில் நீதிமன்றம் அமைக்கப்பட்டிருப்பதற்கான அர்த்தத்தை வெளிப்படுத்தும்' என்ற கருத்தினைத் தெரிவித்திருந்தார்கள். பிரெஞ்சு அரசாங்கத்திற்குப் பிறகு கடற்கரைச் சாலையிலிருந்த நீதிமன்றத்தை உயர்நீதிமன்ற அளவிற்கும் எதிர்காலக் கருத்தியலைக் கவனத்தில் கொண்டு சுமார் 20 கோடி மதிப்பீட்டில் கடலூர் சாலையில் ரங்கசாமி என்ற ஆளுமை உருவாக்கிய நீதிமன்றம் நெஞ்சை நிமிர்த்தி நிற்பதையும் காணமுடியும்.

அதற்கடுத்து வந்தால் ராஜீவ் காந்தி மகளிர் மற்றும் குழந்தைகள் மருத்துவமனை, அதிலிருந்து சிறிது தூரம் வந்தால், மாவட்ட கலெக்டர் அலுவலகம் அதற்கடுத்து இந்திரா காந்தி மருத்துவக் கல்லூரி அதன் பக்கத்திலேயே ராஜீவ் காந்தி கலை மற்றும் அறிவியல் கல்லூரி அப்படியே குருமாம்பேட்வரை சென்றுவருவோம். அங்கே ராஜீவ் காந்தி கால்நடை மருத்துவக் கல்லூரி அதற்குப் பிறகு கிராமங்கள் வந்துவிடும், திரும்பிவிடுவோம்.

கிழக்குக் கடற்கரைச் சாலையில் வந்தால், பேரிடர் மேலாண்மை அலுவலகம், அதற்கும் சிறிது தூரம் சென்றால் காலாப்பட்டு வரும், அங்கே புதிய சிறைச்சாலை, அப்படியே நகருக்குள் வந்தால் கூட்டுறவு ஆசிரியர் பட்டயப் பயிற்சிக் கல்லூரி, நகரத்திலெங்கும் இருக்கும் பாதாளச்சாக்கடை

ஒருங்கிணைந்த நீதிமன்றங்கள்

அடைப்பான்களில் கார் ஏறி இறங்கும் போதெல்லாம் ரங்கசாமியின் பெயரை நமக்கு நினைவுபடுத்தும். அப்படியே அதைவிட்டு கிராமங்களின் உள்ளே சென்றாலோ குறுக்கே வரும் பாலங்கள், அணைகள் இவற்றைத் தவிர்த்து இப்பாதைகளில் நாம் பெருமையுடன் பேசும் உள்கட்டமைப்பு கட்டுமானங்கள் வேறெதாவது இருக்கிறதா? அப்படி இருந்தாலாவது நிச்சயமாக அவர்கள் அதனைத் தெரிவிக்கவேண்டும். காரைக்காலின் அடையாளமாக இருக்கும் கோவில் நகரத் திட்டம் ஏனாமின் உள்விளையாட்டு அரங்கம் இப்படி எங்கெங்கும் ரங்கசாமி என்கிற ஆளுமை மட்டுமே உருவாக்கிய கட்டிடங்களும் சமூக நலத்திட்டங்களும் குவிந்துகிடந்தால், அவரைத் தவிர வேறு எவரும் எதையும் செய்ததற்கான ஆதாரங்களை நாம் செல்லும் பாதையெங்கும் காணமுடியவில்லை என்றால் நாம் பயனடைந்த சமூக நலத்திட்டங்களில் உதவிகள் கிடைக்கவில்லை என்றால் ரங்கசாமி என்கிற ஆளுமை எதுவாக உங்கள் முன் நிற்கமுடியும் என்று நம்பத் தோன்றுகிறது. தந்தை என்பதற்கான முழுமையான அர்த்தம் இதில் அடங்கிவிட்டதாகத்தானே நாம் கருத முடியும்.

பிரெஞ்சு அரசாங்கத்திற்குப் பிறகு ஒரு புதிய புதுவையை ஒருவர் மட்டுமே 65 ஆண்டுகால அதன் சுதந்திர வரலாற்றில் 25 சதவிகித பணிகளைச் செய்திருந்தாலே அவர் தந்தையென்று போற்றப்படுவதற்கானத் தகுதியை அடைந்துவிட்டதாகவே நமக்கு உலக வரலாறு கூறுகிறது. ஆனால், இங்கோ புதுவை மாநிலத்தின் 90 சதவிகித உள்கட்டமைப்புகளையும் ரங்கசாமி ஒருவரே முதல்வராக இருந்த காலத்திலேயே கொண்டுவந்துவிட்டார் என்பது அவரை எவ்வாறு கருதுவதற்கு வரலாறு வாய்ப்பளிக்கிறது

மாவட்ட ஆட்சியர் அலுவலகம்

என்று சிந்தியுங்கள். இங்கு எவராவது கேட்கலாம்... 'அவர் மிக நீண்ட காலம் முதல்வராக இருந்ததால் இவ்வாறு செய்ய முடிந்திருக்கலாம்!' என்கிற சிறிய அளவிலான சந்தேகத்தை முன்னிறுத்தினாலும்கூட அவர்கள் ஒரு உண்மையை உணர்ந்துகொள்ள வேண்டும்.

ரங்கசாமி என்கிற ஆளுமை தனது சாதனைகளின் வரலாற்றை முதல் 5 வருடங்களில் மட்டுமே எழுதி முடித்திருக்கிறது. அவர் எழுதி முடித்த வரலாற்றை முழுமையடையச் செய்வதற்குத்தான் மீதமுள்ள காலங்கள் அவருக்கும் இன்னும் அவரை தவிர்த்திருந்த மற்ற இரண்டு முதல்வர்களுக்கும்கூட காலங்கள் சரியாக இருந்தது என்பதுதான் நாம் உணர்ந்துகொள்ள வேண்டிய மிக முக்கியமான கருத்தாகும். அதாவது ரங்கசாமி அவரின் முதல் ஐந்தாண்டுகளில் கொண்டுவந்த உள்கட்டமைப்புத் திட்டங்களையும் சமூக நலத்திட்டங்களையும் செயல்படுத்தினாலே இன்னும் 100 ஆண்டுகள் புதுவையின் புதிய தேவைகள் ஏதும் இருக்க முடியாது என்கிற அளவில் இருந்த ரங்கசாமியின் திட்டங்களை செயல்படுத்துபவர்களாக மட்டுமே அதற்கடுத்து வந்த அவரையும் உள்ளிட்ட மற்ற

முதல்வர்களின் பணிகளும் இருக்கும் அளவிற்கு ரங்கசாமியின் திட்டங்கள் தொலைநோக்குப் பார்வையோடு அமைந்திருந்தன.

அத்தனை வலுவான திட்டங்களை அவர் அவ்வாறு முதல் 5 வருடங்களில் கொண்டுவந்ததற்கான காரணத்தைப் பொருத்து நாம் இரண்டு முக்கியக் காரணங்களை இங்கே அறிந்துகொள்ள வேண்டும். ஒன்று அவரின் அந்த முதல் ஐந்தாண்டுகள் இத்தனைத் திட்டங்களைக் கொண்டு வருமளவிற்கு ஏறக்குறைய 40 ஆண்டுகள் ஆட்சியிலிருந்தவர்கள் புதுவை மாநிலத்தை பிரெஞ்சு அரசாங்கத்திற்குப் பிறகு புனரமைக்கும் பணியைச் செய்யாமல் இருந்துவிட்டதுதான் அதன் முக்கிய அடிப்படைக் காரணம் என்றால் அதன் மற்றொரு முக்கியக் காரணம், அவ்வாறு ரங்கசாமி முதல் ஐந்தாண்டுகளில் புதுவை மாநிலத்திற்கு இத்தனைத் திட்டங்களையும் கொண்டுவரவில்லை என்றால் இன்றைக்கு புதுவையின் நிலை பரிதாபத்திற்குரிய கேள்விக்குறியோடுதான் இருந்திருக்கும்.

ஏனென்றால், 2009ஆம் ஆண்டிற்குப் பிறகு மத்திய அரசுகளின் போக்கில் மிகப்பெரும் மாற்றங்கள் ஏற்பட்டு தேசத்தின் அனைத்து யூனியன் பிரதேசங்களின் நிதி அதிகாரத்தையும் கேலிக்கூத்தாக்கிவிட்ட நிலையில், ரங்கசாமி என்கிற ஆளுமையின் முதல் ஐந்தாண்டுகளின் சாதனைகளின் மீது மட்டுமே இன்றைக்குக் கம்பீரமாக நின்றுகொண்டிருப்பதையும் நாம் உற்றுநோக்க வேண்டும்.

தனது முதல் ஐந்தாண்டுகளின் திட்டங்களின் மீது அடுத்துவந்த 15 ஆண்டுகளின் முதல்வர்களின் பணியாக மாற்றிய ரங்கசாமி என்கிற ஆளுமை, அவரின் முதல் ஐந்தாண்டுகளில் கொண்டுவந்த திட்டங்களைச் செயல்படுத்துவதின் பணியே எதிர்கால புதுவைக்குப் போதுமானதாக தன்னிறைவு கொடுக்கும் விதமாக இருக்கும் என்கிற நிலையை உருவாக்கிய ரங்கசாமியின் ஆளுமைதான் அனைத்திலும்விடச் சிறந்ததாகவும், அவரை 'புதுவையின் தந்தை' என்று கொள்வதற்கும் ஆதாரமாக இருப்பதையும் நாம் உணரவேண்டும்.

36

ரங்கசாமியின் சக்தி

இப்போது நாம் தொடர்ந்து 35–வது கட்டுரைக்கு வந்திருக்கிறோம், இன்னும் கூட வெகுதூரம் செல்ல வேண்டியிருக்கிறது என்றுதான் கருத வேண்டியுள்ளது. இத்தொடரை 30 நாட்களில் முடித்துவிடுவதாகதான் திட்டமிடப்பட்டது. ஆனால், இன்னும் 30 நாட்கள் ஆனாலும் என்னால் முடிக்க முடியுமா என்கிற ஐயம் இருக்கிறது.

இத்தொடரை எழுத ஆரம்பித்த இரண்டாவது நாளிலேயே எனது ரத்த அழுத்தத்தின் அளவு 130/90ஆக நிலைபெற்றுவிட்டது. எனக்கு எப்போதும் 120/80 அல்லது 110/70 என்று மட்டுமே இருக்கும். இத்தொடரை எழுத ஆரம்பித்தவுடன் எழுதும் அந்த ஒரு மணி நேரமும் எனது உடம்பின் வெப்பம் கூடிவிடுகிறது. எனக்கு எத்தனை நாட்கள் அவகாசம் கொடுத்தாலும், அச்சிடுவதற்கு முதல்நாளோ அல்லது அச்சிடும் தினத்திலோ எழுதுவதுதான் என் இயல்பு என்று எனது கட்டுரைகளை வெளியிட்டவர்கள் நன்றாக அறிந்திருப்பர். அந்த வகையில் எந்தக் குறிப்பும் இல்லாமல்தான் எழுத அமர்வேன்.

நான் இத்தொடரின் கருத்தாக ஒரு விஷயத்தை எழுதுவதற்கு நினைத்து அமர்ந்தால், எழுதிமுடித்தபிறகு பார்த்தால் அது வேறு ஒன்றாக வந்துவிடுகிறது.

சிலநேரங்களில் இதனை நான் எழுதினேனா என்கிற ஐயம் எனக்குள்ளேயே எழுவதுண்டு.

நான் என் மூதாதையர்களின் வழிவந்த கலாசாரத்தின் மீது கொண்ட பற்றுதல் காரணமாகக் கடவுளை வணங்குவேனே தவிர ஒருபோதும் கடவுளிடம் வேண்டிக்கொண்டவனில்லை. என்னைக் குறித்து நான் முற்போக்குவாதியாகவே எனது உணர்வுகளைப் புரிந்திருக்கிறேன். ஆனால், இத்தொடரை நான் எழுத ஆரம்பித்ததிலிருந்து, நமக்கும் மீறிய ஒரு சக்தி நம்மை ஆட்டுவிக்கிறது என்பதை நான் பூரணமாக நம்புகிறேன். அது எத்தகைய சக்தி என்கிற வரையறைக்குள் என்னால் சொல்லமுடியாது. அதில் எனக்கு விருப்பமுமில்லை.

ஆனால், இத்தொடர் எழுதுவதிலிருந்து இடையில் சிறிது காலம் எனக்கு ஓய்வு தேவைப்படுகிறது என்பதை மட்டும் நான் உறுதியாக நம்புகிறேன். அது என்றிலிருந்து என்பதைக்கூட என்னால் தீர்மானிக்க முடியாதவனாக இக்கட்டுரைத் தொடர் என்னை உள்ளிழுத்து வதைத்திருக்கிறது. இதற்குமேல் எனது கருத்தினை அவரவர் விருப்பத்திற்குத் தகுந்தவாறு எண்ணிக்கொள்ளலாம். ஒரு முற்போக்குச் சிந்தனைகொண்ட.... என்னால் இதற்குமேலும், இதற்கு விளக்கமளிக்க விருப்பமில்லை.

ஆனால், இதைப் பொருத்து நாம் இப்போது ரங்கசாமி என்கிற ஆளுமையின் வளர்ச்சியோடு தொடர்புப்படுத்தி பார்க்கின்றபோது நாம் புரிந்துகொள்ள முடியாத அதிசயங்களும் அதனுள் அடங்கியிருப்பதையும் அறியமுடிகிறது.

இந்த உலகத்தில் எந்த ஒரு தலைவனும், ஒரு செயலைத் திட்டமிட்டு செய்து அந்தத் திட்டத்திற்கான பலனை அடைந்ததாக வரலாறு நமக்கு எடுத்துரைக்கவில்லை. பெரும்பாலான சரித்திரங்கள் அதன் போக்கில்தான் நடந்தேறி இருக்கிறது. ஆனால், அந்த சரித்திரத்தை உருவாக்கிய நாயகர்கள் தங்களின் மேலான கடின உழைப்பையும், சிந்தனையையும் அதற்கு செலுத்தியிருப்பார்கள். அப்படி வரலாறு சிலரின் பங்களிப்பை எடுத்துக்கொள்கின்றபோது அந்தப் பங்களிப்பு அந்த மக்களுக்கும் அந்தக் காலத்திற்கும்

எந்தவிதமான பலனை அளித்திருக்கிறது என்பதைப் பொருத்து வரலாற்று நாயகர்கள் உருவாகி இருப்பார்கள். இப்போது அதற்கு நேரெதிரான மற்றொரு வடிவத்தை இப்படியும் கொள்ளலாம். இதில் எவராவது விதிவிலக்காக சில லட்சியங்களை அடைந்தே தீரவேண்டும் என்கிற உறுதியான எண்ணத்தில் திட்டமிட்டும் வெற்றி பெற்றிருக்கலாம். ஆனால், அவ்வாறு திட்டமிட்டு வெற்றிபெற்ற தலைவர்கள் எந்த வழிமுறைகளை பின்பற்றினார்களோ அந்த முறையை அதே காலத்திலேயோ அல்லது அதற்குப் பிறகு வந்த தலைமுறையைச் சார்ந்தவர்களோ பின்பற்றி வெற்றிபெற நினைத்தால் அவர்கள் நினைத்த அளவிற்கு வெற்றிபெற்றதாக வரலாறு நமக்கு எவரையும் நினைவுக்குக் கொண்டுவரவில்லை.

உதாரணமாக இந்தியப் பிரதமர் மோடியை எடுத்துக்கொள்வோம். அவரின் ஆரம்பகால தேசிய வளர்ச்சியை சமூக வலைதளம் மூலமாக தீர்மானித்தவர் என்று சிலர் கருதி அதிகமாக சமூக வலைதளங்களில் உலா வர ஆரம்பித்தனர். அவ்வாறு வந்தவர்கள் நகைச்சுவை நடிகர்களாகத்தான் போக முடிந்தது.

ஆக, ஒருவரின் வெற்றி என்பது ஒருவரின் வெளிப்புற நடவடிக்கைகளைப் பின்பற்றி அடையக் கூடியதல்ல. அந்தத் தலைவர் அதற்கு தகுதிப் பெற்றவராக மக்கள் கருதும் அகப்புற அடையாளங்களைக் கொண்டிருக்க வேண்டும் என்பது இங்கே முக்கியமாகிறது.

நாம் 34 கட்டுரைகளில் ரங்கசாமி அதைச் செய்தார், இதைச் செய்தார், இப்படி செய்தார் அதன் பயன் இப்படி ஆனது... என்று வெவ்வேறு விதமாக அவரின் திட்டங்கள் ஏற்படுத்திய மாற்றங்களை எழுதி வருகிறோம்.

ஆனால், ரங்கசாமி என்கிற ஆளுமை இப்படியெல்லாம் நாம் செயல்படுத்தப்போகும் திட்டங்கள் எதிர்காலப் பலன்களை கொடுக்கும் என்கிற நேர்கோட்டின் சிந்தனையில் செய்து முடித்தாரா என்றால் நிச்சயமாக இருக்க முடியாது என்றே நம்புகிறேன். ரங்கசாமி மாத்திரமல்ல, உலகில் எந்தத் தலைவர்களும் அன்றைக்கு உருவாக்கும் திட்டம்

20 வருடங்களுக்குப் பிறகு எதைச் செய்யும் என்று 100% நம்பிக்கைக் கொண்டு செய்தவர்கள் அல்ல. ஆனால், அன்றைய தேதியில் மக்களின் தேவையாக இருக்கும் சிலவற்றை செய்து தீரவேண்டிய தேவைகளை முன்னிருத்தி ஒரு நல்ல ஆளுமை சில திட்டங்களைக் கொண்டுவந்தால், அந்தத் திட்டங்கள் எதிர்காலத்தில் பெரும் பலன்களைக் கொடுக்கப்போகும் திட்டங்களாக மாறிவிடுகிறது.

அந்த வகையில் ரங்கசாமி என்கிற ஆளுமை, புதுவை மாநிலத்திற்குக் கொண்டுவந்த திட்டங்களும் காலங்கள் செல்லசெல்ல அதன் முழு கொள்ளளவை எட்டியது. இதன் மற்றொரு அடிப்படைக் காரணம், அந்தத் திட்டங்கள் மக்களின் நீண்டகாலத் தேவையாக இருந்து வந்திருக்கிறது.

ஆனால், மற்ற எவறும் அதனைச் சிந்தனையில் கொள்ளாதபோது அதன் தேவையை மக்களின் வாழ்வோடு தொடர்புப்படுத்தி அதைச் செய்வதில் ரங்கசாமி முனைப்புக் காட்டினார். அந்தத் திட்டங்கள் புதுவையின் தன்னிரைவைத் தானாகவே எட்டிப்பிடிக்க காரணமாக இருந்தது. இந்த நிலை அவர் திட்டமிட்டுச் செய்தாரா அல்லது அவர் நினைப்பதுபோல் ஏதோ ஒரு சக்தி அவரை இயக்குகிறதா என்பதை அவர் மட்டுமே அறிவார். ஏனெனில், இன்றைய புதுவையின் அனைத்துவிதமான வளர்ச்சிகளையும் ரங்கசாமி என்கிற ஆளுமையின் திட்டங்கள் மட்டுமே தீர்மானிக்கிறது என்பதை இங்கு எள்ளளவேனும் எவரும் மறுக்க முடியாதவாறு உண்மைகள் நமக்கு உணர்த்துகிறது.

காமராசர் மதிய உணவு திட்டத்தை கொண்டுவந்தபோது, ஒரு மாணவனின் பசியையும், அவன் பள்ளிக்குச் செல்வதின் தேவையை மட்டுமே உணர்ந்தார். ஆனால், அத்திட்டம் 20 வருடங்களுக்குப் பிறகு அதிக அளவிலான இந்திய அரசு அதிகாரிகளைத் தமிழகத்தில் இருந்து உருவாக்குகிறது என்பதை திட்டத்தைக் கொண்டுவந்த அன்று காமராசர் உணர்ந்து செய்திடவில்லை. ஒரு நல்ல தேவையை நல்ல தலைவன் உணர்ந்து செய்கின்றபோது அது வரலாற்றுத் திட்டமாக உருமாறுகிறது.

நாம் போற்றும் ஒரு சக்தி மனித உருவில் சிலநேரங்களில் இவ்வாறு நம்மை இயக்கிச் செல்லும் என்கிற உண்மையை ரங்கசாமி என்கிற ஆளுமையின் திட்டங்களைப் பொருத்து, நாம் நம்பத்தான் வேண்டியிருக்கிறது. ஏனெனில், எங்கோ இருந்த நான் ஏன் ரங்கசாமி என்கிற ஆளுமையின் திட்டங்களை சில அரசியல் சூழ்ச்சி மூடிமறைத்து அந்த வரலாற்று உண்மைகளைத் திசைதிருப்பும் நாடகத்தின் உண்மை முகத்தை வெளிக்கொண்டு வருவதற்கு எழுத வரவேண்டும். எனக்கும் அறியாத சில உண்மைகளையும் எப்படி என்னால் எழுத முடிந்தது என்கிற பல சந்தேகங்கள்

அடிப்படையில் ஒரு பெரும் வரலாற்றில் நிகழும் அனைத்து அதிசயங்களும் ரங்கசாமி என்கிற ஒரு ஆளுமையின் வரலாற்றில் நிகழ்ந்ததை நான் உணர்வுபூர்வமாக உணர்கிறேன். அவ்வாறு ரங்கசாமி என்கிற ஆளுமையின் திட்டங்கள் தெய்வத் தன்மை பெற்றிருந்ததால் அவர் தந்தைக்கும் மேலானவராக மாறுகிறார்.

37

ரங்கசாமியின் புதுவை மாடல்

இத்தொடர் எழுதுவதில் சிறு இடைவெளிதான் ஏற்படும் என்று கருதினேன். ஆனால் மிகப்பெரும் இடைவெளி ஏற்பட்டுவிட்டது. இரு தினங்களுக்கு முன்பு கடந்த திங்கட்கிழமை ‘நமதுமுரசு’ பத்திரிகை ஆசிரியர் உதயநாராயணனைத் தற்செயலாக முதல்வர் அலுவலகத்தில் சந்தித்தபோது மீண்டும் தொடரை தொடர்ந்து எழுதுவதாகக் கூறியிருந்தேன். நிச்சயமாக அப்போது எனக்கு புதன்கிழமை 11.05.2022 அன்று அப்பா பைத்தியம்சாமிகளின் குருபூஜை இருப்பது தெரியாது.

தற்செயலாக செவ்வாய்க்கிழமை மாலை முதல்வர் அலுவலக பணியாளர் தனகோடியை சந்தித்தபோது “நாளை குருபூஜை இருக்கிறது கோவிலுக்கு வந்துவிடுங்கள்” என்றார். அப்போதுதான் பத்திரிகை ஆசிரியரிடம் புதன்கிழமையிலிருந்து கட்டுரை எழுதுவதற்கு ஒப்புக்கொண்டதே எனக்கு நினைவுக்கு வந்தது.

இத்தொடரை நாம் எழுத ஆரம்பித்தது அப்பா பைத்தியம்சாமிகளின் ஜீவ சமாதி அடைந்த தினத்தில், என் சகாக்கள் அனைவரும் அன்றைய தினத்தில் என்.ஆர். காங்கிரஸ் உதயமான தினத்தையும், அப்பா பைத்தியம் சாமி ஜீவமுக்தி அடைந்த தினத்தையும் ஒரே நாளில் வருவதை முன்னிட்டு பெரிய அளவில் பேனர்களும்,

அப்பா பைத்தியம்சாமி கோவிலில் வழிபடுதல்

செய்தித்தாள் விளம்பரங்களும், பேரணிகளும் நடத்தியபோது, இவர்களின் மத்தியில் நானும் நம்மை வெளிப்படுத்தவேண்டும் என்கிற எண்ணத்தில் எந்த முன்னேற்பாடும் இல்லாமல், எழுத ஆரம்பித்ததுதான் இத்தொடர். எழுதும்போது 25 நாட்களுக்கு எழுத முடியுமா என்கிற ஐயம் எனக்குள் இருந்தது. ஆனால் இத்தொடர் 50 நாட்களிலும் முடிவடையுமா என்கிற அளவில் நானே எழுதி முடிக்கும் ஒவ்வாரு நாளும் பிரமித்துப்போகும் அளவிற்கு என்னுள் இருந்து பல உண்மையான தகவல்கள் வந்துகொண்டே இருந்தன.

ஒரு கட்டத்தில் நான் மனப்பிரமை ஏற்படும் அளவிற்கும் சென்றேன். அதையெல்லாம் இறுதியாக முடித்த தினத்தில் கூறியிருக்கிறேன் என்று கருதுகிறேன். இன்னும் அதைக்கூட நான் திறந்து பார்க்கும் நேரமில்லாமல் அவரின் ஜீவமுக்தி தினத்தில் எழுதினோமே அவரின் அவதார நாளிலேயே இதனை மீண்டும் தொடங்குவதற்கு என்னையும் அறியாமல் நான் ஒப்புக்கொண்டதையும், அதையும் நான் மறந்துபோன நிலையில், ஒருவர் எனக்கு நினைவுபடுத்தியதையும் நான் சாதாரணமாக ஒதுக்கிவிட முடியாது என்றே கருதுகிறேன்.

அதனால், இன்று காலை எழுந்து தூய எண்ணத்துடன் குளித்துமுடித்து அப்பா பைத்தியம்சாமிகள் கோவிலுக்குச் சென்று யாக சாலையின் முன்பு நின்று சித்தரையும், யாகசாலையையும் வணங்கிவிட்டு நேராக எழுதும் நோக்கத்தில் வீட்டிற்கு வந்தால், வீட்டிற்கு வெளியே கதவில் தினசரி பத்திரிகைகள் செருகப்பட்டிருந்தன.

நான் தினமும் நான்கு தினசரி பத்திரிகைகள் வாங்குகிறேன். அந்த நான்கையும் மடித்து கேட்டில் சொருகியிருந்த பத்திரிகையில் தினமலர் பத்திரிகை முதலாவதாக வைக்கப்பட்டிருந்தது. அதன் தலைப்பு பக்கத்தில் ராஜஸ்தான் மாடல் குறித்து ஒரு விளம்பரம் இருந்தது. அநேகமாக நான் இன்று எழுதி முடித்தபிறகுதான் பத்திரிகை பார்ப்பதாக இருந்தேன், உண்மையில் எனக்கு நேரமில்லை என்பதே இதன் அடிப்படைக் காரணம். ஆனால், நான் எழுத நினைத்த அனைத்து நினைவுகளையும் அந்த விளம்பரம் மாற்றியமைத்தது.

எனக்குள் ஒரு தீர்க்கமான கேள்வி முன்னெழுந்தது. இப்போது திராவிட மாடல், கேரளா மாடல், குஜராத் மாடல், ராஜஸ்தான் மாடல் என்றெல்லாம் பேசப்படுகிறது. இதற்கெல்லாம் முன்பாக இரண்டு பத்து ஆண்டுகளுக்கு முன்பே இந்தியாவிற்கே பல திட்டங்களின் முக்கியத்துவத்தை எடுத்துரைத்த ரங்கசாமியின் புதுவை மாடல் குறித்து நாம் அதிகம் பேசவில்லையே! அது எத்தனைப் பெரிய குற்றம் என்கிற கேள்வியை எனது மனம் என்னுள் தீர்க்கமாக எழுப்பியது.

நான் ஒரு சாமானியனாக இந்நிகழ்வுகளை ஒன்றுடன் ஒன்று ஒப்பிட்டுக் கூற விரும்பவில்லை. ஆனால், ஏதோ ஒன்று இருப்பதை என் உள்ளுணர்வு எனக்குள் கூறிக்கொண்டேதான் இருக்கிறது. திராவிடம், கேரளா, குஜராத், ராஜஸ்தான் ஆகிய பெரிய ஆளுமைகளின் மாடல்கள் அதன் நிலத்தையும், மொழியையும் அடிப்படையாகக்கொண்டு முன்னெழுப்பப்படுகிறது. இங்கெல்லாம் நிகழ்த்தப்பட்டிருக்கும் சில அரிய சாதனைகளுக்குப் பின்னால் தேசியக் கட்சிகளான பா.ஜனதா, காங்கிரஸ், கம்யூனிஸ்ட் ஆகிய பெரும் பின்புலங்களும், திராவிட மாடல்களுக்கு பெரியார், அண்ணா, கலைஞர் போன்ற பெரும் ஆளுமைகளின் பின்புலங்களும் அடித்தளமாக அமைந்திருக்கலாம்.

ஆனால், ரங்கசாமியின் 'புதுவை மாடல்' எதையும் எந்த ஆளுமைகளின் பின்புலத்திலும் தோன்றியிருக்காமல் ஒரு சாதாரணக் குடியில் பாஞ்சாலியின் மகனாகப் பிறந்து வளர்ந்து, வேர்க்கடலையை எப்போதும் மென்று தின்றுகொண்டிருந்த ஒரு சாமானியன், புதுவையின் அனைத்துக் காலத்திற்குமான மாடலாக புதுவையை மாற்றியமைத்தது இன்னும் எத்தனை நூறாண்டுகள் கடந்தாலும், அவரின் மாடலின் பின்தொடர்பை வேறு எவரும் நிறுத்த முடியா வண்ணம் நிகழ்த்திய அவரின் புதுவை மாடல், ரங்கசாமியின் புதுவை மாடல் என்றால் மிகையான சொல் ஆகாது. ஏனென்றால், இந்தியாவிற்கே சில மாடலை சிலநேரங்களில் வழங்கியிருப்பதால், அனைத்திலும்விட சிறந்த மாடலாகவும் தனது பெயரையே அந்த மாடலுக்கு ஏற்படுத்தும் தகுதியையும் இந்தியாவிலேயே ரங்கசாமி ஒருவரால்தான் பெறமுடியும் என்றால் அதைவிட சிறப்புக்குரிய மாடல் வேறு என்ன இருக்கமுடியும்?

38

சாமானியனுக்கு நம்பிக்கை அளித்த ரங்கசாமி மாடல்

ரங்கசாமியின் புதுவை மாடல் குறித்து நாம் இக்கட்டுரைத் தொடரில் எழுதப்போவதாக முகநூலில் தெரிவித்தவுடன் ஒரு காங்கிரஸ் நண்பர் அந்த மாடல் ரங்கசாமியால் உருவாக்கப்பட்டது என்பதன் பின்புலத்தில் காங்கிரஸ் இருந்ததாகக் கூறியிருந்தார். அநேகமாக அந்தக் கருத்தினை அவர் தெரிவித்த அந்தத் தருணத்தில், அன்றைய கட்டுரையில் ரங்கசாமியின் பின்புலத்தில் காங்கிரஸ் இருந்திருக்கவில்லை என்றும் நாம் கூறியிருப்பதை அவர் அறிந்திருக்க வாய்ப்பில்லை. ஆனால், கட்டுரை வெளிவருவதற்கு முன்பே அதனைப் படித்திருக்க வாய்ப்பில்லாத போதே அந்தக் கேள்வி முன்னெழுப்பப்பட்டிருப்பதால் அக்கேள்வி நிச்சயமாக தவிர்க்கக்கூடிய அல்லது உண்மைக்குப் புறம்பான கேள்வியாக இருக்கமுடியும் என்று நம்மால் உறுதியாகக் கூற முடியாதபோதும், அதன் உண்மை நிகழ்வின் பின்புலம் புதுவை மாடல் ரங்கசாமிக்கு மட்டுமே உரித்தானது என்பதை நமது ஆய்வுகள் முடிவு செய்வதையும் ஒப்பிட்டுப் பார்த்தால் நமக்கு முந்தைய கேள்விக்கு நிகரான அளவில் ஒரு நீதியை ரங்கசாமியின் புதுவை மாடல் கொண்டிருந்ததை நம்மால் உணரமுடியும்.

முதலில் ரங்கசாமி ஏன் புதுவையின் முதல்வராக அறிவிக்கப்பட்டார் என்பதிலிருந்து தொடங்குவது

இதற்கு சரியான தீர்வைக் கொடுக்கும் என்று நம்பலாம். மிகஅதிக காலம் ரங்கசாமியின் தட்டாஞ்சாவடி தொகுதியில் தொடர்ந்து வெற்றிபெறும் சூழ்நிலையில் புதுவையின் அரசியல் அதிகாரத்தில் தவிர்க்கமுடியாத ஆளுமையாக இருந்த காங்கிரசுக்குப் பெரும் சவாலாக இருந்த பெத்தபெருமாளை முதன்முறையாக கால்நூற்றாண்டுக் காலத்தில் தோற்கடித்த முதல் காங்கிரஸ் காரராக இருந்த சிவாஜியின் தீவிர ரசிகர் ரங்கசாமி அதன் அடையாளத்தோடு தவிர்க்க முடியாத காரணத்தால் வேளாண்துறை அமைச்சராக நியமிக்கப்பட்டார்.

அந்தக் காலத்தில் அதுவரை புதுவை அமைச்சரவையில் இருந்த எந்த அமைச்சரும் செயல்படாத வகையில் பல புதிய முயற்சிகளை மேற்கொண்டார். அன்றைய முதலமைச்சர் வைத்திலிங்கம் விரும்பாத போதும் ஒரு வேளாண் அமைச்சராக தனியாக போராடி கால்நடை மருத்துவக் கல்லூரியைக் கொண்டுவந்தார். அதுவரையிலும் தமிழகத்துடன் சேர்ந்து இயங்கிவந்த குரும்பாம்பட்டு வேளாண் நிலையத்தை புதுவை அரசு சார்பு நிறுவனமாக உருமாற்றி காமராசர் வேளாண் அறிவியல் நிலையத்தை விரிவுபடுத்தினார்.

லிங்காரெட்டிபாளையம் கூட்டுறவு சர்க்கரை ஆலையில் கரும்பு உற்பத்தி விவசாயிகள் அதுவரை விவசாயத்தில் கண்டிராத லாபத்தை அடையும் விதத்தில் கரும்பின் கொள்முதல் விலையை உயர்த்துவதற்கு வழிவகை செய்தார். ஒரு அமைச்சராகவே தனது ஆளுமையை ஆழமாக காலுன்றி, மக்களிடத்தில் பெரும் செல்வாக்கினை ஏற்படுத்தும் அளவிற்கு ரங்கசாமியின் பணி இருந்தது.

இந்நிலையில் அதற்கடுத்து வந்த தி.மு.க. மற்றும் த.மா.க. கூட்டணி ஆட்சி நான்கு வருடங்களுக்குள்ளாக கலைக்கப்பட்ட போது அந்நாளில் ரங்கசாமி முதல்வராக வருவதற்கான வாய்ப்புகளே அதிகமிருந்தது. ஆட்சிக் கவிழ்ப்பு சதி வழக்கொன்று அதற்கு முந்தைய முதல்வர் வைத்திலிங்கம் மீது இருந்ததால் அவர் பெயர் பரிசீலிக்கப்படவில்லை. ஆனால், அப்போது சட்டமன்ற உறுப்பினராகவே இல்லாத மறைந்த தலைவர் சண்முகம் முதல்வராக காங்கிரசால்

காமராசர் வேளாண் அறிவியல் நிலையம்

அமரவைக்கப்பட்டார். அந்த அமைச்சரவையில் ரங்கசாமி பொதுப்பணித்துறை அமைச்சராக இருந்தார். பிறகு முதல்வர் சண்முகம் ஏனாமில் மல்லாடியை ராஜினாமா செய்யவைத்து அன்றைய மல்லாடியின் கொடியின் பேரணியின் கீழ் பிரசாரம் செய்து வெற்றிபெற்றார் என்பது வேறு கதை. இதில் நீங்கள் உற்றுநோக்க வேண்டிய ஒன்று காங்கிரஸ் மாடல் என்பதை எதிலிருந்து தொடங்கவேண்டும் என்பதைத்தான்.

சரி, அதனை மனதில் கொண்டே நீங்கள் தொடர்ந்து கட்டுரையை வாசிக்கவேண்டும். இதற்கு முன்பே ரங்கசாமி வேளாண் அமைச்சராகப் பொறுப்பேற்கும் தருணத்தில் முதல்வராகப் பொறுப்பேற்ற வைத்திலிங்கம் அப்பதவியை அவருக்குக் கொடுக்க நினைத்த ஆரம்பகாலத்தில் முதல்வர் பதவியை வேண்டாம் என்று கூறிவிட்டார். ஆனால், அப்போது ஆளுமைமிக்கத் தலைவராக இருந்த கண்ணனை முதல்வராகவேக் கூடாது என்று கருதிய இருபெரும் எதிர்த்திசைகள் கொண்ட இரு தலைவர்கள் ஒன்றுசேர்ந்து அன்று வைத்திலிங்கத்தை முதல்வர் பதவியே வேண்டாம் என்று கூறியும், அவருக்குக் கிடைக்கும்படி செய்தார்கள் என்கிற தகவலை வேண்டுமென்றால் கூடுதலாக நினைவில் வைத்துக்கொள்ளுங்கள். இந்நிலையில் 2001ஆம் ஆண்டு சட்டமன்ற பொதுத்தேர்தல் வருகிறது. அதில் அன்றைக்கு முக்கிய தலைவர்களாக காங்கிரசில் இருந்த சண்முகம், வைத்திலிங்கம், ரங்கசாமி மூவரும் தேர்தலில் நிற்கின்றனர்.

இதில் சண்முகம் காசுக்கடை தொகுதியில் தோல்வி பெறுகிறார், வைத்திலிங்கம் வெற்றிபெற்றும் அவர்மீது வழக்கு இருந்ததால் அமைச்சரவையில் இடம்பெற முடியவில்லை, இந்நிலையில் அதற்கடுத்த நிலையில் இருந்த ரங்கசாமி முறையாக எந்தப் பரிசீலனைக்கும் தேவையின்றி முதல்வராகத் தேர்ந்தெடுக்கப்பட்டிருக்கவேண்டும். ஆனால், தேர்தலில் தோல்வியடைந்த சண்முகம் மீண்டும் முதல்வராகத் தேர்ந்தெடுக்கப்படுகிறார். 6 மாத காலத்தில் அவருக்கு எவரும் சட்டமன்ற உறுப்பினர் பதவியை ராஜினாமா செய்து தேர்தலில் நிற்பதற்கு வழி கொடுக்காததால், மறைந்த தலைவர் சண்முகம் பதவி விலகிவிடுகிறார். புதுவையின் வரலாற்றை மாற்றி எழுதப்போகும் புதிய புதுவையின் மாடலை உருவாக்கப்போகும் ரங்கசாமி பல அநீதிகளுக்குப் பிறகே முதல்வராகத் தேர்ந்தெடுக்கப்படுகிறார்.

இப்போது முதல்வராக ரங்கசாமி காங்கிரசால் தேர்ந்தெடுக்கப்பட்டப் பிறகு அவர் உருவாக்கும் புதுவையின் புதிய மாடல், அவர் முதல்வராக உருவாக உதவியவர்களுக்கே பயத்தை உருவாக்குகிறது. ரங்கசாமியின் வருகைக்குப் பிறகு காங்கிரஸ் கட்சியில் மக்கள் செல்வாக்கில்லாத தலைவர்கள் தங்கள் மனம்போன போக்கில் செயல்படும் முறை தவிர்க்கப்படுகிறது. அதற்கடுத்தடுத்த தேர்தலில் முதல்வரைத் தேர்ந்தெடுக்கும் பணி என்பதே தேவையற்றதாக ஆகும் அளவிற்கு ரங்கசாமி ஆளுமைமிக்கத் தலைவராக மக்கள் ஆதரவோடு உருவெடுக்கிறார். அதனால், மீண்டும் அதற்கடுத்த தேர்தலில் புதுவை வரலாற்றில் இல்லாத வகையில் முதன்முறையாக 2-வது முறையும் காங்கிரஸ் தொடர்ந்து ஆட்சியைக் கைப்பற்றுகிறது. மீண்டும் முதல்வராக ரங்கசாமியே பதவியேற்கிறார். அந்த ஏழரை ஆண்டுகால முதல்வர் பதவியின் போது, இப்போதைய காங்கிரஸ் கட்சியினர் கூறுவதுபோல் ஒரு பெரும் புதுவை மாடலை ரங்கசாமி உருவாக்கினார். அவர்மீது ஒரு ஊழல் குற்றச்சாட்டில்லை, அவரின் முதல்வரின் பதவியை பறிப்பதற்கான நியாயமானக் காரணங்கள் ஒன்றுகூட இல்லாத நிலையில் காங்கிரசால் ரங்கசாமியின் சாதானைகள் தொடரும்போது முதல்வர் பதவியிலிருந்து இறக்கப்படுகிறார்.

ஒருவேளை காங்கிரஸ் அவரின் சாதனைகள் நிறைந்த ஆட்சியை அனுமதித்திருந்து, அந்தச் சாதனைகளைக் காங்கிரஸின் மாடல்களாக உரிமைக் கொண்டாடி இருந்தால் அதில் ஒரு நியாயம் இருந்திருக்க முடியும். எவ்விதமான நியாயமான காரணங்களும் இல்லாமலும் அவர் பதவி பறிக்கப்பட்டும் கூட காங்கிரஸ் ரங்கசாமியின் சாதனைகளுக்கு சொந்தம் கொண்டாட ஆசைபடுவது விநோதமாகத் தெரிகிறது.

உண்மையில் கூறுவதென்றால் காங்கிரசுக்கு இந்தத் தேசத்தில் மாடல் அரசாங்கமே மாநில அளவில் இல்லை என்கிற உண்மை அவர்களுக்குக் கசப்பாகத்தான் தெரியும். ஒருவேளை ஆந்திராவின் ராஜசேகரரெட்டியைக் கூறலாம். அதிலும்கூட அவர் இடையிலேயே காலமாகிவிட்டபடியால் உண்மை நிலவரத்தை நாம் கணிப்பது சிரமமே.

காங்கிரஸ், தேர்தலில் தோற்றவர்களையே முதல்வராக்கிய பெருமை கொண்டது. பெரும்பாலும் தேர்தலில் நிற்காதவர்களையே முதல்வராக்கியது. அதில் மட்டுமே கவனமாக இருந்தது என்று நாம் கூறினால் அவர்கள் பிரதமர் மோடியும்கூட அப்படித்தான் முதல்முறையாக குஜராத்தில் முதல்வராகத் தேர்ந்தெடுக்கப்பட்டார் என்பார்கள். ஆம் உண்மைதான். ஆனால், அதற்கடுத்து அவர் தேர்தலில் நின்று வெற்றிபெறும் அளவிற்குத் தன்னை ஆளுமைமிக்க மக்கள் ஆதரவுபெற்ற தலைவராக வளர்த்துக்கொண்டார். ஆனால், சண்முகமோ, நாராயணசாமியோ அப்படி அவர்களின் வரலாற்றில் இருந்திருக்கிறார்களா என்பதை நீங்கள் ஆய்வு செய்யவேண்டும்.

ராஜஸ்தான் மாடல்கூட சச்சின் பைலட்டை முன்னிறுத்தி பெற்ற வெற்றியில் வேறொரு முதல்வரை உருவாக்கியதால் ஏற்பட்ட மாடல்தான். உண்மையில் காங்கிரஸ் மாடல் என்றால் இதுவாகத்தான் இருக்க முடியும். எனவே, ரங்கசாமி உருவாக்கிய புதுவை மாடல் அவருக்கு மட்டுமே உரித்தானது என்பதை நாம் ஒப்புக்கொள்வதில் உள்ள உண்மைகளை நாம் உணரவேண்டும்.

39

அகிம்சை வழியில் அதிகாரத்தை எதிர்த்த ரங்கசாமி மாடல்

உண்மையில் மாடல் அரசாங்கம் என்பதற்கான உண்மையான நோக்கத்தினை இந்தியாவில் எவர் எவரெல்லாம் கொண்டிருந்தனரோ, அது நாம் அறிந்துகொள்ள முடியாத ஒன்று. ஆனால், அரசாங்கத்தில் ஒரு மாடலை உருவாக்கியவர் என்றால் இந்தியாவில் அது ரங்கசாமியைத் தவிர வேறு எவருக்கும் அந்த முதன்மையான இடத்தினைக் கொடுத்திட முடியாது என்று மட்டும் தீர்க்கமான முடிவாகக் கொள்ளலாம்.

பெரும்பாலும் இந்தத் தொடர் அதன் பெரும் பாலான தகவல்களைக் கூறிவிட்ட காரணத்தினால், இன்னும் கூறப்போகிறக் காரணத்தால் சாதனைகளை மட்டும் மாடல்களின் முக்கிய உருவமாக நாம் கொள்ளத் தேவையில்லை. அதை அப்படிக் கொண்டாலும், ரங்கசாமியைத் தவிர சாதனைகளை நிகழ்த்திய முதல்வர்கள், இன்று இந்தியாவின் வேறு எந்தப் பகுதியிலும் இருக்கவில்லை என்றால் இங்கே மாடல் எதைத் தீர்மானித்து முன்னெழுப்ப விரும்புகிறது என்ற அடிப்படையான ஒரு கேள்வியை அந்தச் சந்தேகம் முன்னெழுப்புகிறது.

குஜராத் மாடல் தொழில்துறை வளர்ச்சியை முன்னெடுத்துச் செல்லும் என்றால், கேரளா மாடல்

எதை முன்னெடுக்கிறது என்பதை நம்மால் அறுதியிட்டுக் கூற முடியவில்லை. ஒருவேளை அது தொழிலாளர் வளர்ச்சியை முன்னெடுக்கிறதா அல்லது அம்மக்களின் விபரங்களைத் துல்லியமாகக் கணக்கிடுவதில் முன்னெடுக்கிறதா அல்லது படிப்பறிவுமிக்க மக்களைக் கொண்டிருப்பதில் அதன் உருவாக்கத்தை முன்னெடுக்கிறதா என்பதை நம்மால் அறுதியிட்டுக் கூற முடியவில்லை. ராஜஸ்தான் மாடல் ஒரு கேலிக்கூத்தான நிகழ்வு. ஒரே ஒரு சுகாதாரத் திட்டத்திற்காக கொடுக்கப்பட்டிருக்கும் அந்த விளம்பரம் இந்த வரிசையில் இடம் பிடிப்பதற்கான எந்தத் தேவைகளையும் கொண்டிருக்கவில்லை.

ஆனால், இதில் மாடல்களின் உரிமைகளைக் கோருவதில் நிச்சயமாக எதிர்காலத்தில் மேற்கு வங்கமும் தெலுங்கானாவும் ஒருவேளை மகாராஷ்டிராவும் பங்கீடு கேட்டு முன்வரக்கூடும் என்றே தோன்றுகிறது. எதனால் அவ்வாறு வரக்கூடும் என்கிற ஐயம் உங்களுக்குத் தோன்றலாம். அநேகமாக அதன் காரணம் திராவிட மாடலின் உள்ளார்ந்த தேடலின் அடுத்த பரிமாணத்தை அந்த மாநிலங்கள் அவர்களுக்கான உரிமையாக முன்னெடுத்துக் கேட்கலாம்.

அது என்ன அதன் அடுத்த பரிமாணம் என்கிறீர்களா? அநேகமாக திராவிட மாடல் என்பது குஜராத்திலும் கேரளத்திலும் இல்லாத எந்த வளர்ச்சியைக் கொண்டு தனக்கான மாடலை முன்னிறுத்துகிறது என்று ஆய்வு செய்தால் என்ன வித்தியாசம் இருக்க முடியும்? எந்தவிதமான பெரிய வித்தியாசத்தையும் கொண்டிருக்கவில்லை என்பதை சாமானியனும் அறிந்த விஷயமாக உணரும்போது திராவிட மாடல் எதன் பொருட்டு விசேஷமாக தனக்கான மாடலைக் கோருகிறது?

மத்திய அரசை எதிர்ப்பதையும், கவர்னருக்கு எதிரான தீர்மானங்களை முன்னிறுத்துவதிலும், மாநிலங்களின் அதிகாரத்தை வகைப்படுத்த வேண்டியும் கொடுக்கப்படுகின்ற குரலையே அது திராவிட மாடலாக உருவகம் செய்துகொள்ள விரும்புகிறது என்பதே இதன் அடிப்படைத் தத்துவம்.

ஏனென்றால், வேறு எந்தக் காரணத்திற்காகவும் குஜராத்தையும் கேரளாவையும் கர்நாடகாவையும் மகாராஷ்டிரத்தையும்விட தனித்துவம் பெற்ற காரணங்களைப் பொருளாதார அமைப்பில் திராவிட மாடல் கொண்டிருக்க முடியாது என்பதே உண்மை. ஆக திராவிட மாடல், மத்திய அரசின் சுயமரியாதையை எதிர்ப்பதையே திராவிட மாடலாக மறைமுகமாக அறிவிக்க விரும்புகிறது என்பதுதான் உண்மை.

இதன்பொருட்டுப் பார்க்கின்றபோது மேற்குவங்கமும் தெலுங்கானாவும் மகாராஷ்டிராவும்கூட அந்த வரிசையில் திராவிட மாடலுக்குச் சற்றுக் குறைவான காரணங்களோடு எதிர்காலத்தில் அணிவகுத்து நின்று, திராவிட மாடலிடம் போட்டியாளராக உருவாகலாம் என்றால் இதன் அமைப்பில் ரங்கசாமி மாடல் எங்கே உருவாகிறது என்று எவராவது ஒரு கேள்வியை முன்னெழுப்பலாம். அவ்வாறு எழும் சந்தேகத்திற்கான கேள்வியை நாம் ஆய்வு செய்வதற்கு முன்பு மற்றொரு கருத்தினை இங்கே மீண்டும் தெளிவுப் படுத்திக்கொள்வோம்.

குஜராத்தாக இருந்தாலும் கேரளாவாக இருந்தாலும் தமிழ்நாடாகவே இருந்தாலும் சரி, ரங்கசாமி மாடல் வளர்ச்சி என்பது அவர்கள் எவரும் நெருங்கமுடியாத தூரத்தில் இருப்பதை நாம் உணர்ந்துகொள்ள வேண்டும். அதனை முழுமையாக அறிந்துகொள்ள இந்தத் தொடரை ஆரம்பத்திலிருந்து இறுதிவரைப் படித்தாலே போதுமானது.

திராவிட மாடலுக்கு இணையாக அல்லது மேலாக இங்கே ரங்கசாமி மாடல் மாநில அதிகாரத்தின் வெளிப்பாட்டில் எவ்வாறு தங்களை நிரூபிக்க முடியும் என்கிற நமது முந்தைய கேள்வி இங்கே முன்னெழும். அந்தக் கேள்விக்கான நமது ஆய்வு ஒரு எழுத்தாளனின் ஆய்வு மட்டுமே. அரசியல் சார்ந்த ஆய்வுகள் இல்லை என்பதையும் தெளிவுப்படுத்திவிடுகிறேன்.

அதிகாரம் கொண்ட மாநிலங்களின் முதல்வர்களாக இருந்துகொண்டு, சொந்த மாநிலத்தில் ஒரு மாதிரியும் டெல்லிக்கு சென்று பிரதமரிடம் மனு கொடுத்துவிட்டு வேறு மாதிரியும் மாம்பழம் பிரதமருக்கு அனுப்பும் மாடலும் எந்த

நேர்மையைக் கொண்ட மாடலாக இருக்கப்போகிறது என்பதை ஆய்வுக்கு உட்படுத்தினால் மத்திய அரசுடன் நட்பில் இருக்கும் ரங்கசாமி, அந்தக் கட்சியின் கூட்டணியில் அரசை நடத்தும் ரங்கசாமி, தான் போலியாக எந்தக் காரணத்திற்காகவும் பிரதமரைச் சந்திப்பது இம்மக்களுக்குச் செய்யும் துரோகம். மாநில அந்தஸ்துக்காக பிரதமரைச் சந்திப்பதுதான் தன் இறுதி மூச்சுக்கு அர்த்தத்தைக் கொடுக்கும். நாம் உயிருடன் இருக்கும்போதே இம்மக்களுக்கு மாநில அந்தஸ்து பெற்றுக்கொடுத்திட வேண்டும். அந்த சுயமரியாதையைத்தான் நான் இம்மக்களுக்குக் கொடுக்கவில்லை மற்ற அனைத்தும் கொடுத்துவிட்டேன் என்கிற தீர்மானமான எண்ணத்தில் பிரதமருடனான சந்திப்பிற்கு ஒரு அர்த்தத்தையும் முக்கியத்துவத்தையும் ஏற்படுத்தியிருக்கிறாரே அதைவிட இத்தேசத்தில் சுயமரியாதையைக் காத்த தலைவர்களை வேறு எங்காவது காணமுடியுமா?

ரங்கசாமியே இந்தக் கருத்தினை மறுத்துக் கூற விரும்பலாம். ஆனால், புதுவை வந்த மத்திய உள்துறை அமைச்சர் அமித்ஷாவிடம் கொடுத்த மனுவிலும் பல்வேறு சந்தர்ப்பங்களிலும் அவர் தீர்மானமாக மாநில அந்தஸ்து கோரிக்கையை முன்வைப்பது, அவர் பிரதமரை சந்திப்பதில் உள்ள அர்த்தங்கள் அச்சந்திப்பை அழகுப்படுத்தவே என்கிற உண்மை, சுயமரியாதையின் வெளிப்பாடு இல்லாமல் வேறில்லை என்பதையே ஆய்வுகள் முன்வைக்கின்றன.

இதன்பொருட்டுப் பார்த்தால், மிக நீண்ட காலத்திற்குப் பிறகு இத்தேசத்தில் மகாத்மாவின் வழியில் ஒரு ஜீவன் சுயமரியாதையைத் தேடுகிறதே, அதன் உண்மையான முகம்தான் ரங்கசாமி மாடல். அதனால், அந்தச் சந்திப்பின் அர்த்தத்தைப் புரிந்துகொண்டதாலும்தான் பிரதமரும் அவரை நேசிக்கிறார். ரங்கசாமி மாடலின் நேர்மையால்தான் அவர் அனைவராலும் நேசிக்கப்படுகிறார். உண்மையும் நேர்மையும் மட்டுமே சுயமரியாதையைத் தேடும் போராட்டத்திற்கான சிறந்த மாடல் என்றால் இது ரங்கசாமி மாடல்தானே!

40

ஆளுநரின் அங்கீகாரத்தில் ரங்கசாமி மாடல்

அநேகமாக நாம் இப்போது இறுதியாக ஒரு முடிவுக்கு வர முடியும். அந்த முடிவு இன்னும் அதிகமான விளக்கத்தினைக் கொடுக்கலாம். அந்த விளக்கம், இன்னும் முழுமையான அர்த்தத்தை நமக்கு அறியமுடியும் வகையில் 13.05.2022 அன்று புதுவை கம்பன் கலையரங்கத்தில் நடைபெற்ற கம்பன் விழா நமக்கு உணர்த்தியிருக்கிறது. அந்த விழாவில் ரங்கசாமி பேசுகின்றபோது 'புதுவை எங்கும் தமிழ் உள்ளது. எதிலும் தமிழ் உள்ளது' என்றார். அவர் இவ்வாறு பேசுகின்ற நிகழ்வு ஒரு முக்கியத்துவம் வாய்ந்த கட்டத்தில் நடைபெற்றிருக்கிறது.

மத்திய அரசாங்கத்தின்கீழ் இயங்குகின்ற புதுவையின் ஜிப்மர் மருத்துவக்கல்லூரியில், இந்தி மொழித் திணிப்பு நடைபெற்றிருப்பதாகக் கூறி அனைத்து எதிர்க்கட்சிகளும், சமூக இயங்கங்களும் போராட்டம் நடத்திக்கொண்டிருக்கும்போது அந்தப் போராட்டங்களில் பேசிய எதிர்க்கட்சித் தலைவர்கள் அனைவரும், 'ஆளும் பா.ஜனதாவுடன் கூட்டணியில் இருக்கும் ரங்கசாமி இதற்குப் பதிலளிக்கவேண்டும்' என்ற பிரதான கோரிக்கையை முன்னெழுப்பி இருந்தனர். அநேகமாக அந்தக் கோரிக்கையின் பின்புலம் இரண்டு தாக்கங்களைக் கொண்டிருந்தது.

கம்பன் விழாவில், புதுவையின் ஆளுநர் தமிழிசை சௌந்தரராஜன் அவர்களுடன் முதல்வர் ரங்கசாமி அவர்கள்.

ஒன்று பா.ஜ.க.வுடன் கூட்டணியில் இருக்கும் என்.ஆர். காங்கிரஸின் முதல்வராக இருக்கும் ரங்கசாமி அவர்களுக்கு எதிராக இந்தக் கேள்வியை எழுப்பமாட்டார். அதனால் அவரைத் தமிழின விரோதியாக அடையாளப்படுத்துவதற்கான வாய்ப்புகளைத் தேடிக்கொள்ளலாம் என்ற காரணமும் இருந்திருக்கலாம். அல்லது ஒருவேளை ரங்கசாமியை அவ்வாறு தமிழுக்காகக் குரல் கொடுக்க வைப்பதன் மூலம் பா.ஜனதாவிற்கு எதிராகத் திசைத்திருப்பிவிட்டு கூட்டணிக்குள் குழப்பத்தை ஏற்படுத்தலாம் என்கிற எண்ணம், இதன் அடுத்த பரிமாணத்தைக் கொண்டு இருக்கலாம்.

ஆனால், இவற்றையெல்லாம் ஒன்றுமில்லாமல் செய்யுமளவிற்கு ரங்கசாமியின் வீரியம் மிகுந்த சாதுர்யமான போராட்ட குணம் வெளிப்படுத்தப்பட்டது. மத்திய அரசின் சார்பிலான அரசுக் கேந்திரத்தின் முகவராக இருக்கும் புதுவையின் ஆளுநர் தமிழிசை சௌந்தரராஜனை மேடையில் வைத்துக்கொண்டே ஒரு தமிழ் விழாவில் எதிர்க்கட்சிகளின் தமிழ் குறித்து ஐயப்பாடுகளை எழுப்பிய பத்து நாட்களின் போராட்டத்திற்கு ஒரு பதிலை அளித்துவிட்டார். அதற்கான

எந்தப் பரபரப்பையும் பதட்டத்தையும் வெளிப்படுத்தாமல், இதற்காக பிரத்யேகமான செய்தியாளர்கள் சந்திப்பைக் கூட்டாமல், முக்கியமாக எந்த நாடகத்தையும் நடத்தாமல் மிகச் சாதுர்யமாக தனது நிலைப்பாட்டை முன்வைத்ததுதான் ரங்கசாமியின் மாடல். இது ஏன் தனித்துவம் பெற்ற ரங்கசாமியின் சுயமரியாதை மிக்க மாடல் என்றால் அதே மேடையில் இருந்த எதிர்க்கட்சிகளின் இந்தித் திணிப்பிற்குக் காரணமாக முன்னிருத்தப்பட்ட மத்திய பா.ஜனதா அரசின் முக்கிய புதுவையின் நிர்வாக ஆளுமையாக இருக்கும் ஆளுநர் தமிழிசை சௌந்தரராஜனையும், அந்தக் கருத்தினை அதே மேடையில் ஏற்கும்படி ஒரே கருத்துள்ளத் தாக்கத்தை அந்த மேடையில் உருவாக்கியதுதான் ரங்கசாமியின் மாடல்.

இதில் மற்றொரு கருத்தையும் நாம் உள்வாங்கிக்கொள்ள வேண்டும். தமிழ்மொழி மீதான இந்தச் சர்ச்சைகளுக்குரிய நிகழ்வுகளில் கடந்த பத்து நாட்களாக வெளிப்படையாக ஆளுநர் தமிழுக்கு ஆதரவாகக் குரல்கொடுத்து வந்திருக்கிறார் என்பது ஒருபுறமிருந்தாலும், அந்த மேடையில் ஒரு தர்க்கத்தை ஏற்படுத்தும் விதமான வார்த்தைகளை பிரயோகிக்காமல், மிக முக்கிய நிகழ்வொன்றில் கவர்னர் தனது நேர்கோட்டில் கொண்டுவந்து தனது கருத்திற்கு ஒரு அர்த்தத்தை உருவாக்கியதே ரங்கசாமியன் மாடல் என்று கொள்ளலாம். இதன்மூலம் நாம் இறுதியாக வரக்கூடிய முடிவு இதுவாகத்தான் இருக்க முடியும்.

இப்போது பரவலாக முன்வைக்கப்படுகின்ற திராவிட மாடல் ஒருவேளை நாம் நினைப்பதுபோல் அதன் பிரத்யேகமான மத்திய அரசின் எதிர்ப்பாளன் முகத்தை வெளிக்காட்டுவதற்காக மாநிலத்தின் அதிகாரம் குறித்த விழிப்புணர்வை ஏற்படுத்த விரும்பியதைப் பொருத்து வெளிப்படுத்த விரும்பிய கோரிக்கைகளை முன்னிறுத்த விரும்பினாலும், அல்லது மிக நீண்டகாலமாக தமிழ் மொழிக்காக நடைபெற்ற இந்த மண்ணின் வீரமிக்க வரலாற்றை வழிமொழிவதற்காகத் தங்களை அடையாளப்படுத்திக்கொள்ள முன்வந்தாலும் சரி, ஒரு யூனியன் பிரதேச திராவிட பூமியில் இருந்து ரங்கசாமி என்கிற ஆளுமை வெளிப்படுத்தியிருக்கின்ற

தீர்க்கமான காந்திய வழியிலான அறப்போராட்டம் கொண்டிருக்கும் வலிமையை திராவிட மாடல் தன் விரும்பியக் காரணத்தைப் பொருத்து ரங்கசாமியின் மாடலுடன் சரியான விகிதத்தில் போட்டியில் இருக்கவில்லை என்பதுதான் நிஜம்.

எனவே, இதன்பொருட்டு திராவிட மாடல் குறித்து ஆய்வு செய்தால், நிச்சயமாக அங்கே ரங்கசாமி மாடல்தான் அனைத்தையும்விட முன்னணியில் இருக்கின்ற ஆக்கப்பூர்வமான தீர்வுகளையும் எடுத்துக்கொள்கின்ற தமிழ் மாடல் என்பதில் சிறிதளவும் ஐயம் இல்லை. சரி, இப்போது அதற்காக மட்டும் நாங்கள் திராவிட மாடலைக் கோரவில்லை, வளர்ச்சித் திட்டங்களையும் முன்னெடுக்கிறோம் என்றால் நாம் தொடர்ந்து அதற்குள்ளும் அடுத்தடுத்து செல்லத் தொடங்குவோம்.

இப்போது இங்கே அதைவிட முக்கியமானது நாம் அறிந்துகொள்ள வேண்டியது இதுதான், இந்தத் தொடர் புதுவையின் தந்தையாக ரங்கசாமி ஏன் இருக்கமுடியும் என்பதற்கான ஆதாரங்களை முன்வைக்கத் தொடங்கப்பட்ட ஒன்று. இப்போது ஏன் வேறொரு திசைநோக்கித் திரும்புகிறது என்று எவராவது இங்கே கேள்வியை முன்வைக்கலாம். அது அவ்வாறு இல்லை, ஒரு பெரும் ஆளுமை அனைத்திலும் சிறந்த மாடலாக உருவெடுத்தால் மட்டுமே அது அதன் அடுத்த பரிமாணத்தை எட்டுகிறது. அதனால்தான் அதே கம்பன் விழாவில் தசரதனுடன் முதல்வர் ரங்கசாமியை ஒப்பிட்டுப் பேசிய ஆளுநர் தமிழிசை சௌந்தரராஜன், தசரதனைப் போல் தாயுள்ளம் கொண்டவர் ரங்கசாமி என்கிறார். இதன் உண்மையான காரணத் தேடல் தசரதனைப்போல் ஒரு சிறந்த தந்தைக்குரிய இடத்தில் ரங்கசாமி இருக்கிறார் என்பதே அர்த்தமாகும். நாம் அவரைத் தந்தை என்று மட்டுமே கூறிவந்தோம், அவருடன் தாயுள்ளமும் இருக்கிறது என்பது ரங்கசாமியின் மாடல் குறித்த மாற்றுப் பரிமாணமாகும். நம் அனைவரையும்விட ஆளுநர் தமிழிசை சௌந்தரராஜன் ரங்கசாமியை அறிந்திருக்கிறார் என்பதையே இது விளக்குகிறது என்பதால் நாம் சரியானத் திசையில் மட்டுமே செல்கிறோம் என்று நம்புவோமாக.

41

சாதிய சமத்துவத்தை உருவாக்கிய ரங்கசாமி மாடல்

இப்போது மாடல் குறித்து புதிய வடிவிலான ஒரு கருத்தினை வைரமுத்து வெளிப்படுத்தியிருக்கிறார். அந்தக் கருத்தில், சாதிய சமத்துவ முறையைக் கொண்டுவருவதில் திராவிட மாடலே தனித்துவம் பெற்ற மாடலாக இருப்பதாக, அவர் ஒரு கருத்தை முன்வைத்திருக்கிறார். அதில் 'திராவிட மாடல் அனைவருக்கும் கல்வியைப் பரவலாக்குகிறது' என்றும் கூறியிருக்கிறார். இதைக் குறித்து வைரமுத்து உண்மையாக அறிந்துகொள்ள வேண்டும் என்றால் அவர் ரங்கசாமியின் மாடல் குறித்து அறிந்துகொள்ள வேண்டும்.

புதுவையில் உள்ள எந்த ஒரு கிராமத்திலாவது உள்ள பட்டியலினத்தவர் வசிக்கும் பகுதியில் சாதாரண கூலி வேலைசெய்யும் ஒருவரின் மகன்களில் அல்லது மகள்களில் ஒரு மருத்துவர்கூட உருவாகாத அல்லது தற்போது மருத்துவம் படித்துக்கொண்டிருக்கும் எதிர்கால மருத்துவர் அல்லாத ஒரேயொரு குக்கிராமத்தையாவது அடையாளம் காட்ட முடிந்தால் அன்றைக்கே நான் ரங்கசாமியின் மாடலில் இருந்து வெளிவந்துவிடுகிறேன். அதைப்போலவே அதிகாரம் மிக்க காவல்துறையில் ஒரு காவலராவது பணிபுரியாத கிராமத்தின் பட்டியலினத்தவர் வசிக்கும் பகுதியையும் அடையாளம் காணமுடியுமா என்று ஆய்வு செய்துபாருங்கள்.

இங்கே எவராவது ஒருவர் இது புதுவையின் ஒட்டுமொத்த வளர்ச்சியுடன் தொடர்புடையதாக இருக்கலாம் அல்லது அனைத்து முதல்வர்களுக்கும் உரிய சாதனைகளாக இருக்கலாம் என்கிற சந்தேகத்தை முன்னெழுப்பலாம். இந்த நிலைப்பாட்டோடு, 'ரங்கசாமி முதல்வராக வருவதற்கு முன்பு... அவர் முதல்வரான பிறகு' என்ற கணக்கீட்டை ஆய்வுசெய்து பாருங்கள்.

இதில் ரங்கசாமியின் வருகைக்கு முன்பு என்பது வெறும் பூஜ்ய அளவில்தான் இருந்தது என்பதை ஆய்வுகள் நமக்கு உறுதிப்படுத்தும். இம்முடிவுகளினால் இப்போது வேறொரு கேள்வி அடுத்ததாக காங்கிரசிலிருந்து முன்னெழும். ரங்கசாமி காங்கிரஸ் கட்சியின் சார்பில் முதல்வராக இருந்தபோதுதான் இந்தச் சாதனைகள் நடைபெற்றது என்பார்கள். ஏனென்றால், அதற்கான பதிலை நாம் இதற்கு முன்பே கூறியிருக்கிறோம் என்றாலும் ரங்கசாமிக்கு முன்பு மத்தியில் காங்கிரஸ் ஆட்சியில் இருந்தபோது புதுவையில் காங்கிரஸ் கட்சியின் சார்பில் வேறு முதல்வர்களே இருந்திருக்கவில்லையா? என்கிற நமது முந்தைய விளக்கம் மட்டுமே இப்போது இதற்கு போதுமானதாகவும் நமக்குத் தோன்றவில்லை.

ஏனெனில், பிரச்னை நமக்கு முன்பு இப்போது வேறொரு வடிவத்தில் முன் நிற்கிறது.

திராவிட மாடல் சாதிய சமத்துவத்தை உண்டாக்கியது என்கிறபோது, ரங்கசாமியின் மாடல் அதனைவிட அதற்கான தீவிர ஆதாரங்களைக் கோருவதால், ரங்கசாமி என்கிற ஆளுமை உருவான பிறகு காங்கிரஸ் கட்சியில் முதல்வர்களாக இருவர் இருந்திருப்பதையும்கூட நாம் இங்கே கூடுதலாக கவனத்தில் எடுத்துக்கொள்ள வேண்டும். அதன்படிப் பார்த்தால் வைத்திலிங்கம் முதல்வராக 2008ஆம் ஆண்டு பொறுப்பேற்றதைக் கணக்கில் எடுத்துக்கொள்வோம். அப்போது நடத்திய காவலர் தேர்வுகள் ஏதாவது இருக்கிறதா? அப்படி இருந்து நடத்தப்பட்டால் அதில் தேர்வான ஒரு பட்டியலின ஏழைக் குடியானவனின் ஆதாரம் இருக்கிறதா? எடுத்து முன்வையுங்கள். மருத்துவம் சார்ந்த படிப்புகளில்

ரங்கசாமி ஒரு அரசு வரைமுறையை ஏற்படுத்திவிட்டதால் அதனைப் பின்தொடர்வதைத் தவிர வேறுஎதுவும் வழி இல்லாததால் அதனை கணக்கில் கொள்ளமுடியாது.

ஒருவேளை மேலும் கணக்கில் கொள்ளவேண்டும் என்றால் வேறு பல அரசு நிறுவன பணி நியமனத்தில் ஒரு ஏழை பட்டியலின வேலையில்லாதப் பட்டதாரி, வேலை பெற்றிருப்பதை அல்லவா நிரூபித்தாக வேண்டும். அப்படியாகிலும் இவர்களால் நிரூபிக்க முடியுமா?

எப்படி ஆதாரமேயில்லாமல் அவ்வாறு நீங்கள் கூறமுடியும். இது ஒரு அரசாங்கத்தையே கொச்சைப் படுத்துவதாக இருக்கிறதே என்றால், வைத்திலிங்கம் முதல்வராக இருந்த இரண்டரை ஆண்டு ஆட்சிக்காலத்தில் நடத்தப்பட்ட அனைத்து வேலைவாய்ப்புகளுக்கானத் தேர்வுகளையும் விசாரணைக் கமிஷன் வைத்து விசாரித்துப் பாருங்கள், பெரும்பாலும் பட்டியலின இடஒதுக்கீடு என்பதை அவ்வினத்தில் உள்ள அரசு உயர் அதிகாரிகளின் வாரிசுகளைக் கொண்டும் அல்லது அவ்வினத்தில் இருக்கும் ஒன்றிரண்டு வசதியானவர்களைக் கொண்டு மாத்திரமே நிரப்பப்பட்டிருக்கும். இந்த நிலையில் திராவிட மாடல் ரங்கசாமி மாடலுடன் எந்த இடத்தில் அதன் சாதிய சமத்துவத்தைப் பேணிப் பாதுகாத்திருக்கிறது என்பதை உங்கள் பார்வைக்கே விட்டுவிடுகிறேன்.

ஆனால், ரங்கசாமி மாடல் எந்தக் குறுக்கீடும் இல்லாமல் நேர்மையான முறையில்தான் அரசு ஊழியர் தேர்வில் நடந்திருக்கிறது என்பதே புதுவையின் பொருளாதார வளர்ச்சியோடு தொடர்புடையதோடு மட்டுமல்லாமல் அதன் சாதிய சமத்துவத்தின் உண்மையான அடிப்படைத் தத்துவங்களை நிறைவேற்றும் உண்மை முகம் பெற்றிருப்பதையும் நாம் உணர்ந்துகொள்ள முடியும்.

சரி, இதில் வைத்திலிங்கத்தின் காங்கிரஸ் அரசாவது ஏதோ ஒரு வகையில் ஒன்றிரண்டு திட்டங்களில் ரங்கசாமியின் மாடலைப் பின்பற்றியது என்றாலும் காங்கிரசின் அதற்கடுத்த முதல்வராக இருந்த நாராயணசாமியோ, ரங்கசாமியின்

மாடலை முற்றிலும் பின்பற்றும் வழிதெரியாமல், தவறாகக்கூட ஒன்றிரண்டு வேலைவாய்ப்புகளை உருவாக்கினோம் என்று கூறுவதற்கே வழியற்ற அரசாக மாறிவிட்டது.

அதுமட்டுமில்லாமல் ரங்கசாமியின் மாடலில் உருவான மருத்துவ மாணவர் தேர்வில் தேர்ந்தெடுக்கப்பட்ட மருத்துவ மாணவர்களின் உள்ளூர் தேர்வு என்பது அதுவரையிலிருந்த நடைமுறையிலிருந்து சரிபாதி அளவிற்கும் கீழே சென்றுவிட்டது.

இங்கே நாம் ஓர் உயர்ந்த இடத்திற்கான திராவிட மாடலுடன் விவாதத்தில் இருக்கும்போது நமக்கு இந்த வாதமே தேவையற்றது என்றாலும் சில உள்ளூர் சந்தேகங்களுக்கும் நாம் இதன்மூலம் பதிலளிக்க விரும்பியதால் இதனைக் குறிப்பிட விரும்பினேன். வேறு முக்கியத்துவம் பெற்ற காரணங்கள் ஏதுமில்லை.

திராவிட மாடல் அதன் சாதிய சமத்துவத்தை உண்மையான கண்ணோட்டத்தில் அணுகவில்லை என்பதே நமது இறுதியான முடிவு.

ஏனென்றால், பட்டியலினத்தவராகவே இருந்தாலும் அதன் பயன், அந்த இனத்தில் தேவைப்படுவோருக்குக் கிடைக்காமல் அந்த இனத்திலேயே உருவான மற்றொரு அதிகார சக்திகளிடம் மீண்டும் மீண்டும் அதன் பலன் பிரித்துக்கொடுப்பதில் சாதிய சமத்துவம் கிடைப்பதில் நிறைவைக் கொடுக்காது என்பதே நமது முடிவு.

அவ்வாறு அது உண்மையான சாதிய சமத்துவத்தைக் கொடுக்கமுடியும் என்றால், அத்தேர்வுகள் நேர்மையாக நடத்தப்படவேண்டும். எனக்குத் தெரிந்து இந்தியாவிலேயே அத்தகைய நேர்மையான மாடல் என்பது நிச்சயமாக ரங்கசாமிக்குப் பின்னால்தான் அணிவகுக்க முடியும் என்றால் சாதிய சமத்துவம் என்பது ரங்கசாமியின் மாடலாகத்தான் இருக்கிறது.

42

ரங்கசாமி மாடல் சிறப்பானது

நாம் எந்த வகையிலும், மாடல் என்பது குறித்த வாதத்தில் ரங்கசாமி மாடல் என்பதைப் பெருமைப்படுத்தும் விதத்திற்காக, வேறு எந்த மாடலையும் சிறுமைப்படுத்தும் நோக்கம் நமக்கு சிறிதளவும் இல்லை. ஆனால், இந்திய வரலாற்றில் எந்த விளம்பரத்தையும் செய்யாமல் தொடர்ந்து வேறு எவரும் இணையாக முடியாத அளவிற்கு அரசாங்கத்தை நடத்தியிருக்கும் ரங்கசாமி என்கிற ஆளுமை அதன் வரலாற்றைக் கூறவில்லை என்பதற்காக அந்த மாடல் குறித்த வரலாற்றில் இடம்பெறாமல் போனால் அது அறத்திற்குப் புறம்பானதே.

இக்கட்டுரையை எழுதத் தொடங்குவதற்குமுன்பு ஒருமுறை முதல்வர் ரங்கசாமியைச் சந்தித்து, அவர் காலத்தில் கட்டிய பாலங்கள் குறித்து ஒரு தகவலைக் கேட்டேன். அதற்கு அவர், 'அதெல்லாம் எனக்கு நினைவில் இருப்பதில்லை நான் செய்ததை ஞாபகம் வைத்துக்கொள்வதில்லை' என்றார்.

இன்றுவரையிலும், அவரிடம் நேரிடையாக நான் பெற்ற தகவல்கள் ஏதும் இல்லை. இந்தத் தொடரை ஏன் எழுதுகிறேன்? இது என்னால் நடைபெறவில்லை. உலகில் உண்மைகொண்ட எந்த வரலாற்றையும் எவராலும் மறைத்துவிட முடியாது என்பதின் அறம்

சார்ந்த விஷயம் தொடர்ந்து என்னை எழுதத் தூண்டுகிறது. அறம் என்றும் தோற்றுவிடாது. ஆனால், அதற்கான காலத்தை எடுத்துக்கொள்ளும்.

இந்திய வரலாற்றில் இருந்த எந்த முதல்வர்களைக் காட்டிலும் ரங்கசாமி என்கிற ஆளுமை மிகப்பெரும் மாடலை ஏற்படுத்திய தாக்கம், நமது கடந்தகால வரலாற்றில்கூட இருக்க முடியாது என்பதே நிஜம்.

ஆனால், அவ்வாறான ரங்கசாமி மாடல் ஏன் அறிந்துகொள்ளப்படுவதில் இத்தனைத் தாமதம் ஏற்பட்டிருக்கிறது என்பது மிகப்பெரும் அநீதியின் வடிவமாகத்தான் பார்க்கப்பட வேண்டும். ஒரு பெரும் வரலாறு விளம்பரம் இல்லாமல் அறியப்படுவதில் அநீதி இழைக்கப்படும் என்றால், நாம் நமது அமைப்புகளைக் குறித்தே கேள்விகள் கேட்கவேண்டும்.

ரங்கசாமி என்கிற ஆளுமை ஒரு பெரும் மாடல் என்பதை எதனுடனும் ஒப்பிடமுடியாத மாடல் என்பதை அவரைக்கொண்டே எதிரிகளும் ஒப்பிட்டுத் தெரிந்துகொள்ள முடியும்.

இன்றுவரையிலும் அவரிடம் ஒரு உயர்ரக கைபேசி இல்லை. *1500* ரூபாய் மதிப்புள்ள தொலைபேசி மாத்திரமே வைத்திருக்கிறார். எவர் போன் செய்தாலும் அவர் போனை எடுப்பார்.

அவர் எந்த சமூக வலைதளத்திலும் வாட்ஸ்அப் குழுவிலும் இல்லை. முகநூலில் இல்லை. ட்விட்டரில் இல்லை. வேறு எந்த இணையதளப் பிரிவிலும் விளம்பரங்களைத் தேடிக்கொள்ளவில்லை. அவரைக்குறித்த விளம்பரங்களை சமூக வலைதளங்களில் செய்வதற்கு எந்தவிதமான பிரத்யேக முறையையும் அவர் கொண்டிருக்கவில்லை. இத்தகைய அவரின் தனிச்சிறப்புமிக்க பண்புகளைக்கொண்ட வேறு முதல்வர்கள் இன்றைக்கு இந்தியாவின் எந்த மாநிலத்திலாவது இருக்கிறார்களா? நீங்களே சிந்தித்துப்பாருங்கள். அவ்வாறு சமூக வலைதளம் மூலம் விளம்பரங்கள் தேடுபவர்களிடம் உண்மை இருக்க முடியும் என்ற நம்பிக்கைக் கொள்ள

முடியுமா? ரங்கசாமியைப் போல் சமூக வலைதளங்களைப் பயன்படுத்தாத எளிமையைக் கொண்டிருக்க யவராலும் முடியுமா? என்கிற ஆயிரம் கேள்விகள் நம்முன் எழத்தான் செய்யும்.

ஒரு முதல்வர் மக்கள் பணி மட்டுமே செய்யவேண்டும், அந்தப் பணிகளை மக்கள் அவர்களின் சமூக வலைதளங்களில் வெளிப்படுத்தலாம். ஆனால், முதல்வரே தினந்தோறும் வெளிப்படுத்திக்கொண்டு அந்தப் போதைக்குள் அடிமையாகின்ற இன்றைய இந்திய மாடல்களுக்கு மத்தியில் அதுகுறித்து சிறிதும் கவலைப்படாமல் ரங்கசாமி என்கிற மந்திரச் சொல்லுக்கு ஆரவாரம் செய்யும் மக்கள் கூட்டத்தைக் கொண்டிருக்கிறாரே அது எப்படி?

மீண்டும் மீண்டும் இந்த விளம்பரங்கள் ஏதும் செய்யாமலேயே முதல்வராக மக்களால் தேர்ந்தெடுக்கப் படுகிறாரே அது எப்படி?

தினந்தோறும் தனது செய்கைகளுக்கு நியாயம் கற்பித்துத் தன்னைத்தானே விளம்பரம் செய்துகொண்டு மக்களிடம் மாடல்களாக உலா வருவோர் மத்தியில், தன் பணி மட்டுமே பேசப்பட வேண்டும் என்ற மாடலை மிக நீண்டகாலமாக பின்பற்றி வந்திருக்கிறார் ரங்கசாமி.

இன்றைக்கு, புதுவையில் அதிகமானோர் டில்லியின் அரவிந்த் கெஜ்ரிவாலைக் குறித்துப் பேசுகின்றனர். அவர் டெல்லியின் அரசுப் பள்ளிகளைத் தரம் உயர்த்தியதைக் குறித்துப் பெருமையாகப் பேசுகின்றனர். ஆனால், ரங்கசாமி என்கிற ஆளுமை அதற்கெல்லாம் முன்பே புதுவையின் அரசுப் பள்ளிகளின் தரத்தை உயர்த்தியவர். இதுவரை அவர் தனியார் பள்ளிகளுக்கு மாணவர் சேர்க்கைக்குப் பரிந்துரை செய்வதே இல்லை. அப்படிப் பரிந்துரைகள் வேண்டி எவராவது சென்றாலும் அரசுப் பள்ளிகளில் சேர்ப்பது குறித்தும் அதன் பலன்கள் குறித்தும் ஒரு பாடமே எடுத்துவிடுவார். தான் வாங்கும் சம்பளத்தை அன்றைய பொழுதுக்குள் தானம் அளித்துவிடுவார். அதிகமான உயர்கல்வி மாணவர்களுக்குத் தனது சொந்த நிதியை வாரி இறைத்திருக்கிறார்.

ஆனால், அவர் தினந்தோறும் இதையெல்லாம் சமூகவலைதளத்தில் விளம்பரம் செய்யவில்லை. அவ்வாறு அவர் இதைப்போன்ற விஷயங்களை சமூக வலைதளத்தில் விளம்பரம் செய்யவில்லை என்பதால், அவர் மாடல் குறித்தத் தனித்துவம் இல்லாமல் போய்விடுமா?

ரங்கசாமி அரசின் சார்பில் ஒரு முடிவு எடுத்து அதிலிருந்து பின்வாங்கியதற்கான ஒரு ஆதாரத்தைக் காட்டமுடியுமா?

எண்ணித் துணிக கருமம் துணிந்தபின்
எண்ணுவம் என்பது இழுக்கு.

என்கிற வள்ளுவரின் வாக்குப்படி, ஒரு காரியத்தை செய்வதற்கு முன்பே நன்கு ஆராய்ந்து, ஆலோசித்து முடிவெடுத்த பிறகு அந்த முடிவில் உறுதியாக நின்றிருப்பதற்கான மாடலையும்கூட தேசத்திற்குத் தெரிவித்திருக்கிறார். ஆனால், அவற்றையெல்லாம் அவர் விளம்பரப்படுத்தவில்லை.

இதன்மூலம் ரங்கசாமியின் மாடல் சிறப்பானது என்பதை உணரமுடியும்.

43

சமூகநீதி காத்த ரங்கசாமி மாடல்

மாடல் குறித்த விளக்கத்தில் ரங்கசாமி மாடல் ஏன் தனித்துவம் பெற்ற மாடலாக இருக்கிறது என்றால், இப்போது முன்னெழுப்பப்படும் சில மாடல்களை நாம் கணக்கில் எடுத்துக்கொள்வோம், அம்மாடல்களில் சமூகநீதியைப் பின்பற்றுவதிலும், அம்பேத்கரின் அரசியலமைப்புச் சட்டங்களைப் பின்பற்றுவதிலும்கூட சில மாடல்கள் தன்னை நிலைநிறுத்திக்கொள்கிறது என்றால் அதில் ரங்கசாமியின் மாடல் அம்பேத்கரின் அரசியலமைப்பு சட்டம் நடைமுறைப்படுத்த வேண்டிய சமூகநீதி குறித்தத் தேவையை அம்பேத்கரின் எதிர்பார்ப்புக்கும் மேலாக நிரூபித்துக் காட்டியப் பெருமை ரங்கசாமியின் மாடலுக்கு உண்டு என்பதை மற்ற மாடல்களுடன் ஒப்பிடும்போது நாம் அறிந்துகொள்ளலாம்.

புதுவையின் அமைச்சரவையில் பட்டியலின சதவிகிதத்திற்கு அம்பேத்கரின் சமூகநீதிப்படி ஐந்து அமைச்சர்களில் ஒருவரைப் பட்டியலின அமைச்சராக நியமிக்கும் நடைமுறை காலங்காலமாக நடைமுறையில் இருந்து வந்தது. அதில் ஓரிருமுறை பட்டியலினத்தவருக்கு அமைச்சரவையில் இடம் கிடைக்காத நிலையும்கூட ஏற்பட்டிருந்தது. ஆனால், ரங்கசாமி என்கிற ஆளுமை ஒட்டுமொத்த அதன் அமைச்சரவைகளைத் தீர்மானிக்கும் இடத்திற்கு

டாக்டர் அம்பேத்கர்

வந்தபிறகு என்.ஆர்.காங்கிரஸ் முதன்முறையாக ஆட்சியமைத்த 2011ஆம் ஆண்டு சந்திரகாசுவிற்கும், ராஜவேலுவுக்கும் என இரண்டு பட்டியலின அமைச்சர்களைத் தனது அமைச்சரவையில் உருவாக்கினார்.

அதைப்போலவே, தற்போதைய என்.ஆர்.காங்கிரஸ், பா.ஜனதா கூட்டணி அரசு ஏற்பட்ட பிறகும் பா.ஜனதா சார்பில் ஒரு பட்டியலின அமைச்சர் நியமிக்கப்பட்ட பிறகு, அந்த ஒதுக்கீடு நிறைவடைந்துவிட்டது என்று கருதாமல் தனது கட்சியின் சார்பில் ஒரு பட்டியலின அமைச்சரை உருவாக்கினார். ஆக, இப்போதும் இரண்டு பட்டியலின அமைச்சர்களை உருவாக்கிய பெருமைகளைக் கொண்டவர் ரங்கசாமி.

இன்றைக்கும் இந்தியாவெங்கும் இருக்கும் அமைச்சரவையில் பட்டியலின இடஒதுக்கீடு நிறைவேற்றப்படுதை மட்டுமே கணக்கில் கொண்டு சட்டத்திற்கு உட்பட்டச் செயலாக மட்டுமே கருதும் சூழ்நிலையில், அநேகமாக தேசத்திலேயே அந்தக் கணக்கையே கருத்தில் கொள்ளாமல், அம்பேத்கரின் கனவை ஒருபடி மேலே சென்று நிறைவேற்றியது ரங்கசாமி மாடல் என்றால், ரங்கசாமியின் மாடலைத் தவிற வேறு எந்த மாடல் சமூகநீதி

பாதுகாத்த, அம்பேத்கரின் கனவை நிறைவேற்றிய உண்மை முகம் கொண்ட மாடல் என்று கருத முடியும். அம்பேத்கர் அரசியலமைப்புச் சட்டத்தை உருவாக்குகின்றபோதும் சரி அல்லது அதற்கு முந்தைய அவரின் பட்டியலின மக்களுக்கான போராட்டக் காலங்களிலும் சரி அவர் முன்வைத்த மிக முக்கிய கோரிக்கை, 'பட்டியலினத்தவருக்கு அரசியல் அதிகாரம் வேண்டும்' என்பதுதான். பொருளாதார தன்னிறைவுகூட அவர்களுக்கு விடியலைக் கொடுக்காது என்பதால், அவர் அரசியல் அதிகாரம் வேண்டினார். அந்த அரசியல் அதிகாரத்தை அவர் வேண்டியதற்கும் மேலாக ரங்கசாமி மாடல் தனது அமைச்சரவையில் ஏற்படுத்தியதை நாம் கவனத்தில் கொள்ளவேண்டும்.

ஆனால், அவர் குறித்த சமூகநீதியின் செயல்பாடுகளைக் கொண்ட ரங்கசாமியின் செயல்களுக்கு எதிர்மறையான கருத்துகளை, எதிர்க்கட்சிகளால் பட்டியலினத்தவர்களிடம் சுலபமான முறையில் சந்தேகம் கொள்ளத்தக்க வகையில் ஒரு தூண்டுதலை எவ்வாறு செய்யமுடிகிறது என்று பார்த்தால், பரவலாக இங்கே பட்டியலினத்தவர்களுக்கு நேரெதிராக உள்ள சமூகமாக, சமூகத்தில் எதன் பொருட்டோ அடையாளப்படுத்தப்பட்ட ஒரு சமூகத்தில் ரங்கசாமி என்கிற ஆளுமை பிறந்துவிட்டதால், அவர்மீது குறித்த சமூகநீதியின் சந்தேகங்களை எதிர்க்கட்சிகள் திட்டமிட்டு நீடிக்கச் செய்யும் முயற்சிகளை மேற்கொள்கிறது.

ஆனால், உண்மை என்ன என்பதை நீங்களே ஆய்வு செய்து பாருங்கள். அம்பேத்கரின் சமூகநீதி என்பது பட்டியலினத்திற்கு மட்டும் உரித்தானது அல்ல என்கிற அடுத்தப் பக்கத்திலிருந்து மேலும் கூடுதலாக ஒரு தகவலை நாம் ரங்கசாமியின் மாடலால் பெறமுடியும்.

பிற்படுத்தப்பட்டோரில் மிகவும் பின்தங்கிய வகுப்பினரை தமிழக அரசு தங்கள் இடஒதுக்கீடுகளில் கொண்டுவந்திருப்பதை சமூகநீதியின் சாதனை என்று நாம் கொள்ளவேண்டும். ஆனால், தமிழகம் தனி மாநிலமாக சுயாட்சி பெற்ற மாநிலமாக உச்சநீதிமன்ற வழிகாட்டுதலின்

69% விழுக்காட்டின்படி அதற்குள் அடங்கிய ஒரு பிரிவாக மிகவும் பிற்படுத்தப்பட்டோரை தனி இடஒதுக்கீட்டில் கொண்டுவந்தது மிகுந்த சிரமத்திற்கிடையேயான ஒரு சமூகநீதிக்கான வெற்றி என்பதை இங்கே எவரும் மறுத்துக்கூற வழியில்லை.

ஆனால், ஒரு யூனியன் பிரதேசத்தின் முதல்வராக இருந்த ரங்கசாமி என்கிற ஆளுமை, மத்திய அரசின் நேரடிக்கட்டுப்பாட்டில் இருக்கும் ஒரு அரசினை நடத்திய ரங்கசாமி, இன்றுவரையிலும் மத்திய அரசின் இடஒதுக்கீடு பிரிவில் இடம்பெறாத மிகவும் பின்தங்கிய வகுப்பினருக்காக இடஒதுக்கீட்டை புதுவையின் உள்ளூர் நிர்வாகத்தில் கொண்டுவந்தது சமூகநீதி காத்த மாடலின் உச்சம் அல்லவா? இன்றுவரையிலும் இந்தியாவின் வேறு எந்த யூனியன் பிரதேசங்களிலும் இவ்வாறான ஒரு இடஒதுக்கீடு நடைமுறையில் இல்லை என்பதையும் நாம் கூடுதல் கவனம் கொண்டு பார்த்தால், இந்தியாவில் சமூகநீதி காத்த அம்பேத்கரின் அரசியலமைப்பை செயல்படுத்திய மாடலில் ரங்கசாமியின் மாடலுக்கு இணையாக வேறு எந்த மாடலும் இருக்கமுடியாது என்பதே நிஜம்.

மாடலில் ரங்கசாமியின் மாடல் இத்துடன் தனது நிறைவை தேசத்திற்கு அளித்து நின்றுவிடவில்லை. இனிமேல் நாம் பார்க்கப் போகின்றவை நாம் இதற்கு முன்பே பார்த்துவிட்டாலும்கூட இப்போது மாடல் குறித்தத் தேவையில் ஒரு சிறிய நினைவூட்டலை ஏற்படுத்திக்கொள்ளலாம்.

இந்தியாவிலேயே அங்கன்வாடி ஊழியர்களை அரசு ஊழியர்களாக பணி நிரந்தரம் செய்த முதல் மாடலையும்கூட ரங்கசாமியின் மாடல்தான் உருவாக்கியது. இன்றைக்கு ராஜஸ்தான் மாடலாக விளம்பரம் செய்யும் சுகாதரத் திட்டத்தின் முதல் முன்னோடித் திட்டத்தை 2004ஆம் ஆண்டிலேயே சுகாதார அட்டை கொடுத்து முதல்முதலாக வடிவம் கொடுத்ததே ரங்கசாமியின் மாடல்தான்.

உயர்கல்வி படிக்கும் மாணவர்களுக்கு, அது தனியார் கல்லூரியாகவே இருந்தாலும் நிதிஉதவி அளித்து அவர்களின்

கல்வியைத் தடையில்லாமல் தொடரச் செய்த மாடலும் இந்தியாவிலேயே முதல்முதலாக ஆரம்பித்தது ரங்கசாமி மாடல்தான். அமைப்புசாரா தொழிலாளர்களை அடையாளம் காணச்செய்த இந்தியாவின் முதல் மாடல் ரங்கசாமி மாடல்தான்.

இதைப் பொருத்து, நாம் இதற்கு முன்பே குறிப்பிட்டதற்கு ஒரு மறுப்புச் செய்திபோல் தினமலர் பத்திரிகையில், முந்தைய நாராயணசாமி அரசுதான் அமைப்புசாரா தொழிலாளர் ஆணையம் அமைத்ததாக ஒரு கட்டுரைச் செய்தியை வெளியிட்டிருந்தது. ஒருவேளை நான் எனது கருத்தில் ஆணையம் என்று தவறாக குறிப்பிட்டிருந்தால் மன்னித்துக்கொள்ளுங்கள்.

ஆனால், அதேநேரம் நாம் உணர்ந்துகொள்ள வேண்டிய முக்கியக் கருத்து எதுவெனில் இந்தியாவில் அமைப்புசாரா தொழிலாளர்களை அடையாளம் கண்டு உதவிகள் தருவதற்கு முதன்முதலாக வழிவகை செய்த மாடல் ரங்கசாமி மாடல்தான் என்பதில் சிறிதளவும் சந்தேகம் இல்லை. ஆனால், கொரோனா பெருந்தொற்று ஏற்பட்ட பிறகு அமைப்புசார தொழிலாளர்கள் குறித்து தேசமே பெருமளவில் விழிப்புணர்வு அடைந்த காலகட்டத்தில் அனைத்து மாநிலங்களும் பின்பற்றிய நடைமுறையை ஏற்படுத்திய முந்தைய காங்கிரஸ் அரசு உரிமை கோருவதற்கு அதில் எதுவுமில்லை.

ஏனெனில், இதுவெல்லாம் நடைமுறைக்கு வருவதற்கு முன்பே புதுவையில் கூடுதலாகவோ அல்லது குறைவாகவோ அமைப்புசாரா தொழிலாளர் குறித்த ஒரு கணக்கீடு இருந்தது. அவர்களுக்குப் பாதுகாப்பு முறைகளும், வருடாந்திர பலன்களும் கொடுக்கப்பட்டிருந்தது என்பது இந்தியாவின் முதல் மாடல் என்பதும் அது ரங்கசாமி மாடல் என்பதிலும் இதைப்போல இந்தியாவிற்கே ஒரு புது மாடலை ஒரு யூனியன் பிரதேச முதல்வராக அவர் செயல்படுத்தியதில் உள்ள பெருமிதங்களையும் நாம் கணக்கில் கொண்டால் இந்தியாவின் முன்மாதிரி மாடல் ரங்கசாமி மாடல் என்று உறுதியாகக் கூறலாம்.

44

முதியோர்களைக் காத்த ரங்கசாமி மாடல்

மாடல் குறித்தத் தனித்துவமான விளக்கங்களை கடந்த கட்டுரையுடன் முடித்துக்கொள்ளலாம் என்றே கருதினோம். ஏனென்றால், நாம் ஆரம்பத்தில் எழுதிய *35* கட்டுரைகளிலும் ரங்கசாமி மாடல் குறித்தே பெரும்பாலும் எடுத்துரைத்ததால் இப்போது அதன் பெரும்பாலான சாதனைகளை சிறு அளவில் மட்டுமே வெளிப்படுத்தக் கூடிய நிலையில் மட்டுமே நாம் இருக்கிறோம்.

ஆனால், மாடல் என்பதும் 'புதுவையின் தந்தை' என்கிற கருத்தாக்கமும் பெரும் வித்தியாசங்கள் கொண்ட பாதைகள் அல்ல, அவை இரண்டும் ஒன்றுடன் ஒன்று தொடர்புடையதாகவே கருதவேண்டும். நாம், இனி எப்போதும் மாடல் குறித்தல்லாத தலைப்புகளில் எழுதினாலும்கூட அவையனைத்தும் ரங்கசாமியின் மாடல் குறித்தே என்கிற புரிதலை மட்டுமே நாம் கொண்டிருக்கவேண்டும். ஆனாலும், இப்போது நமக்கு ஒரு மாடலை அதிலும் முன்பே கூறிவிட்ட மாடலை எழுதவேண்டிய கட்டாயம் ஏற்பட்டிருக்கிறது.

19.5.2022 'தமிழ் இந்து' பத்திரிகையின் நடுப்பக்கக் கட்டுரை, இவ்வாறு நம்மை மீண்டும் எழுதத் தூண்டும் சூழலை ஏற்படுத்திவிட்டது.

குடிமைப் பொருள் வழங்கல்

ஏழை மக்களுக்கு 35 கிலோ அரிசி மானிய விலையில் வழங்கப்படுகிறது

- வறுமைக் கோட்டிற்குக் கீழ் வாழும் குடும்பங்களுக்கு மானிய விலையில் மாதம் ஒன்றுக்கு வழங்கப்பட்ட 10 கிலோ அரிசியானது 01.01.2003 முதல் 35 கிலோவாக உயர்த்தப்பட்டது. சிவப்பு நிறக் குடும்ப அட்டை வைத்துள்ள 96,000 குடும்பங்களுக்கு வழங்கப் படுகின்ற 35 கிலோ அரிசியில் முதல் 15 கிலோ அரிசி, கிலோ ஒன்றுக்கு ரூ.4/- வீதமும், மீதமுள்ள 20 கிலோ, கிலோ ஒன்றுக்கு ரூ.6/- வீதமும் மானிய விலையில் வழங்கப்பட்டு வந்தது. ஆகஸ்ட் 2005 முதல் 35 கிலோ அரிசியில் முதல் 20 கிலோ அரிசி, கிலோ ஒன்றுக்கு ரூ.4/- வீதமும், மீதமுள்ள 15 கிலோ, கிலோ ஒன்றுக்கு ரூ.6/- வீதமும் தற்பொழுது மானிய விலையில் வழங்கப்படுகிறது.
- 'அந்தியோதையா அன்ன யோஜனா' திட்டத்தின்கீழ் மிகவும் ஏழ்மை நிலையில் உள்ள குடும்பங்களுக்கு மாதம் ஒன்றுக்கு வழங்கப்படும் 35 கிலோ அரிசியானது, கிலோ ரூ.3/- வீதம் மானிய விலையில் வழங்கப்பட்டு வருகிறது. இத்திட்டத்தின் மூலம் 25,500 குடும்பங்கள் பயனடைந்து வருகின்றன.
- கிராம மக்களின் நலன் கருதி, 4 தகவல் மையங்கள், வில்லியனூர், பாகூர், திருக்கனூர் மற்றும் கரியமாணிக்கம் ஆகிய கிராமங்களில் தொடங்கப்பட்டுள்ளன.
- கடந்த 2003-ஆம் ஆண்டு ஆகஸ்டு மாதம் பெருந்தலைவர் காமராஜரின் நூற்றாண்டு விழாவை முன்னிட்டு 96,000 சிவப்பு நிற அட்டைதாரர்களுக்கு, 20 கிலோ அரிசி இலவசமாக வழங்கப்பட்டது.
- பண்டிகைக் காலங்களில் அத்யாவசியப் பொருட்களின் விலை ஏற்றத்தைக் கட்டுப்படுத்த, தீபாவளி பஜார், ஓணம் சந்தை மற்றும் பொங்கல் பஜார் முதலிய சந்தைகள் நடத்தப்படுகின்றன. இத்தகைய விற்பனையில் ரவை, மைதா, அரிசி, சர்க்கரை, பாமாயில், காய்கறி மற்றும் மளிகை சாமான்கள், துணி வகைகள், இனிப்பு கார வகைகள் மற்றும் பட்டாசுகள் வெளிச்சந்தை விலையைவிடக் குறைந்த விலையில் எந்தவித உச்சவரம்புமின்றி வழங்கப்படுகின்றன.
- புதுச்சேரி விடுதலைப் பொன்விழாவினையொட்டி அனைத்து மஞ்சள் மற்றும் சிவப்பு நிறக் குடும்ப அட்டைதாரர்களுக்கும் 25 கிலோ அரிசி பரிசாக வழங்கப்பட்டது.
- நடப்பு நிதியாண்டு முதல் வறுமைக் கோட்டிற்குக்கீழ் உள்ள குடும்பங் களுக்குச் சமையல் எரிவாயு இணைப்பு, அதற்குரிய சமையல் எரிவாயு சிலிண்டர் மற்றும் அடுப்புடன் இலவசமாக வழங்கப்படவுள்ளது. இதன் மூலம் இந்த ஆண்டு தகுதியுள்ள 10,000 குடும்பத்தினர் பயனடைவர்.
- 2,89,074 புதிய உணவுப் பங்கீட்டு அட்டைகள் 2005 ஆம் ஆண்டு ஜூலை மாதம் புதுவையில் வாழும் குடும்பங்களுக்கு வழங்கப்பட்டன. இதில் வறுமைக்கோட்டின்கீழ் (BPL) 1,20,000 குடும்பங்கள் கண்டறியப் பட்டு அவர்களுக்கு சிவப்பு அட்டை வழங்கப்பட்டது.

மக்களாட்சியின் நான்காண்டுச் சாதனைகள் 5

இலவச அரிசித் திட்டத்தைத் தொடங்கி வைத்தல்
(படம்: 2004ஆம் ஆண்டு செய்தி மற்றும் விளம்பரத்துறை வெளியிட்ட அரசுப் புத்தகத்தின் ஒரு பகுதி)

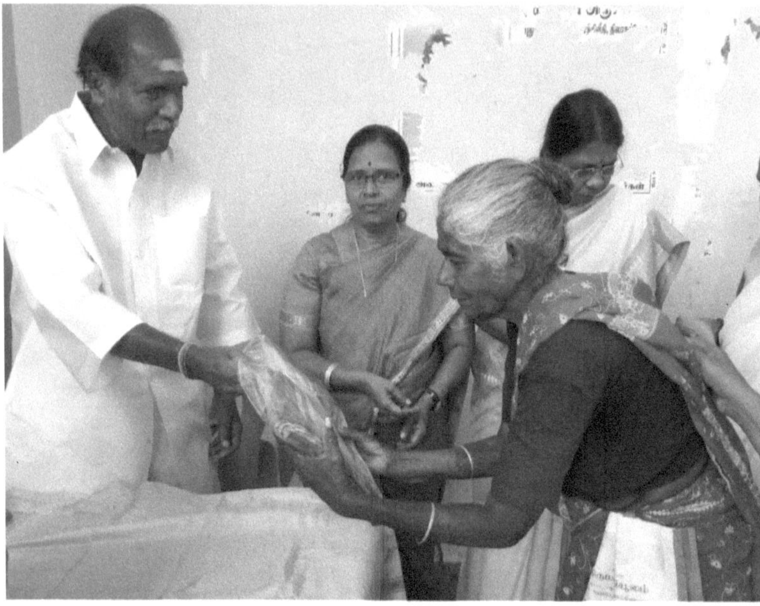

முதியோர்களுக்கு நலத்திட்ட உதவிகள் வழங்குதல்

மனநல மருத்துவர் சிவபாலன் இளங்கோவன் எழுதிய 'முதியவர்களைக் கைவிடுகிறோமா நாம்!?' என்ற கட்டுரை இன்றைய சூழ்நிலையில் முதியவர்கள் இந்திய அளவில் எதிர்கொள்ளும் பிரச்னையை அக்கட்டுரை வெளிப்படுத்தியிருக்கிறது. அக்கட்டுரை இரண்டு தரப்பிலான கருத்துகளையும், முதியவர்கள் தரப்பிலிருந்தும், அதற்கு எதிர்த்தரப்பில் அவர்களின் பாதிப்புகளுக்குக் காரணமாக அறியப்படுகின்ற அவர்களின் உறவினர்களின் தரப்பிலிருந்தும் விடையைத் தேடியிருக்கிறது. அதுமட்டுமல்லாமல், மருத்துவ வளர்ச்சியில் அதிகரித்துவரும் முதியவர்களின் எண்ணிக்கையில் ஒரு அரசு எதிர்கொள்ள வேண்டிய பிரச்னைகளை 3வது காரணமாகக் கொண்டும் அக்கட்டுரை விடையைத் தேட முயற்சி செய்திருக்கிறது. அநேகமாக அந்தக் கட்டுரை எதற்கும் பெரிய அளவிளான தீர்வைக் கண்டுபிடிக்கவில்லை.

'பிரச்னைகளை மட்டுமே காரணமாகக் கொண்டு முன்னெழுப்பியிருக்கிறது' என்று கூறலாம். வயதான முதியவர்களைக் கவனிக்கும் பொறுப்புகளை உணராமல்,

அனாதையாக விட்டுவிடும் உறவுகளையும், வயதாகிவிட்ட பிறகு முதியோர்கள் இன்றைய இளைய சமுதாயத்துடன் புரிதல் இல்லாமல் இருப்பதால், இன்றைய சமுதாயம் மேற்கொள்ளும் பிரச்னைகளையும் அக்கட்டுரை பேசியிருக்கிறது. இந்தியாவின் பெரும்பாலான மாநிலங்கள் முதியோர்களின் எண்ணிக்கைப் பெருக்கத்தால் சந்தித்து வரும் மருத்துவப் பொருளாதாரப் பிரச்னைகளையும், அந்தக் கட்டுரை பேசியிருக்கிறது.

ஆனால், என்ன ஆச்சர்யம் என்றால், இந்த மூன்று வகையான முதியோர்களின் பிரச்னைகளையும், ரங்கசாமி மாடல் புதுவையில் முற்றிலும் இல்லாமல் செய்திருக்கிறது என்பதே அதன் அனைத்து இந்திய மாடல்களுக்கும் முன்னோடியான மாடலுக்கான உரிமையை வேண்டுவதில் உள்ள நியாயத்தை முன்னெடுக்கிறது.

இன்றைக்கு 60 வயது ஆகிவிட்ட ஒரு முதியவர் புதுவையில் மாதம் 2,500 ரூபாய் உதவித்தொகையைப் பெறுகிறார். அதிலும், கணவன்–மனைவி என்று இருவர் இருந்தால் அவர்களுக்கு மாதம் 5,000 ரூபாய் உதவித்தொகை கிடைக்கிறது.

60 வயதிற்குமேல் இருவரில் ஒருவர் கண்டிப்பாக ஏதாவது ஒரு சிறிய வருமானத்திற்கான உழைப்பைக் கொண்டிருக்கவே செய்வார் என்றால், அவர்களுக்கு சுலபமாக மாதம் 10,000 வருமானம் கிடைத்துவிடுகிறது என்கிறபோது, அவர்கள் தனியாகவே தங்களின் குடும்பத்தைப் பராமரித்துக்கொள்ள முடியும் என்கிற நமது முந்தைய வாதம், அவர்களின் சுயமரியாதையை மட்டுமே காப்பாற்றுவதாக நாம் கொள்ளலாம் என்றால் ‘தமிழ் இந்து’ பத்திரிகையின் மனநல மருத்துவர் சிவபாலன் இளங்கோவனின் கட்டுரை, பல மாநில அரசுகள் முதியோர்களைப் பராமரிக்கும் சுகாதாரத் திட்டங்களினால் புதிய பொருளாதாரப் பிரச்னைகளை எதிர்கொண்டிருப்பதை சுட்டிக்காட்டியிருப்பதற்கு ரங்கசாமி மாடல் எந்தத் தீர்வைக் கொண்டிருக்கிறது என்ற கேள்வி இங்கு முக்கியத்துவம் பெற்றதாகவே கருதவேண்டும் என்றால் ரங்கசாமி மாடல் இதற்கானத் தீர்வைக் கொண்டிருக்கிறதா

என்பதை நாம் ஆய்வு செய்தால் சுலபமாக அறிந்துகொள்ள முடியும்.

இன்றைய இந்தியாவின் அனைத்து மாநிலங்களிலும் உள்ள முதியோர்களின் நிலையை புதுவையிலுள்ள முதியோர்களின் நிலையோடு ஒப்பிட்டுப் பார்க்கவேண்டும். அதில் முதலாவதாக வருவது இந்தியாவிலேயே முதியவர்களில் கணவன், மனைவி என்று சேர்ந்தோ அல்லது இருவரில் ஒருவரின் மறைவிற்குப் பிறகு மற்றொருவர் தனியாகவோ, சுயசார்பில் வாழ்ந்து வருவோரை கணக்கீடு செய்து பார்த்தால், அதில் புதுவையே முதன்மையான இடத்தில் இருப்பதை அறியமுடியும்.

அதையும் தவிர்த்து முதியோர்களின் உறவினர்களால் முதியோர்களைப் பாரமாகச் சுமக்கும் மனநிலை இல்லாமல் அவர்களைப் பராமரிக்கும் கணக்கீட்டையும் எடுத்துப்பார்த்தால் அதிலும் புதுவைதான் முதலிடத்தில் இருக்கும்.

சில வடமாநிலங்களில் இன்றும் கூட்டுக்குடும்ப முறை இருப்பதை மறுப்பதற்கில்லை. ஆனால், அவையெல்லாம் வசதிபடைத்தக் குடும்பங்களில்தான் தொடர்கிறது. பொருளாதாரப் பிரச்னை உள்ள குடும்பங்களில் முதியோர்கள் பெரும்பாலும் முதியோர் இல்லத்திலும் அல்லது சாலை ஓரத்திலும் மட்டுமே அதிகமாக விடப்படுகின்றனர். அந்தக் கணக்கில் புதுவை பூஜ்ய நிலையைக் கொண்டிருப்பதை உருவாக்கியது ரங்கசாமி மாடல். ஆனால், ரங்கசாமி மாடல் இத்துடன் இப்பிரச்னையை விட்டுவிடவில்லை. இதை இப்போதைய கணக்கீட்டின்படி ஒரு அரசின் பொருளாதாரச் சவாலையும் உள்ளடக்கியிருப்பதால் ரங்கசாமி மாடல் அதற்கான தீர்வையும் கொண்டிருப்பதுதான் இதில் ஆச்சர்யம் கொள்ளத்தக்க விஷயம்.

புதுவையின் முதியோர்கள் தங்களின் வாழ்வாதாரத்திற்குத் தேவையான பொருளாதாரத்தை ஏறக்குறைய மேலை நாடுகளுக்கு இணையாகத் தங்களின் 60வது வயதிலேயே பெற்றுவிடுவதால், அவர்களுக்கு ஊட்டச்சத்துக் குறைபாடு ஏற்படும் வயதில் அந்தத் தொய்வு தடுக்கப்படுகிறது.

அதுமட்டுமல்லாமல் அப்போது அவர்களுக்கு வாழ்வியல் பிரச்னைகள் குறித்து பெரிய ஏக்கங்கள் இல்லாததால் புதுவையின் பெரும்பாலான முதியவர்கள் நடைப்பயிற்சி செய்வதாலும் மனக்கவலையின்றி இருப்பதாலும் பெரிய அளவில் நோய் பாதிப்பு ஏற்படுவதில்லை.

இந்த நிலை, இந்திய அளவின் விகிதாசாரப்படி புதுவையில் முதியோர்களின் மருத்துவச் சுமையால் ஏற்படுகிற பொருளாதாரப் பிரச்னைகள் புதுவையின் அரசாங்கத்திற்கு இல்லாமலும் செய்கிறது.

ஆக, இது ஒரு இலவசத் திட்டம் என்கிற அளவின் வடிவத்தில் இருந்து, ஒரு அரசின் பொருளாதாரம் சார்ந்த வடிவமைப்பை உருவாக்கும் முக்கியத்துவம் பெற்ற ஆக்கபூர்வத் திட்டமாகிறது. அவ்வாறான ஒரு மாடலை இந்தியாவிலேயே இன்றுவரையிலும் எவரும் பின்பற்றாத வகையில் சிறப்பாகப் பின்பற்றும் மாடலை ஏற்படுத்திய ரங்கசாமி மாடல் அனைத்திலும்விட சிறந்த மாடல்தானே!

45

அதிகாரப் பரவலில் ரங்கசாமி மாடல்

'தமிழ் இந்து' பத்திரிகையின் நடுப்பக்கத்தில் 17.5.2022 அன்று 'அதிகாரிகளுக்கான ஆட்சியா? திராவிட மாடல் ஆட்சியா?' என்கிற தலைப்பில் அதிகாரப் பரவலை ஊக்கப்படுத்துகிறதா என்பது குறித்த எதிர்பார்ப்புகளுடன் ஒரு கட்டுரை வெளிவந்திருந்தது. அந்தக் கட்டுரை தமிழகத்தின் பஞ்சாயத்துத் தேர்தல்கள் உண்மையில் அதன் அதிகாரப் பரவலைக் கொண்டிருக்கிறதா? என்பது குறித்தும் அதற்கான ஐயமாக அந்தக் கட்டுரை பஞ்சாயத்துச் செயலாளர் என்கிற அரசு சார்பான அதிகாரியை இடமாற்றம் செய்யும் உரிமையைப் பஞ்சாயத்துத் தலைவரிடமிருந்து பறித்திருப்பதையும், அதனால், பஞ்சாயத்துத் தலைவர்களின் அதிகாரம் கேள்விக் குறியாக்கப்பட்டிருப்பதையும் குறிப்பிட்டு தற்போது புதிதாக எழுந்திருக்கும் திராவிட மாடலிடம், அந்தக் கட்டுரை தனக்கான நியாயத்தை முன்னெழுப்பியிருந்ததை வெளிப்படுத்தி இருக்கிறது.

இது ரங்கசாமி மாடலுடன் நாம் பொருத்திப் பார்ப்பதற்கான பெரும்பகுதியைக் கொண்டிருக்க வில்லை என்றாலும், அதிகாரப் பரவல் குறித்த ஐயத்தை திராவிட மாடலிடம் முன்னிருத்திக் கேள்விக்

கேட்டிருப்பதால், ரங்கசாமி மாடல் அதிகாரப் பரவலின் வெளிப்படைத் தன்மையைத் தீர்மானித்த விபரங்களை நாம் நிச்சயமாக இந்த மாடலின் காலத்தில் பார்க்கவேண்டியதும் அவசியம் என்றே கருதுகிறேன். இதிலும்கூட நாம் இந்த அதிகாரப் பரவலை தேசத்தின் பெரிய மாநிலங்கள் செயல்படுத்திய விதங்களோடு ஒரு யூனியன் பிரதேச முதல்வராக இருந்த ரங்கசாமி மாடல் செய்திருக்கும் அதிகாரப் பரவலின் தீவிரத்தோடு நாம் ஒப்பிட்டுப்பார்க்கவேண்டும்.

முதலாவதாக நாம் கவனத்தில் கொண்டால், ரங்கசாமி என்கிற ஆளுமை, முதல்வராகப் பொறுப்பேற்றப் பிறகு, சுமார் 20 துறைகளுக்கு வாரியங்களின் தலைவர்கள் நியமிக்கப்பட்டார்கள். அதாவது சட்டமன்ற உறுப்பினரல்லாதவர்கள் பெரும்பான்மையான அளவில் வாரியத் தலைவர்களாக நியமிக்கப்பட்டது, அக்காலத்தில்தான், இத்தனை வாரியங்களை சாமனியனுக்கும் அளிக்கும் அளவிற்கு எண்ணிக்கைக் கொண்ட துறைகள் புதுவை அரசிடம் இருந்திருக்கிறதா என்கிற பிரமிப்பை ஏற்படுத்தும் அளவிற்கு ஒரு அதிகாரப் பரவலை ரங்கசாமி என்கிற ஆளுமை உருவாக்கியது. இப்போது நாம் இந்த கருத்தைக் கூறியவுடன் எங்கிருந்தோ ஒருகுரல் நமக்கெதிராக எழுந்திருக்கக்கூடும் அல்லது மனதிற்குள்ளாவது புலம்பவும் கூடும், இல்லை அப்போது வாரியங்கள் போடுவதற்கு காங்கிரஸ் கட்சி தலைமைதான் முயற்சி செய்தது என்று ஒரு சந்தேகத்தை முன்னெழுப்பலாம். நிச்சயமாக அந்தச் சந்தேகம் எவருக்காவது இருந்திருக்குமேயானால் அவர்கள் சுயபரிசோதனை செய்து பார்க்கவேண்டும். காங்கிரஸ் கட்சியே அந்தக் கோரிக்கையை முன்வைத்திருந்தாலும்கூட ஒரு அரசின் தலைமை அதிகாரம் மட்டுமே அதற்கானத் தீர்வைக் கண்டெடுக்க முடியும். அதனால்தான் ரங்கசாமி என்கிற ஆளுமை உருவாகுவதற்கு முன்பும் காங்கிரஸ் கட்சியின் சார்பில் அந்தக் கோரிக்கைகள் முன்னெழுந்தும் கூட, அவ்வகையான அதிகாரப் பரவல் வேறு எந்த முதல்வர்களாலும் ஏற்படுத்தப்படவில்லை. முக்கியமாக நாம் இங்கே கவனத்தில் கொள்ளவேண்டியது இத்தனை துறைகளுக்கு வாரிய தலைவர்களை நியமிக்க

உள்ளாட்சித் தேர்தலில் அதிகாரம் அடைந்த உழவர்கரை நகராட்சி மன்றம்

முடியும் என்பதை முதல்வர் ரங்கசாமி அதிகாரப் பரவலை ஏற்படுத்தவேண்டும் என்ற நோக்கத்தைக் கொண்டதால்தான் ஏற்படுத்த முடிந்தது. ஏனென்றால், இதற்கு முந்தைய எந்த அரசும் அல்லது காங்கிரஸ் கட்சியும்கூட இத்தனை வாரியங்களுக்குத் தலைவர்களை நியமிக்க முடியும் என்கிற கருத்தினைக் கொண்டிருக்கவில்லை என்பது இங்கே ரங்கசாமி மாடலுக்கான முக்கியக் கருத்தாகப் பார்க்கவேண்டும். சரி இத்தனை வாரிய தலைவர்களை ரங்கசாமி என்கிற ஆளுமை உருவாவதற்கு முன்புதான் ஏற்படுத்தப்படவில்லை என்பதை விடுங்கள் அவர் முதல்வராக பதிவி வகித்ததற்குப் பிறகு உருவான 2 ஆண்டுகால வைத்தியலிங்கம் தலைமையிலான காங்கிரஸ் அரசில் வாரியங்கள் சாமானிய மக்களுக்குக் கொடுக்கப்பட்டு அதிகாரப் பரவலுக்கு முயற்சி நடந்திருக்கிறதா என்றால் அது பூஜ்ய நிலையையேக் கொண்டிருக்கிறது. ஆனால், அதற்குப் பிறகு என்.ஆர். காங்கிரஸ் ஆட்சி ஏற்பட்டப் பிறகு அதற்கு முந்தைய வாரியங்களின் இடத்தினை இன்னும் அதிகமாக்கி புதுவை வரலாற்றில் இல்லாத அளவிற்கு ஒரு அதிகாரப் பரவலை ரங்கசாமி மாடல்தான்

உருவாக்கியது. ஆனால், அதற்கடுத்து வந்த நாராயணசாமியின் தலைமையிலான காங்கிரஸ் அரசு அவ்வாறு வாரியங்கள் மூலம் ஒரு அதிகாரப் பரவலை ஏற்படுத்த முன்வரவில்லை. இதிலிருந்து நாம் அறிந்துகொள்ளும் வெளிப்படையான உண்மை எதுவெனில், அடிப்படையில் அதிகாரப் பரவல் குறித்த நல்லெண்ணம் கொண்ட ஒரு தலைவராக ரங்கசாமி இருந்திருக்கிறார் என்பதுதான் அவரின் மாடலுக்கானக் கூடுதல் உரிமையைக் கேட்கும் காரணத்தை கொண்டிருக்கிறது என்பதற்கான ஆதாரமாகிறது.

அதைப்போலவே 1968க்குப் பிறகு புதுவையின் உள்ளாட்சி தேர்தலை நடத்திய மாடலும் கூட ரங்கசாமியின் மாடல்தான். ஏனென்றால், அதிகாரப் பரவலை உருவாக்குவதில் எவ்வித பயமும் இல்லாத ஆளுமையாக ஒரு யூனியன் பிரதேச முதல்வராக இருந்தபோதே ரங்கசாமிக்கு இருந்திருக்கிறது என்பதுதான் இதில் நாம் இன்னும் உற்றுநோக்க வேண்டிய காரணப் பொருளை ரங்கசாமி மாடல் கொண்டிருக்கிறது என்பதற்கான ஆதார விருத்தி என்று கொள்ளலாம். ஆனால், ஒரு யூனியன் பிரதேசத்தில் உள்ளாட்சித் தேர்தல் அதிகாரப் பரவலை, தான் நினைத்த அளவில் உண்மையான நோக்கில் கொடுக்கும் பலம் அத்தேர்தலுக்கு இல்லை என்பதை அறிந்ததாலேயே அந்தத் தேர்தலை நடத்துவதில் அவருக்கிருந்த ஆர்வக் குறைவிற்குக் காரணம் என்பதையும் நாம் அறிந்துகொள்ள வேண்டும். அவர் பல இடங்களில் வெளிப்படுத்தியிருப்பதை நான் பார்த்திருக்கிறேன். இப்போது உள்ளாட்சி தேர்தல் நடத்தினால் அதிகாரம் அவர்களுக்கு நாம் கொடுத்ததாக உண்மையான அர்த்தத்தை நாம் கொள்ளமுடியுமா? உள்ளாட்சித் தேர்தலில் வெற்றிபெற்றப் பிரதிநிதிகளுக்கு நாம் ஒரு காசோலை வழங்கும் உரிமையைக்கூட நம்மால் கொடுக்க முடியவில்லை. அதற்கான நிதியமைப்பும் யூனியன் பிரதேசத்திற்கு இல்லை. அதிகாரம் வழங்காதத் தேர்தலை கவுரவத்திற்காக நடத்தவேண்டுமா என்பதே அவரின் கேள்வியாக இருந்திருப்பதை நான் பலமுறை நேரடியாகப் பார்த்திருக்கிறேன். இதிலிருந்து உள்ளாட்சித் தேர்தல்

அதிகாரப் பரவலை மையப்படுத்தித்தான் இருக்கவேண்டும் என்பதில் அவர் உறுதிகொண்டிருந்திருக்கிறார் என்பதை நாம் அறிந்துகொள்ள முடிகிறது.

இப்போதுகூட புதுவையில் உள்ளாட்சித் தேர்தலை நடத்தும் ஒரே ஆளுமையை ரங்கசாமி மாடல் மட்டுமே கொண்டிருக்கிறது என்பதை நாம் அறிந்துகொள்ள முடியும். ஆனால், அதற்குமுன் உள்ளாட்சிப் பிரதிநிதிகளுக்குக் கொடுக்கப்பட வேண்டிய அதிகாரத்தை நாம் மானசாட்சியின்படி கொண்டிருக்கிறோமா என்கிற சந்தேகங்களும் அவர் உள்ளத்தில் இல்லாமல் இல்லை. அதற்கானத் தீர்வை அவர் தேடுகின்றபோது, அதில் மாநில அந்தஸ்து குறித்தப் பெரும் அதிகாரத் தேவை உள்ளடங்கி இருப்பதையும் அவர் அறிந்தே இருக்கிறார்.

ஆனால், இறுதியாக நாம் ஒன்றின் மீது நம்பிக்கைக் கொள்ளலாம். இன்றைய அவரின் சமகாலத்திய அல்லது கடந்த 55 ஆண்டுகால புதுவை வரலாற்றில் உள்ளாட்சித் தேர்தலை நடத்திய ஒரே தலைமையும் அவர்தான் இனி நடத்தப்பட்டாலும் இந்தத் தலைமுறைக்கான அதிகாரப் பரவலின் தேடலையும் கொண்ட தலைவரும் அவர்தான்.

இதன் அடிப்படைக் காரணத்தை ஆராய்ந்தால் பொதுவாக அதிகாரப் பரவலை அங்கீகரிக்கும் மாடல் என்பது எதற்கும் அச்சம் கொள்ளாத அளப்பறியா ஆளுமை கொண்ட தலைமையால் மட்டுமே சாத்தியப்படக்கூடிய ஒன்று.

இதன் தீர்வான வலிமைமிக்க ஆளுமை புதுவையில் அவரைத் தவிர வேறு ஒருவர் உருவாகவில்லை என்பது அவர் புதுவையின் தந்தையெனப் போற்றப்படுவதற்குக் காரணமாகிறது என்றால் இத்தகைய அளப்பரிய வலிமைமிக்க ஆளுமை, ஒரு யூனியன் பிரதேசத்திலேயே அதிகாரப் பரவலை தேசத்தின் பெரும் ஆளுமைகளுக்கு இணையாகக் கொண்டு செய்திருக்கிறது என்றால் அதுதான் இன்றைய மாடல் குறித்தத் தேடலில் ரங்கசாமியின் மாடலுக்கான அதிக முக்கியத்துவத்தைக் கோருவதற்கான உண்மையானக் காரணமாகவும் இருக்கலாம்.

46

சாதிய பொருளாதார சமத்துவத்தில் ரங்கசாமி மாடல்

நாம் ரங்கசாமி மாடல் குறித்தத் தனித்துவமான விளக்கமளித்து ஒவ்வொருநாளும் வெளிவந்துவிடலாம் என்றால், திராவிட மாடல் குறித்தோ தினம்தினம் ஒரு விளக்கங்கள் நம்மை வெளிவருதலில் இருந்து தடை ஏற்படுத்துவதுடன், அந்தத் தொடர் நிகழ்ச்சியை ரங்கசாமி மாடலின் தனித்துவத் தன்மையையும்கூட அதற்குத் தகுந்தவாறு நாட்களை உயர்த்திக்கொண்டே செல்லும் காரணிகளை ஏற்படுத்துகிறது.

இப்போது திராவிட மாடல் குறித்தப் புதுவிளக்கம் ஒன்று, விழுப்புரத்திலிருந்து வெளிவந்திருக்கிறது. அந்த விளக்கம் திராவிட மாடல் என்பது சாதிபேதமற்ற, மதபேதமற்ற, பொருளாதார சமத்துவம் உள்ளடக்கியது என்ற வேறொரு புதிய விளக்கம் வெளிவந்திருக்கிறது.

இதன் இறுதியான முடிவு திராவிட மாடல் குறித்த சரியானக் கொள்கை வகுக்கவேண்டிய அளவிற்கு அதற்கான விளக்கங்கள் தினந்தோறும் வெளிவந்து கொண்டிருப்பதைத்தான் வெளிப்படுத்தி யிருக்கிறது. அல்லது அதன் அர்த்தத்தை உருவாக்கிக் கொள்ளாமலேயே திராவிட மாடல் என்கிற எழுத்துக்கோர்வை மட்டுமே உருவாகிவிட்டதா

என்பதும்கூட நம்மால் புரிந்துகொள்ள முடியவில்லை. எது எப்படி இருந்தாலும், இந்தத் தேசத்தில் அனைத்திலும் மேலான மாடல் என்றால் அது ரங்கசாமி மாடல்தான் என்று கூறுவதற்கே இங்கு ஆதாரங்கள் அதிகமாக உள்ளன.

இப்போது எழுந்திருக்கும் சாதிய சமத்துவம், பொருளாதார சமத்துவம் என்பதின் முக்கியமான படிநிலைகளாக நாம் எதைக்கொள்ளவேண்டும் என்பதில் ஒவ்வொருவரும் ஒவ்வொரு நிலைப்பாட்டினைக் கொண்டிருக்கக்கூடும்.

இதற்குமுன் நாம் எழுதிய அம்பேத்கரின் அரசியலமைப்புச் சட்டம், பட்டியலினத்தவருக்கான அதிகாரத்தை வலியுறுத்துகிறது. எனவே, அது சாதிய சமத்துவத்தை முற்றிலும் வேண்டி மட்டுமே நிற்கிறது என்றாலும்கூட, அதன்மீதான வெற்றி என்பது மிக நீண்டகாலமாக நிலுவையில் இருந்துகொண்டே தொடர்ந்து வந்திருக்கிறது. எனவே அதன்பொருட்டு பார்க்கின்றபோது ரங்கசாமி மாடலின் வகையில் அமைச்சரவையில் அதிக ஒதுக்கீடும், சமூகநீதி கோரும் இடஒதுக்கீடும் சரியான முறையில் அம்பேத்கரின் அரசியலமைப்பின்படி சாதிய சமத்துவத்திற்கான வழிமுறைகளை வேறு எந்த மாடல்களையும்விட அதிகமாகச் செய்திருப்பதாக நாம் இதற்கு முன்பே அறிந்திருக்கிறோம். அவ்வாறு இல்லாத சாதிய சமத்துவம் என்பதுதான் என்ன என்கிற நமது அடுத்தப் படிநிலை இப்போது அதனினும் உக்கிரமாக நம் முன் நிற்கத் தொடங்குகிறது.

இதன் அமைப்பானது எந்தச் சட்ட திட்டங்களுக்கும் உட்படுத்தாத முறையில், இயற்கையாகவே ஒன்றுகூடி வாழும் முறையை நெறிப்படுத்திக் கட்டமைப்பது என்பதாலும் இது அடிப்படையில் மிகவும் சிக்கலான முறையில் அமையக்கூடிய சாதிய சமத்துவம் என்று கொள்ளலாம். ஆனால், இம்முறையில் அது உருவாக்கப்படுகின்றபோது அந்தச் சமத்துவம் மிகவும் வலுவானதாக மாறுகிறது என்றால் இந்த முறையுடன் ரங்கசாமி மாடலுக்கான தொடர்புகள் என்ன என்கிற அடுத்தக் கேள்வியும் இங்கே முன்னெழுகிறது. ஆம், அதை நாம் புரிந்துகொள்வதற்கு முன் சில விஷயங்களை

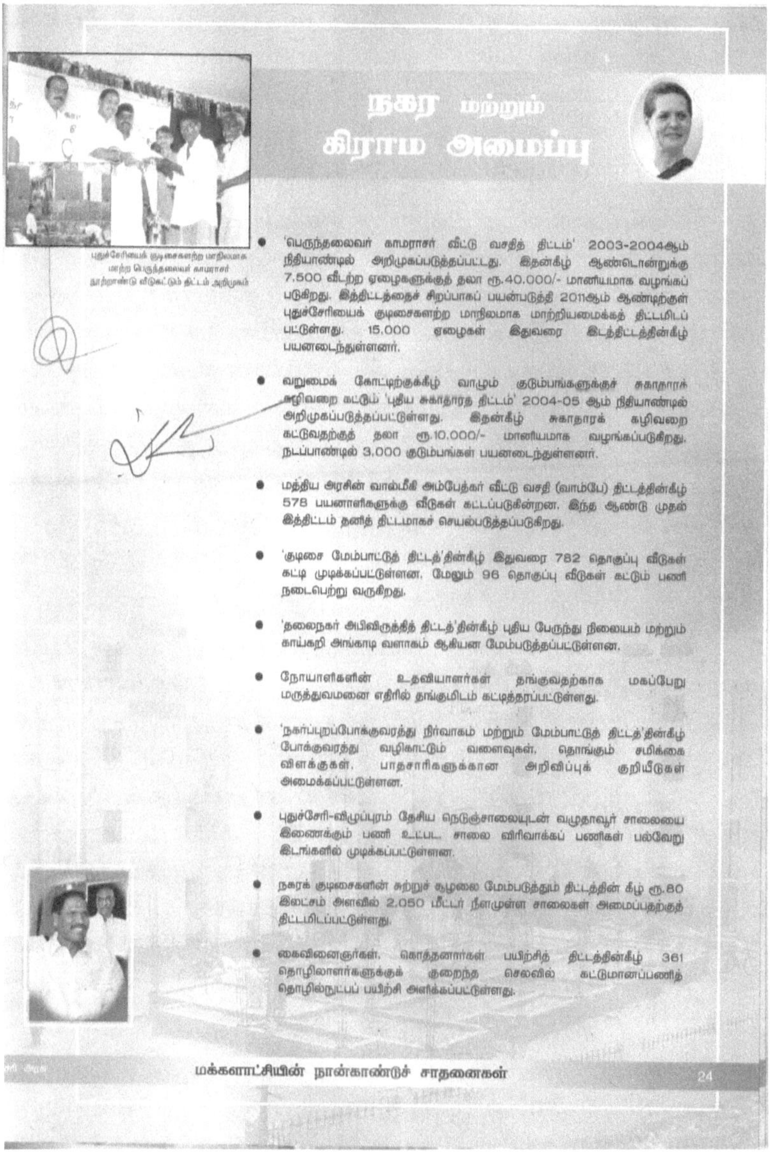

நகர மற்றும் கிராம அமைப்பு

புதுச்சேரியைக் குடிசைகளற்ற மாநிலமாக மாற்ற பெருந்தலைவர் காமராசர் நூற்றாண்டு வீடுகட்டும் திட்டம் அறிமுகம்

- 'பெருந்தலைவர் காமராசர் வீட்டு வசதித் திட்டம்' 2003-2004ஆம் நிதியாண்டில் அறிமுகப்படுத்தப்பட்டது. இதன்கீழ் ஆண்டொன்றுக்கு 7,500 வீடற்ற ஏழைகளுக்குத் தலா ரூ.40,000/- மானியமாக வழங்கப்படுகிறது. இத்திட்டத்தைச் சிறப்பாகப் பயன்படுத்தி 2011ஆம் ஆண்டிற்குள் புதுச்சேரியைக் குடிசைகளற்ற மாநிலமாக மாற்றியமைக்கத் திட்டமிடப்பட்டுள்ளது. 15,000 ஏழைகள் இதுவரை இடத்திட்டத்தின்கீழ் பயனடைந்துள்ளனர்.
- வறுமைக் கோட்டிற்குக்கீழ் வாழும் குடும்பங்களுக்குச் சுகாதாரக் கழிவறை கட்டும் 'புதிய சுகாதாரத் திட்டம்' 2004-05 ஆம் நிதியாண்டில் அறிமுகப்படுத்தப்பட்டுள்ளது. இதன்கீழ் சுகாதாரக் கழிவறை கட்டுவதற்குத் தலா ரூ.10,000/- மானியமாக வழங்கப்படுகிறது. நடப்பாண்டில் 3,000 குடும்பங்கள் பயனடைந்துள்ளனர்.
- மத்திய அரசின் வால்மீகி அம்பேத்கர் வீட்டு வசதி (வாம்பே) திட்டத்தின்கீழ் 578 பயனாளிகளுக்கு வீடுகள் கட்டப்படுகின்றன. இந்த ஆண்டு முதல் இத்திட்டம் தனித் திட்டமாகச் செயல்படுத்தப்படுகிறது.
- 'குடிசை மேம்பாட்டுத் திட்டத்'தின்கீழ் இதுவரை 782 தொகுப்பு வீடுகள் கட்டி முடிக்கப்பட்டுள்ளன. மேலும் 96 தொகுப்பு வீடுகள் கட்டும் பணி நடைபெற்று வருகிறது.
- 'தலைநகர் அபிவிருத்தித் திட்டத்'தின்கீழ் புதிய பேருந்து நிலையம் மற்றும் காய்கறி அங்காடி வளாகம் ஆகியன மேம்படுத்தப்பட்டுள்ளன.
- நோயாளிகளின் உதவியாளர்கள் தங்குவதற்காக மகப்பேறு மருத்துவமனை எதிரில் தங்குமிடம் கட்டித்தரப்பட்டுள்ளது.
- 'நகர்ப்புறப்போக்குவரத்து நிர்வாகம் மற்றும் மேம்பாட்டுத் திட்டத்'தின்கீழ் போக்குவரத்து வழிகாட்டும் வளைவுகள், தொங்கும் சமிக்கை விளக்குகள், பாதசாரிகளுக்கான அறிவிப்புக் குறியீடுகள் அமைக்கப்பட்டுள்ளன.
- புதுச்சேரி-விழுப்புரம் தேசிய நெடுஞ்சாலையுடன் வழுதாவூர் சாலையை இணைக்கும் பணி உட்பட சாலை விரிவாக்கப் பணிகள் பல்வேறு இடங்களில் முடிக்கப்பட்டுள்ளன.
- நகரக் குடிசைகளின் சுற்றுச் சூழலை மேம்படுத்தும் திட்டத்தின் கீழ் ரூ.80 இலட்சம் அளவில் 2,050 மீட்டர் நீளமுள்ள சாலைகள் அமைப்பதற்குத் திட்டமிடப்பட்டுள்ளது.
- கைவினைஞர்கள், கொத்தனார்கள் பயிற்சித் திட்டத்தின்கீழ் 361 தொழிலாளர்களுக்குக் குறைந்த செலவில் கட்டுமானப்பணித் தொழில்நுட்பப் பயிற்சி அளிக்கப்பட்டுள்ளது.

மக்களாட்சியின் நான்காண்டுச் சாதனைகள் 24

காமராசர் கல்வீடு கட்டும் திட்டத்தைத் தொடங்கி வைத்தல் (படம்: 2004ஆம் ஆண்டு செய்தி மற்றும் விளம்பரத்துறை வெளியிட்ட அரசுப் புத்தகத்தின் ஒரு பகுதி)

நாம் அறிந்துகொள்ளவும் வேண்டும். ரங்கசாமி மாடல் சாதிய சமத்துவத்தை இயற்கையான முறையில் அதன் சமூகக் கட்டமைப்பில் உருவாக்கியது என்பது கொள்கை வடிவில் அல்ல, அதன் நிர்வாக முறையில் என்பதை நாம் அறிந்துகொள்ளவேண்டும்.

நீங்கள் எந்த ஆய்வுக் குழுவையும் நிர்மானித்துக் கொள்ளுங்கள். இன்றைக்கே உங்கள் ஆய்வுகளையும் ஆரம்பித்துவிடுங்கள். அதில் ரங்கசாமி முதல்வராக வருவதற்கு முன்பு இருந்த புதுவையின் கிராமங்களைக் கணக்கில் எடுத்துக்கொள்ளுங்கள், அதில் எத்தனைக் கிராமங்களில் இன்றைக்கு இருக்கும் பட்டியலினத்தவர் வசிக்கும் பகுதியும் பட்டியலினத்தவர்கள் அல்லாத பகுதியும் தனித்தனியாக இருந்திருக்கிறது என்பதை கணக்கீடு செய்யுங்கள். அநேகமாக அனைத்துக் கிராமங்களிலும் 2000மாவது ஆண்டிற்கு முன்புவரை தனித்தனியாகப் பிரிந்து இருந்ததைத்தான் ஆய்வுகள் நமக்கு அளிக்கும்.

அதைப்போலவே, பட்டியலினத்தவர் வசிக்கும் பகுதியில் எத்தனை சிமெண்ட் தளம் ஒட்டிய கான்கிரீட் வீடுகள் இருந்தன, பட்டியலினத்தவர்கள் அல்லாதவர்கள் வசிக்கும் பகுதியில் எத்தனை கான்கிரீட் வீடுகள் இருந்தன என்பதையும் சேர்த்தே ஆய்வு செய்து பாருங்கள். முன்பு, அதிகபட்சமாக பட்டியலினத்தவர்கள் வசிக்கும் பகுதியில் அந்த மக்களின் தொகையில் 5% மக்களின் வீடுகள் கான்கிரீட் வீடுகள் இருந்தாலே அதிசயம். ஆனால், அதேசமயம் பட்டியலினத்தவர்கள் அல்லாத பகுதியில் அதன் மக்கள் தொகை விகிதாசாரத்தில் 25% மக்கள் குடிசை வீடுகளில் இருந்தாலே ஆச்சர்யம்தான்.

ஆனால், ரங்கசாமி முதல்வரான பிறகு அவரின் காமராசர் கல்வீடு கட்டும் திட்டம் உருவானபிறகு, இந்த நிலையை சற்றே அய்வு செய்து பாருங்கள். மிகமுக்கியமாக 70% கிராமங்களில் காலனி என்று கூறப்படுகின்ற பகுதிக்கும், ஊர் என்று அறியப்படுகின்ற பகுதிக்கும் இடையில் இருந்த நிலங்கள் எல்லாம் மனைகளாகப் பிரிக்கப்பட்டு இருக்கும்.

இதன் தேவை என்பது காமராசர் கல்வீடு கட்டும் திட்டத்தில் பயனடையும் பொருட்டு இந்த இரு பிரிவினரும் சேர்ந்தே மனைகளை வாங்கும் தேவையை ஏற்படுத்தி ஏறக்குறைய ஒரு பெரும் பிரிவினையே தடுக்கப்பட்டிருப்பதையும், இரு பகுதிகளும் ஏறக்குறைய ஒன்றிணைந்து விட்டதையும் நமது ஆய்வு உறுதியாக எடுத்துரைப்பதை நம்மால் அறிந்துகொள்ள முடியும்.

அதைப்போலவே, இன்று பட்டியலினத்தவர்கள் வசிக்கும் பகுதியில் 10% குடிசை வீடுகள் இருந்தாலே அதிசயம் என்கிற நிலைதான் ரங்கசாமி மாடலில் உருவானது. இன்று ஏறக்குறைய பட்டியலினத்தவர்கள் அல்லாத சமூகங்கள் வசிக்கும் பகுதியிலும் அதே 10% வீடுகள்தான் குடிசை வீடுகளாக இருப்பதையும் நீங்கள் உணரமுடியும். இதுதான் உண்மையான சாதிய சமத்துவத்தை உருவாக்கிய ரங்கசாமி மாடல்.

பொதுவாக நாம் சாதிய சமத்துவம் என்பதின் உண்மை கருப்பொருளை கிராமங்களில்தான் தேடவேண்டும். அவ்வாறு இருக்கின்றபோது இன்று உள்ள அனைத்துக் கிராமங்களிலும் உள்ள பட்டியலினத்தவர்களுடையப் பொருளாதார நிலையைப் பட்டியலினத்தவர்கள் அல்லாதவர்களுடன் ஒப்பிட்டும் நீங்கள் ஆய்வு செய்து பாருங்கள். அநேகமாக எந்த வித்தியாசங்களுக்கும் வழியில்லாத வகையில் இரு பிரிவிலும் சமமான அளவில் பொருளாதார சமத்துவம் ஏற்பட்டிருப்பதையும் நாம் உணரமுடியும்.

இது எந்த வகையில் சாத்தியமாயிற்று என்றால், புதுவையின் பொருளாதாரம் என்பதை ரங்கசாமி மாடல் தொழிலின் அடிப்படையில் அல்லது விவசாயத்தின் அடிப்படையில் அமைக்கவில்லை. கல்வி என்கிற மனிதவளத்தின் அடிப்படையில் அமைத்ததால். கல்வி அனைவருக்கும் கிடைத்த அதேநேரம், மற்ற மாநிலங்களில் பொருளாதாரப் பிரச்சினையின் அடிப்படையில் பட்டியலினத்தவர்களின் உயர்கல்வி இடைநிற்றல் ஏற்பட்டபோது, புதுவையில் அவ்வாறு ஒரு மாணவனுக்கும் ஏற்படாத வகையில் ரங்கசாமி

மாடல் காமராசர் கல்வி உதவி திட்டத்தின் மூலம் ஒரு சமத்துவப் பொருளாதார சமூகத்தையும் உருவாக்கியதை நாம் அறிந்துகொள்ள முடியும்.

பொதுவாக பொருளாதார சமத்துவம் என்பது தொழில்துறையுடன் கூடிய வளர்ச்சியிலோ அல்லது விவசாய உற்பத்தி வளர்ச்சியிலோ ஏற்படுத்தும் சூழ்நிலை நிச்சயமாக இல்லை என்பதை தேசத்திற்கே ரங்கசாமி மாடல் எடுத்துரைக்கிறது என்றே கொள்ளவேண்டும். பொருளாதாரச் சமத்துவம் மனிதவளத்தின் தேவைகளை அதிகப்படுத்துகின்றபோது மட்டுமே சாத்தியமாகும் என்பதையும், அவ்வாறு உருவாகும் மனிதவளம் என்பது தடையில்லாத கல்வி அனைவருக்கும் சாத்தியமாகின்றபோதுதான் சாதிய பேதமற்ற பொருளாதார சமத்துவம் சாத்தியமாகும் என்பதையும் ரங்கசாமி மாடல் கண்டிருக்கிறது.

இதிலிருந்து ரங்கசாமி மாடல் இந்தத் தேசத்திற்கு கூறுவது இதுவாகத்தான் இருக்கமுடியும். சாதிய சமத்துவம் என்பதையும் பொருளாதார சமத்துவம் என்பதையும் ஏற்படுத்த வேண்டுமென்றால் வெறும் வாய்ப்பேச்சிலோ கொள்கைகளை வகுப்பதிலோ நிறைவேற்றப்படக்கூடியது அல்ல. நிர்வாக முறையில் உண்மை எண்ணம் கொண்டு செயல்படுவதில் மட்டுமே சாத்தியமாகும் என்பதையும் ரங்கசாமி மாடல் தேசத்திற்கே வகுத்தளித்திருக்கிறது.

இவ்வாறு மிகக் குறுகிய காலத்தில் ரங்கசாமி மாடல் ஏற்படுத்திய சாதிய, பொருளாதார சமத்துவம், சமூகங்களிடயே எவ்விதமான எதிர்வினைகளையும் உருவாக்க வழி ஏற்படுத்தாமல் அதைக் கொண்டு சென்றதில்தான் இன்னும்கூட ரங்கசாமி மாடல் அதிக முக்கியத்துவம் பெற்ற மாடலாகத் தன்னை நிலைநிறுத்திக்கொண்டது என்பதையும்கூட இன்னும் கூடுதலாகவும் மதம் சமத்துவம் குறித்தும் அடுத்த அத்தியாயத்தில் பார்க்கலாம்.

47

நிர்வாக செயல்முறை கொண்ட ரங்கசாமி

ஒரு நண்பர் என்னிடம் நேற்று ஒரு கேள்வியை முன்வைத்தார். அந்தக் கேள்வியில் ரங்கசாமியின் திட்டங்களுக்குப் பின்புலத்தில் இத்தனை விஷயங்கள் நடந்தேறியிருக்கிறது என்பதை ரங்கசாமியே அறிந்திருப்பாரா என்று தெரியவில்லையே என்கிற அவரின் சந்தேகத்தைக் கேள்வியாக்கி இருந்தார். ரங்கசாமி என்கிற ஆளுமைப் பெரும்பாலும் அதிகம் பேசுவதைத் தவிர்த்ததாலும் விளம்பரங்களைத் தேடிக்கொள்ளும் நோக்கம் இல்லாததாலும் அவர் குறித்து நாம் அறிந்துகொள்ளும் வாய்ப்புகள் ஏற்படவில்லையென்றே அந்த நண்பரிடம் நான் கூறினேன். மேலும் சில தகவல்களையும்கூட கூறினேன். ரங்கசாமி என்கிற ஆளுமை அவரின் திட்டங்களுக்கான மதிப்பீடுகளைக் கொண்டிருக்காமலும் இல்லை என்றும் கூறினேன்.

அது ரங்கசாமி தனிக்கட்சி ஆரம்பிக்கப்போகிறார் என்று பரவலாக அறியப்பட்ட காலம். 2011ஆம் ஆண்டு ஜனவரி மாதம் தை திருநாள் முதல்நாள் என்று கருதுகிறேன். நிச்சயமாக அது அவரின் பிறந்தநாளுக்கு அடுத்தத் தினமாக இருக்க வாய்ப்பில்லை என்றே

கருதுகிறேன். ஏனென்றால், எனது தந்தை அவரை இவ்விரு தினங்களில்தான் சந்தித்து ஏலக்காய் மாலை அணிவித்து வாழ்த்துக் கூறுவார். ஆனால், இந்தச் சந்திப்பு அவர் டென்னிஸ் விளையாடும் மைதானம் என்பதால் அநேகமாக அது தைத்திருநாளாகவே இருக்கவேண்டும். அந்தச் சந்திப்பின்போது எனது தந்தை புதிய முறையாக காங்கிரஸ் அடையாள சால்வை ஒன்றை அணிவித்தார். எப்போதும் ஏலக்காய் மாலைபோடும் அவர் தி.மு.க.வின் தீவிர விசுவாசியாக இருந்த அவர் காங்கிரஸ் சால்வையை அணிவித்தார்.

நான் மட்டுமே எனது குடும்பத்தில் காங்கிரஸ்காரன், முன்னாள் முதல்வர் டி.ராமச்சந்திரன் காங்கிரஸ் ஆதரவு நிலை எடுத்தப்பிறகு 2002ஆம் ஆண்டிலிருந்தே நானும்கூட காங்கிரசில் இருந்து வருகிறேன். இன்றுவரையிலும்கூட எனது குடும்பப் பொதுச் சொத்தாக இருக்கும் டிராக்டரிலோ, லாரியிலோ, என்னால் காங்கிரஸ் பெயரில் எதையும் செய்யமுடியாத அளவிற்கு தி.மு.க. வண்ணங்களை மட்டுமே சுமந்திருக்கும் தீவிர தி.மு.க. காரராக எனது தந்தை மிகநீண்ட காலமாக முதல்வர் ரங்கசாமியுடன் நெருங்கியத் தொடர்பில் இருந்தார்.

முதன்முறையாக காங்கிரஸ் சால்வையை அணிவித்துவிட்டு அவரிடம் இவ்வாறு கூறினார். "நீங்கள் காங்கிரஸ் கட்சியைவிட்டு வெளியே செல்லாதீர்கள் கண்ணன் காங்கிரஸ் கட்சியைவிட்டு வெளியேறி பெரிதாக எதையும் சாதிக்க முடியவில்லை, எனவே, அந்தத் தவறை மட்டும் செய்யாதீர்கள்" என்று கூறினார். அப்போது காவல்துறை கண்காணிப்பாளர் ஆறுமுகம் உடனிருந்ததாக நினைவு.

அதற்கு ரங்கசாமி ஒரே வரியில்தான் பதிலளித்தார். "நான் எத்தனைத் திட்டங்களைக் கொண்டுவந்திருக்கிறேன். அந்தத் திட்டங்களால் மாநிலம் அடைந்த வளர்ச்சியை நான் அறிவேன். ஒருவேளை அதனை மக்கள் அறியாமல் என்னை அங்கீகரிக்கவில்லையென்றால் அந்தத் தீர்ப்பை நான் ஏற்றுக்கொள்கிறேன். எனக்கென்ன நட்டம்?" என்றார்.

அதனை ஏன் நான் கூறுகிறேன் என்றால், ரங்கசாமி என்கிற ஆளுமை மிகத் தெளிவாகவே திட்டமிட்டுத்தான் இந்த அளப்பறிய சாதனைகளைச் செய்திருக்கிறது. புதுவையின் தந்தையென்றும் போற்றுவதற்கானக் காரணத்தையும், இந்தியாவிற்கே முன்னோடியான மாடல் அரசாங்கத்தினையும் நடத்திக்காட்டி இருக்கிறது என்பதே நிஜம் என்பதும் அதன்மீது ரங்கசாமிக்கு அளப்பரிய நம்பிக்கை இருந்ததாலேயே கட்சி ஆரம்பித்து மூன்று மாதங்களில் ஆட்சி அமைக்க முடியும் என்ற நம்பிக்கையை அவர் கொண்டிருந்தார் என்பதையும் நாம் இதிலிருந்து கவனத்தில் கொள்ளவேண்டும்.

ஆனால், ரங்கசாமியின் இந்த ஈடுஇணையில்லா வரலாற்றை எழுதுகின்றபோது காங்கிரஸ் கட்சியில் உள்ள எனது முன்னாள் நண்பர்களுக்கு என்மீது வெறுப்புணர்ச்சி உண்டாகிறது. காங்கிரஸ் கட்சியில் மட்டுமா இன்னும் சில இயக்கங்களிலும் இது எதிரொலிக்கவே செய்கிறது. நான் ஒன்றை மிகத் தெளிவாக இங்கே குறிப்பிட்டுவிடுகிறேன். ஒரு குண்டூசியைக்கூட புதுவைக்குத் தூக்கிப்போடாதவர்கள் ரங்கசாமியின் சமகாலத்தில் வாழ்ந்திருக்கிறோம் என்பதை மட்டுமே ஆதாரமாகக் கொண்டு அவருக்குப் போட்டியான தலைவராகத் தங்களை முன்னிறுத்திக்கொள்ள ஆசைப்படுவது அறத்திற்கு உகந்ததாக இருக்க முடியாது. சரி, அதுதான் அறத்திற்குப் புறம்பானது என்றால் அதை எழுதும் தாங்கள் அறத்தின்படிதான் எழுதுகிறீர்களா? இதற்குமுன்பு காங்கிரசைக் குறித்தும் முன்னாள் முதல்வர் நாராயணசாமிக் குறித்தும் எழுதிய நீங்கள் அறம் சார்ந்தவரா? என்கிற கேள்வியும்கூட இங்கே நியாயமானதே. அதில் உண்மை நிலைகளை அனைவரும் அறியவேண்டியதும்கூட அவசியம்தான்.

நாராயணசாமி குறித்து நான் அநேகமாக இரண்டு கட்டுரைகள் எழுதியிருக்கிறேன். அந்த இரண்டும் ஒரு சாமானியன் புதுவையிலிருந்து வளர்ந்து வளர்ச்சியடைந்த அவரின் சுயவளர்ச்சியின் பெருமிதங்களை மட்டுமே கொண்டிருக்கும். இன்றைக்கும்கூட அதனை மறுத்துக் கூறுவதற்கு என்னிடம் கருத்து ஏதுமில்லை. தன்னுடைய தனிப்பட்ட திறமைகளின் மூலம் இந்திய அளவில் அங்கீகாரம்

பெற்ற அவரின் வளர்ச்சி பெருமிதத்திற்குரியதுதான். ஆனால், அந்த வளர்ச்சியின் பிம்பங்கள் இந்த மண்ணிற்கோ மனிதர்களுக்கோ எந்தப் பணியையும் கொண்டுவந்திருக்கவில்லை என்பதுதான் அவர் குறித்து இரண்டு கட்டுரைகளுக்குமேல் எழுதுவதற்கான செய்திகளைக் கொண்டிருக்காமல் போனதற்கான காரணமும்கூட.

நாராயணசாமியும்கூட 5 வருடங்கள் முதல்வராகத்தான் இருந்தார். அக்காலத்தில் காங்கிரஸ் குறித்து 200 கட்டுரைகள் எழுதிய நான், அவர் குறித்து இரண்டு கட்டுரைகளுக்குமேல் எழுத முடியாமல் போனதற்கானக் காரணம் என்ன? அதில் எழுதும் செய்திகள் ஏதும் இல்லை என்பதுதான் கசந்தாலும் நான் கூறும் எனது அறம்.

ஆனால், ரங்கசாமி குறித்து 25 கட்டுரைகள் மட்டுமே எழுத நினைத்தும்கூட இப்போது அந்த எண்ணிக்கை 50யும் தாண்டும் என்பதன் காரணம் என்ன? அதுகூறும் செய்திகள் ஏராளம். இப்போது உருவான மாடல் குறித்து எழுதும்போது இதற்குமுன் புதுவையின் தந்தை என்பதற்கானக் காரணத்தை எழுதிய திட்டமே புதிய மற்றொரு வடிவம் எடுக்கும் அளவிற்கு ரங்கசாமியின் திட்டங்கள் ஆழங்கள் நிறைந்த ஆக்கபூர்வ திட்டங்களாக இருந்திருக்கிறது என்பதும் அதன் மற்றொரு காரணம். ஆனால், இதில் எனக்குத் தனிப்பட்ட முறையில் புரிந்துகொள்ள முடியாத புதிர் ஒன்று இருக்கிறது. 200 கட்டுரைகள் காங்கிரஸ் குறித்து நான் எழுதியபோது, இதே காங்கிரஸ்காரர்கள் அதனைப் பரண்மீதுதான் போடவேண்டும் என்றார்கள். நான் ரங்கசாமி குறித்து எழுதிய இந்த 46 கட்டுரைகளுக்காக ஏன் இவ்வளவு வெறுப்புணர்ச்சியை என்மீது கொள்கிறார்கள் என்பதைத்தான் என்னால் அறிந்துகொள்ள முடியவில்லை.

ஆக இறுதியாக இதன் முடிவாக நாம் வரக்கூடிய செய்தி இதுவாகத்தான் இருக்கமுடியும். ரங்கசாமி என்கிற மாடலும் சரி, அவர் தந்தையெனப் போற்றப்படுவதற்கானக் காரணமும் சரி, அதை உருவாக்கிய உரியவருக்கு உகந்தமுறையில் தெரியாமல் நடந்தேறியது அல்ல. ரங்கசாமி மாடல் தனக்கானத்

தனித்துவத்தை அதன் தலைமை ஒப்புதலோடுதான் மிக நீண்டகாலமாக இந்த மண்ணில் போராடிப் பெற்றிருக்கிறது. ஆனால், அந்த மாடலை உருவாக்கியவர் அது குறித்தப் பெருமிதங்களைப் பொதுவெளியில் தெரிவிப்பதைத் தனது பழக்கமாகக் கொள்ளாமல் இருந்ததாலும், அதனைத் தேவையற்றது என்று கருதியதாலும் மட்டுமே அது தனக்கான உரிமையைக் கோருவதில் இத்தனைக் காலமும் ஒதுங்கி இருந்ததேத் தவிர வேறொரு காரணமும் இருக்க வழியில்லை என்பதால், ரங்கசாமி மாடல் ஒரு திட்டமிட்ட நிர்வாக செயல்முறை என்பதை வருங்காலம் தெளிவாக எந்த ஐயத்திற்கும் இடமின்றி போற்றலாம்.

இப்போது நாம் விட்டுவிட்ட சாதியச் சமத்துவத்திற்கானச் சச்சரவுகளைப் போக்கிய மத சமத்துவத்தை உண்டாக்கிய ரங்கசாமி மாடல் குறித்து அடுத்த கட்டுரையில் பார்க்கலாம்.

48

எதிர்ப்புகள் இல்லாமல் சாதிய சமத்துவத்தை உருவாக்கிய ரங்கசாமி மாடல்

சாதிய சமத்துவம் என்பது உண்மையில் இந்தியாவிலேயே புதுவையில்தான் உருவாக்கப் பட்டிருக்கிறது. அம்பேத்கர் விரும்பிய சாதிய சமத்துவம் அல்லது இந்தியாவில் அடிப்படை மாற்றங்களை ஏற்றுக்கொண்ட வெளிப்படைத் தன்மை கொண்ட சாதிய சமத்துவம் என்பதும், புதுவையில் ரங்கசாமி மாடல் அரசாங்கம் தனது நிர்வாக செயல்முறைகள் மூலம் உருவாக்கியது என்று உறுதியாக நம்புவதற்கு தகுந்த ஆதாரங்களை அது கொண்டிருக்கிறது.

பொதுவாக இத்தகைய அடிப்படையான சில சாதிய சமூகப் பழக்கவழக்கங்களில் மாற்றங்கள் உள்வாங்கும் பகுதிகளில் உள்ள சமூகத்தினரிடையே அதற்கு எதிராகக் குரல் எழுவதும் உண்டு. அதனால், இந்தியாவின் வேறுசில பகுதிகளில் இதேபோன்ற மாற்றங்களைச் செய்ய முயலுகின்ற சில அரசுகள் வாக்கு வங்கி அரசியலின் ஆதாரத்தைக் கணக்கில் கொண்டு பெரும்பான்மை சமூகங்களின் எதிர்ப்புகளுக்கு உள்ளடக்கம் பெற்று அந்த அரசுகள் செய்ய விரும்பிய மாற்றங்களில் இருந்து வெளிவந்துவிடுவதுண்டு. இதனால், உண்மையான சமூகமாற்றம் மிக நீண்டகாலமாகவே இந்தியாவின் ஏனையப் பகுதிகளில் நடைபெறுவதற்கு வாய்ப்பில்லாத ஒரு சூழ்நிலை அரசியல் பரப்பின் மேல்தட்டில் எவரும் கவனிக்க

முடியாவண்ணம் ஒரு படிமானம் பரவிப்போக இதுவே காரணமாகவும் மாறிப்போனது.

அதேபோன்று புதுவையிலும் இல்லையென்றும் நம்மால் கூறுவதற்கு முடியுமா? நிச்சயமாக முடியாது. ஆனால், அத்தகைய எதிர்ப்புக் குரல்களை மிக சாதுர்யமான தனது நிர்வாக மாடலால் ஒன்றுமில்லாமல் செய்ததுதான் ரங்கசாமி மாடலுக்கானச் சிறப்பு என்று கூறலாம். மிக நீண்டகாலமாக இந்தியாவில் வேரூன்றிப் போயிருக்கிற மனித வாழ்வின் பிரிக்கமுடியாத அங்கம் என்ற கருதுகோளில் எதன்பொருட்டோ இருந்துவிட்ட சாதிய வேற்றுமை, இரும்புக்கரம் கொண்டு அடக்கப்பட்டு கொண்டுவர முடியாது என்பதையும் அல்லது சட்டத்தின்மூலம் மட்டுமே செயல்படுத்திவிட முடியாது என்பதையும் நாம் உணர்ந்துகொள்ளும்போது அதற்கான உண்மையான தீர்வினைக்கூட ரங்கசாமி மாடல் இந்தியாவிற்கு எடுத்துரைத்திருக்கிறது என்பதையும் நாம் அறிந்துகொள்ள முடியும்.

ஏனென்றால், இந்தியாவின் சாதிய அமைப்பு எப்போதெல்லாம் அந்தந்தச் சாதிய அமைப்புகளுக்குரிய பலன்களை அதற்குரிய சாதிகள் எதிர்பார்க்கிறதோ அப்போதெல்லாம் அந்த அமைப்புக்கு எதிராகவும் வேறொரு திசையில் பெரும்பான்மைத் தேடிக்கொள்ளும் மற்ற சாதிகளின் கூட்டமைப்பு உருவாகி அவர்களின் பலத்தைக் கூட்டி தேர்தல் அரசியலின் வாக்கு எண்ணிக்கைகளின் தேவைகளின் அடிப்படையில் ஒவ்வொரு முறையும் சில நல்ல அரசுகளால் கொண்டுவரப்படும் சீர்திருத்தங்களை ஒன்றுமில்லாமல் செய்துவிடுகிறது என்பதால் முள்ளை முள்ளால் எடுப்பதுபோல் சாதிய சமத்துவத்தை ஏற்படுத்தவேண்டும் என்றால் எந்த ஒரு சாதிய அமைப்பிற்கும் எதிராகவும் இருக்கின்ற மற்ற சாதிகளின் எதிர்ப்பையும் சமன்படுத்தி செய்யும் நிர்வாக முறையே சிறந்த முறையில் சாதிய சமத்துவத்தை ஏற்படுத்தும் என்பதையும், ரங்கசாமி மாடல் எடுத்துரைக்கிறது என்கிற வாதம் இங்கே முன்வைக்கப்படுகிறபோது ஒரு சாதிக்கு எதிரான அடக்குமுறைகளைக் கையாலும் மற்ற சாதியினரை சமரசம் செய்துதான் சமத்துவம் கிடைக்கப்பெறும் என்றால்

அது நியாயமானதா என்ற கேள்வியும்கூட இங்கே எழுவது அறத்தின் தரப்பிலானதே.

அதனால், மிக நீண்டகாலமாக இந்தியத் தேர்தல் முறைக்குத் தேவைப்படும் வாக்குகளின் எண்ணிக்கை கணக்கில் கொள்ளப்படுவது அதன் இன்றியமையாத அங்கமாக மாறிவிட்டதால், சிலநேரங்களில் அந்த வாக்குகளின் எண்ணிக்கை சாதிய சமத்துவத்திற்காகக் கொண்டுவரப்படும் சீர்திருத்தங்கள் அனைத்தும்கூட அதன் முழுக்கொள்ளளவை எட்டுவதற்கு முன்பே அத்திட்டம் நீர்த்துப்போகச் செய்கிறது என்கிற நமது முந்தைய கருத்துக்களையே இதுவரை கணக்கில் கொள்ளாதவர்களாலேயே மேற்கூறிய வாதத்தை முன்னெடுக்கக் கூடும். ஆனால், ரங்கசாமியின் திட்டங்கள் சாதிய சமத்துவத்திற்கான அதன் முழு கொள்ளளவில் 50% அளவிற்கு வெற்றிபெற்றிருக்கிறது என்று உறுதியாகக் கூறலாம். ஆனால், இந்தியாவின் மற்ற மாநிலங்கள் சுதந்திரம் கிடைத்தபோது இருந்த சாதிய அமைப்பின் கட்டமைப்பில் அதன் சமத்துவத்தைத் தேடிய சமூகச் சூழ்நிலையில் 20% அளவிற்குக்கூட மாற்றங்களை ஏற்படுத்திக்கொள்ளவில்லை. சுதந்திரத்திற்கு முன்பு என்ன நிலைப்பாடு இருந்ததோ அதுதான் பெரிய மாற்றங்கள் இல்லாமல் இன்றுவரையிலும் தேசத்தின் பல பகுதிகளிலும் இருந்துகொண்டு இருக்கிறது. ஒருவேளை தென்னிந்தியாவில் திராவிட அமைப்பு அதில் கூடுதலாக இன்னும் 10% பெற்று 30% அளவிற்கான சமத்துவத்திற்கான நிலையை எட்டியிருக்கலாம், என்றால் ரங்கசாமி மாடல் இதிலிருந்து 50% மாற்றங்களை எவ்வகையில் மாறுபட்டு எட்டியிருக்கிறது என்கிறீர்கள்? என்ற கேள்வி இங்கே முன்னெழலாம்.

ரங்கசாமி மாடல் அதன் நிர்வாக முறையில் மற்றவர்களிடம் இருந்து முற்றிலும் மாறுபட்ட ஒரு முறையினைக் கொண்டிருக்கிறது. அதன்படி இலவச அரிசி திட்டத்தில் அனைத்துச் சமுதாயத்தினருக்கும் பயன்கொடுக்கும் வகையில் அத்திட்டத்தை விரிவுபடுத்தியது. கல்வீடு கட்டும் திட்டமும்கூட அந்த முறையிலேயே அனைத்துச் சமுதாயமும் பின்பற்றும் வகையில் மாற்றம் பெற்றது. கொண்டுவரப்படும் அனைத்துத் திட்டங்களிலும் சமுதாய பேதம் என்பதை ரங்கசாமி மாடல்

கொண்டிருக்க விரும்பவில்லை. பொதுவாக ரங்கசாமியின் இந்த மாடல் குறித்து, மிக நீண்டகாலமாகவே இங்கேக் கடுமையான ஒரு விமர்சனம் எழத்தான் செய்திருக்கிறது. பெரும்பாலும் அந்தக் குற்றச்சாட்டு பட்டியலினத்தவர்களிடமிருந்தும் எழுந்திருக்கிறது.

எங்களுக்குக் கிடைக்கவேண்டிய சலுகைகளை ரங்கசாமி அனைவருக்கும் பரவலாக்கிவிட்டார் என்பதே அவர்களில் சிலர் இன்றளவும் ரங்கசாமிக்கு எதிரான மனநிலை கொள்வதற்கு காரணமாக இருக்கிறது. பொதுவாக இன்றளவும் புதுவையில் பட்டியலினத்தவர்களில் பெரும்பாலானோர் ரங்கசாமிக்கு ஆதரவான நிலையிலேயே இருப்பர். அச்சமூகத்தில் கட்சி சாராத எவரிடத்தில் கேட்டாலும் ரங்கசாமியை போற்றுவர். அச்சமூகத்தின் முதியோர்களிடம் விசாரணை செய்தால் ரங்கசாமிக்கு இணை வேறு இல்லை என்பர். ஆனால், அச்சமூகத்தில் உள்ள வேறு கட்சியைச் சேர்ந்தவர்கள் அல்லது இயக்கத்தில் இருப்பவர்கள் ரங்கசாமிக்கு எதிரான மனநிலை கொள்வதற்கானக் காரணத்தை ஆராய்ந்து பார்த்தால் பெரும்பான்மையான காரணம், பல திட்டங்களை குறிப்பாக சலுகைகளுடன் கூடிய திட்டங்களை அவர் அனைவருக்கும் பொதுவானதாக பேதமில்லாமல் செய்துவிட்டார் என்பதையே கூறுவார்கள் என்றால் அவர்கள் இந்தக் கருத்தை குறித்து மிகத் தீவிரமான ஆலோசனையில் ஈடுபட வேண்டும் என்பதே எனது எண்ணம்.

இந்தியாவின் அனைத்து பிரதேசங்களிலும் உள்ள பட்டியலினத்தவர் அல்லாத சமூகங்களிடம் இலவசங்கள் அனைத்தும் பட்டியலினத்தவர்களுக்கேக் கிடைக்கிறதே என்கிற குறைபாடு இருப்பதை இங்கே எவராவது மறுக்க முடியுமா? ஆனால், இலவசம் கிடைக்கப்பெற வேண்டியவர்கள் பட்டியலினத்தவர்கள் என்பதையும்கூட இங்கே அறத்தின்படி ஏற்றுக்கொள்ளத்தக்கதுதான். ஆனால், நமது தீவிர ஆய்வுகளின் முடிவு எதை இறுதியாக எடுத்துரைக்கிறது என்றால் அதைப்போன்ற கருத்தைக் கொண்டிருக்கும் பட்டியலினத்தவர்கள் அல்லாத சமூகங்களின் வெறுப்புணர்ச்சிகளை ஏற்க விரும்பாத தேர்தல் அரசியல்

பட்டியலினத்தவர்களுக்கான இலவசத் திட்டங்களை அவர்களுக்கு நீண்டகாலப் பயன்களைத் தருவதில் இருந்து பின்வாங்கச் செய்துவிடுகிறது என்பதால் பட்டியலினத்தவர்கள் சுதந்திரம் பெற்றதிலிருந்து சமூக வாழ்வியல் முறையில் எந்த வளர்ச்சியும் அமையாமல் பட்டியலினத்தவர்களாகவே இருந்து வருகின்றனர்.

ஆனால் புதுவையில் இத்தகைய கருத்தை பட்டியலினத்தவர் அல்லாத சமூகங்களிடம் ஏற்படாத சூழ்நிலையை ரங்கசாமி மாடல் உருவாக்கியதால் புதுவையில் சாதிய சமத்துவத்தை ஏறக்குறைய பொருளாதார நிலையைத் தாண்டியும், வாழ்வியல் சமத்துவத்தை நோக்கியும் பயணப்பட வைத்திருக்கிறது என்கிற உண்மை இங்கே ஆழமாக மற்றொரு கேள்வியை முன்னெழுப்புகிறது. இலவசங்கள் மட்டுமே காலத்திற்கும் நமது உரிமை என்பதில் சுயமரியாதை இருக்கிறதா அல்லது இலவசங்களைத் தேவையற்றதாகக் கருதும் அளவிற்கு இதுவரை இலவசம் பெற்றுவந்த ஒரு சமூகத்தின் சரிபாதி சதவிகிதத்தினர் இலவசங்களை மறுதலிக்கும் அளவிற்கு உயர்ந்த வாழ்வில் மாற்றம் தேவையானதா என்பதையும் நாம் இதன் முக்கியத்துவத்தை உணரவேண்டிய கட்டாயத்தை ஏற்படுத்துகிறது. அதேசமயம் அவ்வாறான சமூகத்தின் முழு கொள்ளளவும் தங்களுக்கான வாழ்வியல் சூழ்நிலையில் மாற்றம் பெற்றுவந்ததை ரங்கசாமி மாடல் உறுதிசெய்திருக்கிறது. இதைப்போன்ற முயற்சிகளுக்கு இந்தியாவின் ஏனையப் பகுதிகளில் ஏற்பட்ட எதிர்ப்புகளை புதுவையில் ஏற்படாதவாறு செய்து அதன் முழு கொள்ளளவை எட்டிய ரங்கசாமி மாடலையும், நாம் கருத்தில் கொண்டால் இந்தியாவிலேயே புதுவையைப் போன்ற சாதிய சமத்துவத்தை வேறு எந்தப் பகுதியிலும் காணமுடியாது என்பது நிஜமென்றால், ரங்கசாமி மாடலைத் தவிர வேறு எந்த மாடல் அதில் பொருத்தமுள்ளதாக இருக்க முடியும். இப்போது இது மாடல் என்பதிலிருந்து அனைத்துப் பிரிவினருக்கும் பேதமில்லாமல் ஒரு வளர்ச்சியையும் சமத்துவத்தையும், மற்ற எந்தவொரு சமூகத்தின் எதிர்ப்புகளையும் பெற்றிடாமல் செய்த இந்த நிர்வாகத்திறன் இப்போது அவருக்கு புதுவையின் தந்தையென போற்றப்படுவதற்கான காரணத்தையும்கூட நமக்குச் சேர்ந்தே அளிக்கிறது.

49

மத சமத்துவத்தைப் பாதுகாத்த ரங்கசாமி மாடல்

மத சமத்துவம் குறித்து முதல்வர் ரங்கசாமியின் மாடல் வெளிப்படையான எந்த நிகழ்வுகளையும் கொண்டிருக்கவில்லை என்றாலும் அதன் சமத்துவத்தின் சீர்படல் ரங்கசாமியின் மாடலில் மட்டுமே தனித்துவம் பெற்றது.

ரங்கசாமி மாடலை ஏற்படுத்திய அதன் உருவாக்கத் தலைமையான ரங்கசாமி ஒரு தீவிர முருக பக்தர். அதுமட்டுமில்லாமல் அவரின் குருவாக "அப்பா பைத்தியம்சாமிகள்" என்ற சித்தரை ஏற்றுக்கொண்டு அவருக்கென்று தனிக்கோவிலையும் நிர்மானித்து தினந்தோறும் அவரை பூஜித்து வரும் ஒரு தீவிர சிவனடியார் என்றோ சித்தருக்குள்ள குணாதிசயங்களைத் தேடிக்கொண்டிருக்கும் ஒரு தீவிர தமிழரென்றும் கொள்ளலாம்.

அவர் குளிக்காமல் கோவில் பிரசாதங்களைக்கூட வாங்க மாட்டார். அதுமட்டுமல்லாமல் குளிப்பதற்கு முன்பு அவர் சில பெரிய கோவில்களில் சாமி தரிசனம் செய்வதற்கான சிபாரிசுக் கடிதங்களுக்குக் கையெழுத்துக்கூட போடமாட்டார். இதில் அவ்வாறு சிபாரிசு செய்யும் கடிதங்களுக்குச் சமீப காலங்களாக

அவர் கடிதங்கள் தருவதில் விருப்பம் கொள்வதில்லை என்பதும் அவ்வாறு வருபவர்களுக்கு அறிவுரைகளைக் கூறுகிறார் என்பதும் வேறு செய்தி. அதையும் தாண்டி நீண்ட அழுத்தங்கள் கொடுத்த பிறகே அக்கடிதங்களைக் கொடுக்க முன்வருகிறார். அப்படி எப்போதாவது அரிதாகப் போடும் கையெழுத்தையே குளிக்காமல் போடுவதில்லை என்கிற அளவில் தீவிர சித்தர் மனம் கொண்டவராக இருக்கும் அவர் அதிகமானோரின் பார்வையில் ஒரு தீவிர இந்துக் கலாசாரத்தைப் பின்பற்றும் தலைவராகவும் பார்க்கப்படலாம்.

ஆனால், இத்தனை காலமும் அவர் ரம்ஜான் நோன்பு கஞ்சி திறப்பதிலும் சரி, கிறிஸ்துவர்களின் அனைத்துப் பண்டிகை விழாக்களிலும் சரி, மசூதிகளுக்கும், தேவாலயங்களுக்கும் சென்று வருவதில் சிறிதும் சுணக்கம் காட்டியதில்லை என்பது ஒருபுறமிருக்கட்டும். அவரை அவ்வாறு மசூதிகளுக்கு வரவேற்பவர்களும் தேவாலயங்களுக்கு வரவேற்பவர்களும் உள்ளன்போடு அவர் வருகையை ஒரு தெய்வ மனத்துடன் வரவேற்பதை நாம் இன்று வரையிலும் அறியமுடியும்.

அதுமட்டுமல்லாமல் இன்றுவரையிலும் அவருக்கு வாக்களிப்பதிலும் மிகுந்த ஆர்வத்துடன் மற்ற மதத்திலுள்ளவர்கள் இருப்பதையும்கூட நாம் காணமுடியும். இன்னும் ஆழமாகக் கூறுவதென்றால் புதுவையில் மதங்களுக்கிடையான வேறுபாடுகள் குறித்துக்கூட அவர் அரசியல் ரீதியான பிளவுகளை ஏற்படுத்தும் ஆதாயப் பேச்சுகளைக்கூட பேசியதற்கான ஆதாரங்கள் ஏதுமில்லை.

‘நான் ஆட்சிக்கு வந்தால் உங்களுக்குப் பாதுகாப்பான அரசாக இருக்கும்’ என்கிற பிளவு ஏற்படுத்தும் பேச்சுகளையே அவர் விரும்பியதில்லை. அதன் அடிப்படைக்காரணம் அவ்வாறு கூறுவதில் உள்ள நியாயமற்ற அரசியல் ஆதாயம் குறித்து அவர் அறிந்திருக்கிறார்.

இதைக்குறித்து நாம் தெளிவாக அறிந்துகொள்ள வேண்டும் என்றால் ஒரு உளவியல் ரீதியான உண்மையை அறிந்தால் மட்டுமே இன்னும் ஆழமாக இக்கருத்தை நாம் புரிந்துகொள்ள முடியும். எவரெல்லாம் பட்டியலினத்தவர்களின் வீடுகளில் உணவருந்துவதை ஒரு செய்தியாக பார்க்கின்றனரோ,

தேவாலயத்தில் ரங்கசாமி

எவரெல்லாம் பட்டியலினத்தவர்களில் உள்ள நண்பர்களின் கணக்கீடு குறித்துப் பேசுகின்றனரோ அவர்களெல்லாம் இன்றுவரையிலும் அவ்வாறான ஒரு இனத்தை மற்ற சமூகங்களுக்கு இணையாகப் பார்ப்பதிலிருந்து வேறுபடுத்திப் பார்க்கிறார்கள் என்பதும் அரசியல் ஆதாயம் தேட முயற்சி செய்கிறார்கள் என்பதும் எவ்வளவு முக்கியத்துவம் வாய்ந்த ஒரு உளவியல் காரணமோ அதைப்போல்தான் மதம் குறித்த அவர்களின் வேறுபடுத்திப் பார்க்கும் கருத்தியலும் என்பதோடு ரங்கசாமி, மதம், ஜாதி தொடர்பான இந்த வேறுபாடுகளை இயற்கையாகவே அறிந்திருக்கவில்லை என்பதை கவனத்தில்கொண்டு பார்க்கவேண்டும்.

இந்த மண்ணில் அனைவரையும்போல் அவரவருக்குள்ள உரிமைகளோடு வாழுகின்றபோது, இங்கே எதன்பொருட்டு இந்தப் பிரிவினைத் தேவைப்படுகிறது என்பதே, இதன் அடிப்படை வாதம். அடிப்படையில் இந்தியாவில் மதங்களுக்குள் பேதங்களைப் பார்க்காத அப்படிப்

பார்ப்பதற்குத் தெரிந்திருக்காத ஒரு மாடலைத்தான் ரங்கசாமி மாடல் கொண்டிருந்தது.

இன்னும் அழுத்தமாகப் பார்த்தால், இந்தியாவில் வேறு எந்த முதல்வர்களும் அது உ.பி.யின் முதல்வர் யோகி ஆதித்யநாத்தே இருந்தாலும் ரங்கசாமி அளவிற்கு உண்மை கடவுள் பக்தராக அதன் கலாசார வாழ்வை பின்பற்றுபவராக இருந்திருக்க முடியுமா என்பது ஐயம்தான்.

ஆனால், அது தனக்குள்ள இறை நம்பிக்கை என்பதோடு மட்டுமே அதனை கடந்துவிட்டு, அதன்மீது வேறு எந்த தீவிர மக்கள் பிரிவினைக்கானக் காரணத்தைத் தேடாமல் மசூதிகளில் கஞ்சி அருந்துவதில், விசேஷ காரணங்கள் ஏதும் இருப்பதைக் கருதாமல் அது தனக்கான அன்றைய பணி என்றும் அங்கும் அந்தக் கடவுளை வணங்கிவருவதும், கிறிஸ்துவப் பண்டிகைகளில் இரவு முழுவதும் நகரமெங்கும் இருக்கும் தேவாலயங்களைச் சுற்றிவந்து அங்கும் அந்த இறைவனைத் தனக்கே உரிய முறையில் வணங்குவதும், அவ்வாறு வணங்கியதைப் படம் எடுத்துப்போட்டு, தான் அனைத்து மதத்தையும் நேசிப்பவன் என்கிற எந்தக் காரணத்தையும்கூட முன்நிறுத்த வேண்டிய அவசியத்தையும் உணராத ரங்கசாமி மாடல்தான் உண்மையில் மதச் சமத்துவத்தை நிரூபிக்கும் மாடல்.

இதுவரை புதுவையில் மதம் தொடர்பான சச்சரவுகள் இல்லை. அந்த மக்களுக்குள் வேறுபாடுகள் கலந்த எண்ணங்கள் இல்லை. ஒருவரையொருவர் வெறுக்கும் போக்கும் இல்லை. அதன் அடிப்படைக் காரணம் ரங்கசாமி மாடல் உருவாக்கியதே. இதிலும்கூட இங்கே எவராவது சிலர் ஒரு கேள்வியைக் கேட்கலாம். இதுகூட பொதுவாக மிகநீண்ட காலமாக இருந்த நடைமுறையில் உள்ள செயல், அதையும்கூட ரங்கசாமி மாடலுக்கு மட்டுமே உரித்தானதாகக் கூறலாமா? என்ற கேள்வியை முன்னெழுப்பலாம். இங்கே ரங்கசாமியைத் தவிர்த்து வேறு எந்தத் தலைவராவது மசூதிக்கும், தேவாலயத்திற்கு சென்றதையும் விளம்பரம் செய்யாமல் இருந்திருக்கிறார்களா

அல்லது மதத்தினர் மட்டுமே கூடி இருக்கும் கூட்டத்தில் உங்களின் பாதுகாவலன் நாங்கள்தான் என்று கூறாமல் இருந்திருக்கிறார்களா என்று ஆய்வு செய்துபாருங்கள். அப்படி இருக்கவே முடியாது. ஆனால், ரங்கசாமி தீவிர கலாசார வாழ்வியல் முறையில் கலந்திருந்தாலும், அவருக்கு அதுகுறித்த எண்ணம் பிரிவினைக்கு இட்டுச்செல்லவில்லை. அனைவரும் ஒன்றுகூடி வாழும் இந்த உரிமைமிக்க வாழ்வியல் முறைக்கு அவர் எந்தப் புதிய அர்த்தத்தையும் தெரிந்துகொள்ளவும் விருப்பப்படவில்லை என்பதுதான். இது ரங்கசாமி மாடலுக்கு உரிய மத சமத்துவம் என்பதற்கு உரித்தாகிறது.

புதுவையில் எந்த மனித அவலங்களுக்கும் வழி ஏற்படுத்தப்படவில்லை. எந்த தனித்த முக்கியத்துவத்தையும் ஏற்படுத்தும் அர்த்தமற்ற செயல்களையும் செய்ய முன்வரவில்லை. உண்மையான மத சமத்துவத்தை அது கொண்டிருக்கிறது. அது ரங்கசாமி மாடலுக்கு உரித்தானதாக இருக்கிறது.

50

ஆண்டவன் சொல்கிறார்... ரங்கசாமி செய்கிறார்!

ரங்கசாமி என்கிற ஆளுமைக்கு இங்கே எவரேனும் முன்மாடலாக இருக்கிறார்களா என்றால் நிச்சயமாக இல்லை. இப்போது குஜராத் மாடலை எடுத்துக்கொண்டால் அதற்கு பிரதமர் மோடி முன்மாடலாக இருக்கலாம். கேரளா மாடலை எடுத்துக்கொண்டால் அதற்கு கம்யூனிச சித்தாந்தம் அதன் பின்புலமாக இருக்கலாம். திராவிட மாடல்கூட அவ்வாறுதான் சிலர் அதற்கு பெரியாரைக் கூறலாம். வேறு சிலரோ அறிஞர் அண்ணாவைக் கூறலாம். மற்றும் பலர் கலைஞர் கருணாநிதியைக் கூறலாம். அதிகமானோர், தற்போது அதன் பின்தொடர்வாக தமிழக முதல்வர் ஸ்டாலினைக் கூறலாம். ஆனால், ரங்கசாமி மாடல் அவ்வாறு எந்தத் தலைமை அல்லது சித்தாந்தத்தையாவது அதன் முன்மாடலாகக் கொண்டிருக்கிறதா என்றால் நிச்சயமாக இல்லை.

ரங்கசாமி வணங்கும், ‘அப்பா பைத்தியம்சாமிகள் சொல்கிறார்... அதை ரங்கசாமி செய்கிறார்!’ என்று வேண்டுமென்றால் சுருங்கக் கூறலாம். இது ஏறக்குறைய ரஜினி பட ஸ்டைலில் சொல்வதென்றால், ‘ஆண்டவன் சொல்கிறார்... அருணாச்சலம் செய்கிறார்!’ என்பதைப் போலத்தான். ஒருசிலர் இதுகுறித்த விவாதத்தை முன்னெழுப்பலாம்.

இவ்வாறு, 'ஒரு முதல்வர் எந்தக் கொள்கைக்கும் கோட்பாட்டுக்கும் உட்படாமல், எவரையும் முன்மாடலாகக் கொள்ளாமல் செயல்படுவது, பெரும்பான்மை மக்களால் தேர்ந்தெடுக்கப்பட்ட அரசுக்கு அழகானதா?' என்று கேட்கலாம், அது அவ்வாறு இல்லை.

ரங்கசாமி மாடல் எந்தச் சித்தாந்தத்தின் அடிப்படையிலும் உருவாகவில்லை. அது அரசு நிர்வாக முறையில் மாற்றத்தைக் கொண்டுவந்ததின் மூலம் பல நூற்றாண்டுகளாக செய்யமுடியாத பல அறிய பகுத்தறிவுக் கொள்கைகள்கூட அதற்குத் தேவையான உண்மையான வாழ்வியல் மாற்றத்தைக் கொண்டுவர முடியாதபோது, ரங்கசாமி மாடல் அதனை நிஜத்தில் நிர்வாக முறையில் கொண்டு வந்திருக்கிறது. பல சித்தாந்தங்கள்கூட எங்கும் கொண்டுவர முடியாத ஒரு சமத்துவ சமுதாயத்தை ரங்கசாமி மாடல் அதன் நிர்வாக முறை மூலம் கொண்டுவந்திருக்கிறது.

ஏட்டிலே தாங்கிவந்த பல சித்தாந்தங்களின் தேவைகளையும், மேடையில் முழங்கி வந்த பல பகுத்தறிவு அறிவிப்புகளையும், எந்தச் சிரமமும் இல்லாமல் அதற்காகப் பல நூற்றாண்டுகள் காத்திருப்பும் தேவையில்லாமல் மிகச் சுலபமாக கால்நூற்றாண்டுக் காலத்திலேயே நிர்வாக முறைகளின் மூலம் மாற்றியமைக்க முடியும் என்பதை இந்தியாவிலேயே முதன்மையான மாடலில் ரங்கசாமி மாடல் நிரூபித்துள்ளதன் மூலம் அந்த முறை, 'ஆண்டவன் சொல்கிறார்... ரங்கசாமி செய்கிறார்!' என்ற வார்த்தைகளுக்கிடமான முறையான மாடலாகக் கொள்வதற்கு அதிகக் காரணங்கள் இருக்கிறது.

இன்னும்கூட இதனை அதிக விளக்கத்துடன் கூறுவதென்றால், ரங்கசாமி மாடல் அதன் ஆரம்பகாலத்தில் அதிகமான முறையில் இலவசத் திட்டங்களுக்கு முன்னுரிமை அளித்தது. அப்போது அதைப்போன்ற திட்டங்களுக்குப் பெரும் எதிர்ப்புகள் கிளம்பியது. ஆனால், ரங்கசாமி மாடல் அந்த இலவசங்களை புதுவையின் மனிதவளத்தின் வளர்ச்சியுடன் தொடர்பு படுத்தியதால் இன்றைக்கு புதுவையில் இலவசம் என்பது அதன் அத்தியாவசியத் தேவைகளில் இருந்து வெளியேறிவிட்டதாகவே கருத வேண்டியுள்ளது.

அதைப்போலவே, பல கார்பரேஷன்களை உருவாக்கி அனைத்துத் தொழில்களையும் அரசுடைமையாக்கும் நோக்கத்தில் செயல்பட்டார். அதன் லாபக்கணக்கைக் கொண்டு பல கார்பரேஷன்கள் நட்டத்தில் இயங்குவதாக அதற்கு ரங்கசாமியே பொறுப்பு என்று கூறினர். ஆனால், அதன் உபரி வருமானத்தைக் கணக்கில் கொள்ளாமல் விட்டனர்.

இன்றைக்கு புதுவையின் வரி வருவாய் உயர்ந்து உள்ளதற்கு அதுவே காரணமாக அமைந்திருக்கிறது என்கிற முடிவு, சிலரின் சோஷலிச சித்தாந்தத்தின் வெற்றி குறித்த ஐயப்பாடுகளைப் போக்கும் கருத்தியலை உருவாக்கி, சோஷலிச முறையை ஐயத்திற்கு இடமற்ற வகையில் ஒரு வெற்றித் திட்டமாக அவரது நிர்வாகமுறை மாற்றியமைத்திருக்கிறது. இதையெல்லாம் ரங்கசாமி எந்த சித்தாந்தத்தைக் கொண்டு அல்லது படித்து செயல்படுத்தினார்? அவர் மனம் கூறுவதை நிர்வாகத்தில் செயல்படுத்தினார். பொதுவில், இறைவன் என்பது நமது மனசாட்சி மட்டுமே என்பது இயற்கை விதியின்படி சரியாக இருக்க முடியும். அந்த இயற்கையின் விதி மட்டுமே ரங்கசாமி மாடலின் அங்கீகாரமாக இருந்திருக்கிறது.

இனிவரும் காலத்தில் எண்ணற்ற ஆளுமைகள் ஒருவேளை ரங்கசாமியை தமது முன்மாதிரியாகக் கொள்ளலாமே தவிர நிச்சயமாக ரங்கசாமி வேறெந்த முன்மாதிரியையும் கொள்ளும் தேவை இருக்காது. ரங்கசாமி என்றொரு மாடலின் தனித்துவத்தை நீங்கள் இன்னும் ஆழமாக அறிந்துகொள்ள வேண்டும் என்றால் ஒரு சம்பவத்தை நான் இங்கே குறிப்பிட விரும்புகிறேன்.

28.5.2022 அன்று, சனிக்கிழமை, அப்பா பைத்தியம்சாமி கோவிலில் பூஜைகள் அனைத்தையும் முடித்துவிட்டு கோவில் முன்மண்டப வாசலில் வந்து ரங்கசாமி அமர்ந்தார். பொதுவாக அவர் அங்குதான் அனைத்து அழைப்பிதழ்களையும் வாங்குவார். முதலில் ஒருவர் பழங்கள் நிறைந்த தட்டில் அழைப்பிதழ் வைத்துக்கொடுக்கிறார். அநேகமாக அழைப்பிதழ் கொடுத்த நபர் முதல்வர் ரங்கசாமிக்குத் தெரிந்த நபராக இருக்கக்கூடும் என்று தெரிகிறது.

அழைப்பிதழை எடுத்து, ரங்கசாமி பிரித்துப் பார்த்துப் படிக்கிறார். “கண்டிப்பாக வந்துவிடுகிறேன்” என்று கூறிவிட்டு பிறகு அழைப்பிதழை உதவியாளரிடம் கொடுத்துவிடுகிறார்.

அடுத்ததாக ஒருவர் அழைப்பிதழைக் கொடுக்கிறார். அவர் தட்டில் வைத்துக்கூட அழைப்பிதழைக் கொடுக்கவில்லை. அநேகமாக அந்த அழைப்பிதழின் மீது வெற்றிலை பாக்கும்கூட இல்லை. இரு கைகளாலும் நீட்டி அழைப்பிதழை ரங்கசாமியிடம் கொடுக்கிறார். அழைப்பிதழ் கொடுக்கும் நபர், ஒரு அழுக்கேறிய கைலியும் சட்டையும் அணிந்திருக்கிறார். அந்த அழைப்பிதழை வாங்கிய ரங்கசாமி அதைப் பிரித்துப் படிக்கிறார். படித்து முடித்துவிட்டு அழைப்பிதழ் கொடுத்த நபரிடம் “நீங்கள் பேராவூரா?” என்று கேட்கிறார். “ஆம் ஐயா” என்று அந்த நபர் கூறினார். “சரி, நான் கண்டிப்பாக வந்துவிடுகிறேன்” என்று கூறி அனுப்புகிறார்.

அங்கிருந்து இரண்டடி பின்னால் வந்த அந்த நபர், அவர் அழைப்பிதழ் கொடுக்க வழிவிட்டவர்களின் காலிலெல்லாம் விழுவதற்குப் போகிறார். அங்கிருந்தவர்கள் “அப்படிச் செய்யக்கூடாது” என்றுகூறி அனுப்பிவிடுகின்றனர்.

நான் மெதுவாக அந்தப் பக்கமாக நகர்ந்து அவரிடமிருந்து ஒரு அழைப்பிதழை வாங்கிப் பார்த்தேன், அதில் எந்தச் சமூக அடையாளமும் இல்லாமல் அழைப்பிதழ் அச்சிடப்பட்டிருந்தது. அதில், ‘விழுப்புரம் மாவட்டம், வானூர் வட்டம், பேராவூர் கிராமம், வனத்தையன்–அன்னம்மாள் பேத்தியும், முனுசாமி–கிஷ்ட்டம்மாள் பேத்தியும், ஏகராஜ்–மீனா ஆகிய எங்களின் மகள் கோமதி (எ) கோமஸ்ரீக்கு எங்களின் இல்லத்தில் மஞ்சள் நீராட்டு விழா’ என அச்சிடப்பட்டிருந்தது. அழைப்பிதழில் இருந்த ஓர் எழுத்தைக்கூட நான் மாற்றி எழுதவில்லை. அவரிடம் நான், “உங்களுக்கு ஐயாவைத் தெரியுமா? எந்த நம்பிக்கையில் அழைப்பிதழை வைத்துள்ளீர்கள்?” என்று கேட்டேன்.

அதற்கு அவர், “ஐயா, எங்க ஊர்ப்பக்கம் நிறைய விசேஷம் வந்திருக்காருங்க. அவர் வருவதற்கு அவருக்கு என்னைத் தெரிஞ்சுருக்கணும்னு தேவையில்லை. அவர் வந்து என் பேத்தியை வாழ்த்தினா போதுமுங்க” என்றார்.

ஓர் ஏழையின் அழைப்பிதழ்

அந்த அழைப்பிதழை நான் கவனமாகப் பத்திரப்படுத்தி வைத்துக் கொண்டேன்.

இதில் நாம் கவனம் கொள்ளத்தக்கது, முகம் தெரியாத அதிலும் புதுவை மாநிலத்தையே சாராத தமிழகப்பகுதியைச் சேர்ந்த ஓர் ஏழைக் குடியானவர், 'நாம் கோவிலுக்குச் சென்றால் முதல்வர் ரங்கசாமிக்கு அழைப்பிதழைக் கொடுக்க முடியும், அவரும் விசேஷத்திற்கு வருவார்' என்ற நம்பிக்கையை ஏற்படுத்தி இருக்கிறாரே! அதுதான் ரங்கசாமி மாடல்.

எனக்குத் தெரிந்து, கடந்த ஒரு நூற்றாண்டில் ஒரு தலைவர்கூட இப்படி ஒரு மாடலை உருவாக்கவில்லை... ஏன், அந்த முதியவர் அவரது சொந்த ஊரில் இருந்த பஞ்சாயத்துக் கவுன்சிலர் மீதுகூட இவ்வளவு நம்பிக்கை வைத்திருந்திருப்பாரா என்பது ஐயமே. இவ்வாறான ஒரு மாடலை உருவாக்கிய ரங்கசாமி மாடலுக்கு முன்மாதிரி மாடல் வேறு இருக்க முடியுமா?

51

தூய தமிழ் அறிவில் ரங்கசாமி மாடல்

ரங்கசாமி என்கிற ஆளுமையை உற்றுநோக்கும் போது அதில் நாம் புரிந்துகொள்ள முடியாத பல அதிசயங்களைக் காண நேரிடும். ஆனால், துரதிஷ்டவசமாக புதுவையின் இன்றைய அரசியல்வாதிகள் அவருக்குச் செய்தித்தாள் படிக்கும் பழக்கம் இல்லை என்றும் மேடைப்பேச்சு அவ்வளவாக வருவதில்லை என்கிற பொய்யான அடையாளத்தையும் அதிகமாக பத்திரிகையாளர் சந்திப்புகளை நடத்துவதில் அவர் ஆர்வம் காட்டுவதில்லை, அதன் காரணம் எதுவென்றும் பல எதிர்மறையான அடையாளங்களை அவர்மீது ஏற்படுத்துவதற்கு முயற்சி செய்துள்ளனர்.

ஆனால், அவர் தனிக்கட்சி ஆரம்பித்த முதல் பொதுக்கூட்டத்தில் சுமார் 3 மணிநேரம் பேசியிருக்கிறார். அனைத்தும் எழுதிக் குறிப்புகளெடுத்துப் பேசிய பேச்சுகள் அல்ல. மேடைமீது இருக்கும் ஒலிபெருக்கியின் முன் சென்றுவிட்டால் அவர் மனம் கூறுவதை மட்டுமே பேசுவார். இவ்வாறு எந்தக் குறிப்புகளும் இல்லாமல் தொடர்ந்து 3 மணிநேரம் மேடையில் எந்தவிதமான தவறுகளையும் எதிரிகள் கண்டுபிடிக்க முடியாத வகையில், இந்தியாவின் வேறு எந்தப் பகுதியின் இன்றைக்கு வாழ்ந்துகொண்டிருக்கும் தலைவர்களின் வரிசைகளில் ரங்கசாமியைப் போன்று பேசியிருப்பதற்கான

எடுத்துக்காட்டுகள் இருக்கிறதா? அதற்காக நாம் ‘அண்ணாவைப் போன்றா? அல்லது கலைஞர் கருணாநிதியைப் போன்றா?’ என்று கேட்கலாம். ஆனால், அவர்களின் நாவல்லமைக்கு எந்தவிதத்திலும் குறைந்து போகாமல், தனது பேச்சின் மூலம் மக்களை இழுத்துக் கட்டிவைத்ததில் காமராசரின் பேச்சும் இருந்திருக்கிறது என்பதையும்கூட நாம் நினைவில் கொள்ளவேண்டும். இன்றைக்கும் மேடைப்பேச்சில் இந்த மூவரின் குரலுக்கு ஒரு வலிமை உள்ளதை மக்கள் கண்டெடுத்துள்ளனர். அதைப்போல ரங்கசாமியின் பேச்சும்கூட, அவர் அரிதாகப் பேசுபவர். ஆனால், அர்த்தத்துடன் பேசுபவர். ஆழ்ந்த சிந்தனைகளைத் தனது பேச்சில் வெளிப்படுத்துபவர்.

செய்தித்தாள்களை ரங்கசாமி அதிகம் படிப்பதில்லை என்கிற குற்றச்சாட்டுக்கும், புத்தகங்களை ரங்கசாமி அதிகம் வாசிப்பதில்லை என்கிற வசைபாடலுக்கும், அவர் தனது மேடைப்பேச்சில் சவுக்கால் அடித்ததுபோல் பதில் அளித்துக்கொண்டு செல்வார்.

அகநானூற்றையும் புறநானூற்றையும் தன் பேச்சில் கொண்டுவருவார். சிலப்பதிகாரத்தைச் சிலாகித்துப் பேசுவார். ஔவையார் பற்றி அறியாத உண்மைகளைக் கூறுவார். தொல்காப்பியத்தின் தொன்மையைக் கூறுவார். அனைத்தையும் தூய தமிழில் பேசுவார். இதுதான் நாம் அதிகமாக ரங்கசாமியிடம் உற்றுநோக்க வேண்டிய இடமென்று கருதுகிறேன். ஆளுமைமிக்க, சில பேச்சுத்திறன் கொண்ட தமிழகத் தலைவர்களைத் தவிர பெரும்பாலானோர், தூய தமிழைத் தொன்னூறு சதவிகிதம் பேசுவதில்லை. புதுவையில் அப்படி ஒருவரும் இல்லை என்பது வேறுவிஷயம். நாம் அதுகுறித்தும் விவாதம் செய்யக்கூடாது. இந்திய அளவில் ஆளுமை கொண்ட ஒரு தலைமையின் ஆளுமையைக் குறித்த விளக்கத்தில் நாம் இதனைக் கணக்கில் கொள்ளவே கூடாது.

இருந்தாலும் பேச்சுத்திறனில் நாம் புதுவையில் கண்ணனையும் கணக்கில் கொள்ளலாம். ஆனால், ரங்கசாமி 90 விழுக்காட்டிற்கும் அதிகமான சதவிகிதத்தில் தமிழில் மட்டுமே பேசக்கூடியவர். அவ்வாறு அவர் மேடையில் பேசும்போது

பாருங்கள்... அவர் முகம் இளஞ்சிவப்பில் சிவந்திருக்கும். பேச ஆரம்பிக்கும் முன்பு பார்த்த ரங்கசாமியின் தோரணையை அவர் பேச ஆரம்பித்த பிறகு தேடித்தான் பார்க்கவேண்டும். அவர் பேசிமுடிக்கும் வரையில் முற்றிலும் புதிய வடிவம் கொண்ட ரங்கசாமியைத்தான் பார்க்கமுடியும். இதைக்கூட குறிப்பாக எனது நண்பர் ஒருவர் கூறியதின் அடிப்படையில் நான் தொடர்ந்து அவரது பேச்சைக் கவனித்தபோது, அது முற்றிலும் உண்மை என்பது புரிந்தது. நீங்களும்கூட அதை உண்மையா என்று முயற்சி செய்துபார்க்கலாம்.

அதைப்போலவே, அவர் எந்த மேடையில் பேசுகிறாரோ அந்த மேடை கொள்ளும் பொருளை மட்டுமே நேர்கோட்டில் கொண்டு செல்வார். அரசியல் மேடையல்லாத மேடையில் வீண்பேச்சில் அரசியல் செய்யமாட்டார், கருப்பொருள் சிதையாதவாறு பேசுவார். ஆனால், எவ்வளவு சிரமம் எடுத்து அந்த மேடையில் கருப்பொருளைச் சிதைக்காத வகையில் பேசுவதில் கவனம் செலுத்துகிறாரோ, அதேவகையில் ஒருவேளை அரசியல் தொடர்பான தனது விளக்கத்தினைக் கொடுக்கவிரும்பினால், அந்த மேடையின் கருப்பொருளோடு மட்டுமே தன் நிலையையும் இலைமறை காயாகத் தெரிவிப்பார்.

உதாரணமாக, தொல்காப்பியர் சிலை திறப்பு விழா நடைபெறுகிறது. அவ்விழாவில் 'தொல்காப்பியர் ஒரு வீரமுள்ள தமிழராக இலக்கணம் வகுக்கும் துணிச்சல் கொண்டிருந்தார்' என்று கூறிய ரங்கசாமி, அதைத் தொடர்ந்து 'பொதுவாகவே தமிழர்களுக்கு மட்டும்தான் இந்தத் துணிச்சல் இருக்கும்' என்று எதன்பொருட்டோ தான் ஒரு துணிச்சல் உள்ள தமிழன் என்பதை அச்செய்தியின் உள்ளே வைத்து அவ்விழாவின் பேச்சின் கருப்பொருளும் சிதையாமல், தன் கருத்தையும் பதிவு செய்கிறார்.

அதைப்போலவே அண்ணாமலை ஓட்டலில் நடைபெற்ற ஸ்மார்ட் சிட்டி தொடர்பான அதிகாரிகள் கலந்துகொண்ட கூட்டத்தில் பேசும்போது, 'புதுவையில் சாலைகள் சரியாகப் போடப்படுவதில்லை' என்கிற தனது மனக்குறையை ஆளும் முதல்வரே தெரிவிக்கிறார். இதற்கான மறைமுக வெளிப்பாடாகத் தேவைப்படும் நிதி ஆதாரத்திற்கானத்

தேவையைத் தெரிவிக்கிறார். அதனூடே தமிழகத்தில் ரோடுகள் சரியாகப் போடப்படுகின்றது என்று அரசியலும்கூட பேசுகிறார். ஆனால், அது அரசியல் பேச்சு அல்லாமல், அந்தக் கூட்டத்தின் கருப்பொருளோடு சேர்ந்தே வெளிவந்தது. ஆனால், அந்த கருத்தில் நம்மால் அறிந்துகொள்ள முடியாத சிதம்பர ரகசியம் ஒன்றும் அடங்கியிருக்கும்படி செய்தார்.

அதைப்போலவேதான் அவரிடம் நடத்தப்படுகின்ற பத்திரிகையாளர் சந்திப்பும்கூட. பத்திரிகையாளர் ஆர்வத்துடன் பங்கேற்கும் வகையில் சாதுர்யமான பதில்கள் அவரிடம் கிடைக்கும். சிலநேரங்களில் எவ்வாறு முயன்றும் பதில்களைப் பெற்றுவிடவே முடியாத நிலையும் ஏற்படும். உதாரணமாக ஒரு பத்திரிகையாளர் ரங்சாமியிடம் ஒரு கேள்வியைக் கேட்கிறார். 'வாரியத் தலைவர்கள் பதவி போடப்படுமா?' அதற்கு ரங்கசாமி 'போடப்படும்' என்கிறார். 'எப்போது போடப்படும்?' என்று நிருபர் அடுத்ததாக ஒரு கேள்வியை முன்னெழுப்புகிறார். 'போடும்போது தெரியும்' என்கிறார் ரங்கசாமி. பார்ப்பதற்கு இது சாதாரணமான பதிலாகப் பலருக்குத் தோன்றலாம். ஆனால், இப்பதிலின் சாதுர்யம் சாதாரணமானது அல்ல. மிகுந்த வாசிப்புத்திறனும், சமயோசித சிந்தனையும் உள்ளவர்களால்தான் இவ்வளவும் எளிமையாக, துரிதமாக, ஆனால், ஒரு கடுமையான எச்சரிக்கை விடுக்கும் பதிலை உடனடியாக அளித்திருக்க முடியும்.

எனவே அற்ப சந்தோஷத்திற்காக ரங்கசாமியைவிட எவரேனும் நாவல்லமையும், சிந்தனையும் கொண்டிருக்க முடியும் என்று கற்பனையும் செய்துபார்க்கத் தேவையில்லை. அவ்வாறு சிலர் எண்ணுவதாலேயே மட்டுமே, ரங்கசாமிக்கு இணையாக நாம் இருக்கிறோம் என்று கற்பனையில் காலத்தை தள்ளுகின்றனர். ஆனால், ரங்கசாமி என்கிற ஆளுமை அளப்பறிய அறிவு வளம் கொண்டிருக்கிறது, என்கிற எனது இந்த கருத்தியல் நிச்சயமாக இத்துடன் முடிவதில்லை. நான் இன்னும் அவரை அதிகமாக நெருக்கத்தில் உணரவில்லை. அவ்வாறு உணருகின்றபோது ஒருவேளை புத்தக வடிவில் அது இன்னும் அதிகத் தகவல்களைத் தாங்கி வரலாம்.

52

மரங்கள் வளர்ப்பதில் ஆர்வம் கொண்ட ரங்கசாமி

ரங்கசாமி மாடலில் நாம் அறிந்துகொள்ள வேண்டிய இன்னும் சில தனித்துவமான அவரின் போக்குகள் அந்த மாடலுக்கு வலு சேர்க்கும் பிரதானக் காரணங்களாக இருந்திருக்கின்றன என்பதை அறிந்துகொள்வதன் மூலம் மாத்திரமே ரங்கசாமி மாடலின் தனித்துவத்தை இன்னும் ஆழமாகப் புரிந்துகொள்ள வழி ஏற்படுத்தும் என்று நம்புகிறேன்.

அவர் புதுவையின் நிர்வாகம் தொடர்பான இடங்களையும், அதில் அவருக்குள்ள பணியையும் எவ்வளவு நேசித்தார் என்பதை அறிந்துகொள்கின்றபோது, அந்த மாடல் உருவாகுவதற்கான அஸ்திவாரம் எவ்வாறு உருவாகியிருக்கிறது என்ற விதத்தையும் நாம் அறிந்துகொள்ள முடியும். ரங்கசாமி முதன்முதலாக விவசாய மற்றும் கூட்டுறவுத் துறை அமைச்சராகவேப் பொறுப்பேற்றார். அக்காலத்தில் காமராசர் வேளாண் அறிவியல் நிலையத்தை அவர் மிகமுக்கிய விவசாயம் தொடர்பான கேந்திரமாக மாற்றுவதற்கான எண்ணம் கொண்டு அவர் அதில் நடமாடத் தொடங்கினார். அதனால்தான் அங்கு கால்நடை மருத்துவக் கல்லூரியையும்கூட அவர் கொண்டுவந்தார் என்பது ஒருபுறமிருந்தாலும், அங்கீகரிக்கப்பட்ட அதைப்போன்ற நிர்வாக நடைமுறைகள் இன்னும் எத்தனை நூறு

தேநீர்க் கடையில் செய்தித்தாள் வாசித்தல்

ஆண்டுகள் ஆனாலும் அதில் அவருக்குண்டான வரலாற்றைப் பேசப்போகிறது என்றாலும் காமராசர் வேளாண் அறிவியல் நிலையம் அவ்வாறு வெளிப்படையாகப் பேசமுடியாத சில வசந்த அசைவுகளையும் ரங்கசாமி பெயரில் உள்வாங்கி அசைபோட்டுக்கொண்டு நடைபெறும் அனைத்தையும் ஊமையாகப் பார்த்துக்கொண்டிருப்பதை நாம் அறியமுடியாது.

ரங்கசாமி வேளாண் அமைச்சராக இருந்தபோது, அவர் வெளியூர்ப் பயணங்கள் மேற்கொண்ட ஒவ்வொரு பயணங்களின் போதும், அந்த ஊர்களில் இருக்கும் பெருமைமிகு தாவரங்களின் செடிகளையும், அரிய வகை மூலிகை மரங்களையும் கொண்டுவந்து எண்ணற்ற மரங்களை காமராசர் வேளாண் அறிவியல் நிலையத்தில் அவரே நேரிடையாக அவரின் மேற்பார்வையில் நட்டுவைத்த அனைத்தும் இன்று மரங்களாக உயர்ந்து இருக்கின்றன. இப்போதும் ரங்கசாமி எப்போது காமராசர் வேளாண் அறிவியல் நிலையத்திற்குள் சென்றாலும், அந்த மரங்களைப் பார்வையிடுவார். அவருடன் செல்லும் நபர்களிடம் அந்த மரங்களுக்குரியப் பெருமைகளையும் சிலாகித்து ஒரு குழந்தையைப்போல் குதூகலத்துடன் விவரித்துக் கூறிக்கொண்டிருப்பதை நாம்

காமராசர் வேளாண் அறிவியல் நிலையத்தில், ரங்கசாமி உருவாக்கிய மாந்தோப்பில் காய்த்துத் தொங்கும் மாங்காய்கள்

பார்க்கமுடியும். அடிப்படையில் இந்தப்போக்கு ஒரு அரசு அதிகாரத்தில் இருப்பவர்களுக்கு உருவாகி அந்த உருவாக்கம், அரசின் வேளாண் பகுதியில் ஒரு புதியவகைக் காடுகளையே உருவாக்கும் அளவிற்கு இருந்தது. அதனைத் தொடர்ந்து அந்த ஆளுமை அதில் தொடர்ந்து தனது கவனத்தைக் கொண்டு கவனித்துவருவது என்பது அந்த நிர்வாகப் பணியை அவர் எவ்வளவு நேசித்துச் செய்திருக்கிறார் என்பதற்கான ஆதாரப் பொருளாகவே பார்க்கவேண்டும்.

அடிப்படையில் இதைப்போன்ற எண்ணங்கள் அமைச்சராக பொறுப்பேற்கும் இந்திய அரசியலின் எந்த ஆளுமைக்கும் அவ்வளவு எளிதாக வந்துவிடுவதில்லை. அவ்வாறு எவருக்கேனும் வந்திருப்பதை நீங்கள் உணர்த்த முடியும் என்றால் அந்த ஆளுமை தனது தடத்தை அந்த மண்ணில் பல நூற்றாண்டுகளுக்குப் பேசுபொருளாக்கி இருப்பதையும்கூட சேர்த்தேதான் உணரமுடியும். அதைத்தான் ரங்கசாமி என்கிற ஆளுமை விளையும் பயிர் முளையிலேயே தெரியும் என்பதுபோல் அவர் அமைச்சராக பொறுப்பேற்றபோதே அவரின் ஆளுமைக்கான விதை உருவாகி இருக்கின்றது என்பதை காமராசர் வேளாண்

அறிவியல் நிலையத்தில் அவரால் விதைக்கப்பட்ட விதைகள் விருட்சங்களாக மாறி காட்சியாக நிற்க தொடங்கியிருக்கிறது.

இதில் எனக்கு ஒரு ஆசை காமராசர் வேளாண் அறிவியல் நிலையத்தில் இருக்கும் அதிகாரிகள் அவ்வாறு ரங்கசாமியால் வளர்க்கப்பட்ட அந்த மரங்களை அவர் பெயரில் அடையாளக் குறியீட்டில் அடையாளப்படுத்துவதற்கு முன்வரவேண்டும். ஒரு குறிப்பிட்ட காலத்திற்குப் பிறகு அந்த மரங்களின் அடையாளங்கள் நினைவிழந்து போகலாம். அந்த மரங்கள் எல்லாம் ரங்கசாமி என்கிற ஆளுமையின் முகவரி தாங்கி நிற்கும் காலத்தின் சின்னங்கள். இன்னும் இருபது வருடங்களுக்குப் பிறகு அந்த மரங்கள் வணங்குதலுக்குரிய இடங்களாக மாறும் தன்மைகளைப் பெற்றிருக்கும். இதை நாம் ஏதோ லாப நோக்கத்தில் ஒருவரின் மகிழ்ச்சிக்காக இதை எழுதவில்லை. இதுதான் புதுவையின் எதிர்காலத்தில் ரங்கசாமி மாடல் தேடிக்கொள்ளும் இறுதி நிலை. இது பொய்யென ஆனால், நான் புளுகனாகிவிடுகிறேன். அதற்கான அந்தத் தகுதியும் இயற்கையாகவே வாய்ந்த ஒரு அருந்தவம்தான் ரங்கசாமி.

அவர் எளிமையான முதல்வர் என்ற அடையாளத்தைக்கூட இதைப்போன்றே கொச்சைப்படுத்தும் கூட்டம் இங்கு இருக்கத்தான் செய்கிறது. அவர் மூன்று மீட்டரில் சட்டைப் போடுகிறார். அதில் என்ன எளிமை இருக்கிறது என்ற ஏளனம் பேசுபவர்களும் இருக்கத்தான் செய்கிறார்கள். மூன்று மீட்டர் சட்டைத் துணி ஒரு ஆளுமையின் எளிமையை எடைபோடுவதற்கானத் தேடல் அல்ல. ஒரு ஆளுமையின் எளிமையை எதைக்கொண்டு கணக்கீடு செய்யவேண்டும் என்றால் ஏறக்குறைய பத்து வருடங்களாக அவருக்கு அநேகமாக இரண்டு அல்லது மூன்று பற்கள் விழுந்திருக்கும் என்று கருதுகிறேன். இந்தக் காலக்கட்டத்தில் அவர் இரண்டுமுறை முதல்வராகவும், எதிர்க்கட்சித் தலைவராகவும் இருந்திருக்கிறார். அந்தப் பற்களை எப்படி வேண்டுமானாலும் அவரால் ஏற்படுத்தியிருக்க முடியும். எங்கும் சென்று அதற்காக சிகிச்சைப் பெற்றிருக்க முடியும். ஆனால், ஏறக்குறைய பத்து வருடங்களாக அவர் அந்தப் பற்களின் இடத்தில் மாற்றுப் பற்களைப் பொருத்தாமலேயே இருக்கிறார். இதில் அவர் உடல்நலம்

சாலையோர தேநீர்க்கடையில் தேநீர் அருந்துதல்

கருதி இனியாவது அந்தப் பற்களை பொருத்திக்கொள்ள வேண்டும் என்பது நமது கோரிக்கையாக இருந்தாலும் அதில் நாம் உற்றுநோக்க வேண்டிய எளிமையின் மகத்துவத்தை நாம் அறிந்துகொள்ள வேண்டும். பொதுவாக பற்கள் ஒரு குறிப்பிட்ட வயதிற்குமேல் விழுந்துவிட்டால் மாற்றுப்பல் பொருத்தவேண்டிய அவசியத்தையும், அதுகுறித்து வெட்கப்படும் தன்மையையும்விட்டு விலகியிருப்பவர்கள் சாமானிய மக்களாகத்தான் இருப்பார்கள். அவர்கள்தான் பற்களின்மீது அவ்வளவு போதிய கவனம் செலுத்தாமல், அதை ஒரு இயற்கையின் தன்மையாகக் கருதி அப்படியே விட்டுவிடுவார்கள். ஆனால், சிறிதளவு வசதி இருந்தாலும் அவர்களின் மனோபாவத்தில் பற்கள் என்பது ஒரு இன்றியமையாத அழகுப்பொருளாகவே இருக்கும். ஆனால், ரங்கசாமி என்கிற ஆளுமை, இவ்விஷயத்தில் சாதாரண ஒரு நடுத்தர மக்களின் நிலையைக்கூட விரும்பாமல் ஒரு சாமானிய மனிதனின் மனோபாவத்தில் இயற்கையின் அந்த நியதியை அதன் போக்கிலே ஏற்றுக்கொள்ளும் எளிமையை இயற்கையாக கொண்டிருந்ததுதான் ஒரு ஆளுமையின் எளிமையாக இருக்க முடியும். இன்னும் அவரின் எளிமை குறித்த விளக்கம் முடியவில்லை.

53

எளிமையில் ரங்கசாமி மாடல்

ரங்கசாமி என்கிற ஆளுமையின் எளிமையின் அடையாளம் என்பது சில விமர்சனங்களால் வெவ்வேறு விதமாக கூறப்படுகிறது. ஆனால், அவரைப் போன்ற எளிமையின் அடையாளங்களை மற்றவர்களுடன் தொடர்புபடுத்திப் பார்க்கின்ற போதுதான் அதன் உண்மையான மகத்துவம் வேறு என்பதை நம்மால் அறிந்துகொள்ள முடியும்.

பொதுவாக ஓர் ஆளுமையின் அடையாளத்தை எதைக்கொண்டு நாம் தீர்மானிக்க முடியும் என்கிற வாதம் இங்கே அனைத்திலும்விட முக்கியத்துவம் வாய்ந்ததாக இருக்கிறது.

அதன் அடிப்படையில் பார்க்கின்றபோது அவர் மோட்டார் சைக்கிளில் போவார், டீக்கடையில் டீ குடித்தார் என்பதைக் குறித்து ரங்கசாமியின் எளிமை இங்கே வரையறுக்கப்பட்டிருந்தது. ஆனால், அந்த நிகழ்வுகளை அதற்குப் பிறகு நாங்களும் எளிமையானத் தலைவர்கள்தான் என்பதை நிரூபிக்கும் பொருட்டு சில பல தலைவர்கள் மோட்டார் சைக்களில் செல்வதையும், டீக்கடையில் டீ குடிப்பதையும் தங்களின் செயல்களாகக் கொண்டு எளிமையின் அடையாளம் இது மட்டுமே என்கிற அளவில்

மற்ற தலைவர்கள் செய்ததின் மூலம் ரங்கசாமி என்கிற ஆளுமையின் எளிமையைக் கேலிக்கூத்தாக்கலாம் என்ற கருத்தில் செயல்பட்டத் தலைவர்களும் இங்கே இருக்கத்தான் செய்கிறார்கள்.

ஒருவேளை, இதைப் போன்ற நிகழ்வுகள் தேசமெங்கும் இருக்கின்ற மற்ற பகுதிகளிலும் நடந்தேறி இருக்கலாம். இதன் மாற்று பிம்பமாக சாலையில் நடந்து சென்று மக்களைச் சந்திப்பது அல்லது விவசாய நிலத்தில் அறுவடை செய்வது என்பதைக்கூட அத்தகைய பிம்பங்களின் அடையாளங்களாகக் கருதியிருக்கலாம்.

ஆனால், இவையெல்லாம் எளிமையின் முற்றிலுமான அடையாளங்கள் அல்ல. இதுதான் எளிமை என்று ரங்கசாமியின்மீது ஒரு பிம்பம் பதியப்பட்டால், அந்த பிம்பங்களையே எளிமையின் எடைக்கல்லாகக் கொண்டு அனைவரும் அதில் தங்களை நிறுத்திப் பார்ப்பதில் எளிமை அடங்கிவிடவில்லை.

அந்த எளிமையின் மகத்துவத்தைக் கடைப்பிடிக்கும் அதன் ஆதிப் பொருளை உருவாக்கும் எந்தத் தலைவரும் வெளிப்பார்வைக்குத் தெரியும் எளிமையின் உள்ளே இயற்கையான அதன் கருப்பொருளையும் உள்ளடக்கியே தங்களின் அன்றாட நிகழ்வுகளைச் செய்திருப்பர். அவ்வாறான அன்றாட அனைத்து நிகழ்வுகளிலும் அவர்களின் எளிமை மறைமுகமாக வெளிப்பட்டுக் கொண்டிருக்கும்.

ஆனால், எளிமை என்கிற புறத்தோற்ற அடையாளத்தை நிரூபித்துக்காட்டும் மற்ற தலைவர்கள் அவ்வாறு ரங்கசாமி என்கிற ஆளுமையால் கொண்டிருந்த அனைத்து எளிமையான நிகழ்வுகளையும் கொண்டிருக்க முடியாதபோது அந்த எளிமை ரங்கசாமி போன்ற உண்மையானத் தலைவர்களுக்கு மட்டுமே உரித்தானதாக மாறிவிடுகிறது.

உதாரணமாக நாம் இதற்கு முந்தைய கட்டுரையில் ரங்கசாமி பற்கள் குறித்து எழுதியிருந்தோம். இதைப்போல் ரங்கசாமியின் எளிமையின் புறத்தோற்றங்களைப் பின்பற்றும் தைரியம் கொண்டவர்கள் அவர்களின் உடல்நலம் சார்ந்த

விஷயங்களிலும் அவ்வாறு இருக்க முடியுமா? என்பதை சவாலாக ஏற்றுக்கொள்ள முடியுமா? அதைப்போலவேதான் ரங்கசாமியின் எளிமை என்பது அவரது அன்றாட வாழ்வியலின் அனைத்து அர்த்தமிகு நிகழ்விலும் தொடர்புடையதாக இருக்கிறது.

இன்று தேசத்தில் உள்ள அனைத்து மாநில முதல்வர்களையும் கணக்கில் கொள்ளுங்கள் அவர்கள் மக்களைச் சந்திப்பதற்கு எளிமை குறித்த எடுத்துக்காட்டுகளாக எதை அடையாளப்படுத்துவார்கள் என்பதை கவனத்தில் கொண்டால் சிலர் அந்தந்த முதல்வர்களின் கட்சி அலுவலகத்தில் மக்களைச் சந்தித்துக் குறைகளைக் கேட்பதை எளிமையின் அடையாளமாக வெளிப்படுத்துவர்.

வேறுசில முதல்வர்களோ வாரம் ஒருநாள் மனுக்களை நேரிடையாக மக்களிடம் பெற்று அவர்களின் குறைகளைத் தீர்த்து வைப்பதற்கான விதிமுறைகளை முதல்வர்களுக்கான எளிமையின் அடையாளமாக முன்னிருத்த விருப்பப்படலாம். இதன் தோற்றங்கள் இந்த முறையில் பலவாறு மாறுபடலாம்.

ஆனால், அதன் நோக்கம் எளிமையை அடையாளப் படுத்துவதோடு மட்டுமே தொடர்புடையதாக இருக்கும். ஆனால், இந்த முறைகளை எளிமையின் அடையாளமாகப் பின்பற்றுகின்ற அனைத்து முதல்வர்களும் ஏறக்குறைய முதல்வராக ஆவதற்கு முன்பு மக்களைச் சந்திக்க விரும்பியதைப்போல் முதல்வராக பொறுப்பேற்ற பிறகு சந்திப்பதற்கு விருப்பப்படாமல், ஏறக்குறைய அவர்களின் குறைகளைக் கேட்டதிலிருந்து ஒதுங்கி அல்லது மறைந்து செல்வதற்குத்தான் விருப்பப்பட்டிருப்பார்கள் என்பதை நாம் அனைத்து முதல்வர்களிடமும் காணும் ஒரு யதார்த்தமான உண்மைதான்.

ஆனால், ரங்கசாமி என்கிற ஆளுமையை என்னால் சந்திக்க முடியவில்லை என்று ஒரு நாளிலும் ஒருவராவது கூறமுடியுமா? என்பதை நாம் சிந்தித்துப் பார்க்கவேண்டும். ரங்கசாமியை சட்டசபையில் பெரும்பாலான பொதுமக்கள் சந்திக்கின்றனர்.

ஒருசில நேரங்களில் முக்கிய அரசு அலுவல் காரணமாக சிலர் சந்திக்க முடியாமல் இருந்திருக்கலாம். ஆனால், ரங்கசாமியை தினந்தோறும் டென்னீஸ் விளையாடும் இடத்தில்

காலை 8 மணியிலிருந்து 10 மணிக்குள்ளும்

மாலை 6 மணியிலிருந்து 8 மணிக்குள்ளும்

இரவு 8:30 மணியிலிருந்து 9:30 மணிவரையில்

அப்பா பைத்தியம்சாமி கோவிலிலும் நம்மில் ஒருவராவது பார்க்கமுடியவில்லை தங்கள் குறைகளைக் கூறமுடியவில்லை என்று கூறமுடியுமா? இந்த அட்டவணை என்றாவது ஒருநாளும் மாறியதுண்டா?

பொதுவாக, ஒரு பொதுவெளியில் தினந்தோறும் மக்களை 3 வேளையும் சந்திக்கும் எளிமையான முதல்வரை இந்தியாவில் வேறு எங்காவது நாம் பார்க்கமுடியுமா?

பொதுவான ஒரு குறிப்பிட்ட நேரத்தில் தினந்தோறும் ஒரு முதல்வரை இங்கு பொதுமக்கள் சந்திக்கமுடியும் என்ற நிலைப்பாட்டையே முதல்வர்கள் உருவாக்குவதில்லை.

அதிலும் அவ்வாறான ஒரு சூழல் சிலருக்கு இருந்தாலும் அவர்கள் பொதுவெளியில் வெளிப்படையாக பொதுமக்களுடன் உரையாடும் போக்கும் நிச்சயமாக உருவாக முடியாது.

இதன் அடிப்படைக் காரணமே, பொதுமக்களை எதிர்கொள்ளும் துணிவு என்பதைக் கொடுக்கும் நேர்மை இல்லாததே.

ஆனால், ரங்கசாமி என்கிற ஆளுமை கொண்ட நேர்மை எப்போதும் அவரை மக்களைச் சந்திப்பதில் உள்ள நிலையைக் குறித்து அஞ்சும் நிலையை ஏற்படுத்தவில்லை என்பதை ரங்கசாமியின் எளிமையை எவராலும் பின்பற்றுவதில் உள்ள கடுமையை நமக்கு எடுத்துரைக்கும்.

54

மாறாத நேர்மை கொண்ட ரங்கசாமி மாடல்

முதல்வர் ரங்கசாமி என்கிற ஆளுமையின் அடையாளத்தை அறிந்துகொள்ள அவர் வாழ்க்கை முழுவதும் இருந்த அவரின் எளிமையான அடையாளங்கள் மூலம் மட்டுமே நிலைநிறுத்தப்படும் என்று நம்புகிறேன். அவரின் இந்தச் செயல் என்று எதையும் வரையறுக்க முடியாத வகையில் அவரின் அனைத்துச் செயல்களும் எளிமையை ஏறக்குறைய ஏற்படுத்தும் போக்குகளை நாம் தொடர்ந்து பார்ப்பதன் மூலம் அறிந்துகொள்ள முடியும். ஒருவேளை அந்த எளிமை அவரின் நேர்மைக்கான கருத்தியலையும்கூட சேர்ந்தே கொண்டிருப்பதால் இவைகள் இரண்டையும்கூட நாம் இணைத்தேதான் பார்க்கவேண்டும். அவ்வாறு பார்ப்பதன் மூலம் மட்டுமே அதன் உண்மையான அர்த்தங்களையும்கூட நம்மால் எளிதாகப் புரிந்துகொள்ள முடியும்.

இது அவ்வளவு சந்தேகத்திற்கிடமான வாதமாகவோ அல்லது ஒப்புக்கொள்ள முடியாத கருத்தாகவோ இருக்கவும் முடியாது. எளிமை, நேர்மையிலிருந்து மட்டுமே உருவாக முடியும்; நேர்மையோ எளிமையை மட்டுமே விரும்பக்கூடியதாக இருக்கமுடியும் என்பது ஐயத்திற்கிடமில்லாத வகையில் உண்மையாக இருந்துவிடுகின்றபோது இதனை நாம்

சரியான விதத்தில் ஒன்றுடனொன்று பொருத்திப் பொருள் கொள்வதில் என்ன குற்றம் இருக்க முடியும்?

அதைத்தான் நமது முந்தைய இரு கட்டுரைகளின் எளிமை நேர்மை குறித்தே அதிகம் வாதிடுவதில் இருந்து வந்துள்ளதையும்கூட நாம் இயற்கையாக இதனுடன் பொருத்திப்பார்த்திடல் வேண்டும். அந்த நேர்மையும் அதனுடன் சேர்ந்த அதன் சகோதரநிலையிலும் கொண்ட எளிமையும் ரங்கசாமியிடம் எவ்வளவு உறவாடி இருக்கின்றது என்பதை நாம் அறிந்துகொள்ளும் இறுதியான முடிவு என்பது ரங்கசாமி டீக்கடையில் டீ குடிப்பதிலும் மோட்டார் சைக்கிளில் செல்வதிலும் மட்டுமே அடங்கிவிடவில்லை என்பதையும் அதைமட்டுமே சுலபமாக இருக்கின்றது என்பதால் மற்றவர்கள் செய்துவிடுகின்றனர் என்பதால் ஒருவேளை இந்த நிகழ்வுகளும் எளிமையின் அர்த்தத்தைக் கொண்டிருக்கவில்லை என்று புரிந்துகொள்ளுதல் கூடாது. இதுவும்கூட எளிமைதான் என்றாலும் இவ்வாறான சில விஷயங்களை மற்றவர்கள் சுலபமாக மேற்கொள்ள நேரிடுகிறது என்பது இது எளிமையைச் சேர்ந்தவையாக இருப்பதாலும் நேர்மை கொடுக்கும் எளிமையை அவ்வாறு மற்றவர்களால் பின்பற்ற முடியாது என்கிற தீரவிரமான இதன் தத்துவத்தை நாம் உணர்ந்துகொண்டால் மட்டுமே மேற்கொண்டு இந்தக் கட்டுரைகளை சுலபமாக அறிந்துகொள்வதில் உள்ள அர்த்தங்கள் உள்ளன.

அவ்வாறான சுலபமான நிகழ்வுகளை மட்டுமே செய்துவிடும் மற்றத் தலைவர்கள் அதன் தொடர்ச்சியான பல சம்பவங்களின் அடிப்படையில் அமைந்திருக்கின்ற இன்னும் பல நேர்மையையும், எளிமையையும் கடைபிடிப்பதில் மட்டுமே மற்றவர்களும் ரங்கசாமி என்கிற ஆளுமைக்கு இணையான எளிமையையும், நேர்மையையும் கொண்டிருப்பதாக அர்த்தம் கொள்ள முடியும் என்பதால் அதைப்போன்று மற்றவர்களால் இருக்க முடியுமா என்பதை முயற்சி செய்பவர்களே முயன்று பார்க்கட்டுமே. அல்லது அதைப்போன்ற செயல்களைச் செய்ததற்கான ஆதாரங்களை முன்வைக்க முயற்சிகள் செய்யட்டுமே.

ரங்கசாமி என்கிற ஆளுமை ஒரு தேசியக் கட்சியின் சார்பில்தான் இரண்டு வருடங்கள் பொதுப்பணித்துறை அமைச்சராகவும், ஏழரை வருடங்கள் முதலமைச்சராகவும் பதவியில் தொடர்ந்து ஒன்பது வருடங்கள் மிகுந்த அதிகாரமுள்ள பதவியில் இருந்தார். அதற்கும் முன்பு ஐந்து வருடங்கள் விவசாயம் மற்றும் கூட்டுறவுத்துறை அமைச்சராகவும் இருந்தார் என்பது வேறு புறமிருக்கட்டும். ஆனால், அதற்குப்பிறகான காலத்தில் தொடர்ந்து 9 வருடங்கள் அதிகாரத்தில் இருந்த ரங்கசாமி முதல்வர் பதவியிலிருந்து ராஜினாமா செய்து வெளிவந்த பிறகு, சுமார் 2 வருடங்கள் எந்தப் பதவியிலும் இல்லாமல் இருந்தார்.

அக்காலக்கட்டத்தில் தனது அன்றாடச் செலவினங் களுக்குக்கூட அவர் கடன் வாங்கினார் என்பதை இங்கே மனசாட்சிக்கு விரோதமான எவரும் மறுக்க முடியாது. இங்கே இன்னும் தீவிரமான அறிவுஜீவிகள் ஒரு கேள்வியை முன்வைக்கலாம். 'அப்படியென்றால் முதல்வராக இருந்தபோது அவருக்குக் கடன்வாங்கும் அவசியம் ஏற்படவில்லையென்று கூறுகிறீர்களா?' என்றும் கேட்கலாம்.

ஒரு அரசு எந்திரத்தின் தலைமைப் பொறுப்பான முதல்வர் பதவியில் இருக்கின்றபோது அவருக்கான பெரும்பாலான செலவினங்கள் அரசுக் கணக்கில்தான் வரும். அது அரசு சார்ந்த இயற்கையான நடைமுறைதான்.

அதைப்போலவே சிறந்த கொடை குணங்கள் கொண்ட ரங்கசாமி போன்ற ஆளுமைகள் முதல்வராக இருக்கின்றபோது வறுமையின் காரணமாகத் தன்னிடம் உதவிகள் கேட்டு வருபவர்களுக்கு உதவுவதற்கு முதல்வர் நிவாரண நிதி உண்டு.

ஆனால், பதவியில் இல்லாதபோதும் இயற்கையான அவரின் கொடைத்தன்மை குணாதிசயங்களை அவரால் விட்டு ஒதுக்க முடியாத சூழ்நிலையில் அவர் கடன் வாங்குவது என்பது இயற்கையான ஒரு நடைமுறைதான். அந்தக் கடனை அடைப்பதற்கு அவரின் பூர்வீக சொத்துக்களையும் அவர் விற்றிருக்கிறார். சரி, இதுதான் முதன்முறையாக நடந்திருக்கிறதே என்றால், அவர் கட்சி ஆரம்பித்து முதல்

தேர்தலில் வெற்றிபெற்று ஆட்சி அமைத்த பிறகு மீண்டும் அவரின் கட்சி 2வது முறையாக சந்தித்த 2016ஆம் ஆண்டு தேர்தலில் தோல்விபெற்று எதிர்க்கட்சித் தலைவராக ஆகிறார்.

அதற்குப் பிறகாவது இந்த நிலையில் ஏதாவது மாற்றம் இருக்கிறதா? நிச்சயமாக இல்லை. அந்தக் காலகட்டத்தில் அவரால் ஒரு புதிய காரை வாங்குவதற்குகூட முடியாத வகையில் பெரும் பொருளாதார நெருக்கடியில்தான் தவித்தார். உண்மையான எளிமையும் நேர்மையும் இதைவிட ஒரு அடையாளத்தை வடிவத்தைக் கொண்டிருக்க முடியுமா?

அக்காலக்கட்டத்தில், அவரின் நெஞ்சுக்கு இனிய உற்ற ஆலோசகராக இருந்த பாலன் கொரோனாவால் பாதிக்கப்பட்டபோது அவரை சென்னை மருத்துவமனைக்குக் கொண்டுசென்று அந்நோய்க்குத் தேவையான மருத்துவம் அளித்து உயிர்காக்க முடியவில்லையே என்கிற ஆதங்கம், ஆற்றமுடியா துன்பம், அவரை பாலனின் இறப்புக்குக்கூட செல்லமுடியாத அளவிற்கு மன உளைச்சலைக் கொடுத்தது.

அந்த மனவேதனை தந்த நிகழ்விற்குப் பிறகு அண்ணன் பாலன் குடும்பத்தினருக்குச் சிறிதளவேனும் தனது மனக் காயத்திற்கு மருந்தளிக்கும் விதத்தில், ஓரளவிற்கு ஆறுதல் அளிக்கும் செயல்களைச் செய்த பிறகே அந்தக் குடும்பத்தினருக்கு சிறிதளவேனும் நிம்மதியை அவரால் கொண்டுவந்த பிறகுதான் அண்ணன் பாலன் பிள்ளைகளிடம் அவர் பேசவே செய்தார் என்பதிலிருந்து அவர் மன வேதனையை நாம் அறிந்துகொள்ள முடியும். ஒருவேளை புத்தக வடிவில் இது விரிவானத் தகவலைக் கொண்டுவரக்கூடும் என்று நம்புகிறேன்.

ஒரு எளிமை எப்போதும் அதன் வடிவத்தை மாற்றிக்கொள்ளாது. ஏனெனில், அது நேர்மை என்ற சகோதரனுக்கு அடுத்த நிலையில் தோன்றியிருப்பதால் இன்னும் எத்தனைமுறை ஆட்சிப் போனலும் வந்தாலும் ரங்கசாமி ரங்கசாமியாகவேதான் இருப்பார்.

அவர் அப்படி மாறுவார் என்று சிலர் நினைப்பர். சிலரோ இப்படி மாறுவார் என்று நினைப்பர் வேறு

வெகுசிலர் மட்டுமே அவர் எப்படியும் மாறமாட்டார். அவரின் சட்டசபையில் பயணிப்பது மிகுந்த சிரமம். அவரின் நேர்மை அனைவருக்கும் பொருத்தமானதாக இருக்கமுடியாது என்று கருதுபவர். அந்த வெகுசிலரின் கருத்து மட்டுமே உண்மை.

ஏனெனில், ரங்கசாமி எப்படியும் மாறமாட்டார் என்பது, எதனால் என்றால் அது நேர்மையிலிருந்து பிறந்த எளிமையாக இருப்பதால், அவ்வாறு சுலபமாக தனது உருவத்தை மாற்றிக்கொள்ளும் தன்மையை அது பெற்றிருக்காது என்பதுதான் நேர்மை கொடுக்கின்ற எளிமையின் முழு வடிவம்.

55

பயணங்கள் தொடர்பான எளிமையில் ரங்கசாமி மாடல்

எளிமை என்பது குறித்து ஒவ்வொரு முறையும் நாம் விளக்கம் அளித்துக்கொண்டு இருப்பதாகக் கருதவேண்டாம். அதனைத் தெளிவாக அறிந்து கொள்வதிலிருந்துதான் அதனைப் புரிந்துகொள்ள முடியும் என்கிற சூட்சுமத்தைத்தான் நாம் தொடர்ந்து கூறவேண்டிய நிலை ஏற்படுகிறது. நாம் மிக நீண்டநாட்களாக ரங்கசாமி என்கிற ஆளுமையின் நிர்வாகத்திறன் எவ்வாறு அவர் புதுவையின் தந்தையாகக் கொள்ளத்தக்கதாக மாறியிருக்கிறதோ, அதைப்போலவேதான் ரங்கசாமி மாடல் என்பதில் மிக முக்கியப் பங்காற்றுவது அவரின் நேர்மை கொடுத்த எளிமை என்பதை புரிந்துகொள்ளவேண்டும்.

இதில் நேர்மை அனைவருக்கும் பொதுவானதாக இருந்தாலும், அரசு எந்திரத்தின் அதிகாரமிக்கப் பொறுப்புகளில் இருக்கின்றபோது அந்த நேர்மை மிக முக்கியத்துவம் பெற்ற போற்றுதலுக்குரிய ஒன்றாக மாறிவிடுகிறது. நாமும்கூட இங்கே ரங்கசாமி என்கிற ஆளுமையின் நேர்மையை அவரின் முதல்வர் பதவிக்குரிய எளிமையின் அடையாளத்தை உணரும்போதுதான் அந்த நேர்மை கொடுக்கும் அழகு எத்தகையது என்பதை அறிய இயலும்.

பொதுவாக நம்மில் அநேகருக்கு ஒரு பழக்கம் உண்டு. அரசு அதிகாரிகள் சிலநேரங்களில் அரசின் சார்பிலான சுற்றுலாக்களுக்குச் செல்வதில் ஒரு சுலபமான வழிமுறைகள் இருப்பதால் அதனை எக்காரணம் கொண்டும் தவிர்த்திட விரும்பாமல், அரசு ஊழியர்கள் மற்றும் அதிகாரிகள் சுற்றுலா செல்வதை வாடிக்கையாகக் கொண்டு செல்வர்.

சில தனியார் அமைப்பில் பணிபுரிபவர்கள் அல்லது தொழில் செய்பவர்களும்கூட அந்த நிறுவனங்கள் சார்பாகவோ அல்லது தொழில் செய்பவர்களுக்கு உபரி லாபம் கிடைக்கும்போது வெளியூர்களுக்குச் சுற்றுலா செல்வது என்பது காலங்காலமாக இருந்தாலும் மனித இயல்புக்குரிய நிகழ்வுகள்தான்.

அதிலும் சட்டமன்ற உறுப்பினர்களோ அல்லது பாராளுமன்ற உறுப்பினர்களோ, அமைச்சர்களோ அவர்களின் பதவியின் உயிரோட்டம் இருக்கின்றபோது அவர்கள் வாழ்நாளில் செல்ல விரும்பியப் பகுதிக்கு நிச்சயம் சென்றுவருவர். அதிலும் எந்த மாநிலத்தின் முதல்வர்களும் விதிவிலக்கின்றி உலகம் சுற்றுவதில் காட்டும் ஆர்வம் அவ்வப்போது பிற மாநிலங்களுக்குச் செல்வது அல்லது புகழ்பெற்ற கோவில்களுக்குச் சென்று முதல்வர்களாக இருக்கும்போது கிடைக்கும் பூரண கும்ப மரியாதையைப் பெற்றுவருவதில் எப்போதும் தவறுவது இல்லை.

அதன் அடிப்படைக் காரணம் முதல்வராக வெளிநாடுகளுக்குச் செல்வதிலும், புகழ்பெற்றப் பகுதிகளுக்குச் செல்வதிலும் இருக்கின்ற அனுகூலம் பதவியில் இல்லாதபோது கிடைப்பதில்லை என்கிற அரசாங்க சட்டமுறைகளும்கூட அதற்கான காரணத்தின் பெரும் தேவைகளைக் கொண்டிருப்பதில் உருவாகி இருக்கலாம். சாதாரண அரசு கடைநிலை ஊழியர்களிடமிருந்து முதல்வர்வரை சுற்றுலா செல்வதிலும், வெளியூர் பயணங்களிலும் அரசு சலுகைகளின் அனுகூலத்தைக் காரணமாகக் கொண்டு விரும்புகின்றபோது ரங்கசாமி என்கிற ஆளுமை அத்தகைய பயணங்களில் கொண்டிருந்த நேர்மை கொடுக்கும் எளிமையை இதில் நாம் உற்றுநோக்க வேண்டும்.

எனக்கு நினைவு தெரிந்து ரங்கசாமி டெல்லிக்குச் சென்று இரண்டு நாட்களுக்குமேல் தங்கினார் என்பதற்கான ஆதாரங்கள் இல்லை. அந்த இரண்டு நாட்கள் என்பதுகூட இந்த 14 வருட முதல்வர் பதவி வகித்து வந்த காலத்தில் இரண்டு அல்லது மூன்று முறைகளுக்குமேல் நடந்திருக்க வாய்ப்பில்லை. மொத்தமாக இந்த 14 வருட காலத்தில் 14 முறை அவர் டெல்லிக்குச் சென்றிருப்பாரா என்பதே அதிகமான கணக்காக இருக்கக்கூடும் என்றே கருதத் தோன்றுகிறது.

அதைவிட அவர் வெளிமாநிலங்களுக்குப் பெரும்பாலும் காரணங்கள் இல்லாத பயணங்கள் சென்றதில்லை. திருப்பதிக்கேக்கூட பூரணக் கும்ப மரியாதையை ஏற்றுக்கொள்ளும் ஆர்வத்தில் ஒருமுறைகூட அவர் சென்றதில்லை. அங்கு நடக்கும் நிகழ்ச்சியில் பங்கேற்க செல்லும் அவர் அப்படியே திருப்பதி பெருமாளை தரிசனம் செய்து வருவார். இதுதான் அவரின் பயணங்களின் கருத்தியலைக் கொண்டுள்ளது. அவ்வாறு திருப்பதிக்குச் சென்றபோதுகூட பெரும்பாலான தலைவர்கள் செல்வதைப்போல் அவர் விமானங்களை அவரின் பயணங்களுக்குப் பயன்படுத்தியது இல்லை.

அதைப்போலவேதான் அவர் பதவியில் இருந்தாலும், இல்லாவிட்டாலும் தொடர்ந்துசெல்லும் மூன்று கோவில்கள் உண்டு. திருச்செந்தூர் முருகன் கோவில், சேலம் அப்பா பைத்தியம் ஸ்வாமி கோவில், பொள்ளாட்சி வேட்டைக்காரன்புதூர் அழுக்கு சாமியார் கோவில், இந்த மூன்று கோவில்களுக்கு அதிகமாக செல்லும் வழக்கம் கொண்டவர் ரங்கசாமி. ஆனால், அவர் முதல்வராக இருந்தபோதுகூட பயணப் பாதுகாப்பு கருதிகூட இங்கிருந்து சென்னைக்குச் சென்று தூத்துக்குடிக்கும், கோயம்புத்தூருக்கும் விமானத்தில் செல்லும் சலுகைகள் இருந்தும் அதனை அவர் பயன்படுத்தியதே இல்லை. காரில்தான் சென்று வருவார். இதைத்தான் அதிகாரத்தில் இருந்தாலும் நேர்மை கொடுக்கும் எளிமை என்கிறோம்.

இதைப்போன்ற நிகழ்சிகளை எளிமையின் அடையாளமாக மற்ற முதல்வர்கள் பின்பற்ற முடியுமா? அவ்வாறான சவால்

அத்துடன்கூட முடியவில்லை. ரங்கசாமி முதல்வராக இருந்த 14 வருட காலத்தில் ஒரு முறைதான் வெளிநாடு பயணம் மேற்கொண்டிருக்கிறார். முதல்வராக அல்லாத காலத்தில் சட்டமன்ற உறுப்பினராக இருந்தபோது ஒருமுறை வெளிநாடு பயணம் மேற்கொண்டிருக்கிறார். ஆக மொத்தமாகவே இரண்டு முறைதான் என்று வெளிநாட்டு பயண எண்ணிக்கை முடிந்துவிடுகிறது. இந்த 32 வருடகால ரங்கசாமியின் அரசியல் அதிகாரம் பெற்ற காலத்தின் வெளிநாட்டுப் பயணம் இரண்டோடு முடிந்துவிடுகிறது என்றால், ரங்கசாமி என்கிற ஆளுமையின் நேர்மை கொடுக்கும் எளிமை எத்தகையது என்பதை எளிதாகப் புரிந்துகொள்ள முடியும்.

ஆனால், அதேநேரம் இந்தியாவில் மற்ற மாநிலங்களில் உள்ள எத்தனை முதல்வர்களின் வரலாற்றில் இந்த பின்னணி இருக்கும் என்பதை அறிந்துகொள்ள முயற்சி செய்துபாருங்கள். பதவி இருக்கும்போதே ஏதாவது காரணம் கொண்டு வெளிநாடு டூர் செல்வதிலும், பல மாநிலங்களின் தலைநகருக்குப் பயணங்கள் செல்வதையும், அங்கு முதல்வர்கள் பதவிக்கானச் சலுகைகளை அனுபவிப்பதிலும் மட்டுமே இன்றைக்குப் பெரும்பாலான முதல்வர்களின் வரலாற்றுப் பின்னணி இருக்கும்போது, அதுகுறித்து சிறிதும் எண்ணமில்லாமல், அந்தப் பதவியின் பகட்டிற்கு ஆசைப்படாத ரங்கசாமியைத்தான் நேர்மையின் எளிமை என்கிறோம்.

இந்தப் பயணங்கள் தொடர்பான கருத்தியல் இத்துடன் முடியவில்லை அதன் தொடர்ச்சியையும், இங்கே எவராவது இதில் சில சந்தேகங்களை மனதிற்குள் கேள்வியாக எழுப்பலாம். அவ்வாறு சந்தேகப்படும் கேள்விகளுக்குச் சரியான பதிலையும், இதன் தொடர்ச்சியையும் அடுத்த அத்தியாயத்தில் பார்க்கலாம்.

56

மண்ணுடன் மக்களுடன் ரங்கசாமி

ரங்கசாமி என்கிற ஆளுமையின் பயணங்கள் தொடர்பான எளிமை குறித்து நாம் கூறிய கருத்துக்களின் அடிப்படையில் இங்கே சில அறிவு ஜீவிகள் ஒரு கேள்வியை முன்னெழுப்பக்கூடும், அநேகமாக அந்தக்கேள்வி இப்போது உருவாகவில்லை என்றே கருதத் தோன்றுகிறது. அவர் எப்போது டெல்லிக்குச் செல்வதன் எண்ணிக்கையில் இருந்த மாற்றங்கள் குறைந்ததோ அப்போதே உருவாகிவிட்டது.

ரங்கசாமி டெல்லிக்குச் செல்வது இல்லை. புதுவை ஒரு யூனியன் பிரதேசம், டெல்லிக்குச் சென்று பிரதமரையும் மத்திய அமைச்சர்களையும் சந்தித்து நிதி கேட்டால்தானே புதுவையில் வளர்ச்சியை ஏற்படுத்த முடியும். அதனை ரங்கசாமி செய்வதில்லை" என்கிற குற்றச்சாட்டு இப்போது ஏற்பட்டது அல்ல மிக நீண்டகாலமாகவே ரங்கசாமி மீது எதிர்க்கட்சிகளால் அக்குற்றச்சாட்டு சுமத்தப்பட்டிருக்கிறது.

அதுமட்டுமல்லாமல் பல மேடைகளில் எதிர்க் கட்சிகள் சில விமர்சனங்களை முன்வைத்திருக்கின்றனர். 'ரங்கசாமி டெல்லிக்குச் செல்வதற்கு இங்கிருந்து புறப்பட்டுச் செல்வார் அவர் திண்டிவனம் தாண்டுவதற்குள் விமானம் புறப்பட்டிருக்கும் அப்படியே அங்கிருந்து திரும்பி வந்துவிடுவார்" என்று

கேலி பேசியவர்களும்கூட இங்குண்டு. அவர்களுக்கு நமது கேள்வி ஒன்றே ஒன்றுதான்.

சரி, ரங்கசாமி டெல்லிக்கு அதிகமாகச் செல்லவில்லை, புதுவையில் அதிகமாக டெல்லிக்குச் சென்ற வேறு எந்த முதல்வர்களாவது ரங்கசாமியைவிட அதிகமான சாதனைகள் செய்தார்கள் என்பதற்கான ஆதாரத்தைக் கூறமுடியுமா? என்றால், நாங்கள் இந்த நிதி பெற்றோம், அந்த நிதி பெற்றோம் என்ற வரிசையைக் கூறுவார்கள்.

சரி, இதில் எந்த நிதியை ரங்கசாமியால் பெறமுடியாமல் போனது? என்பதற்கான ஆதாரத்தைக் கூறமுடியுமா?

அதிகாரிகள் மட்டுமே சென்று திட்டங்களை அளித்து பெற்றுவரக்கூடிய நிதி ஆதாரத்திற்கெல்லாம் அரசியல் நாடகம் நடத்த அதனை ஒரு பிரமாண்ட சாதனை நிகழ்ச்சியாக ஒரு மாயபிம்பத்தை ஏற்படுத்தி டெல்லிக்குச் சென்று போட்டோ எடுத்து அதை விளம்பரப்படுத்தும் நோக்கம் கொண்டவர்களுக்கு ரங்கசாமியின் இந்தப் பயணச் சுருக்கம் விநோதமானதாகத்தான் தெரியும்.

வேறுசிலர் டெல்லிக்குச் சென்று பிரதமர்களை சந்திப்பதும், மத்திய அமைச்சர்களைச் சந்தித்தும் அரசியல் நிகழ்வுகளுக்கான சதுரங்க விளையாட்டிற்கு அந்த அரசுமுறை பயணங்களைப் பயன்படுத்திக்கொள்பவர்களுக்கு ரங்கசாமியின் பயணத்தேவைக் கருதி, பயணங்களைத் தீர்மானிக்கும் போக்கு வித்தியாசமாகத்தான் தெரியக்கூடும். இன்றியமையாத தேவைகள் அன்றி ஒரு முதல்வரின் டெல்லி பயணம் ஆடம்பர மற்றும் அரசியல் தேவைகளின்றி வேறு எந்த சிறப்புக் காரணத்தையும் அந்தப் பயணங்கள் பெற்றிட முடியாது என்பதைத் தேசத்துக்கு அறிவித்தவர் ரங்கசாமி.

ஒருவேளை, இதையெல்லாம் பொய் என்று எவராவது நிரூபிக்க முயற்சி செய்தால், இதையெல்லாம் வாதத்தின் அடிப்படையில் முன்வைக்கும் வெற்றிக்காக எழுதப்படுபவை என்று எவராவது கருதினால், புதுவையின் வளர்ச்சியில் அல்லது மக்கள் நலத்திட்டங்களில் ரங்கசாமி என்கிற ஆளுமையைத்தவிர வேறு எந்த முதல்வர்களாவது ஒரு

செங்கல்லையாவது எடுத்து வைத்திருப்பதற்கான ஆதாரங்கள் இருந்தால் கூறுங்கள் அல்லது அவர் பெற்றுவர முடியாத வேறு சிறப்பு நிதிகளை வேறு எந்த முதல்வராவது பெற்று வந்துவிட்டார்கள் என்பதற்கான ஆதாரங்கள் இருந்தால் முன்வைத்து வாதிடுங்கள்.

'நாங்கள் சுற்றுலாவிற்கு உபரி நிதிபெற்று வந்தோம்... கல்விக்கு உபரி நிதியைப் பெற்றுவந்தோம்... சுகாதாரத் திட்டத்திற்குப் பெற்றுவந்தோம்' என்பார்கள். இவையெல்லாம் அவ்வப்போது அனைவரின் ஆட்சியின்போதும் கிடைக்கப்பெறும் மத்திய அரசு அளிக்கும் சலுகைகளுடன் கூடிய உதவிகள் மட்டுமே. இதனை அந்தந்தத் துறை செயலாளர்களே டில்லிக்குச் சென்று திட்டம் குறித்த விளக்கத்தினை அளித்துப் பெற்றுவரும் நிதித் தொடர்பாக மத்திய அரசாங்கத்தின் திட்ட வழிகாட்டுதல் முறையே ஆகும். ரங்கசாமி உட்பட அனைத்து முதல்வர்களின் ஆட்சியிலும் இது நடைபெறும்.

இதனை எளிதாகப் புரிந்துகொள்ளவேண்டும் என்றால் விவசாயத்திற்குச் சொட்டுநீர்ப் பாசன முறைக்கு மாநில அரசாங்கம் ஒரு மானியத்திட்டம் வகுத்தால், அந்தத் திட்டத்தில் பயனடைய விரும்பும் பயனாளி, அதற்குண்டான ஆவணங்களோடு அதற்கு விண்ணப்பம் அளிப்பதுபோல்தான் மத்திய அரசாங்கத்தின் சில சிறப்புத் திட்டங்களில் நிதியைப் பெறுவதை அதற்கானத் திட்ட வரைவுகளுடன் டில்லிக்குச் சென்று தொடர்புடைய அலுவலகத்திற்குச் சென்று விண்ணப்பம் அளித்து நிதியைப் பெறுவது.

ஆனால், இங்கே சில அரசியல்வாதிகள் அந்த நிதியையே ஏதோ அவர்கள்தான் உருவாக்கிப் பெற்று வந்ததைப்போல் பொய் உரைப்பவர்கள் மட்டுமே இங்கே ரங்கசாமியின் டில்லி பயணம் குறித்து அவ்வப்போது குறைகளைக் கூறுபவர்களாக இருப்பர். ஆனால், உண்மை என்ன என்பதை நாம் இங்கே நினைவில்கொண்டு ஆய்வு செய்யவேண்டும்.

ரங்கசாமி என்கிற ஆளுமை வீண் விளம்பரத்திற்காகவும், ஆடம்பரப் போக்கிற்காகவும் பயணங்கள் செய்வதில் உள்ள

நகைப்பிற்கிடமான செய்கைகளைச் செய்வதில் உள்ள தவறுகளை உணர்ந்தார். அத்தியாவசியத் தேவைகள் இன்றி அவர் எப்போதும் டில்லிக்குச் சென்று வீண் அரசியல் செய்வதைத் தவிர்த்தார். ஆனால், மண்ணின் மக்களுடன் தினந்தோறும் வாழ்வதில் அவர் மகிழ்ச்சியடைந்தார்.

இதைக்கூட சிலர் கேள்வி எழுப்பியுள்ளனர். காலையில் டில்லிக்குச் சென்றால் மாலையே புதுவைக்கு வந்துவிடுவார் என்று கூறியவர்களும் உண்டு. அவ்வாறு கூறியவர்கள் அதற்காக வெட்கப்படவேண்டும் என்பதை அறிந்திருக்கவில்லை. இதன் ஆழமான கருப்பொருள் இந்த மண்ணிலிருந்து அதிகநேரம் அவரால் விலகியிருக்க முடியவில்லை என்பதுதான்.

எந்தப் பணிக்காகச் சென்றிருக்கிறாரோ அந்தப்பணி முடிந்தபிறகு ஆடம்பர அரசியல் செய்வதற்கு அரசின் பணம் செலவிடப்படுவதில் உள்ள தவறுகளை ரங்கசாமி விரும்பவில்லை என்பதும் இதன் அடுத்தப் பரிமாணமாகிறது.

பல குடும்பங்களில் நாம் பார்த்திருக்கிறோம், அந்தக் குடும்பத்தலைவர்கள் தங்கள் பிள்ளைகளிடம் உங்கள் அப்பா ஒருநாளும் உங்களைப் பிரிந்திருக்கமாட்டார். வேலை விஷயமாக வெளியூர் சென்றாலும் வேலைமுடிந்தவுடன் ராத்திரி எத்தனை மணியானாலும் வீட்டிற்கு வந்து தூங்கிக்கொண்டிருக்கும் உங்களைப் பார்த்தப் பிறகுதான் படுக்கவே செல்வார் என்று கூறியதைப் பார்த்திருக்கிறோம். அதற்கும், ரங்கசாமியின் இந்தப் போக்கிற்கும் பெரிய வித்தியாசம் இல்லை. இதில் 'ரங்கசாமி ஏன் புதுவையின் தந்தையாகிறார்?' என்பதற்கான ஆதாரத் தேடலின் பதிலும்கூட அடங்கியிருக்கிறது.

அதைப்போலவேதான் வெளிநாட்டுப் பயணங்களும்கூட, இதுவரை தேசத்தின் எந்த மாநில முதல்வர்களும் வெளிநாட்டுப் பயணங்கள் மூலம் சிறப்புத்திட்டம் எதையும் கொண்டுவந்ததற்கான ஆதாரங்களே இல்லை. அவையனைத்தும் கண்துடைப்பு நாடகங்களே. அதிலும் புதுச்சேரி போன்ற யூனியன் பிரதேசங்களில் அதற்கான வாய்ப்புகளே சிறிதும் இல்லை என்கிற உண்மைகளை

அறிந்திருக்கும் ரங்கசாமி பொய்யான நாடகத்தை நடத்தவும், அரசியல் செய்யவும், அரசின் சார்பிலான ஆடம்பரப் பயணங்களின் பகட்டு போலித்தனமானது என்பதை எடுத்துரைத்த ரங்கசாமி மாடல், அதைவிட அந்த மண்ணில் மக்களுடன் செலவிடுகின்ற நேரமே, நேர்மை கொடுக்கும் எளிமை என்பதை உருவாக்கிய ரங்கசாமி மாடலை நாம் புரிந்துகொள்ள வேண்டும்.

57

செயலில் தீவிரம் காட்டும் ரங்கசாமி

ஒரு தலைவரைப் பற்றியோ அல்லது ஒரு பகுதியின் வரலாற்றையோ எழுதும்போது இரண்டும் ஒன்றுடனொன்று தொடர்புகொண்டதாக எவருக்கு இயற்கையான முறையில் அமையப்பெறுகிறதோ அந்த இரண்டில் ஒன்றாக இருக்கும் உயிருள்ள ஜீவன் ஒரு வரலாற்றுக்குரிய அனைத்துப் பெருமிதங்களையும் உள்ளடக்கியவராக இருப்பார். பொதுவாக எவருக்கும் அவ்வளவு சுலபமாக ஒரு வரலாற்றின் பின்புலத்தை சுவாரஸ்யம் குறையாமல் எழுதிடவும் முடியாது. அவ்வாறு எவருக்கேனும் அனுகூலத்தின்மீது விருப்பங்கொண்டு எழுதுகின்றபோது அதன் எழுத்துக்கள் நகைப்புக்குரியதாக மாறிவிடும்.

ஒரு தலைவரைப் பற்றிய எழுத்துகளும் அல்லது ஒரு பகுதியின் வரலாற்றையும் எழுதுகின்றபோது வெகுபலராலும் அந்த எழுத்தை ரசிக்க முடிகிறது என்றாலும், அல்லது குறைகளைக் கூறமுடியவில்லை என்றாலும், அந்த வரலாறு எழுதப்படும் அளவிற்கானத் தகுதி படைத்த வரலாறாக இருக்கிறது என்பதுதான் அதன் அடிப்படைக் காரணம். ரங்கசாமி ஏன் புதுவையின் தந்தையாகிறார் என்கிற இந்த வரலாற்று தொடருக்கான எழுத்தில் ஓரிடத்திலும் பொய் உரைத்ததை எவராலும் குறிப்பிட முடியவில்லை. ஆனால், அதேநேரம் விமர்சனங்கள் எழுந்திடவில்லை என்பதற்கான பொருளும் அதற்குள் இல்லை. ஆனால், விமர்சனங்கள் பொதுவாக

இந்தத் தலைப்பிற்காக இருந்திருக்கிறதே தவிர அவர்மீது இதில் எழுதப்பட்டிருக்கும் கருத்தியலுக்கான விமர்சனங்களை நாம் எதிர்கொள்ளவில்லை. அதேநேரம் ஒருவேளை இவ்வெழுத்துகள் முழுமையாக வாசிக்கப்படவில்லை என்கிற விமர்சனத்தையும்கூட இங்கே எவராலும் முன்வைக்கப்பட முடியாது என்பதற்கான விமர்சனங்களையும்கூட நாம் மறைமுகமாகச் சந்தித்து இருக்கிறோம்.

அமைப்புசாரா தொழிலாளர்கள் துறையைச் செயல்படும் துறையாக அந்தத் தொழிலாளர் குறித்தக் கணக்கெடுப்புகளை நடத்தி அவர்களுக்கு அடையாள அட்டைக் கொடுத்து பல சிறப்புச் சலுகைகள் வழங்கிட்ட ரங்கசாமியின் சாதனையை இந்தியாவிலேயே முதன்முறையாக அமைப்புசாரா தொழிலாளர் நல வாரியம் அமைத்ததாக, வார்த்தைகளின் போக்கில் ஒரு தவறை செய்திருந்தோம்.

அந்தக் கட்டுரை வெளிவந்த ஒரே வாரத்திற்குள், தினமலர் பத்திரிகையில் எவரின் முயற்சியாலோ அமைப்பு சாரா நலவாரியம் அமைத்தது முந்தைய நாராயணசாமியின் தலைமையிலான காங்கிரஸ் அரசு என்கிற போக்கில் ஒரு சிறப்புக் கட்டுரை வெளிவந்திருந்ததைக் கொண்டு உணர்ந்துகொள்ளும்போது எழுதப்படுகின்ற இந்த வரலாற்றுத் தொடர் ஒரு சிறு தவறான தகவல்களையும் கொண்டுவந்திருக்க முடியாது என்கிற நம்பிக்கையை நமக்கு அதிகமாகவே உருவாக்கியது. இந்தத் தலைப்பிற்காக விமர்சனங்கள் எழுந்தால் அது நாளடைவில் சரியாகிவிடும் என்பதை நாம் அறிந்து இருக்கிறோம். ஏனெனில், இந்தத் தலைப்பு, ஜீவனுக்குள்ள அதிசயங்களையும், ஆச்சரியங்களையும்தான் தாங்கியிருக்கிறது.

உண்மையான ஒரு வெற்றியாளனின் உழைப்பையும், வெற்றியையும் இந்த உலகம் அப்படியே அவனுக்குத் தூக்கிக் கொடுத்துவிடுவதில்லை. பல தடைகளைத் தாண்டியே அதைப்போன்றவர்களின் வெற்றி தீர்மானிக்கப்பட்டிருக்கிறது என்பது உண்மையானால் இந்தத் தலைப்பும்கூட அதைப்போன்ற ஒரு இலக்கினை ஒரு காலத்தில் அடையும் என்பதால்தான் இந்தத் தொடர் இப்போது அனைவராலும் கூர்ந்து கவனிக்கப்படுவதின் காரணமும்கூட.

ஒரு தலைவன் செய்யும் செயல்கள் தனித்துவம் பெற்றதாக இருக்கும்போது அது நமக்கு நிகழ்காலத்தில் ஆச்சர்யமூட்டுகிறது. ஆகவே அதுவே, எதிர்காலத்தில் வரலாறாகவும் மாறிவிடுகிறது. பயணங்கள் மேற்கொள்ளும்போது தலைவர்களுக்கு அதில் என்ன அவ்வளவு சிறப்புகள் இருக்கிறது என்று எவராவது இங்கு கருதியிருக்கலாம். ஆனால், அதில் ரங்கசாமி என்கிற ஆளுமை கொண்டிருந்த சிறப்புகளையும், எளிமையையும், நேர்மையையும்கூட நாம் இதுவரைப் பார்த்தோம். அதைப்போலவே அவர் பயணங்கள் செல்லும்போதுகூட மிக எளிமையாக நடந்துகொண்டிருக்கிறார் என்பதையும் நாம் அறிந்துகொள்ள வேண்டும். அந்தப் பயணங்கள் மேற்கொள்கின்றபோது ஏற்படுகின்ற அந்தத் தலைவர்களுக்கு உண்டான தனிப்பட்ட குணாதிசயங்கள் அந்தப் பகுதியின் வளர்ச்சிக்குத் தொடர்புடையதாகவே இருக்கிறது என்பதையும் நாம் நினைவில் கொள்ளவேண்டும்.

இங்கிருந்து திருச்செந்தூருக்கோ பொள்ளாச்சிக்கோ அவர் காரில் பயணம் செய்யும்போது நடுவில் ஒரு இடத்திலோ அல்லது அதிகபட்சமாக இரண்டு இடங்களிலோ தேநீர் அருந்துவதற்கு வண்டியை நிறுத்துவார். அதுவும் பாய்லர் உள்ள சாலையோர டீக்கடையாகத்தான் இருக்கும். இந்த எளிமையை உள்ளூரில் அல்லது தேசத்தின் அந்தந்தப் பகுதிகளில் உள்ள பல தலைவர்கள் ரங்கசாமியின் இந்த எளிமையை பின்பற்ற விரும்பி டீக்கடையில் டீக்குடித்தவர்கள் வெளியூர் பயணங்களின்போது அதையே பயணங்கள் மேற்கொள்ளும் சாலையின் ஓரம் உள்ள கடைகளில் நின்று டீக்குடித்திருக்கிறார்களா? என்பதை ஆய்வு செய்துபாருங்கள். ஆனால், அதையெல்லாம் அவர் படமெடுத்து விளம்பரப்படுத்துவதில்லை. ஒருவேளை, அதைப்போல் இனிமேல் செய்துபார்க்க எவராவது விரும்பினால் அவ்வாறான அவர்களின் அந்தப் புகைப்படம் சமூகவலைதளங்களில் வெளிவரும் என்பதையும் நாம் நினைவில் கொள்ளவேண்டும்.

சரி, இவ்வாறு தேநீர் அருந்துவதை நாம் எளிமை என்கிறோம். அதே பயணத்தில் எவராலும் எக்காலத்திலும் பின்பற்ற முடியாத தவவாழ்க்கை ஒன்று உள்ளது. சேலம் அப்பா பைத்தியம் சுவாமி கோவிலுக்குச் செல்லும்போது ரங்கசாமியின்

வண்டி அவ்வாறு தேநீர் அருந்துவதற்குகூட இடையில் நிற்காது. நேராக கோவிலுக்குச் சென்றுதான் இறங்குவார் என்பதைப் போலவே, திருச்செந்தூருக்கும் பொள்ளாச்சிக்கும் செல்லும்போதுகூட இடையில் ஓரிரு இடங்களில் எப்போதாவது தேநீர் அருந்த வண்டி நிற்கும்போதுகூட ரங்கசாமி வண்டியிலிருந்து கீழே இறங்கமாட்டார். வண்டியில் அமர்ந்தவாரேதான் தேநீர் அருந்துவார். அச்சமயங்களில் அவர் இயற்கை உபாதைகளைக்கூட கட்டியாளும் தவ வாழ்க்கைக் கொண்டிருந்தார். அந்த மனவலிமை வேறு எந்த இந்தியத் தலைவர்களிடமும் அவ்வளவு எளிதாக நாம் காணமுடியாத ஒரு அசாதாரண எளிமைகொண்ட தவ வாழ்க்கை என்பதை நாம் அறிந்துகொள்கின்றபோதுதான் ரங்கசாமி என்கிற ஆளுமையின் ஒவ்வொரு வினாடி வாழ்க்கையும்கூட எழுதுவதற்கு தகுதிவாய்ந்த வரலாற்றுப் பின்னணி கொண்ட சுவாரஸ்யம் மிகுந்தது என்பதை நாம் எளிதாக அறிந்துகொள்ள முடியும்.

அவரின் இந்தக் குணாதிசயங்கள் புதுவையின் மண்ணிற்கும் அதன் வளர்ச்சிக்கும் எத்தகைய தொடர்பைக்கொண்ட வரலாற்றுப் பின்னணியைக் கொண்டிருக்கிறது? என்று எவராவது இங்கே கேள்வி கேட்கலாம். அவரின் இந்த மனவலிமை, தீரம், கொண்ட பணியின்மீது கொண்ட விடாமுயற்சி ஆகிய இந்தக் குணாதிசயங்களை நாம் இதன்மூலம் நாம் அறிந்துகொள்ளும்போது, அந்தக் குணாதிசயங்களே புதுவையின் வளர்ச்சியை ஏற்படுத்திய திட்டங்களின் மீதும், அதே அளவிற்கு மனவலிமை, தீரம், விடாமுயற்சிகளை ஏற்படுத்தி அந்தத் திட்டங்களை வெற்றித் திட்டங்களாக மாற்றியமைத்தது என்றும் நாம் உணர்ந்துகொள்ள முயற்சிக்கவேண்டும். இப்போது

இங்கே இதனுடன் மற்றொன்றையும் நாம் உணரவேண்டும். அதனால்தான் நாம் சற்று முன்னர் கூறினோம் ஒரு நல்ல தலைவனின் வரலாறு அந்தப் பகுதியின் வரலாற்றோடு தொடர்புடையதாகப் பிரிக்கமுடியாத அம்சமாக இருக்கும் என்று நாம் கூறியதை இதனுடன் பொருத்திப்பார்த்தல், அதன் அர்த்தங்கள் அனைத்தும் சுலபமாக விளங்கும்.

58

அடுத்தவர்களைக் குறை கூறி அரசியல் செய்யாத ரங்கசாமி மாடல்

எத்தனை எத்தனை சிறப்பு வாய்ந்த அல்லது வேறெவரிடத்திலும் அவ்வளவு சுலபத்தில் காணமுடியாத குணாதிசயங்கள் ரங்கசாமியைப் பற்றி எழுதுவதற்கு அவரிடம் கொட்டிக்கிடக்கிறதோ, அதைப்போலவே இந்தியாவில் காமராசரைத் தவிர்த்து வேறு எவரிடத்திலும் காண முடியாத மற்றுமொரு குணாதிசயம் ரங்கசாமி என்கிற ஆளுமையிடம் இருந்திருக்கிறது. பொதுவாக இந்தியாவின் அரசியல் களம் என்பது இந்தியதேசம் சுதந்திரம் பெற்ற முதல் பதினைந்து வருடங்களுக்குப் பிறகு முற்றிலும் மாறுபட்ட காழ்ப்புணர்ச்சிகளைக்கொண்ட அடுத்தவர்களின் அழிவின்மீது சாம்ராஜ்யம் கட்டும் ஒரு களமாக இந்திய அரசியல் களம் மாறிப்போனது.

வாய்ப்புகள் கிடைக்கும் போதெல்லாம், அடுத்தவர்களின் தனிப்பட்ட வாழ்க்கையைக்கூட அரசியல் களத்தில் பேசுபொருளாக்கி ஆதாயம் தேடும் அழுக்கர்களின் கூடாரமாகிப்போன இந்திய அரசியல் களம், அதற்குப் பெயர்தான் அரசியல் சாணக்கியத்தனம் என்றெல்லாம் சப்பைக்கட்டு கட்டி நியாயப்படுத்த விரும்பும் கூட்டம், ஒவ்வொரு வருடமும் அதிகரித்துக்கொண்டே இருந்தது. இந்திய அரசியல் களத்தை அதன் வார்த்தைகளில்

சொல்வதென்றால் அசுத்த நீரோட்டத்தில் இன்றைக்கும் நம் கண் முன்னால் அதில் முளைத்த செந்தாமரையாய்ப் பொலிவுடன் ஒளிவீசிக்கொண்டிருப்பது ரங்கசாமி என்கிற ஆளுமையாகத்தான் இருக்கமுடியும்.

அநேகமாக அவரின் இந்தக் குணாதிசயம், இனிவரும் காலத்திலும் இந்திய அரசியல்வாதிகள் பின்பற்ற வேண்டிய அற்புத ரங்கசாமி மாடலையும்கூட ரங்கசாமியின் அந்தக் குணாதியசம் தேசத்திற்கு எடுத்துரைத்ததை நாம் கூர்ந்து கவனத்தில் கொள்ளவேண்டும். இன்றைக்கு அரசியல்வாதிகள் அவரவர்களின் மனைவியுடன்கூட தனிமையில் பேசிய பேச்சுக்களை எடுத்து அல்லது அதைப்போன்று ஒன்றை உருவாக்கி, அரசியலில் அவரவர்களின் எதிரிகளை அழிக்கத் துடிக்கும் ஒரு மோசமான களத்தில் அரசியல் நடந்துகொண்டிருக்கும்போது ரங்கசாமி என்கிற ஆளுமை இன்றுவரையிலும் அவரின் அரசியல் எதிரிகளை ஒருபோதும் அவர்களின் தனிப்பட்டக் காரணங்களைக்கொண்டு ஒரு விமர்சனம்கூட செய்ததில்லை.

மாங்காய் புளித்ததோ, வாய் புளித்ததோ என்பதைப்போல் ரங்கசாமியைக் குறித்து தனிப்பட்ட முறையில் அவரின் வாழ்க்கைக் குறித்துப் புதுவையில் உள்ள அனைத்துத் தலைவர்களும் மேடையிலேயே பேசியிருக்கின்றனர். ஆனால், அவர்களின் பேச்சுக்கு சற்றும் குறையாத அவ்வாறு பேசிய அந்தத் தலைவர்களின் அந்தரங்க வாழ்க்கைக் குறித்துப் பொதுவெளியில் பல விமர்சனங்கள் முன்வைக்கப்பட்டும்கூட அதுகுறித்துத் தன்னைக் குறை கூறியவர்களைக்கூட கண்ணியக் குறைவாக ஒரு மேடையில்கூட ரங்கசாமி பேசியதில்லை.

அதையெல்லாம்விட 2011ஆம் ஆண்டிற்கான பொதுத்தேர்தல் நடைபெறுகின்றது, ரங்கசாமி தனிக்கட்சி தொடங்கி முதன்முறையாக தேர்தலைச் சந்திக்கிறார், தனது வாழ்வா சாவா போராட்டக் களத்தில் இருக்கிறார். அப்போது தேர்தல் பிரசாரத்தின்போது அக்காலகட்டத்தில் ரங்கசாமிக்குப் பிரதான எதிர்க்கட்சியாக இருக்கும் காங்கிரஸ் கட்சியின் முக்கிய தேர்தல் பிரச்சாரகராக இருக்கும் நாராயணசாமி ஒரு கூட்டத்தில் பேசும்போது, நாக்குத் தடுமாறி அவர்

பேசவேண்டும் என்பதற்காக அதனைக் குறிப்பாக பேசவில்லை பேச்சின் வேகத்தில், “பெண்களுக்குக் குழந்தைதான் எங்கள் காங்கிரஸ் அரசு கொடுக்கவில்லை, மற்ற அனைத்தும் இலவசத் திட்டமாகக் கொடுத்துவிட்டது!” என்று பேசிவிட்டார்.

அக்காலக்கட்டத்தில் ரங்கசாமி அப்பேச்சினை அவரின் தேர்தல் வெற்றிக்குப் பயன்படுத்த நினைத்திருந்து பெரிதாக்கி இருந்தால், அப்பிரச்னை தேசமெங்கும் பேசுபொருளாகி நாராயணசாமியின் அரசியல் எதிர்காலமே அன்றோடு அழிந்துபோயிருக்கும். ஒருவேளை நாராயணசாமிக்கு இந்த வாய்ப்புக் கிடைத்திருந்தால் அவர் அவரின் எதிரியை இதைக்கொண்டு அழித்தொழித்திருப்பார். ஆனால் ரங்கசாமி, அக்காலக்கட்ட தேர்தல் பிரசாரத்தில் அதனை ஓரிடத்திலும் பேசவில்லை. ஒரு சிறிய சந்தர்ப்பங்களிலும்கூட அதனைப் பேசவில்லை. நாராயணசாமி அவரையும் அறியாமல் பேசிய அந்தப் பேச்சுக்களை அரசியல் ஆதாயம் தேடுவதற்குப் பயன்படுத்துவதைக் காட்டிலும் ஒரு அரசியல் அவலம் வேறில்லை என்பதை ரங்கசாமி நன்றாக உணர்ந்த ஒரு காந்திய காமராசர் வழி வந்தவராக இயற்கையான முறையில் வாழ்ந்திருக்கிறார் என்பதாகத்தான் நாம் இதனைக் கொள்ளவேண்டும்.

இதைப்போன்ற நிகழ்வுகள் ஒருமுறை மட்டும் நடக்கவில்லை. இதைப்போலவே 2021ஆம் பொதுத்தேர்தலிலும் ரங்கசாமியின் பிரதான எதிர்த்தரப்பு வேட்பாளராக தேர்தலை சந்திக்கும் காங்கிரஸ் கட்சியின் முதல் இடத்தில் இருந்த நாராயணசாமி, தேர்தலைச் சந்திக்கும்போதும் இதைப்போலவே காங்கிரஸ் கட்சியின் தேசியத் தலைவராக இருந்த ராகுல் காந்தியிடம் பொய் கூறியதைக் காட்டும் ஒரு காணொளி தேசமெங்கும் பரவலாக வெளிவந்தது. அது தெரிந்தும்கூட ரங்கசாமி ஒரு மேடையிலும் அதுகுறித்துப் பேசியதில்லை என்பதை நாம் கூடுதல் கவனம் கொண்டு பார்க்கவேண்டும். ரங்கசாமி எப்போதும் மற்றவர்களைக் குறைகூறியோ அல்லது பேசுவதை மட்டுமே வெளிப்படுத்துவதன் மூலம் தனது இடத்தை அரசியலில் காட்ட விரும்பவில்லை என்கிற ஆழ்ந்த பொருளடக்கத்தைத்தான் ரங்கசாமி தேசத்தின் அவரின் மாடலாக அளித்திருப்பதாகத்தான் நாம் புரிந்துகொள்ள வேண்டும். அதைவிட மக்களுக்கான நன்மை செய்வதில் உள்ள

அரசியல் வெற்றியே அர்த்தமுள்ளது என்னும் செய்தியையும்கூட அவர் தேசத்திற்கு சேர்த்தே அளித்திருக்கிறார். ரங்கசாமி எப்போதும் எவரையும் தனிப்பட்ட முறையில் விமர்சனம் செய்த ஓர் ஆதாரத்தைக்கூடப் பார்க்கமுடியாது.

ஒருமுறை காமராசரிடம் அவரின் கட்சிக்காரர் ஒருவர் கேட்டாராம், நாம் அதிகமான பள்ளிக்கூடங்கள் கட்டினோம். மதிய உணவு அளித்தோம். பல அணைகள் கட்டினோம். ஆனால், அதையெல்லாம் தேர்தல் பிரச்சாரத்தில் கூறாமல் இருந்துவிட்டோம். அதனால்தான் தோல்வியடைந்தோம் என்று அக்கட்சிக்காரர் கூறினாராம். அதற்கு காமராசர் அக்கட்சிக்காரரிடம் இவ்வாறு கூறினாராம்.

“ஆமாம், பள்ளிக்கூடம் கட்டினோம், புள்ளைங்க அதுல படிக்கராங்கல்ல. மதிய உணவு அங்க அந்தப் பசங்க சாப்பிடுறாங்கல்ல. நாம கட்டிய அணையிலிருந்து தண்ணிய எடுத்து விவசாயிங்க விவசாயம் பாக்குறாங்கல்ல அவங்களுக்குத் தெரியாதா? அதையெல்லாம் நாம செஞ்சமுன்னு இதைவேற தனியா சொல்லணுமா” என்றாராம் காமராசர்.

காமராசரின் இந்தக் கருத்தில் 100 சதவீதம் பொருத்தமாக இன்றைக்கும் நம் கண்முன்னால் நிஜத்தில் வாழ்ந்துகொண்டிருக்கும் இந்தியாவின் ஒரே தலைவராக உள்ள ரங்கசாமியை நாம் உணர்ந்திருக்கிறோமா என்பது சந்தேகமே. அவரும்கூட தன்னுடைய சாதனைகள் அனைத்தையும்கூறி வாக்குகள் கேட்பதில்லை. அந்தத் திட்டங்களை ஏன் நிறுத்திவிட்டீர்கள்? அதைச் செய்வதில் என்ன பிரச்னை இருக்கிறது? என்ற கேள்வியை வேண்டுமானால் பிரசாரத்தில் பயன்படுத்தியிருக்கிறார்.

ஆனால், ஒருபோதும் நான் அதைச் செய்தேன், இதைச் செய்தேன் என்று ரங்கசாமி பெருமைப்பேசி வாக்குகள் சேகரித்ததில்லை. ரங்கசாமி இவ்வாறு தனது அரசியல் வாழ்வில் காந்திய காமராசர் மாடல் என்ற கலவையான மாடல் ஒன்றை உருவாக்கி அதை ரங்கசாமி மாடலாக அளித்திருப்பதாகத்தான் நாம் அறிந்துகொள்ளவேண்டும். இதைப்போன்ற மாடலை நாம் இனிவரும் காலங்களில் பார்க்கமுடியுமா?

59

காமராசரைப் பின்பற்றிய ரங்கசாமி மாடல்

ரங்கசாமி என்கிற ஆளுமையை எழுதுவதற்கு எவையெல்லாம் தூண்டுதலாக இருந்திருக்கின்றன என்கிற ஆர்வமூட்டும் நிகழ்ச்சிகள் ஒருபோதும் குறையாத வகையில் நீண்டுகொண்டே செல்லும் ஒரு காரணம் எதுவாக இருக்கமுடியும்? அவர் எதையும் திட்டமிட்டு விளம்பரத்திற்காகச் செய்யவில்லை, அந்தச் செயலுக்கான உயரிய நோக்கங்கள் அதன் உயிரோட்டமான தன்மைகளுடன் ஒன்றுடனொன்று பின்னிப்பிணைந்த வகையில் ஒருவித நேர்மையைக் கொண்டிருந்ததுதான் அவர்குறித்து எழுதஎழுத ஒரு நூற்றாண்டைக் கடந்திருக்கும் பெரிய இயக்கத்தின் கொள்கைகளையும், அதன் செயல்பாடுகளையும் எழுதும் அளவிற்கு ஒரு நீளத்தை, உயரத்தை ரங்கசாமி என்கிற ஆளுமையும் கொண்டிருந்தது என்பதன் காரணமும்கூட.

தேசத்தின் பெரும் ஆளுமைகள் சிலநேரங்களில் சில வரலாற்றுச் சிறப்புமிக்க நிகழ்வுகளுக்குக் காரணமாகவும் தூண்டுதலாகவும் இருந்திருப்பார்கள். அந்த வகையில் தேசத்தின் ஒரு பெரும் வரலாற்றிற்கு தேசிய முக்கியத்துவம் தேடித்தந்த பெரும் வரலாற்றுக்குச் சொந்தக்காரராகவும் ரங்கசாமி என்கிற ஆளுமை

காமராசருக்கு மணிமண்டபம்

இருந்திருக்கிறது. பெருந்தலைவர் காமராசர் என்கிற தேசிய ஆளுமையை, அவர் இறப்புக்குப் பிறகு கொண்டாடிய ஒரு அரசின் பிரதிநிதியாக ரங்கசாமி மட்டுமே தமிழ் மண்ணில் இருந்திருக்கிறார்.

காமராசர் ஈடுஇணையில்லாதவர். அவரால்தான் பெரும் வளர்ச்சியும் கல்வியில் தன்னிறைவு எட்டும் சூழ்நிலையும் உருவாகியது என்ற புகழுக்குறிய ஒரு தலைவராக காமராசரைக் கொண்டாடியவர்கள் அனைவரும், ஒரு அரசாங்கத்தின் தரப்பிலிருந்து அவருக்கான எந்த வகையான மரியாதையை செய்திருக்கிறார்கள் என்பது இங்கே பெரும் கேள்விக்குறியே. ஆனால், ரங்கசாமி தன்னை காமராசரைப் பின்பற்றும் தொண்டராகவே கருதினார் என்பது ஐயத்திற்கிடமில்லாத உண்மை என்பதை பலமுறை நிரூபித்திருக்கிறார்.

அவர் மனபூர்வமாக உள்ளத்தின் உண்மையான நிலையிலிருந்து காமராசரை நேசித்தார். அதனால்தான் காமராசர் காலமெல்லாம் உழைத்த காங்கிரஸ் கட்சிக்கூட அவர் இறப்புக்குப்பிறகு அவரின் உருவப்படம் பொறித்த நாணயத்தை உடனடியாக வெளியிடாதபோது 2004ஆம்

ஆண்டில் ரங்கசாமி முதல்வாரன பிறகு அவர் முன்வைத்த கோரிக்கையின் அடிப்படையிலேயே காமராசர் உருவம் பதித்த நாணயம் வெளியிடப்பட்டது.

அவ்விழா டெல்லியில் அன்றைய பிரதமர் மன்மோகன்சிங், அன்னை சோனியா காந்தி ஆகியோர்களின் தலைமையில் விஞ்ஞான் பவன் அரங்கத்தில் நடைபெற்றபோது, ரங்கசாமி காலதாமதமாக அந்த விழாவிற்குச் செல்கிறார். அப்போது மேடையிலிருந்த அன்றைய மத்திய அமைச்சர் ப.சிதம்பரம் விழா அரங்கத்திற்குள் நுழைந்த ரங்கசாமியைப் பார்த்து, அதோ வருகிறார் புதுவையின் முதல்வர் ரங்கசாமி அவர்தான் இந்த விழா நடைபெறுவதற்கும், இந்த விழாவின் காரணமான காமராசர் உருவம் பொறித்த நாணயம் வெளியிடுவதற்கும் காரணம் என்றபோது ரங்கசாமி அரங்கத்தின் நுழைவுவாயிலிருந்து மேடையில் ஏறி அமரும்வரை அரங்கத்தில் இருந்தவர்களின் கைத்தட்டல் அடங்கவில்லையாம்.

திரைப்படங்களில் நாம் பார்ப்பதைப்போல்தான் வெற்றிபெற்ற மனிதருக்குக் கிடைத்த அங்கீகாரம் டெல்லியின் அரங்கத்தில் ரங்கசாமிக்கும் கிடைத்தது. இதற்காக அத்தனை காலமும் மத்திய காங்கிரஸ் அரசில் பதவி வகித்த அனைத்துத் தமிழர்களும் வெட்கப்படவேண்டும் என்பதை அறிந்திருக்கவில்லை. ஆனாலும், இதில் ரங்கசாமியின் கோரிக்கையை ஏற்று, அதற்கு முயற்சி செய்த ப.சிதம்பரத்திற்கு இந்நேரத்தில் நாம் நன்றியையும் தெரிவித்துக்கொள்ளலாம். அது அறம் சார்ந்தது.

காமராசர் என்பவர் காங்கிரசுக்கு மட்டும் உரியவரும் அல்ல, அவர் ஒட்டுமொத்த தமிழகத்தின் அடையாளம் என்றால் இதில் வெட்கப்பட வேண்டியவர்களின் எண்ணிக்கையைப் பார்த்து சிலர் ஏளனம் செய்வார்கள். 'ரங்கசாமி, சின்னக் காமராசரா, காமராசரைப்போல் சட்டை அணிந்தவரெல்லாம் காமராசர் ஆகிவிட முடியுமா?' என்று கேட்பர் சிலர். ஆனால், உண்மை என்ன? ரங்கசாமி, காமராசர் அளவிற்கும் சிலநேரங்களில் அதனினும் மேலாக மக்கள் பிரச்னைகளை நிகழ்கால அளவிற்குச் சிந்தித்த ஒரு தலைவராக இருந்தாலும், அவ்வாறு

அவர் உருவாகுவதற்கு அவர் காமராசரை உண்மையான உள்ளன்போடு நேசித்ததாலும் மட்டுமே நடந்திருக்கிறது என்பது ஒருபக்கம் என்றாலும், அந்த நேசிப்பில் இருந்த ஒளிவு மறைவற்ற உள்ளன்பின் காரணமாகவே ரங்கசாமி, காமராசர் நூற்றாண்டு விழாவைப் புதுவையில் ஒரு வருடத்திற்குக் கொண்டாட முடிவுசெய்து, அதனை அரசு விழாவாக அறிவித்து நடைமுறைப்படுத்தினார்.

அதன் காரணமாகவே, காமராசர் நூற்றாண்டு நினைவு மண்டபத்தை உருவாக்கும் முன்முயற்சி தோன்றியது. புதுவை அண்ணா நகரில் பெருந்தலைவர் காமராசர் நூற்றாண்டு கல்வி வளாகம் கட்டப்பட்டது.

காமராசர் திரைப்படம் எடுப்பதற்கு அந்தப்பட இயக்குனருக்கு தனிப்பட்ட முறையில் ரங்கசாமி உதவி செய்தார் என்பது ஒருபக்கம் இருந்தாலும், அந்தப் படத்தை புதுவையெங்கும் உள்ள பள்ளிகளில் திரையிடும் அளவிற்கு அதனை ஒரு அரசு ஆவணப்படமாக உருமாற்றி அப்படத்திற்கு ஒரு உயிரோட்டத்தினை அளித்தார். அப்படம் வெற்றிபெற வேண்டியதன் அவசியத்தை உறுதிபடுத்தினார்.

அதற்காக இங்கு ஒருசிலர், காமராசர் மணிமண்டபமும், அவர் குறித்தத் திரைப்படத்தினை அரசு செலவில் வெளியிடுவதில் உள்ள அனுகூலம் மக்களுக்கு எந்த வகையில் பயனுள்ளதாக இருந்திருக்க முடியும் என்று எவராவது கேட்கலாம். அது அவ்வாறு அல்ல ஒரு அரசு ஒரு பெரும் தன்னலமற்ற தலைவரின் வழி சென்றுகொண்டிருக்கிறது என்பதன் அடையாளம் அந்த மக்களின் வளர்ச்சியோடு நிச்சயமாக தொடர்புகொண்டிருக்கிறது. காமராசர் என்கிற தலைவரை ஒரு துளி ஐயத்திற்கும் இடமில்லாத வகையில், ரங்கசாமி நேசித்ததன் காரணமாகவே, இத்தனைத் திட்டங்களை அவர் புதுவைக்குக் கொண்டுவந்திருக்கிறார் என்பதின் பொருளடக்கம் உள்ளது. அந்தப் பொருளடக்கம் கொடுத்த அளவுக்கதிகமான திட்டங்கள் வழிந்தோடிய நீரோட்டங்களின் வழித்தடங்களே நாம் காண்கின்ற இந்த அடையாளச் சின்னங்கள்.

எவராலும் கொடுக்கமுடியாத ஒரு ஆட்சியை ரங்கசாமியால் கொடுக்க முடிந்தது என்பதன் பின்னால், அவர் காமராசரை நேசித்ததன் பின்னணி இருந்திருக்கிறது. ஒருவேளை இதன் தொடர்பு காமராசரையும் சில இடங்களில் ரங்கசாமி முந்திச்செல்ல காரணமாகி இருக்கலாம். ஆனால், அவ்வாறான அனைத்திற்கும் காமராசரை ரங்கசாமி நேசித்ததின் ஆதாரமே அடித்தளம் அமைவதற்கான உருவாக்கம் பெற்றிருக்கிறது என்கிறபோது அதன் வழியில் அதைப்போன்ற ஏராளமான அதன் வழித்தட அடையாளம் இருப்பதும் இயற்கைதான், ரங்கசாமி என்கிற ஆளுமை ஏதோ திடீரென்று முளைத்துவிட்டதாக சிலர் இங்கே கூறிவருகின்றனர்.

அது அவ்வாறு இல்லை என்பதையும்கூட மீண்டும் ஒரு காரணியாக அவர் காமராசரை மிக நீண்டகாலம் நேசித்து வந்திருக்கிறார் என்பதிலிருந்து அறிந்துகொள்ள முடிகிறது. அதனால்தான் காமராசரின் உண்மை விசுவாசியாக இருந்த நடிகர் திலகம் சிவாஜி கணேசனுக்கு முதன்முதலாக புதுவையில் சிலை அமைக்கும் அளவிற்கு ரங்கசாமியின் அறிவுசார்ந்த கலை ரசனையையும் வெளிப்படுத்தி, அதனுடன் சேர்ந்த காமராசரின் பின்தொடர்பையும் ரங்கசாமி இந்த மண்ணில் பதிவு செய்திருக்கிறார் என்பதே உண்மை.

ரங்கசாமி தனக்கான அறிவுத் தேடலை காமராசரிடமிருந்தே தொடங்கியிருக்கிறார் என்பதை இதன் இறுதி முடிவாகக் கொண்டால் நாம் அதனால்தான் புதுவை இத்தனைப் பெரிய வளர்ச்சியையும், அதைவிட சிறந்த வரலாற்றுச் சிறப்புமிக்கத் தலைவரையும் பெற்றிருப்பதை உணர்ந்துகொள்ள முடியும்.

60

திரைப்படத்துறையில் ரங்கசாமி மாடல்

முந்தைய நமது கட்டுரையின் தொடர் நிகழ்வாக நாம் இன்னும் ஆழமாகச் சென்று அதனுள் பார்த்தால், மிகச் சிறிய வயதிலிருந்தே ரங்கசாமிக்கு காமராசரின்மேல் ஒரு ஈர்ப்பு இருந்திருப்பதை உணர்ந்துகொள்ள முடியும். அதனால்தான் காமராசர் எதையெல்லாம் நேசிப்புடன் கூடிய திட்டங்களாக செய்திருக்கிறாரோ அதையெல்லாம் ரங்கசாமியும் செய்வதற்கு முயற்சிகள் மேற்கொண்டிருப்பதை அறிவதன் மூலம் நாம் அறிந்துகொள்ளமுடியும்.

கல்வியறிவில் தமிழகத்தில் காமராசர் தனிக்கவனம் செலுத்தினார். அந்த மாற்றம் காமராசரின் காலத்திற்குத் தகுந்தவாறு அமைந்திருந்ததென்றால், ரங்கசாமியும்கூட அதன் அடுத்த பரிமாணமாற்ற முறையில் தேசத்தின் சிறந்த கல்விக் கேந்திரமாக புதுவையை அவரின் காலத்தேவைகளுக்குத் தகுந்தவாறு மாற்றியமைத்துக்கொண்டு ஒரு புதிய தேடலின் வெற்றியைத் தீர்மானித்தார்.

அதைப்போலவே காமராசர் தமிழகத்தில் பல அணைகள் கட்டினார் என்பதின் தாக்கம் ரங்கசாமியிடம் இருந்ததால்தான் புதுவை மண்ணில், பிரெஞ்சு அரசாங்கத்திற்குப் பிறகு பத்துக்கு

சிவாஜி கணேசன் சிலைக்கு மரியாதை செலுத்துகிறார்

மேற்பட்ட அணைகள் கட்டும் எண்ணம் உருவாகும் உத்வேகம் ரங்கசாமிக்கு ஏற்பட்டிருக்கிறது. வீண் அரசியல் பேசுவதிலும், விளம்பர அரசியல் செய்வதிலும் நாட்டம் இல்லாத தலைவராக ரங்கசாமி உருவானதும், காமராசர் ரங்கசாமியிடம் ஏற்படுத்தியத் தாக்கத்தின் விளைவு என்பதையும்கூட நாம் இங்கே கூடுதல் கவனம்கொண்டு தேடுதல் கொள்ளவேண்டும். அதனால்தான் காமராசரை நேசித்தவர்களையும்கூட சிறுவயதில் இருந்தே ரங்கசாமியும் நேசித்திருக்கிறார்.

காமராசரின் தமிழக சீடராக அறியப்படும் நடிகர் திலகம் சிவாஜி கணேசனுக்கு சிறுவயது முதற்கொண்டே ரங்கசாமி ரசிகராக இருந்தது மட்டுமல்லாமல், கலைத்தாய் தலைமகன் சிவாஜி ரசிகர் மன்றத்தை உருவாக்கி, அந்த ரசிகர் மன்றக் கட்டடத்திலேயே காமராசர் இரவுப் பாடசாலைக் கொண்டுவந்து, 1973ஆம் ஆண்டிலேயே காமராசரின் பெயரில் சமூகப்பணி செய்ததற்கு ரங்கசாமி தன்னை ஈடுபடுத்திக்கொண்டார் என்பதை நாம் அறிகின்றபோது

காமராசரின் மீது ரங்கசாமிக்கு இருந்த ஈர்ப்பை நாம் புரிந்துகொள்ள முடியும்.

இதில் ரசிகர் மன்றங்கள் தொடங்கும்போது அந்தப்பட நடிகர்களின் பெயரில்தான் பெரும்பாலும் ரசிகர் மன்றங்கள் தொடங்கப்படும் நடைமுறைகள் இருக்கின்றபோது, 'ரங்கசாமி கலைத்தாய் தலைமகன்' என்கிற பெயரில் நடத்திய ரசிகர் மன்றத்தின் பெயர் ரங்கசாமி என்கிற அறிவுத்தேடலின் ஆரம்பப் புள்ளியாகக் கொண்டு அவரை எதிர்கால சந்ததியினர் ஆய்வுகள் செய்யலாம்.

அவர் சிறந்த ரசனையோடு ஒரு அறிவுஜீவிக்குள்ள சிந்தனைகளையும்கூட நிச்சயமாகக் கொண்டிருந்தார் என்பதை அவரின் அந்த நிகழ்வுகள் சந்தேகத்திற்கிடமில்லாத வகையில் நிரூபிக்கிறது. ஆனால், அதையெல்லாம் அவரிடமிருந்து எவரும் நேரிடையாக உணரும் வாய்ப்புகள் குறைவாகத்தான் இருக்கமுடியும் அல்லது அவருடன் நெருக்கமாக இருப்பவர்கள் அவரின் ஒவ்வொரு வார்த்தைகளுக்குள்ளும் இருக்கும் முழு அர்த்தங்களை உணராதபோதும் இந்நிலை ஏற்பட்டிருக்கலாம்.

ஏனெனில், உலகின் சிறந்த அறிவுபூர்வமான ரசனைமொழி என்று அனைவராலும் ஒப்புக்கொள்ளப்பட்ட தமிழகத்தின் தனிப்பெரும் அடையாளமாக இருந்த, ஆனால், அரசியல் அதிகாரம் பெற்றிடாத சிவாஜி என்கிற ஆளுமையைத் தமிழகமே கொண்டாடத் தவறியபோது, அந்த அறிவுப்பெட்டகத்தைக் கொண்டாட வேண்டிய அவசியத்தை உலகுக்கு உணர்த்தும் வகையில் அவருக்கு ஒரு அரசின் சார்பில் சிலை அமைத்தவர் ரங்கசாமி என்கிறபோது அவரது அறிவுத்தேடல் எத்தகையது என்பதையும், அத்தேடல் முழு அளவில் காமராசரிடமிருந்து உருவாகியிருக்கிறது என்பதையும் நாம் இன்னும் தெளிவாக அறிந்துகொள்ளும் வாய்ப்பு இதுவென்று கருதுகிறேன்.

அதனால்தான் புதுவையில் அனைத்துத் திட்டங்களும் சரிபாதிக்கும்மேல் அளவில் காமராசரின் பெயரையே தாங்கி வெளிவந்தது. ஒருவேளை காமராசர் என்கிற ஆளுமையை அதன் பயனாக்கத்தில் பெரும்பகுதியை உணர்ந்த தமிழகம் அதற்குச் சரியான அளவில் அவரைக் கொண்டாடவில்லை

என்கிற ஏக்கம் மிக நீண்டகாலமாக ரங்கசாமியின் உள்ளத்தில் இருந்திருக்கலாம். அந்தக் கோபத்தையெல்லாம் கொட்டித் தீர்ப்பதைப்போல்தான் இருந்தது அவரின் பெயரிலான புதுவையின் திட்டங்களின் எண்ணிக்கை என்பதையும்கூட எதிர்கால சந்ததியினர் தம் அறிவுக்குள் கூடுதலாகக் கொண்டுவர வேண்டிய தகவல்கள் என்றே கருதுகிறேன். ஒரு பெரும் ஆளுமை மட்டுமே இத்தகைய துணிவான செயல்களை செயல்படுத்த முடியும். அந்த ஆளுமை எழுதப்படக்கூடிய அளவிற்கு ஒரு வரலாற்றுப் பெட்டகம் என்கிற கூடுதல் விபரத்தையும் இத்துடன் சேர்த்துக்கொள்ளலாம்.

ஏனெனில், புதுவையில் இன்று வரையிலும் முதல்வர்களாக இருந்தவர்கள் ஏதோ கடமைக்காக முதல்வராக இருந்துவிட்டு செயல்பாடுகளில் டெல்லி கூறுவதையும், தமிழகம் பேசுவதையும் செயல்படுத்திக்கொண்டிருந்த காலத்தில் முதன்முறையாக புதுவையின் மொழியைத் தனியாக உருவாக்கிய ஆளுமை ரங்கசாமி. அந்தப் புதுவையின் மொழியை தமிழகமும், டெல்லியும் பின்பற்றச் செய்த ஆளுமை ரங்கசாமி என்பதையும்கூட நாம் நினைவில் கொள்ளவேண்டும். சிவாஜி கணேசன் சிலை திறப்பு அவ்வாறான ரங்கசாமியின் ஆளுமைக்குச் சிறந்த எடுத்துக்காட்டு என்றே கருதுகிறேன்.

தேசத்திற்குப் புதுவையின் செய்திகளை எடுத்துரைத்த ரங்கசாமியின் மாடலுடன் ஒப்பிடுவதற்கு இணையான ஒன்று இங்கே இருந்திருக்கிறதா என்பதையும் ஒப்பிட்டு இதை எழுதுவதில் உள்ள நியாயத்தை உணர்ந்துகொள்ள முயற்சிக்க வேண்டும்.

இதைப்போலவேதான் புதுவையின் அடையாளங்கள் அனைத்தையும் தேசிய கவனத்திற்குக் கொண்டு சென்றதில் புதுவையின் தரப்பிலிருந்து பார்த்தால், ரங்கசாமியின் மாடலின் தனித்துவத்தை நாம் உணர்ந்துகொள்ளவும் முடியும். 2000ஆவது ஆண்டிற்கு முன்புவரையிலும், தமிழக சினிமாவிலும் தொலைக்காட்சித் தொகுப்பிலும் புதுவைக்கான இடத்தினை நீங்கள் சற்றே கருத்தில் கொள்ளுங்கள். புதுவை ஒரு தனி மாநிலமாக இருந்தும், அந்தப் பிராந்தியத்தைத் தேசத்திற்கு முன்னிருத்த வேண்டிய

இவ்விரண்டு துறைகளிலும் புதுவைக்கான இடம் என்பது பெரும் கேள்விக்குறியாக இருந்தது. அப்படியொரு பிராந்தியம் இருப்பதையே இவ்விரு துறைகளும் காட்சிப்படுத்தியதில்லை. ஆனால், ரங்கசாமி என்கிற ஆளுமை புதுவையில் உருவான பிறகு நீங்கள் கணக்கில் கொண்டு பாருங்கள். பத்தில் ஒரு படத்திலாவது புதுவை காட்சிப்படுவதையோ அல்லது குறிப்பிடப்படுவதையோ தொடரும் நிலை ஏற்பட்டிருக்கும். அதற்கு முக்கியக் காரணி ரங்கசாமி என்கிற ஆளுமை.

'சித்தி' என்றொரு தொலைக்காட்சித் தொடர். நடிகை ராதிகா நடித்த அத்தொடர் 2000மாவது ஆண்டு காலகட்டத்தில் பெரும் வரவேற்பைப் பெற்ற தொலைக்காட்சித் தொடர். அதன் டைரக்டர் அப்போது முதல்வராக இருந்த ரங்கசாமியைச் சந்தித்து புதுவையில் சித்தி தொடரின் படப்பிடிப்பை நடத்தவேண்டும், ஆனால், இங்கு வரி தேசத்தின் எந்தப்பகுதியிலும் இல்லாத அளவிற்கு உள்ளது.

ஒருநாள் படப்பிடிப்பிற்கு ரூ.25000 வரி விதிப்பு உள்ளது. அதை குறைக்கவேண்டும் என்ற கோரிக்கையையும் முன்வைத்தார். உடனடியாக அப்போதைய கலெக்டரிடம் அந்த இயக்குனரின் கோரிக்கையைக் கொண்டுசென்று, ஒருநாள் படப்பிடிப்பு வரியை ரூ.5000 என்று குறைத்து அரசாணை வெளியிட்டு புதுவையில் அதிகமான படப்பிடிப்புகள் நடத்த வழிவகை செய்தார். இதில் சிலர் ஒரு கேள்வியைக் கேட்கலாம் திரைப்படத்திற்காக வரியைக் குறைக்கலாமா என்று கேட்கலாம்.

சுற்றுலாவைப் பெருமளவில் வருமானத்தில் நம்பியிருக்கும் ஒரு மாநிலம் அன்று வரையிலும், மிகப்பெரும் மக்கள் விரும்பும் இரு ஊடகங்களிலும் பூஜ்ய அளவில் இருப்பது அதன் இயற்கையான முறையில் பெரும் பாதகம் என்பதை நாம் அறிந்திருக்கவில்லை. ரங்கசாமி என்கிற ஆளுமை உருவாகுவதற்கு முன்புவரையிலும் புதுவையில் வருடத்திற்கு ஒருநாள் படப்பிடிப்பு நடந்திருந்தாலே பெரிய விஷயம்தான். ஆனால், அதற்குப்பிறகு வருடத்திற்கு 100 நாட்கள் படப்பிடிப்பு நடந்தது, புதுவையின் இடங்கள் தேசமெங்கும் காட்சிப்படுத்தப்பட்டன.

புதுவையில் திரைப்படத் தொழிலாளர்கள் சங்கங்கள் ஏற்படும் அளவிற்கு நிலைமை முன்னேறியது. திரைப்படத் தொழிலாளர்கள் பலர் புதுவையில் உருவாகத்தொடங்கினர். சுற்றுலாவின் உயிரோட்டமான வழிமுறைகளின் இதன் தாக்கம் உருவாக்கியது. அதற்குப்பிறகு வந்த ஆட்சியாளர்கள் அந்த வரியை மீண்டும் உயர்த்திவிட்டார்கள் என்பதும் அதனால் மீண்டும் படப்பிடிப்பு குறைந்துவிட்டது என்பதும் வேறு கதை. அது நமக்கு இங்குத் தேவையும் இல்லை.

ஆனால், ரங்கசாமியின் இந்த முயற்சி புதுவையின் பொருளாதார வளர்ச்சியோடு தொடர்புடையத் திட்டமாக மாறியது என்பது மறுக்க முடியாத உண்மை என்றால் ரங்கசாமி மாடல் புதுவைக்கான முக்கியத்துவத்தை எவ்வாறு முன்னிறுத்துகிறது என்பதையும் நாம் உணரவேண்டும்.

61

தமிழக வரலாற்றில் ரங்கசாமிக்கான உரிமை

நாம் இதற்குமுன்பே இதுகுறித்து சிறிய அளவில் எழுதிவிட்டோம் என்றாலும் தற்போது இந்தக்கருத்து உலகம் முழுவதும் வேகமாக ஒரு தாக்கத்தை ஏற்படுத்தியதாலும், அந்தத் தாக்கத்தின் வேறு சில பரிமாணங்களை 'இந்து தமிழ்' பத்திரிகையின் 20.6.2022 அன்றைய நடுபக்கக் கட்டுரை வெளியிட்டிருப்பதாலும் அதனை அழுத்தம் கொடுத்து எழுதவேண்டிய ஒரு தேவை ஏற்பட்டிருக்கிறது.

அநேகமாக இதன் தேவை இரண்டு கோரிக்கைகளை முன்னிருத்தி வெளிவந்திருக்கலாம் என்று கருதுகிறேன். ஒன்று, அதன் தாக்கத்தை இதற்குமுன்பே ரங்கசாமி மாடல் ஏற்படுத்தியிருக்கிறது என்பதாக இருக்கலாம். இரண்டாவது காரணி மிக முக்கியமானது என்றே கருதுகிறேன். தமிழ் இந்து நடுப்பக்கக் கட்டுரையின் அதன் பரிமாண மாற்றத்தை வரிசை படுத்துகின்றபோது தமிழக முதல்வர் ஸ்டாலினுக்கு முன்பு வரிசைப்படுத்தப்பட்டதில் ஜெயலலிதா, கலைஞர், அண்ணா, காமராசர் என்கிற அந்த வரிசையில் அதன் காரணத்தைக்கொண்டு வரிசைப்படுத்துகின்றபோது அதன் வரலாற்றுக் காரணங்களைக் கொண்டு ரங்கசாமிக்கான இடத்தை

மாணவர்களுக்கு இலவச சைக்கிள் வழங்குதல்

அந்தக் கட்டுரை தவறவிட்டிருப்பதையே இன்றைய கட்டுரை முன்னிருத்த விரும்புகிறது. 2022 ஜூன் 3ம் தேதி அன்று தமிழகத்தின் பள்ளிகள் விடுமுறைக்காலத்திற்குப் பிறகு திறக்கப்பட்டபோது தமிழக முதல்வர் ஸ்டாலின் எண்ணும் எழுத்தும் என்ற திட்டத்தை திருவள்ளுவர் மாவட்டம் அழிஞ்சிவாக்கம் என்னும் ஊரில் துவக்கிவைத்தபோது அவர் பேசிய பேச்சுக்களே உலக அளவில் ஒரு தாக்கத்தை ஏற்படுத்தியிருக்கிறது.

அவர் அங்கு பேசியது இதுதான், 'கல்வி மட்டும்தான் வாழ்க்கைத் தரத்தை முன்னேற்றும், மாறாக படிக்காமல் சாதித்த ஒருவரையாராவது எடுத்துக்காட்டாகக் காட்டினால், அதற்கு இணையாகப் படித்துச் சாதித்தவர்கள் லட்சம்பேரை நாம் காட்டமுடியும். படிக்காமலே சாதிக்கலாம் என்று யாராவது சொன்னால் அது தன்னம்பிக்கை ஊட்டுவது அல்ல அது வெறும் ஆசை வார்த்தை, இவர்களெல்லாம் படித்து முன்னேறுகிறார்களே என்ற எரிச்சலில் தவறான பாதையைக் கைகாட்டும் சூழ்ச்சி அது."

தமிழக முதல்வர் ஸ்டாலினின் இந்த வார்த்தைகள்

ஏற்படுத்திய தாக்கம் குறித்து மு.ராமனாதன் அந்தக் கட்டுரையில் ஒரு ஆய்வு மேற்கொண்டிருக்கிறார். அந்த ஆய்வில் 1974ஆம் ஆண்டில் மதுரை அமெரிக்கன் கல்லூரியில் மாணவர் மன்றத்தை தொடங்கிவைத்த கலைஞர் கருணாநிதி பங்கேற்ற, அந்த விழாவில் பேசிய ஒரு மாணவர் படிக்காத மேதை கலைஞர் என்று கூறியதை கலைஞர் ரசிக்காமல் அவர் பேசும்போது அதை மறுத்துக் கூறியதாக ஒரு நிகழ்வாக கலைஞர் கூறியதாக காட்சிப்படுத்தியிருக்கிறார்.

அதில், "கல்வி மட்டுமே உங்களை உயர்த்தும், என்னைப் போன்றவர்கள் உங்களுக்கு ஒரு நாளும் எடுத்துகாட்டுகள் ஆக மாட்டோம். இந்த மேடையில் ஓப்பியார் அமர்ந்திருக்கிறார். அவரைப் பாருங்கள். அவர் உங்கள் கல்லூரியில் படித்தவர் புகழ்பெற்ற வழக்கறிஞர் ஆனார். இன்று ஆளும் அமைச்சருமானார். அவரைப் போன்றவர்களைத்தான் நீங்கள் முன்மாதிரிகளாகக் கொள்ளவேண்டும். அவர் வழிகாட்டி, நான் விதி விலக்கு. விதிவிலக்குகள் வழிகாட்டிகள் ஆகாது" என்று கூறிய கலைஞரின் வார்த்தை, முதல்வர் ஸ்டாலினின் வார்த்தைகளுக்கு முன்மாடலாகவும், கலைஞரின் இந்தக்

மாணவர்களுக்கு இலவச மடிக்கணினி வழங்குதல்

மாணவர்களுக்கு இலவச நோட் புத்தகங்கள் வழங்குதல்

கருத்திற்கு அண்ணாவின் கூற்றான 'போட்டியும் பொறாமையும் பொய் சிரிப்பும் நிறைந்த இவ்வுலகில் நமது பாதையில் நாம் நேராக நடந்துசெல்ல நமக்குத் துணையாக இருப்பது கல்வி மட்டுமே" என்ற அண்ணாவின் வார்த்தைகளைக் கலைஞருக்கான முன்மாடலாகவும் வரிசைப்படுத்தும் அந்தக்கட்டுரை, அதற்குப் பிறகு தமிழகத்தின் கல்வித் தரத்தை இவ்வாறு வரிசைப்படுத்துகிறது.

'ஸ்டாலின் சொன்ன வாசகத்திற்குத் தமிழக வரலாற்றில் நெடிய தொடர்ச்சி உண்டு. காமராசரின் ஆட்சிக் காலத்தில் *(1954–1963)* குலக்கல்வித் திட்டத்துக்கு முற்றுப்புள்ளி வைக்கப்பட்டது. இலவசக் கல்விக்கும் மதிய உணவுத் திட்டத்துக்கும் தொடக்கம் குறிக்கப்பட்டது. அண்ணாவின் காலத்தில் *(1967–69)* இருமொழிக் கொள்கை ஏற்பட்டது. எம்.ஜி.ஆர். ஆட்சிக்காலத்தில் *(1977–87)* மதிய உணவுத் திட்டம் சத்துணவுத் திட்டமாக விரிவுபடுத்தப்பட்டது. விலையில்லாப் பாடநூலும், சீருடையும் வழங்கப்பட்டன. கலைஞர் ஆட்சிக்காலங்களில் *(1969–76, 1989–91, 1996 –2001, 2006–11)* உயர்நிலைப்பள்ளிவரை இலவசக்கல்வி,

மாணவனுக்கு எழுதி கையொப்பமிடும் ரங்கசாமி

கிராமப்புற மாணவர்களுக்கு இடஒதுக்கீடு, தொழிற்கல்விக்கு நுழைவுத்தேர்வு ரத்து, சத்துணவுத்திட்டத்தில் முட்டை, சமச்சீர்க்கல்வி, கணினிப் பயிற்சி, செயல்வழிக்கற்றல், புதிய பல்கலைக்கழகங்கள் முதலான பல சீர்திருத்தங்கள் அமலாகின. ஜெயலலிதா (1991–96, 2001–06, 2011–16) பள்ளி பிள்ளைகளுக்கு மடிக்கணினி வழங்கினார்.

இந்த வரிசையில் ஸ்டாலின் இல்லம் தேடிக்கல்வி, நான் முதல்வன், பள்ளிப் பிள்ளைகளுக்குக் காலை உணவு முதலான புதியத் திட்டங்களைக் கொண்டுவந்திருக்கிறார் என்கிற அளவில் கல்வியின் சூழல் குறித்தும் அதில்

முதல்வர் ஸ்டாலின் வார்த்தைகள் குறித்தும், அதற்குண்டான தொடர்புகள் குறித்தும் அந்தக் கட்டுரை நீண்டுசெல்கிறது. ஆனால், கல்வியில் பெரும் புரட்சியை ஏற்படுத்தி மாணவர்கள் பலரின் கனவுகளாக இருந்துவரும் மருத்துவக் கல்வியைக்கூட முழுவதும் இலவசமாகவேக் கொடுத்து இந்தியாவிற்கே முன்மாதிரி மாடலாக இருந்திருக்கும் திட்டத்தையும், உயர்க்கல்வியை அனைவருக்கும் கிடைப்பதில் எளிமைப் படுத்தியதின் மூலம், புதுவை பிரதேசத்தின் பொருளாதார வளர்ச்சியை ஏற்படுத்திய ஒரு புதிய பெரிய மனிதவளத்தை உருவாக்குவதிலும் கண்ணெதிரே வெற்றிப்பெற்ற ஒரு முன்மாதிரி மாடலை உருவாக்கியவர் ரங்கசாமி, அதற்காக அவர் காமராசர் கல்வி உதவித்தொகை திட்டத்தைக் கொண்டுவந்தார். இலவச மடிக்கணினி, ராஜீவ்காந்தி காலை சிற்றுண்டி திட்டம், மாணவர்களுக்கு இலவச சைக்கிள், அனைத்து உயர்கல்விகளுக்கு சென்டாக் முறையை முதன்முதலாகக அமுல்படுத்தியது என்று கல்வியில் ஒரு புரட்சியை ஏற்படுத்தினார். இதனால், ரங்கசாமி முதல்வாரன பிறகு புதுவையில் 100% கல்வியறிவு பெற்ற மாநிலமாக மாறியது. தற்போது உள்ள புள்ளி விவரப்படி புதுவையில் 95% மாணவர்கள்மேல் நிலைக்கல்வி முடித்தவர்களின் எண்ணிக்கையைக் கொண்ட இந்தியாவின் முதன்மையான மாநிலங்களில் ஒன்றாக உள்ளது. தேர்வு முடிவுகள் வெளியான 20.6.2022 அன்று மேல்நிலைப்பள்ளி தேர்ச்சிப் பெற்றவர்கள் அனைவரும் உயர்கல்வி கிடைக்கும் வழிவகை செய்யப்படுவதாக அறிவித்திருக்கிறார். இதன்மூலம் இந்தியாவிலேயே 95% பட்டதாரிகளைக் கொண்ட மாநிலமாக புதுவை மாநிலம் உருவாகின்ற வாய்ப்பையும் மேல்நிலை கல்வியோடு நின்றுபோகும் இடைநிறுத்தலை முற்றிலுமாக நிறுத்தியிருக்கிறார் என்பது உள்ளங்கை நெல்லிக்கனிப்போல் நம் கண்முன் நிற்கிறது.

தமிழகத்தின் வானூர்ப் பகுதிக்கு அருகிலுள்ள ஒரு தமிழக கிராமத்தில் ஒரு நிகழ்ச்சிக்காக கலந்துகொள்ள சென்ற முதல்வர் ரங்கசாமியிடம், அந்தக் கிராமத்தின் பத்து வயதுள்ள ஒரு சிறுவன் அவரின் நோட்டு புத்தகத்தில் ஆட்டோகிராப்

வாங்குவதற்கு ரங்கசாமியிடம் அந்த நோட்டுப்புத்தகத்தை நீட்டுகிறார், ரங்கசாமி அதில் 'படி படி படி படி அது ஒன்றே உன் வாழ்கையை உயர்த்தும்" என்று எழுதி கையொப்பமிடுகிறார். அவரின் அந்தச் செயல் தமிழக முதல்வர் ஸ்டாலினுக்கும், கலைஞர் கருணாநிதிக்கும் இடைப்பட்ட இடத்தின் உரிமை கோருவதில் உள்ள நியாயத்தையே இந்தக் கட்டுரை கோருகிறது. ஒரு பெரும் ஆளுமை, ஒரு சிறிய பிராந்தியத்தின் அதிகாரத்தில் இருப்பதால் மட்டும், அதன் உரிமையை இழந்துவிடுவதில் அறம் இருக்க முடியுமா? என்று இந்தக் கட்டுரை கோரிக்கை விடுக்கிறது. இதன் நியாயமான காரணி தமிழகக் கல்வி முறையை புதுவை பின்பற்றுவதின் காரணமாகவே முன்னெழுப்பப்படுகிறது.

புதுவை மாணவர்கள் ஐ.ஏ.எஸ். தேர்வில் வெற்றிபெற வேண்டும் என்பது முதல்வர் ரங்கசாமியின் மிக நீண்டகால கனவு.

அதனால்தான் 2001வது ஆண்டிற்கு முன்புவரை பூஜ்ய அளவில் இருந்து, இந்திய ஆட்சிப்பணித் தேர்வின் தேர்ச்சிநிலை, அதற்குப்பிறகு ஒன்றாகவும், இரண்டாகவும் உயர்ந்திருக்கிறது. புதுவைப் பொறியியல் மற்றும் மருத்துவக்கல்வியில் போதுமான தன்நிறைவு எட்டும் சூழல் உருவாகிவிட்ட என்கிற காரணம் மட்டுமல்லாது, அவ்வகையான உயர்கல்விகளை சட்டத்தின்பிடி கொண்டு சிலர் கவர்ந்து சென்றுவிட முடிவு செய்ததால், அதைத் தடுக்கும் வழிமுறையாகவும், அடுத்தவர்களின் கவனச் சிதைவை பயன்படுத்தித் தேசத்திற்குப் புதுவையின் சார்பிலான ஒரு புதிய அதிகார மையத்தை உருவாக்கும் கனவை மாணவர்களுக்கு உருவாக்கி, கல்வியில் புதியதொரு திசைநோக்கியப் பயணத்திற்கும் வழிகாட்டுகிறார். எனவே, அவருக்கான இடத்தினை வரலாறு நிச்சயம் அளிக்கும் என்பதில் இங்கே மாற்றுக் கருத்தில்லை.

62

ஆட்சிக் கவிழ்ப்பிற்கு ஆசைப்படாத ரங்கசாமி மாடல்

இந்தியாவின் பெரும் ஆளுமைகளுக்கு நிகரான ஆளுமையை ரங்கசாமி கொண்டிருந்தார் என்பது அவரது நிர்வாகம் மட்டுமல்லாது அவரின் தனிப்பட்ட வாழ்வியலிலும், அதன் நடவடிக்கைகளிலும் தொடர்ந்து வெளிப்படுத்தப்பட்டிருக்கிறது என்பதை நாம் பார்த்துக்கொண்டிருக்கிறோம் என்று நம்புகிறேன்.

பொதுவாக புதுவையில் ஒரு பழக்கம்... அரசியலில் பதவி இருக்கும் வரையில் அந்தத் தலைவரைச் சுற்றி ஒரு கூட்டம் இருந்துகொண்டே இருக்கும். பதவி போனபிறகு அந்தக் கூட்டம் இருந்த இடம் தெரியாமல் ஆகிவிடும். ஆனால், ரங்கசாமி என்கிற ஆளுமையை நீங்கள் உற்றுநோக்கிப்பாருங்கள், அதன் முழு விதிவிலக்கானத் தலைவராக புதுவையில் இருப்பதை பார்க்கமுடியும்.

ரங்கசாமி பதவியில் இருக்கும்போது பெரியக் கூட்டம் இருந்திருக்கும், பதவியில் இல்லாதபோது அந்தக் கூட்டத்தின் எண்ணிக்கைக் குறைந்தும் போயிருக்கலாம். புதுவையின் அந்த இயற்கையான அமைப்பில் சிறிதளவாவது ரங்கசாமிக்கும் ஏற்பட்டிருக்கவில்லை என்கிற பொய் உரை எழுத முடியாது. ஆனால், அந்த எண்ணிக்கை அதிகாரம்

மக்கள் கூட்டத்தின் நடுவே ரங்கசாமி

வேண்டி நிற்கும் அரசியல் பிரமுகர்களின் எண்ணிக்கையாகும் அல்லது ஆதாயத்தை வேண்டும் சில அரசியல் புரோக்கர்களின் தொழில் தொடர்புடையவர்களின் எண்ணிக்கையிலும் ஏற்பட்ட மாற்றத்தின் ஏற்ற இறக்கத்தில் ஏற்பட்டிருக்கலாம்.

ஆனால், இதைப் போன்றவர்களின் எண்ணிக்கையிலும்கூட புதுவையின் மற்றத் தலைவர்களுடன் ஒப்பிட்டளவில் பார்க்கின்றபோது, ரங்கசாமிக்கான ஆதரவு வட்டம் பதவி இல்லாதபோது அவ்வாறு பெரிய அளவில் குறைந்திருந்ததைப் பார்க்கமுடியாது.

ஆனால், அந்த விவகாரத்தில் நாம் முக்கியத்துவம் கொடுத்துப் பார்க்க வேண்டியது அதுவல்ல. அரசியல் சாராத பொதுமக்களும், ரங்கசாமிக்கு நேரெதிராக அரசியல் செய்தவர்களும் ரங்கசாமி என்கிற ஆளுமைப் பதவி ஏதும் இல்லாத நிலையில் இருந்தபோதும், அவரின் மீதான மதிப்பை எவ்வாறு கொண்டிருந்தார்கள் என்பதை நாம் கவனத்துடன் உற்றுநோக்கும்போதுதான் அவர் புதுவையின் தந்தையென ஏன்

போற்றப்பட வேண்டிய இடத்தை அடைகிறார் என்பதையும், அவரின் உண்மையான அறம் சார்ந்த நடவடிக்கைளையும் நாம் அறிந்துகொள்ள முடியும்.

புதுவையில் சிலர் முதல்வராக இருந்து அல்லது அமைச்சர்களாக இருந்து பொதுமக்களின் விசேஷங்களிலும், பொது நிகழ்ச்சிகளிலும் கலந்துகொள்கின்றபோது, அந்த இடத்தில் இருக்கும் பொதுமக்களில் குறிப்பிட்ட சிலர் அவர்களுக்கு மரியாதை செய்வதைப் பார்த்திருப்போம். ஆனால், ரங்கசாமி என்கிற ஆளுமை பதவி இருந்தபோதும்சரி, இல்லாதபோதும்சரி, ஒரு பொதுவெளியில் அவர் இறங்கி நடந்துவந்தாலே அவரை நோக்கி அனைவரும் திரும்பிப் பார்க்கும் இயற்கையான ஒரு வேதியல் மாற்றம் மனித சமூகத்திற்கு உருவாகிவிடும்.

புதுவை முன்னாள் அமைச்சர் அண்ணன் பெத்தபெருமாள் வீட்டு சுபநிகழ்ச்சி ஒன்று சங்கமித்ரா மண்டபத்தில் நடைபெறுகிறது. அப்போது ரங்கசாமி முதல்வர் பதவியிலும் இல்லை. அண்ணன் பெத்தபெருமாளும் ரங்கசாமிக்கு நேரெதிரான அரசியல் கொள்கைகள் கொண்டவர்.

அந்த நிகழ்ச்சியில் ரங்கசாமி மண்டபத்திற்குள் பிரவேசம் செய்யும்போது ஒட்டுமொத்த மண்டபத்தின் உள்ளே இருந்தவர்களின் சரிபாதி அளவிற்கு உள்ள விருந்தினர்களின் கூட்டம் எழுந்து ரங்கசாமிக்குப் பின்னால் நடந்து மேடையேறிவரத் தொடங்கியது.

ஆனால், அதே நிகழ்ச்சியில் அண்ணன் பெத்தபெருமாளுக்கு உறவினர் மற்றும் அவரது கட்சியின் சார்பிலான அன்றைய முதல்வர் நாராயணசாமி, முதல்வர் பதவியில் இருந்தும் அங்கிருக்கும் பத்து நபர்களுக்குமேல் அவருடன் அந்த மேடையில் ஏறுவதற்கு எவரும் இல்லை. அந்தப் பத்துபேரும்கூட காங்கிரஸ் கட்சியின் நிர்வாகிகள் மட்டுமே.

இதனை நான் மட்டுமல்ல அன்றைய தினம் அவ்விழாவில் கலந்துகொண்ட அனைவரும் பிரம்மிப்புடன் பேசிய நிகழ்வு. அதனைத்தான் நான் குறிப்பிடுகிறேன்.

இதில் முன்னாள் முதல்வர் நாராயணசாமியை தனிப்பட்ட விதத்தில் குறிப்பிடவேண்டும் என்பது நமது நோக்கம் அல்ல. ஒரு எடுத்துக்காட்டுக்காகத்தான் குறிப்பிடுகிறோம். குறிப்பாக ஏன் குறிப்பிடுகிறோம் என்றால், முதல்வர் பதவியில் இருக்கும்போது, அதிலும் சொந்தக்கட்சிகாரராகவும், உறவினராகவும் இருப்பவரின் நிகழ்ச்சியாக இருப்பதாலும் இதனைக் குறிப்பான எடுத்துக்காட்டாக கொண்டோம் என்பதைத்தவிர இதில் வேறெதுவுமில்லை. ஆனாலும், இது முன்னாள் முதல்வர் நாராயணசாமிக்கு மட்டுமல்ல, புதுவையின் அத்தனை முதல்வர்களையும் இத்தகைய இந்த நிகழ்வுகளுடன் பொருத்திப் பார்த்தாலும் அதுதான் உண்மைநிலை என்பதை அறியக்கூடும். இந்நிகழ்வு பொதுவாக ஒரு இயற்கையான மனிதர்களுக்குள் ஏற்படும் வேதியியல் மாற்றத்தில் நிகழ்ந்துவிடுகிறது. இதற்கு இதைப்போன்ற ஏராளமான உதாரணங்களைக் கூறலாம்.

கடந்த நாராயணசாமி தலைமையிலான காங்கிரஸ் ஆட்சியில் சட்டமன்ற கூட்டத்தொடர் நடைபெறுகிறது. அப்போது காங்கிரஸ் கட்சிக்கும், என்.ஆர். காங்கிரஸ் கட்சிக்கும் திட்டங்கள் குறித்துக் கடுமையான வாதம் நடைபெறுகிறது. என்.ஆர். காங்கிரஸ் சட்டமன்ற உறுப்பினர் ஒருவர், "புதுவையின் அனைத்துத் திட்டங்களும் ரங்கசாமியால் கொண்டுவரப்பட்டது. காங்கிரஸ் அரசு எந்தப் புதிய திட்டத்தையும் கொண்டுவரவில்லை!" என்கிற குற்றச்சாட்டினை முன்வைக்கிறார்.

கேள்விகேட்ட சட்டமன்ற உறுப்பினரை நாம் அப்போது கவனத்தில் கொள்ளவில்லை. ஆனால், அதற்குப் பதிலளித்த காங்கிரஸ் சட்டமன்ற உறுப்பினர் லட்சுமி நாராயணன் அளித்த பதில் எனக்குப் பசுமரத்தில் அடித்த ஆணிபோல் நினைவில் இருக்கிறது. "ஆம், ரங்கசாமி காங்கிரஸ் கட்சியில் இருக்கும்போதுதான் திட்டங்கள் கொண்டுவந்தார். அத்திட்டங்கள் இருக்கிறது. ஆனால், அந்தத் திட்டங்கள் செயலில் இல்லையே! ரோஜா மனம் வீசுகிறது. ஆனால், ரோஜாவைத்தான் காணவில்லை!" என்றார்.

இதில் காங்கிரஸ் கட்சியின் சார்பில் இருந்த மற்ற முதல்வர்கள் எவராவது திட்டங்களைக் கொண்டுவந்தார்களா, ஏன் இதனுடன் ரங்கசாமியை ஒப்பீடு செய்யவேண்டும் என்கிற முரண்பாடுகளைப் பெரிய அளவில் நாம் இதற்கு முன்பே பார்த்துவிட்டதால் இதில் கவனம் கொள்ளத்தக்க நிகழ்வாக நாம் பார்க்கவேண்டியது இதுவாகத்தான் இருக்கமுடியும்.

ஓர் எதிர்க்கட்சி சட்டமன்ற உறுப்பினராக இருந்தும் ரங்கசாமிக்கு ஆதரவான கருத்தினை மறுத்து, எதிர்தரப்பு வாதத்தை ரங்கசாமி முதல்வராக அல்லாதபோதும் முன்வைக்கும் எதிர்க்கட்சி சட்டமன்ற உறுப்பினர்களே, ரங்கசாமி திட்டங்களை கொண்டுவரவில்லை என்கிற குற்றச்சாட்டினை அவர்மீது முன்வைக்க முடியவில்லை. ரங்கசாமியின் மனம் அத்திட்டங்களில் வீசுகிறது என்றே கூறத்தோன்றும் உளவியல் சார்ந்த ஆதாரத்தை நாம் முன்னெடுக்கவேண்டும்.

இதைப்போன்ற கருத்தியல்கள் ரங்கசாமி மீதான நம்பகத்தன்மையை உறுதிபடுத்தியிருக்கிறது. அந்த உறுதி அவரை சந்தேகத்திகிடமில்லாத வகையில் அவரின் எதிரணியில் உள்ளவர்களையும் ரங்கசாமியை குறித்து சிந்திக்கும் அளவிற்கு அந்த நம்பகத்தன்மையை உறுதிபடுத்துகிறது. ஒருமுறை எனக்கே இந்த நிகழ்வு நடந்திருக்கிறது. முந்தைய நாராயணசாமி தலைமையிலான காங்கிரஸ் ஆட்சி பெரும்பான்மையை நிரூபிக்க சட்டசபையில் நம்பிக்கை வாக்கெடுப்பில் கலந்துகொண்டது. அப்போது, காங்கிரஸ் கட்சியின் சட்டமன்ற உறுப்பினர் அனந்தராமன், நியமன சட்டமன்ற உறுப்பினர்களுக்குப் பெரும்பான்மையை நிரூபிக்கும் வாக்கெடுப்பில் கலந்துகொள்ளும் உரிமை இருக்கிறதா? என்கிற கேள்வியை ரங்கசாமியை பார்த்துக் கேட்கிறார். அதற்கு ரங்கசாமி எந்தப் பதிலும் அளிக்காமல் மவுனமாக அமர்ந்திருக்கிறார். ஆனால், வாக்கெடுப்பை நடத்தாமலேயே நாராயணசாமி வெளிநடப்பு செய்ததால் ஆட்சி கவிழ்ப்பு நடந்துவிட்டது. அதுகுறித்து நான் செய்தியாளர்கள் சந்திப்பில் உறுதியாகக் கூறினேன். இந்த வாக்கெடுப்பில் ரங்கசாமி நியமன உறுப்பினர்களுடன் சேர்ந்து

வாக்களித்திருக்கமாட்டார். ஒரு திட்டமிட்ட நாடகத்தில் நாராயணசாமி ஆட்சியை இழந்தார் என்று கூறினேன். அதன் காரணம் ரங்கசாமி என்கிற ஆளுமையின் மீதிருந்த நம்பிக்கை மாத்திரமே. அவர் அனந்தராமன் கேள்விக்கு மவுனமாக இருந்தார் என்பது மட்டுமல்ல அந்த ஆட்சி கவிழ்ப்பை நடத்த நினைத்தவர்களுக்கேத் தெரியும். நியமன உறுப்பினர்களுடன் ரங்கசாமியின் கையை உயர்த்த செய்யமுடியாது. அவரது ஆதரவை சட்டப்பூர்வமான முறையில் இதற்கு பெற்றிட முடியாது என்பதால்தான் அந்த வாக்கெடுப்பு ஆட்சிக்கு ஆதரவாளர்களின் எண்ணிக்கையை மட்டுமே கணக்கிலெடுத்து ஆட்சிக் கவிழ்க்கப்பட்டதின் பின்னணி என்பதையும் நாம் நினைவில் கொள்ளவேண்டும்.

பெரும்பான்மையை நிரூபிப்பதற்கான நம்பிக்கை வாக்கெடுப்பில், முழுமையான வாக்கெடுப்பை நடத்தாமல் அரசுக்கு ஆதரவான சட்டமன்ற உறுப்பினர்களின் கைகளை மட்டும் உயர்த்தக்கோரி வாக்கெடுப்பை முடிக்கும் அளவிற்கு, அதன் நியாயத்தை மீறிய செயலை ரங்கசாமியிடம் பெற்றிட முடியாது என்பதை அந்த வாக்கெடுப்பை நடத்தியவருக்கே தெரிந்திருக்கிறது என்பதிலிருந்து ரங்கசாமியின் அறம் சார்ந்த அரசியல் மாத்திரமே அவரின் மீதான நம்பகத்தன்மையையும் மரியாதையையும் உளவியல் ரீதியான வேதியியல் மாற்றத்தினை மக்களுக்கு உருவாக்கியதின் காரணம். அதனால்தான் அவர் பெரும் இயக்கத்தின் நிர்வாகத்தன்மையை நம்புவதைக் காட்டிலும், பொதுமக்களிடம் அவர் கொண்டிருக்கும் நேரடி தொடர்பின் மீது அளவுகடந்த நம்பிக்கைக்கொண்டு ஒவ்வொரு முறையும் தேர்தலை சந்திக்கிறார். இன்னும் நாம் ஆய்வு செய்தால் ரங்கசாமி என்கிற ஆளுமையின் மீது ஏற்படும் நம்பகத்தன்மையின் அளவறையற்ற தன்மை நமக்கு வெளிப்படும்.

63

ஆட்சியைக் காப்பற்றிக்கொள்ள அறத்தைக் கைவிடாத ரங்கசாமி மாடல்

ரங்கசாமி என்கிற ஆளுமை குறித்த நம்பகத்தன்மை என்பதையும், அவரின் அறம் என்பதையும் நாம் இன்னும்கூட ஆழமாக அறிந்துகொள்ள வேண்டும்.

ஒருபோதும் ரங்கசாமி நேரத்திற்குத் தகுந்தவாறு தன்னை மாற்றிக்கொள்ளும் அறமற்ற அரசியலை செய்ததில்லை. அதனால்தான் பெரும்பான்மையை நிரூபிக்கும் அந்தச் சட்டமன்றத்தில், சட்டமன்றத் தலைவர் அனந்தராமன் அவ்வாறு நம்பிக்கையோடு ரங்கசாமியைப் பார்த்து அந்தக் கேள்வியைக் கேட்கிறார்.

அதன் உள்ளார்ந்த காரணம் எதுவென்றால், நியமன உறுப்பினர்களுக்கு வாக்களிக்கும் உரிமையைப் பெற்றுத்தரும் வரலாற்றுப் பிழையை, பதவிக்காக அந்த மாமன்றத்தில் அவரால் அனுமதிக்கப்பட்டது என்கிற எதிர்கால வரலாற்றுப் பதிவை அவர்மீது ஏற்படுத்துவதற்கு ரங்கசாமி விரும்பமாட்டார் என்கிற நம்பிக்கை அனந்தராமனுக்கு இருந்ததால்தான் அந்த இடத்தில் அவ்வாறு ஒரு கேள்வியை ரங்கசாமியைப் பார்த்துக் கேட்க வேண்டியதின் உளவியல் காரணமும்கூட உருவானது.

அதற்கு மட்டும் ரங்கசாமி மௌனம் காக்கவில்லை. அந்தக் காலகட்டத்தில் ஓரிடத்திலும் ரங்கசாமி நியமன உறுப்பினர்களுக்கு வாக்களிக்கும் உரிமை இருப்பதாக அவர் சார்ந்த கருத்தினைத் தெரிவிக்கவில்லை. ஒரு எதிர்க்கட்சித் தலைவராக ஆளும் கட்சியின் மற்றும் அதன் கூட்டணிக் கட்சியின் சட்டமன்ற உறுப்பினர்கள் பதவியைத் தொடர்ந்து ஒருவர்பின் ஒருவராக ராஜினாமா செய்துகொண்டிருப்பதைப் பொறுத்து ஆளும் அரசாங்கத்தைப் பெரும்பான்மை பலம் நிரூபிக்க தீர்மானம் கொண்டுவருகிறார்.

ஆனால், பொறுப்புள்ள ஒரு அரசியல் தலைவருக்குள்ள தனித்தன்மையோடு எப்படியாவது பதவியை அடைந்துவிட வேண்டும் என்கிற நோக்கத்தில், அந்தக் காலகட்டத்தில் பெரும் விவாதமாக இருந்த 'நியமன சட்டமன்ற உறுப்பினர்களின் வாக்களிக்கும் உரிமை' குறித்தக் கருத்தை, பிரதான எதிர்க்கட்சியின் தலைவராக ரங்கசாமி எங்கேயும் குறிப்பிடவில்லை என்பதை ஆளும் தரப்பு அரசியல் சாணக்கியத்துடன் அணுகவில்லை என்பதுதான் அன்றைய காலக்கட்டத்தின் மிக முக்கிய நிகழ்வாக பதிவு செய்யப்படுகிறது.

அதைப்போலவேதான், ரங்கசாமி என்கிற ஆளுமையின் மீது இருக்கும் அரசியல் நம்பகத்தன்மை என்பது இந்தியாவின் வேறு எந்தப் பகுதியிலும் காணமுடியாத ஒன்று.

உதாரணமாக, புதுவை மாநிலத்தின் மின்சாரத்துறையை தனியார்மயமாக்கும் திட்டம் ஒன்றை மத்திய அரசு கொண்டுவந்தது. அப்போது அத்திட்டத்தைக் கொண்டுவரக் கூடாது என்று கூறிய தொழிற்சங்கங்கள் ஆகட்டும் அல்லது மாநிலத்தின் பிரதான எதிர்க்கட்சியாக இருந்த தி.மு.க.வும்கூட 'இதில் முதல்வர் தலையிட்டு தொழிலாளர்களின் வாழ்வையும், மின் நுகர்வோரின் பாதிப்பையும் கணக்கில் கொள்ளவேண்டும்' என்றே கோரிக்கை விடுத்தனர்.

தொழிலாளர்களோ எந்த முடிவானாலும் முதல்வர் ரங்கசாமி தெரிவித்தால் மட்டுமே நம்பத்தயாராக இருந்தனர். எதற்கெடுத்தாலும் ரங்கசாமியை எதிர்ப்பதை மட்டுமே

குறிக்கோளாகக் கொண்ட காங்கிரஸ் கட்சியின் புதுவைத் தலைமைகள்கூட ‘முதல்வர் ஏன் மௌனமாக இருக்கிறார்?’ என்ற கேள்வியை முன்னெழுப்பியது.

அடுத்ததாக, இன்னும் கடுமையாக ‘முதல்வர் மத்திய அரசுக்குப் பணிந்துவிட்டார்’ என்கிற குற்றச்சாட்டினையும்கூட முன்வைத்தது. ஆனால், ஒருவரும் ஒருபோதும் ‘ரங்கசாமி இதில் விருப்பமுள்ளவராக உள்ளார்’ என்றோ, ‘விலைபோய்விட்டார்’ என்றோ ரங்கசாமி மீது நம்பிக்கை இழக்கும் குற்றச்சாட்டுகளை முன்வைத்ததில்லை என்பதை இங்கே கூடுதல் கவனம் கொண்டே பார்த்து, ரங்கசாமி குறித்த நம்பகத்தன்மையின் பொது சமூகக் கருத்தை அளவீடு செய்யவேண்டும்.

இதைப்போன்ற ‘நம்பகத் தன்மையுடைய அரசியல் அடையாளம் இந்தியாவின் வேறு எந்தப் பகுதியிலாவது இருந்ததுண்டா?’ என்கிற கேள்விக்கான பதில் நிச்சயம் ‘ரங்கசாமி ஏன் புதுவையின் தந்தையாகிறார்?’ என்பதற்கும் ரங்கசாமி மாடலுக்கான சிறப்பினையும் அறிந்துகொள்ள முடியும் என்றே நம்புகிறேன்.

அதைப்போலவேதான், 2009ஆம் ஆண்டு ரங்கசாமியின் ஆட்சியைக் கவிழ்ப்பதற்கான சூழ்ச்சிகள் மேற்கொள்ளப்பட்டன. காங்கிரஸ் கட்சியின் சட்டமன்ற உறுப்பினர்களும் அமைச்சர்களும் ரங்கசாமியை முதல்வர் பதவியிலிருந்து ராஜினாமா செய்வதற்கு வலியுறுத்தியபோது, ரங்கசாமி அந்தச் சட்டமன்ற உறுப்பினரையோ அல்லது அமைச்சர்களையோ சந்தித்து இரவு முழுவதும் சுற்றித்திரிந்து அவர்களின் ஆதரவை பெறுவதற்கான வேலைகள் எதையும் மேற்கொள்ளவில்லை. ஒரேயொருமுறை முன்னாள் முதல்வரும் இந்நாள் பாராளுமன்ற உறுப்பினருமான வைத்திலிங்கத்தை அவர் வீட்டில் சந்தித்து அந்தப் பிரச்னைக் குறித்து விவாதித்தார்.

அதுவும்கூட அநேகமாக அன்றைய டெல்லி தலைமையின் அறிவுறுத்தலின்படி நடைபெற்றிருக்கலாம் என்றே கருத அதிகம் வாய்ப்புள்ளது. ஏனெனில், அந்தச் சந்திப்புகள்கூட

அரைமணி நேரம் மட்டுமே நீடித்ததாக செய்திகள் வந்தன. அப்போது வைத்திலிங்கம் ரங்கசாமியிடம், 'என்னிடம் ஏதுமில்லை, நீங்கள் மற்ற அமைச்சர்களைச் சந்தித்துப் பேசுங்கள்' என்று கூறியதாகத்தான் அந்தச் செய்தியும் வெளிவந்திருக்கிறது. ரங்கசாமி அப்போதுகூட அனைத்து அமைச்சர்களையும் சட்டமன்ற உறுப்பினர்களையும் நேரிடையாகச் சந்தித்து ஆதரவு கேட்டிருந்தால் அப்போது அவர் முதல்வர் பதவியை ராஜினாமா செய்திருக்கவேண்டிய அவசியமே ஏற்பட்டிருக்காது.

ஆனால், ரங்கசாமி மற்ற எவரையும் சந்தித்துத் தனது பதவியைக் காப்பாற்றிக்கொள்வதற்கு கெஞ்சிக் கொண்டிருக்கவில்லை. ஆனால், இதே பிரச்னையில் நாம் தேசம் முழுவதும் இருக்கின்ற பெரும்பான்மையான அரசியல்வாதிகளுடைய நடவடிக்கைகளைக் கூர்ந்து நோக்கினால் பதவியைக் காப்பாற்றிக்கொள்வதற்காக அவர்கள் இரவு முழுவதும் பேரத்திலும், சட்டமன்ற உறுப்பினர்களைக் கடத்தி பாதுகாப்பான இடத்தில் தங்கவைத்து அவர்களுக்குச் சகலவிதமான சலுகைகளையும் செய்தும், தனக்கே அதிக ஆதரவு இருப்பதை, தேசியக் கட்சிகளாக இருந்தால் அதன் தேசிய தலைமைக்கும், சட்டமன்றமாக இருந்தால் சட்டமன்றத்திலும் பெரும்பான்மையை நிரூபிக்க முயற்சி செய்வார்கள். ஆனால், முயற்சி செய்யாத தலைவர்கள் எவராவது ஒருவரை இந்தத் தேசத்தில் அடையாளம் காண முடியுமா? ஆய்வு செய்துபாருங்கள். விதிவிலக்காகக்கூட ஒரேயொருவரைக்கூட நாம் அடையாளம் காணமுடியாது.

ஆனால், ரங்கசாமி ஒருவர்தான் அதைப்போன்ற எந்த நிகழ்வையும் செய்வதற்கு முன்வரவில்லை.

இதுகுறித்து இன்னும் தெளிவாக நாம் அறிந்துகொள்ள வேண்டும் என்றால், ஒரு நிகழ்வை நான் இங்கே சுட்டிக்காட்ட விருப்பம் கொள்கிறேன்.

காலஞ்சென்ற முன்னாள் அமைச்சர் ஏழுமலை என்னிடம் கூறிய உண்மை நிகழ்வு இது. ரங்கசாமியை முதல்வர் பதவி விலகக்கோரி பெரும் சூழ்ச்சிகள் நடந்த

காலத்தில் ஏழுமலை நேராக ரங்கசாமியிடம் சென்றாராம். "நான் உங்ககூட இருக்கிறேன் அண்ணா. நாம் ஏதாவது செய்யலாம்..." என்று கூறியிருக்கிறார். அவரின் சார்பாக மேலும் அவருடன் இருந்த இரண்டு சுயேட்சை சட்டமன்ற உறுப்பினர்களையும் அழைத்து வருவதாகவும் கூறினாராம்.

அப்போது ஏழுமலையும் சேர்ந்து 3 சுயேட்சை உறுப்பினர்கள் சட்டமன்றத்தில் இருந்தனர். ஆனால், ரங்கசாமி அதற்கு ஒப்புக்கொள்ளவில்லையாம். "நடப்பது நடக்கட்டும் பார்க்கலாம்" என்றாராம். உண்மையில் இதனை காலஞ் சென்ற முன்னாள் அமைச்சர் ஏழுமலையே நேரிடையாக என்னிடம் கூறிய வார்த்தைகள்.

இதைப்போன்ற அறம் சார்ந்த அரசியல் நடைமுறைகளைப் பின்பற்றிய தலைவர்களை நாம் காண்பது எளிதான காரியம் அல்ல.

இதன் முடிவான முடிவு, தேசத்திலேயே தனக்கு எதிரான ஆட்சியைக் கவிழ்ப்பதற்கும், அறத்திற்குப் புறம்பான செயல்களைச் செய்ய விரும்பாத மாடலை மட்டும் 'ரங்கசாமி மாடல்' கொண்டிருக்கவில்லை... சுயமாக தன் ஆட்சியைக் காப்பாற்றும் நிலையிலும், அந்தத் தலைவர் அதிகாரம் படைத்த பதவியிலிருந்தும் அறத்திற்குப் புறம்பான செயல்களைச் செய்து பதவியை தற்காத்துக்கொள்ளவும் விரும்பவில்லை என்கிற இரண்டு தரப்பு மாடல்களையும் சேர்த்தே 'ரங்கசாமி மாடல்' தேசத்திற்குக் கூறியிருக்கிறது.

64

இரக்க குணத்தில் ரங்கசாமி மாடல்

ரங்கசாமி என்கிற ஆளுமை குறித்த இந்தத்தொடர் அல்லது புத்தகம் அதன் இரண்டில் எது ஒன்று என்றாலும் அவரின் இரக்க குணம் தொடர்பான கருத்தியலைக் கொண்டு செல்லாமல் நிறைவுபெற முடியாது என்றே கருதுகிறேன்.

1986ஆம் ஆண்டு லாஸ்பேட்டை பகுதியில் நடைபெற்ற இளைஞர் மன்றத்தின் சார்பிலான விளையாட்டு நிகழ்ச்சியின் பரிசளிப்பு விழாவில் சிறப்பு விருந்தினராகக் கலந்துகொண்டு, அக்காலத்திலேயே அவர் எந்தப் பதவிக்கும் வராத ஒரு சாதாரண மனிதரின் எண்ணத்தில் இருந்தபோதே, ரங்கசாமி அக்கூட்டத்தில் பேசும்போது, “இரக்கக் குணத்தை வளர்த்துக்கொள்ளுங்கள். பிறருக்கு உதவிகள் செய்வதை எப்போதும் நிறுத்தாதீர்கள். அக்குணம் உங்களை அரசியலில் உயர்த்த வழிவகை செய்யும்” என்று பேசியிருக்கிறார்.

இதே கருத்தினை அவர் முதல்வரான பிறகு, அவர் கலந்துகொள்ளும் ஒவ்வொரு பள்ளி நிகழ்ச்சியிலும் மாணவர்களிடம் உரையாற்றும்போதும் ஒன்றல்ல, இரண்டல்ல அநேக இடங்களில் மாணவர்களிடம், ‘இரக்கக் குணத்தை வளர்த்துக்கொள்ளுங்கள். உங்கள்

பள்ளி மாணவர்களுடன் ரங்கசாமி

ஆளுமையை அதுவே சிறந்தமுறையில் உருவாக்கும்' என்று பேசியிருக்கிறார்.

அவரிடமும் அந்த இரக்கக் குணம் கொட்டிக்கிடந்தது. அதனால்தான் அவர் தினந்தோறும் சொந்தப் பணத்தின் மூலம் உதவிகள் செய்வதை வாடிக்கையாகக் கொண்டிருந்தார்.

புதுவை அரசு மருத்துவமனைகளில் செய்யமுடியாத அறுவை சிகிச்சைக்காக பாதிக்கப்பட்டிருக்கும் எண்ணற்ற சிறுவர்களின் தவிர்க்க முடியாத, வெளியூரில் பெரிய மருத்துவமனைகளில் செய்யவேண்டிய அறுவை சிகிச்சைகளுக்குத் தன்னால் முடிந்தவரையிலும், முடியாத போது, பிறரிடம் கேட்டுப் பெற்றும் பெரிய தொகைகளில் உதவிகள் செய்திருக்கிறார். இதைப்போன்ற ஒன்றிரண்டு என வகைப்படுத்த வேண்டிய அவசியம் இல்லாத வகையில் எண்ணிலடங்கா உதவிகள் செய்திருக்கிறார். இதுவரை நாம் கூறிய அவரின் அனைத்து நிகழ்வுகளிலும் பெரும்பாலும் அவர் கூறியதுபோல் அவரின் இரக்கக் குணம் ஆளுமை செலுத்தியிருப்பதை நாம் கூர்ந்து கவனித்தால் அறிந்துகொள்ள முடியும்.

அதேநேரம் அத்தகைய இரக்கக் குணம் அவரிடம் மற்றொரு குணாதிசயத்தில் எக்காலத்திலும் எவரிடமும் தோன்றிட முடியாத பழக்கவழக்கங்களையும் ஏற்படுத்தியது என்பதை நாம் இப்போது கூடுதலாகக் கவனிக்கவேண்டும் என்பதே இந்தக் கட்டுரையின் அவசியத்தை முன்னிறுத்துகிறது.

பொதுவாக சட்டசபையில் அவரின் ஒரு போக்கு வெகுசிலரால் குறையாகவும் ஆனால், வெகுபலரால் நிறைவாகவும் கொள்ளப்பட்டிருந்தது.

சட்டசபையின் அலுவல் அறை உள்ளே அவரிடம் ஏழையும், பணக்காரரும், சட்டமன்ற உறுப்பினரும், மந்திரியும்கூட ஒரேமாதிரிதான் பாகுபாடு இல்லாமல் நடத்தப்படுவார்கள். மந்திரியிடமோ, சட்டமன்ற உறுப்பினர்களிடமோ ஒரு தகவலைப் பெற்றால், அதற்குச் சமமான அதே கணத்தில் அழுக்கேறிப்போன ஒரு ஏழையின் குரலையும் கேட்பார். இந்தக் குணாதிசயம்தான் 2009ஆம் ஆண்டு அவர் பதவி பறிப்புக்கும் காரணமாக அமைந்தது.

புதுவை சட்டசபை, முதல்வர் அலுவலகம் அனைவருக்கும் பொதுவாக எவரும் எவரின் சிபாரிசுகளுடனோ அல்லது முதல்வரை அறிந்திருக்கவேண்டிய அவசியமோ இன்றி முதல்வர் அலுவலக அறை அனைவருக்கும் திறக்கப்பட்ட நடைமுறையையும்கூட ரங்கசாமியின் இரக்கக் குணம்தான் ஆரம்பித்து வைத்தது.

இதைவிடவும், ஒரு வழக்கத்தை அவரின் இரக்க குணம் அவருக்கு உருவாக்கியிருந்தது. அநேகமாய் 2005 அல்லது 2006ஆம் ஆண்டு என்று கருதுகிறேன். அவர் முதல்வரக உள்ளபோது திருக்கனூர்ப் பகுதிக்கு வருகிறார். அப்போது சாலையோரம் ஒரு எண்பது வயது முதிர்ந்த பாட்டி, அவித்த வேர்க்கடலையை விற்றுக்கொண்டிருக்கிறார். காரில் இருந்து இறங்கிய அன்றைய முதல்வர் ரங்கசாமி, அந்தப் பாட்டியிடம் சென்று 10 ரூபாய்க்கு வேர்க்கடலையை வாங்குகிறார். வாங்கியவுடன், அந்தப் பாட்டியிடம் ரங்கசாமி அவரின் ஊரைக் கேட்கிறார். அதற்கு அந்தப் பாட்டி "தமிழகப் பகுதியான கோரைக்கேணி" என்று கூறுகிறார். உடனே

அவர், "உங்க ஊரில் விவசாயம் எப்படி இருக்கு..? நீ எவ்வளவு ரூபாய்க்கு மணிலா பயிர் வாங்குற..? இந்தக் கடலைய எவ்வளவு ரூபாய்க்கு விக்குற..? எவ்வளவு லாபம் கிடைக்கிறது..? உங்களுக்கு எத்தனைப் பசங்க இருக்காங்க?" என்று குடும்ப விவரத்தையெல்லாம் கேட்கிறார்.

அதற்குப்பிறகு, அந்தப் பாட்டியிடம் 200 ரூபாய் கொடுத்து விட்டு மீதியை வாங்காமல் வந்து டீக்கடையில் அமர்ந்து, வாங்கிய வேர்க்கடலையைச் சாப்பிடத் தொடங்கிவிடுகிறார்.

இறுதிவரையிலும் தான் யார் என்பதையும் அந்தப் பாட்டியிடம் அவர் கூறவில்லை... அந்தப் பாட்டிக்கும் தெரியவில்லை. இந்தக் குணாதிசயம் இரக்கக் குணத்தின் ஆளுமை கொடுத்ததுதான்.

இதைப்போன்ற பழக்கவழக்கம் அவரிடம் அங்கு மாத்திரம் நடைபெறவில்லை, இன்றும் நேருவீதியில் காரில் செல்லும்போது கூடையில் மரவள்ளிக்கிழங்கு அவித்து விற்கும் பாட்டியைப் பார்த்துவிட்டால் யாரையாவது ஒருவரை அனுப்பி அதை வாங்கி வரச்செய்து வாட்ச் கடையில் அமர்ந்து அதைச் சாப்பிடத் தொடங்கிவிடுவார்.

அவரின் இந்த இரக்கக் குணம்தான் அவருக்காகக் காத்திருக்கும் மக்களை ஏமாற்றமடையச் செய்யவில்லை. தன்னைப் பார்க்க வருபவர்கள் யாரையும் ஏமாற்றமடையச் செய்ய விரும்பாமல், பதவியில் இருந்தபோது ஒருநாளும் முதல்வர் அலுவலகம் செல்லாமல் இருக்கமுடியாத அளவிற்கு அவரின் ஆளுமைத்திறமை வளர்ந்தது. நல்ல ஆளுமை இரக்கக் குணத்தில் இருக்கிறது என்கிற அவரின் கருத்தியல் இதனுடன் பொருத்திப்பார்க்க வேண்டிய ஒன்றுதான்.

இதைப் போன்றுதான், கோவில்களுக்கும் வெளியூர்களுக்கும் செல்வதால் அலுவலகம் செல்வதில் எங்கே சுணக்கம் ஏற்பட்டுவிடுமோ என்கிற எண்ணத்தில் அவர் பயணப் பாதுகாப்பு குறித்துக்கூட கவலைப்படாமல் இரவு முழுவதும் பயணம் செய்து கோவிலுக்குச் சென்று, அன்று மாலைக்குள் அலுவலகம் திரும்பும் பழக்கத்தையே கொண்டிருந்த ஆளுமை அவரிடம் உருவானது.

காக்கைக்கு உணவளிக்கும் ரங்கசாமி

இரக்கக் குணம் உருவாக்கிய ஆளுமையின் பரிமாணமாகத்தான் நாம் இதைக் கொள்ளவேண்டும். மக்களுக்கானப் பணி செய்வதன் ஆர்வத்தை உருவாக்குவதில் இரக்கக் குணம் முக்கிய பங்காற்றுவதை அவரின் கூற்றுப்படி இந்நிகழ்வுகள் உண்மையாக்குவதை நாம் உணரவேண்டும். இதில் அவர் மனிதர்களுக்குள் இரக்கத்தைக் கொண்டிருந்தார் என்பதிலிருந்து மரம், செடி, கொடிகளை வளர்ப்பதிலும் காட்டிய ஆர்வமும்கூட இரக்கக் குணம் உருவாக்கிய குணாதிசயங்களே என்பதை இதற்குமுன்பு அவர் மரம் வளர்ப்பதில் காட்டிய ஆர்வத்தைக் குறிப்பிடப்பட்டிருப்பதை கருத்தில்கொண்டு உணர்ந்துகொள்ளலாம்.

அதைப்போலவேதான் பறவைகளிடமும் அவர் அன்பைக் கொண்டிருந்தார். ஒருமுறை அப்பா பைத்தியம் சாமி கோவிலில் பூஜை முடித்து காகங்களுக்கு உணவை வைத்துவிட்டு சாப்பிட அமர்ந்துவிட்டார். பாதி சாப்பிட்டு முடித்திருப்பார். திடீரென்று ஞாபகம் வந்தவராக, அங்கிருந்த கோவில் ஊழியரிடம் “காக்கைக்கு மாம்பழம் வைக்கலடா! போயி அதத் துண்டுதுண்டா அறிஞ்சி வச்சிட்டு வாடா!”

என்றார். அவர் காகங்களுக்குப் பழம் வைத்தவுடன் கூட்டமாக இறங்கிய காகங்கள் உணவை எடுக்க ஆரம்பித்தன.

அந்தக் காகங்கள், அந்தக் கோவிலின் உள்ளேயே கூடுகட்டி வசிப்பதைப் பார்ப்பது வியப்பான ஒன்று. பொதுவாக காகங்கள் மிகுந்த எச்சரிக்கை குணம் கொண்ட பறவைகள். மக்கள் நடமாட்டம் மிகுந்த இடங்களில் கூடுகள் கட்டாது. அதிலும் கட்டிடத்தின் உள்ளே கூடுகள் கட்டுவது அதிசயத்திலும் அதிசயம்.

ஆனால், அப்பா பைத்தியம்சாமி கோவிலில் உள்ளேயும் வெளியேயும் பல இடங்களில் காகங்கள் கூடுகட்டி மிகுந்த மக்கள் நடமாட்டத்தில் வசிக்கின்றன. பறவைகளில் காகங்களின் நம்பிக்கையை மனிதர்கள் பெறுவது அரிதான ஒன்று.

வளர்ப்பதற்கு உகந்ததல்லாத குணாதிசயங்கள் கொண்ட பறவையின் நம்பிக்கையை ரங்கசாமி பெற்றிருப்பது என்பது அவரின் ஈடுஇணையற்ற இரக்கக் குணத்தால் மட்டுமே என்பது தெளிவாகிறது. அவரின் பேச்சு மட்டுமல்ல செயலிலும்கூட இருந்த இரக்கக் குணமே ரங்கசாமி என்கிற நல்ல ஆளுமையை உருவாக்கியிருக்கிறது. அந்த ஆளுமையே ரங்கசாமி மாடலின் இரக்கக் குணத்திற்கான சான்றாகவும் அமைகிறது.

65

பாலனுடன் ரங்கசாமி

இந்தத் தொடர் கட்டுரைகளை நான் எழுத முடியும் என்கிற விதையை நிச்சயமாக அண்ணன் பாலன் ஏற்படுத்திருக்கலாம் என்றே கருதுகிறேன். குறிப்பாக நாம் இதை இருபத்தைந்திலிருந்து முப்பது நாட்களுக்கு மட்டுமே எழுதத் தீர்மானித்திருந்தோம். ஆனால், இதன் தூரம் நாம் கணிக்க முடியாத அளவிற்கு உள்ளதாகவே கருதுகிறேன். ஒருவேளை இதற்கு 2ஆம் பாகம் வெளிவருவதற்கு அநேக காரணங்கள் இருக்கின்றன. ஏனெனில், ரங்கசாமி என்கிற ஆளுமையை அதன் நிர்வாகத் தொடர்பான விஷயங்களில் மட்டுமே நாம் ஆய்வு செய்திருக்கிறோம்.

நிச்சயமாக அவரின் தனிப்பட்ட வாழ்வியல் என்பது, அவரின் சிறுவயது முதற்கொண்டு எழுத ஆரம்பித்தால் அது ஒரு மர்ம நாவலுக்கு இணையான விறுவிறுப்பைக் கொண்டிருக்கும் என்பதில் மாற்றுக்கருத்தில்லை.

இதன் அமைப்பு ஒருவேளை பாகுபலி படத்தினைப்போல் அமைந்திருக்கலாம். முற்கால நிகழ்வினை முதன்மையாகக்கொண்டு ஆரம்பகால நிகழ்வுகளை 2ஆம் பாகத்தில் அந்தத் திரைப்படத்தில் கொண்டுவரப்பட்டதைப்போல் ரங்கசாமி என்கிற

பலம்பொருந்திய ஆளுமையை எழுதுகின்றபோது, இயற்கையான அதன் அமைவு அதைப்போன்ற தோற்றத்தை ஏற்படுத்த விரும்பியிருக்கலாம்.

நாம் எதையும் திட்டமிட்டு எழுதவில்லை. ஒவ்வொரு நாளும் எழுத ஆரம்பிக்கும்போதும், எது கருப்பொருள் என்று நாம் தீர்மானிக்கவில்லை. அன்றைய தினத்தின் தொடரை எழுதி முடிக்கும்போதும், அதன் முடிவு எவ்வாறு வந்திருக்கிறது என்பதை ஒரு வாசகரைப்போல்தான் நானும் முதல் வாசகனாய் உணர்ந்து இருக்கிறேன். பொதுவான எனது எழுத்து நடைமுறை என்பது அவ்வாறேதான் அமையப்பெற்றிருக்கிறது. எதைக் குறித்து நான் எழுதினாலும் எழுதி முடித்தபிறகுதான் அதன் வடிவமே எனக்குத் தெரியவரும். அதைப் பொருத்து ஒவ்வொரு தினத்திலும் நான் எழுதி முடித்தபிறகு எந்தநாளும் எனக்கு சலிப்பு ஏற்படாதவாறு இதன் கருப்பொருள் இருந்திருக்கிறது என்பதை நான் உணர்ந்தேன்.

ஆனாலும், ஒருவேளை ரங்கசாமி என்கிற ஆளுமையுடன் மிக நீண்டகாலம் மிக நீண்டநேரம் நட்புடன் கூடிய ஒரு உயரிய உறவில் இருந்த அண்ணன் பாலன் இருந்திருந்தால், இதைவிடவும் சிறப்பாக எழுதியிருக்க முடியும் என்று நம்புகிறேன். இதை நான் ஏன் இங்கு குறிப்பிடுகிறேன் என்றால் அண்ணன் பாலன் அவர்களுக்கு அவ்வாறு ஒரு எண்ணம் இருந்திருப்பதையும்கூட நாம் உணர்ந்துகொள்ள முடிகிறது.

ரங்கசாமி என்கிற ஆளுமையை எழுதுவது மிகவும் கடினமான செயல். ஏனெனில், அவரிடம் எவரும் எந்தக் குறிப்பிட்ட நோக்கத்திற்காகவும் எந்தத் தகவல்களையும் பெற்றிட முடியாது என்பதை அனைவரும் அறிவர். இந்நிலையில் அவருடன் ஒரு மணிநேரம் முழுவதும் நான் தொடர்ந்து இருந்திருக்கிறேனா அல்லது அவரைக் கவனித்திருக்கிறேனா என்பது சந்தேகமே. அவ்வாறான நிலையில் சிறு வயதிலிருந்து அவரை நான் ரசித்ததிலிருந்தும் அவர் குறித்து நான் அறிந்த செய்திகளையும் மட்டுமே எடுத்துக்கொண்டு என்னால் எவ்வாறு இவ்வளவு தூரம் வந்திருக்க முடியும்..? நிச்சயமாக முடியாது என்பதை

பாலனுடன் ரங்கசாமி

நானறிவேன். பிறகு எவ்வாறு இது சாத்தியமானது? அண்ணன் பாலன் 2005ஆம் ஆண்டு ரங்கசாமியின் நான்காண்டு சாதனை புத்தகம் ஒன்றை வெளியிட்டிருக்கிறார். அந்தப் புத்தகத்தின் செய்திகளிலிருந்தே நான் அண்ணன் பாலனுக்கு ரங்கசாமி குறித்தப் புத்தகம் எழுதும் ஆர்வம் இருந்திருக்கிறது என்பதை அறிந்துகொள்ளும் நிலை ஏற்பட்டது.

பொதுவாக அந்தப் புத்தகம், எதையும் ஆய்வு செய்யவில்லை. ரங்கசாமி என்கிற ஆளுமை நான்காண்டுகளில் எதை செய்தார் என்பது குறித்தப் புத்தகம்தான் அந்தப் புத்தகம். ஆனால், அன்றிலிருந்து இன்றைக்கு இருபதாண்டுகள் ஆனபிறகும்கூட புதுவையில் அவர் முதல் நான்காண்டுகளில் அவரால் கொண்டுவந்த திட்டங்களை ஆதாரமாகக் கொண்டே புதுவை அதன் அரசியல் களத்தையும் அதன் நிர்வாக நடைமுறைகளையும் கொண்டு சென்றிருக்கிறது

என்பது வியப்பிலும் வியப்பான உண்மை. அந்த ஒற்றை வரியின் விளக்கம் இந்தப் புத்தகத்தின் அல்லது முழுத் தொடரின் நோக்கத்தைப் பூர்த்தி செய்துவிட்டது என்றால் இந்தப் புத்தகத்தின் எழுத்துக்களில் அண்ணன் பாலனின் எண்ணங்களும் கலந்து வந்திருப்பதை நான் உணர்வுப்பூர்வமாகவே உணர்கிறேன்.

நான் அவர் இடத்தில் இருந்து இதனைச் செய்யும் சிந்தனை சக்தியும் அருகதையும் பெற்றவனாக இல்லாதபோதும் என்னால் நிச்சயமாகக் கூறுவதற்கு இயலும். குரு–சிஷ்யன் முறையில் துரோணாச்சாரியரிடம் பழக்கம் இல்லாமலேயே ஏகலைவன் உருவானதைப் போன்ற ஒரு செயல் இதில் மறைந்திருப்பதை என்னால் உணர்ந்துகொள்ள முடிகிறது. இதன் அழுத்தமான மற்றொரு காரணம் எதுவெனில், அண்ணன் பாலனுடன் மிக நெருக்கமாக இருந்த முதலியார்பேட்டை ராமலிங்கம் எனக்குக் கொடுத்த சில தகவல்களை, அண்ணன் பாலனின் குரலாகவே நான் உணர்கிறேன்.

ரங்கசாமியிடம் அண்ணன் பாலன் கொண்ட நட்பு சந்தேகத்திற்கிடமில்லாத வகையில் ஒரு நட்புறவின் மாடலை மற்றவர்களுக்கு எடுத்துரைக்கும் அளவில் இருந்தது. இருந்தபோதும், அதைவிட முக்கியத்துவத்திற்கான மற்றுமொரு காரணமும்கூட இதில் இருக்கிறது.

பாலனுடன் ரங்கசாமி கொண்ட நட்புறவைக் கெடுத்துவிடுவதற்காக எத்தனையோ நபர்கள் முயற்சிகள் செய்வார்கலாம், அவர்களிடமெல்லாம் அத்தகைய புறம்பேசுவதை காதுகொடுத்தும் கேட்காமல் அவ்வாறு கூறுபவர்களிடம், நேரிடையாகவே, “உங்களுக்கு என்ன வேண்டும், அதைக் கேளுங்கள். பாலன் யார், அவர் எனக்கு என்ன உதவிகள் செய்திருக்கிறார் என்பதும், அவரின் திறமைகள் குறித்தும் உங்களுக்கு ஏதாவது தெரியுமா?” என்று கூறி அவ்வாறு புறம்பேசுபவர்களின் வாயை அடைத்துவிடுவாராம்.

அவ்வாறு குறைகூறுபவர்களின் எதிரிலேயே சட்டசபை அலுவலகத்தில் மதியம் சாப்பிடச் செல்வதற்கு முன்

தன்னுடன் சாப்பிடுவதற்கு பாலனைத் தேடுவாராம். ரங்கசாமி என்கிற ஆளுமையின் நம்பிக்கைக் கொண்ட நட்புறவின் எண்ணங்களை வெளிப்படுத்தும் சிறந்த குணாதிசயத்தை அண்ணன் பாலனுடனான நட்பின் மூலமே அவர் வெளி உலகிற்கு வெளிப்படுத்தியிருக்கிறார்.

எனவே, அண்ணன் பாலன் ஒரு சிறந்த சிந்தனைவாதியாக, அறிவுஜீவியாக, அரசியல் பேசுபவராக ரங்கசாமி என்கிற ஆளுமையுடன் மிக நீண்டகாலம் பயணம் செய்திருப்பதன் அர்த்தங்கள், பாலன், ரங்கசாமி என்கிற ஆளுமை குறித்து எழுதுவற்கான அடுத்தப் பரிமாணத்தை ஏற்படுத்தியிருக்கலாம் என்கிற நம்பிக்கை எனக்கு அதிகமாகவே இருப்பதால், அந்த அதிகமான நம்பிக்கையைப் பூர்த்தி செய்யும் விதத்தில் இந்நூலுக்குப் பல்வேறு வகையிலும் அண்ணன் பாலனின் குறிப்புகள் பயன்படுத்தப்பட்டிருப்பதாலும் இந்தத் தொடர் வடிவிலான நூல் அண்ணன் பாலனுக்கு சமர்ப்பிக்கப்படுவதே சரியெனத் தோன்றுகிறது.

அதேநேரம், பல சங்கடங்களுக்கும் விமர்சனங்களுக்கும் மத்தியில், 'இத்தொடரை எப்போதும் எதற்காகவும் நிறுத்தாமல் ரங்கசாமி குறித்து இன்னும் தேடுதல் கொண்டு எழுதுங்கள்' என்று எனக்கு ஊக்கமளித்த 'நமதுமுரசு' பத்திரிகையின் உரிமையாளர் உதயநாராயணனுக்கும்கூட இந்நேரத்தில் நான் நன்றியைத் தெரிவித்துக்கொள்கிறேன். இது ஏறக்குறைய இந்த நூலின் முடிவுரைதான் என்றாலும், இன்னும் நான்கைந்து கட்டுரைகள் எழுதி முடிக்கவேண்டும் என்பதே எனது எண்ணம்.

66

ரங்கசாமி மாடலில் வசந்தகுமார் ரெட்டி

இந்தத் தொடர் வடிவிலான நூல், அரசியல் ரீதியாக ரங்கசாமி என்கிற ஆளுமைக்கு ஒரு சிந்தனாவாதியாக அண்ணன் பாலன் எவ்வாறு துணை நின்றிருக்கிறார் என்பது குறித்து அதன் பதிவில் அண்ணன் பாலனிடம் ரங்கசாமி ஒருமுறை வருத்தம் தெரிவித்ததற்கான ஆதாரக் கருத்தியல் காரணம் குறித்து நாம் இதற்கு முன்பே முழுவதுமாகவும் பார்த்துவிட்டோம். என்றாலும், தற்செயலாக எனக்குக் கிடைத்த ஒரு நண்பரின் ஆலோசனை இதற்குமுன்பு நாம் ஆய்வுசெய்த கருத்தியல் மீண்டும் வலுப்பெரும் காரணம் ஏற்பட்டிருப்பதை உணர்கிறேன்.

நேற்றைய முன்தினம், நிலம் தொடர்பான அதிகாரம் குறித்து மதிப்பிற்குரிய முன்னாள் முதல்வர் நாராயணசாமி தெரிவித்தக் கருத்திற்கு என்.ஆர். காங்கிரஸ் சார்பாக, நான் தெரிவித்த அறிக்கை மாலை மலரில் வெளியாகியிருந்தது. அதைப் பொருத்து என்னிடம் முதலியார்பேட்டை ராமலிங்கம் கருத்துத் தெரிவித்தபோது, "நீங்கள் முதல்வர் ரங்கசாமி குறித்து நல்ல கட்டுரைகளை எழுதிக்கொண்டிருக்கிறீர்கள். ஆனால், நீங்கள் கொடுத்த அறிக்கையில் முன்னாள் முதல்வர் நாராயணசாமியைத் தனிமனித விமர்சனம் செய்திருக்கிறீர்கள். இதனால் முதல்வர் ரங்கசாமி

முதல்வர் ரங்கசாமியுடன் வசந்தகுமார் ரெட்டி

உங்களிடம் கடிந்து வருத்தம் தெரிவிக்கும் வாய்ப்பிருக்கிறது. அதைப்போல் தனிப்பட்ட முறையில் விமர்சனம் செய்து அறிக்கைக் கொடுக்காதீர்கள், இதை ஏன் நான் குறிப்பிடுகிறேன் என்றால் ஒருமுறை பாலன் இதைப்போலவே தனிமனித விமர்சனத்தை செய்யும்போது அவரிடம் மிகவும் கடிந்துகொண்ட ரங்கசாமி அரசியல் பேசுங்கள், தனிமனித விமர்சனத்தைத் தவிர்த்துவிடுங்கள் என்று ஆலோசனைக் கூறினார். எனவே, இந்த விஷயத்தில் தாங்கள் கூடுதல் கவனம் செலுத்துங்கள்" என்று கூறினார் ராமலிங்கம். இந்தக் கருத்து மிகத் தெளிவாக ஒன்றை வலியுறுத்துவதாகவே நம்பத் தோன்றுகிறது.

ரங்கசாமி என்கிற ஆளுமை அரசியலில், இந்த மண்ணுடன் வாழ்ந்த மாமனிதர் என்பதை தெள்ளத்தெளிவாக எடுத்துரைப்பதை அறிந்துகொள்ள முடிகிறது. இதற்கு முன்பும்கூட நாம் இதுகுறித்து அதிகம் எழுதியிருக்கிறோம் என்றாலும், இந்த நிகழ்வு அத்தகைய முந்தைய எழுத்துகளுக்கு வலுசேர்க்கும் விதத்தில் இருப்பதாகவே உணரமுடிகிறது. ரங்கசாமி அடுத்தவர்களின்மீது தனிமனித விமர்சனத்தை

முன்வைத்தோ அல்லது அடுத்தவர்களின் பலகீனத்தை முன்னிருத்தியோ அரசியல் பேசும் தலைவர் அல்ல என்பது தற்செயலான ஒன்று அல்ல என்பது மட்டுமல்ல அடுத்தவர்களுக்கும் அந்த ஆலோசனைகளை வழங்குவதின் மூலம், அவர் ஒரு நெறிமுறைப்படுத்தப்பட்ட வாழ்க்கைக்குத் தன்னை ஆட்படுத்திக்கொண்டதையும் உணர்த்தக்கூடிய வகையில் இருப்பதையே இந்நிகழ்வு முற்றிலும் உணர்த்துகிறது.

இதைப்போலவேதான் அவர் ஒருவர்மீது நம்பிக்கை வைத்துவிட்டால் அதில் அவ்வளவு சுலபத்தில் பின்வாங்கும் குணம் அற்றவராகவும் இருப்பதையும் நிரூபித்திருக்கிறார். அரசியலுக்கு அண்ணன் பாலன் மீது கொண்டிருந்த நம்பிக்கையைப்போலவே, ஆட்சி நடத்துவதற்கு வசந்தகுமார் ரெட்டியை நம்பிக்கைக்குரிய அதிகாரியாகக் கொண்டிருந்தார் என்பதையும் நாம் இந்த நூலில் பார்க்கவேண்டிய அவசியம் ஏற்படுகிறது. தென்னிந்தியாவிலேயே முதன்மையான நீர் மேலாண்மைத் திறன் படைத்த அதிகாரியாக இருக்கும் வசந்தகுமார் ரெட்டி ஆட்சியின் நிர்வாகம் தொடர்பான காரியங்களில் ரங்கசாமி என்கிற ஆளுமைக்குப் பக்கபலமாக இருந்திருக்கிறார்.

ரங்கசாமி முதல்வராக பதவியேற்ற 2001ஆம் ஆண்டிலிருந்தே வசந்தகுமார் ரெட்டி, ரங்கசாமியுடன் முதல்வர் அலுவலக அதிகாரியாக ஒருபெரும் ஆளுமையுடன் பயணத்தைத் தொடங்கினார். தொடர்ந்து 7 வருடங்கள் ரங்கசாமியின் பொற்காலத் திட்டங்களின் காலத்தில் அவருக்குப் பணியாற்றிய அனுபவத்தை பல்வேறு நிலைகளிலும் நெருங்கிய தொடர்பிலிருந்து பார்த்தவர் என்கிற முறையில் இந்த வரலாற்றில் நிச்சயம் இடம்பிடிக்க வேண்டிய அவசியம் பெற்றவர் வசந்தகுமார் ரெட்டி அவர்கள்.

இருவருக்குமான ஆலோசனைகளின் தகவல்கள் ஆட்சியின் முறையில் இருந்ததால், அதைக் கணிப்பதோ எழுதுவதோ மிகுந்த சிரமம். ஆனால், இந்த வரலாற்றில் அவரின் தடம் இன்றியமையாத ஒன்று. அதனால்தான், ரங்கசாமி மீண்டும் 2011ஆம் ஆண்டு ஆட்சி அமைத்தபோதும்,

மீண்டும் வசந்தகுமார் ரெட்டியையே தனது செயலாளராக நியமித்துக்கொண்டார். அப்போது அவருக்குப் பணி ஓய்வு பெறும் காலம் வந்து, பணி ஓய்வுபெற்ற பிறகும், தொடர்ந்து தனது செயலராக தொடர்வதற்கு ரங்கசாமி அனுமதி அளித்தார்.

அதற்குப்பிறகு 2016ஆம் ஆண்டு ஆட்சி மாற்றம் ஏற்பட்டவுடன் வசந்தகுமார் ரெட்டி அவர் பிள்ளைகளுடன் அமெரிக்காவில் செட்டில் ஆனார். ஆனபோதும், 2021ஆம் ஆண்டு மீண்டும் என்.ஆர். காங்கிரஸ், பா.ஜ.க. கூட்டணி அரசு ஏற்பட்டவுடன் முதல்வர் பதவியேற்ற ரங்கசாமி மீண்டும், அமெரிக்காவிலிருந்து வசந்தகுமார் ரெட்டியை செயலராக தனக்குத் தொடரும்படி அவரின் விருப்பத்தைத் தெரிவிக்கும் அளவிற்கு அவர்களுக்கிடையான புரிதல் உணர்வு மேலோங்கி இருந்திருக்கிறது.

ஓய்வு காலத்தில் அந்தப் பணியை ஏற்பதற்கு வசந்தகுமார் ரெட்டியின் குடும்ப உறுப்பினர்கள் விரும்பாத போதும், ரங்கசாமியின் விருப்பத்தை ஏற்று அமெரிக்காவிலிருந்து மீண்டும் புதுவைக்கு குடிபெயர்ந்து ரங்கசாமியின் செயலராகப் பணிசெய்யும் அளவிற்கு இருந்த புரிதலும் தேவையும் நிச்சயம் ரங்கசாமி என்கிற ஆளுமையின் வரலாற்றுச் சுவடுகளில் வசந்தகுமார் ரெட்டி ஏற்படுத்தியத் தாக்கம் எவ்வளவு என்பதை நம்மால் கணிக்கமுடியாத அளவிற்கு உள்ளது.

ரங்கசாமி, அவருடன் புரிதல் கொண்டோர் மீது நம்பிக்கைக் கொண்டிருந்தார். அந்த நம்பிக்கையின் உண்மைத் தன்மையை அறிந்தவர்களும், அதற்கு சற்றும் குறையாத வகையில் ரங்கசாமி மீது தீவிர அன்பு கொண்டிருந்தனர். இத்தகைய நம்பகத்தன்மையின் கூட்டுக் கலவைகளே ரங்கசாமி என்கிற மாமனிதர் புதுவையின் தந்தையெனப் போற்றப்படும் காரணத்தை உருவாக்கும் வரலாறு தோற்றுவிக்கப்பட்டது.

பரஸ்பர நம்பிக்கைக் குறித்த இந்த நிகழ்வுகளை நாம் அவ்வளவு சுலபமாக விட்டுச்செல்ல முடியாது. ஏனெனில், இந்த நம்பிக்கைகளின் கூட்டுக் கலவைகள் புதுவையின் வரலாற்றைக் கடந்த 20 வருடங்களாக மாற்றியமைக்க

ரங்கசாமி என்கிற பெரும் அஸ்திவாரத்திற்குக் காரணங்களை உருவாக்கியிருக்கிறது. அதனால்தான் ரங்கசாமி என்கிற ஆளுமையின் வரலாறு, அவரின் முதல்வர் பதவியின் முதல் நான்காண்டுகளிலேயே தடம் பதிக்கத் தொடங்கிவிட்டது.

அந்தத் தடம் ஏற்படுத்திய தாக்கம் 2005ஆம் ஆண்டிலேயே காரைக்குடி காந்தி கிராம பல்கலைக்கழகத்திலிருந்து அவருக்கு டாக்டர் பட்டம் அளிப்பதற்கு முன்வரும் அளவிற்கு ஒரு பெரும் தாக்கத்தைத் தேசத்திற்கே அளித்தது.

அந்தப் பல்கலைக்கழக அதிகாரி ஒருவர் அன்றைய முதல்வர் ரங்கசாமியை நேரில் சந்தித்து, காந்தி கிராம பல்கலைக்கழகம் சார்பாக டாக்டர் பட்டம் அளிப்பதற்கு உள்ள தகவல்களைத் தெரிவித்தார்.

அதற்கு ரங்கசாமி, "நான் மக்களுக்குச் சேவை செய்யவே விரும்புகிறேன். எனக்கு இந்தப் பட்டம், புகழ் ஏதும் தேவையில்லை" என்று கூறி மறுத்துவிட்டார்.

இதிலிருந்து, நாம் ரங்கசாமி என்கிற ஆளுமை இந்த மண்ணில் ஏற்படுத்திய தாக்கமும், ஒரு வரலாறாக உருவான கோணத்தையும் தெளிவாக நாம் உணர்ந்துகொண்டு, அடுத்து வரும் தலைமுறைக்கும் கொண்டு செல்லவேண்டும் என்பதின் காரணத்தையும் இந்த நூலின் உயரிய நோக்கத்தையும் புரிந்துகொள்ளவேண்டும்.

67

ரங்கசாமி மாடலை எழுதத் தூண்டிய சக்தி

இன்று முடித்துவிடலாம் என்றால் அதனை நாம் எவ்வாறு தீர்மானிக்க முடியும் என்கிறது எனது புத்தி. இந்த நூலுக்கான முடிவுரையைக்கூட என்னால் தீர்மானிக்க முடியவில்லை என்றால் இந்த ஒட்டுமொத்தப் புத்தகத்தின் ஆய்வுகளையும் நான் எவ்வாறு தீர்மானித்தேன் என்று குறிப்பிடுவதற்கு என்னிடம் என்ன இருக்கிறது? எதுவும் இல்லை என்பதை நான் இறுதியாகத்தான் உணர்ந்திருக்கிறேன். இதன் ஆரம்பத்தையோ முடிவையோ எதையும் நான் என்கிற அகம்பாவம் தீர்மானிக்கவில்லை. நல்லவர் என்கிற இறைசக்தி தீர்மானித்திருக்கிறது என்பதே எனக்கு எனது புத்தி உரைக்கும் பெரிய பாடம் என்று உணர்கிறேன்.

இதற்குமுன் அண்ணன் பாலன் இந்தப் புத்தகம் எழுதுவதற்கானக் குறிப்புகளை விட்டுச் சென்றிருப்பதாலும், அத்தகையவரின் மறைவினையும் கருத்தில்கொண்டு, இந்தப் புத்தகத்தை அவருக்கு சமர்ப்பிக்க விரும்பியதாலும் அவருக்கு இந்தப் புத்தகத்தை அறத்தின் தரப்பிலிருந்து அதைச்செய்தோம்.

தமிழகத்தில், கலைஞர் கருணாநிதிக்கு உதவியாளராக இருந்த ஷண்முகநாதனை வரலாறு

எவ்வாறு பதிவுசெய்துள்ளதோ அதைப்போலவேதான், முதல்வர் அலுவலகச் செயலர் வசந்தகுமார் ரெட்டி அவர்களையும் இந்த வரலாற்றில் பதிவு செய்திருக்கிறோம்.

ஒரு உண்மை எதுவென்றால், அண்ணன் பாலனிடம் நான் ஒருவார்த்தைகூட இதுவரை பேசியதில்லை. என்னை அவர் ஆச்சர்யமாகப் பார்ப்பார். ஆனால். அதிசயமாகக் கூட பேசமாட்டார். அதைப்போலவேதான் முதல்வரின் செயலர் வசந்தகுமார் ரெட்டி அவர்களின் முகத்தைக்கூட நான் இதுவரைப் பார்த்ததில்லை. ஆனால், ஏறக்குறைய அரைநூற்றாண்டுகளாக எங்கள் குடும்ப நண்பராக இருந்த அண்ணன் என்.எஸ்.ஜே. குறித்து நான் ஏன் எழுதவில்லை என்கிற விமர்சனம் எழுந்தால் அதற்கு நான் பொறுப்பல்ல. ஏனெனில், இந்நூல் முழுக்கமுழுக்க ஒரு ஆய்வுநூல் மட்டுமே.

இது நடந்த வரலாற்றை அதன் போக்கில் கொண்டுசெல்ல அதன் காரணகாரியத்தையும், அதனால் ஏற்பட்ட தாக்கங்களையும் மட்டுமே இந்நூல் ஆய்வு செய்திருக்கிறது. சில இடங்களில் ரங்கசாமி என்கிற ஆளுமைக்கே அவரின் தீவிர விசுவாசிகளால் ஏற்றுக்கொள்ள முடியாத அளவிற்கு மேம்போக்கான பதிவுகளோடு கடந்துசெல்ல முயற்சி செய்திருப்பதை ஆழமாகப் பார்த்தால் அறிந்துகொள்ள முடியும். அதன் காரணம், இந்நூல் உண்மைக்குப் புறம்பான புகழ்ச்சிகளைக் கொண்டிருக்க விரும்பவில்லை என்பதே.

எனது தேவைகளை நிலைநிறுத்திக் கொள்வதற்கோ அல்லது முகஸ்துதிக்கோ இந்நூலில் ஒருவரிகூட இடம்பெற்றிடக்கூடாது என்பதில் கவனம் கொண்டு எழுதப்பட்டதாக இங்கே நான் உட்பட யாரும் தீர்மானத்திற்கு வரமுடியாது. இயற்கையாகவே அதன் அமைவு அப்படியேதான் வந்திருக்கிறது.

நிச்சயமாக அதற்கு எனது சிந்தனை என்பது காரணமா என்பதை நானே அறிந்துகொள்ள முடியவில்லை என்கிறபோது அதற்கான விடையை நான் எவ்வாறு தெரிவிப்பது. இதன் இயலாத காரணத்தை முன்னிட்டு வருத்தம்கூட தெரிவிக்க முயற்சி செய்யாமல்தான் இந்த எழுதுகோல் ஓடிக்கொண்டிருக்கிறது.

தினமலர்
புதுச்சேரி | வியாழன் | 30.6.2022

முதல்வருடன் பேச்சுவார்த்தை சுமூகம் பி.ஆர்.டி.சி., ஊழியர்கள் ஸ்டிரைக் வாபஸ்

புதுச்சேரி, ஜூன் 30–

பணி பாதுகாப்பு உள்ளிட்ட கோரிக்கைகளை வலியுறுத்தி, ஏழு நாட்களாக வேலை நிறுத்த போராட்டத்தில் ஈடுபட்டு வந்த பி.ஆர்.டி.சி., தொழிலாளர்கள், முதல்வரின் வாக்குறுதியை ஏற்று, பணிக்குத் திரும்பினர்.

புதுச்சேரி அரசு சாலை போக்குவரத்து கழகமான பி.ஆர்.டி.சி., டிரைவர், கண்டக்டர்கள் தாக்கப்படுவதை கண்டித்தும், பணி பாதுகாப்பு, பணி நிரந்தரம், பணி நீக்கம் செய்யப்பட்ட 12 பேருக்கு மீண்டும் வேலை வழங்குதல் உள்ளிட்ட கோரிக்கைகளை வலியுறுத்தி, கடந்த 23ம் தேதி மாலை முதல் வேலை நிறுத்த போராட்டத்தில் ஈடுபட்டு வந்தனர். பி.ஆர்.டி.சி., பஸ்கள் இயங்காததால் கிராமப்புற மக்கள் அவதிக்கு உள்ளாகினர்.

போக்குவரத்து துறை அமைச்சர் சந்திர பிரியங்கா நேற்று முன் தினம் போராட்டக் குழுவினருடன் பேச்சுவார்த்தை நடத்தினார்.

வேலை நிறுத்த போராட்டத்தில் ஈடுபட்ட பி.ஆர்.டி.சி., ஊழியர்களுடன் முதல்வர் ரங்கசாமி பேச்சுவார்த்தை நடத்தினார். அருகில் எதிர்க்கட்சி தலைவர் சிவா, சம்பத் எம்.எல்.ஏ., இடம்: சட்டசபை வளாகம்.

கோரிக்கையில் சில அரசின் கொள்கை முடிவில் உள்ளதால், அதிகாரிகளுடன் பேசி, மாலை முடிவு அறிவிப்பதாக பேச்சுவார்த்தையை அமைச்சர் ஒத்தி வைத்தார்.

ஆனால், அமைச்சர் மாலை வராததால் பேச்சுவார்த்தை நடைபெறவில்லை. இதனால், தொழிலாளர்களின் போராட்டம் நேற்றும் நீடித்தது.

இந்நிலையில் எதிர்க்கட்சி தலைவர் சிவா, சம்பத் எம்.எல்.ஏ., ஆகியோர் நேற்று, சட்டசபையில் முதல்வர் ரங்கசாமியை சந்தித்து, பி.ஆர்.டி.சி., தொழிலாளர்களின் போராட்டத்தை முடிவுக்கு கொண்டு வர வலியுறுத்தினர்.

அதனைத் தொடர்ந்து முதல்வர் ரங்கசாமி, தொழிற்சங்க நிர்வாகிகளை அழைத்து பேசினார்.

அப்போது முதல்வர் கூறுகையில், 'முதலில் போராட்டத்தை கைவிட்டு பணிக்கு திரும்புங்கள். வேலை வாய்ப்பிற்காகத் தான் 'கார்ப்பரேஷன்கள்' துவங்கப்பட்டது.

தனியார் சில பஸ்களை வைத்து லாபம் ஈட்டும் போது, அரசு போக்குவரத்து கழகத்தில் மட்டும் எப்படி நஷ்டம் ஏற்படுகிறது. போக்குவரத்து கழகம், அரசுக்கு 'டிவிடென்ட்' தொகை வழங்க வேண்டும். ஆனால், இங்கு சம்பளத்திற்கு அரசு நிதி ஒதுக்க வேண்டியுள்ளது.

இந்த பிரச்னை போக்குவரத்து கழகத்தில் மட்டும் அல்ல. அனைத்து கார்ப்பரேஷன்களிலும் உள்ளது. இந்த நிலை மாற வேண்டும்.

பி.ஆர்.டி.சி.,க்கு நிரந்தர மேலாண் இயக்குநரை நியமிக்கவும், புதிய பஸ்கள் வாங்கவும் நடவடிக்கை எடுக்கப்படும். பணி பாதுகாப்பு, பணி நிரந்தரம், ஊதிய உயர்வு உள்ளிட்ட அனைத்து கோரிக்கைகளும் படிப்படியாக நிறைவேற்றப்படும் இந்த அரசு யாரையும் பழிவாங்காது. பணி நீக்கம் செய்யப்பட்டவர்களுக்கு மீண்டும் பணி வழங்க நடவடிக்கை எடுக்கப்படும்' என்றார்.

அதனையேற்ற தொழிற்சங்க நிர்வாகிகள், போராட்டத்தை கைவிட்டு உடனே பணிக்கு திரும்புவதாக அறிவித்தனர்.

வேலைநிறுத்தம் செய்த தொழிற்சங்க நிர்வாகிகளுடன் பேச்சுவார்த்தை நடத்துவதை தினமலர் வெளியிட்ட செய்தி.

சிலவற்றை எழுதாமல் கடந்துபோன எழுதுகோலின் தீவிரத்தைக் கருத்தில்கொண்டு, இதில் தொடர்பில்லாத ஜனார்த்தனனை மன்னிக்கவும். அதனால்தான் எழுதி முடிக்க முடியாத அளவிற்கு இதன் நீள்தன்மை விரிவடைவதும், அதன் ஆய்வு முடிவுகள் அமைவதும் ஆச்சர்யம் கொள்ளத்தக்க நிகழ்வாகவே இருக்கிறது.

இந்த நூல் ரங்கசாமி என்கிற ஆளுமையின் பெற்றோர்களைக்கூட பதிவுசெய்யாமல்தான் செல்கிறது. ஒரேயொரு இடத்தில் அவரின் தாயாரின் பெயர் பதிவு செய்யப்பட்டதாக நினைவிருக்கிறது. அவரது உறவினர்களையும் இந்நூல் கொண்டுசெல்லவில்லை. அதன் காரணம், இந்நூல் ரங்கசாமி என்கிற ஆளுமையின் திட்டங்கள் எவை என்பதை குறிப்பிடுவதைக் காட்டிலும் அத்திட்டங்கள் ஏற்படுத்திய தாக்கங்களையும், மாற்றங்களையும் குறித்து மட்டுமே ஆய்வு செய்தது. அதன் காரணமாக இந்நிகழ்வுகள் நடந்திருக்கலாம்.

இதனால் ரங்கசாமி கொண்டுவந்த அனைத்துத் திட்டங்களையும்கூட இந்நூல் வரிசைப்படுத்தவில்லை என்று உறுதியாகக் கூறலாம். மாற்றங்களை உருவாக்கிய குறிப்பிட்டத் திட்டங்களை மட்டுமே இந்நூல் இதுவரையில் கொண்டுவந்திருக்கிறது. அதைப்போலவேதான், ரங்கசாமியின் அன்றாட பணிகளைக்கூட இந்நூல் வரிசைப் படுத்தவில்லை. எந்தெந்தச் செயலுக்குள்ளே ஆழமான கருத்தியல் மறைந்திருக்கிறதோ, அதைமட்டுமே இந்நூல் ஆய்வு செய்திருக்கிறது. ஒருவேளை அடுத்தபாகம் இதன் அதைப்போன்ற குறைகளுக்குத் தீர்வுகான முயற்சி செய்யலாம். ஆனால், அதற்கு முன்பு அவரின் செயல்களில் மற்றொரு அறிய நிகழ்வினையும் தற்போது காணமுடிந்தது.

அவர் குறித்து 30.06.2022 அன்று தினமலரில் ஒரு செய்தி படத்துடன் வெளிவந்திருக்கிறது, 15 நாட்களுக்கும் மேலாக சம்பள உயர்வு, பணி நிரந்தரம், பணியிடை நீக்கம் செய்யப்பட்ட ஊழியர்களுக்கு மீண்டும் வேலைகேட்டு எனப் பல்வேறு கோரிக்கைகளை முன்னிருத்தி பி.ஆர்.டி.சி. சங்கத் தொழிலாளர்கள் வேலைக்குச் செல்லாமல் போராட்டம் செய்து பேச்சுவார்த்தைகளுக்கு உட்படாமல் இருந்து வந்தனர். அதன் பேச்சுவார்த்தை இருதினங்களுக்கு முன்பு அந்தத் துறை அமைச்சர் சந்திர பிரியங்கா தலைமையில் நடைபெற்றது. அப்போது அமைச்சரின் எதிர் இருக்கைகளில் அமர்ந்து பேச்சு வார்த்தையில் சுமூக உடன்பாடு காண்பதற்கு ஈடுபட்ட தொழிற்சங்கத் தொழிலாளர்கள், அதில் சமூக உடன்பாடு எட்டப்படாததால் அடுத்தநாள் முதல்வர் ரங்கசாமியுடன்

அதே ஊழியர்கள் பேச்சுவார்த்தைக்கு வந்திருந்து சுமூக உடன்பாடு காணப்பட்டது. சுமூக உடன்பாடு காணப்பட்ட செய்தி நமக்கு கவனம் கொள்ளத்தக்க செய்தி அல்ல.

பொதுவாக தொழிற்சங்க ஊழியர்கள் சுயமரியாதை கொண்டவர்களாக இருப்பர். அதிலும் போராட்டம் செய்துகொண்டிருக்கும் நிலையில் பேச்சுவார்த்தைகளைத் தொழிலாளர்களிடம் நடத்துகின்றபோது, தொழிலாளர்கள் மிகவும் ஆக்ரோஷமான போராட்ட குணத்துடன் இருப்பர். அதிக சத்தத்துடன் ஆவேசமாகவே பேசச்செய்வர். ஒருவேளை இதையே அமைச்சரிடம் அவர்கள் கொண்டிருந்தாலும்கூட அதனைத் தொழிலாளர்களின் இயற்கையான நிலைப்பாட்டுடன் ஒப்பிட்டு சரியென்றே நாம் தீர்மானிக்கவேண்டும். அதே செயலை அவர்கள் முதல்வரிடமும் பின்பற்றியிருந்தாலும், அதனை நாம் பெரிதாக எடுத்துக்கொள்ள முடியாத சூழ்நிலையே ஏற்பட்டிருக்கும். தொழிலாளர்களுடனான பேச்சுவார்த்தை என்பது அப்படித்தான் நடைபெறும்.

ஆனால், தினமலர் பத்திரிகை வெளியிட்டிருக்கும் அந்தச் செய்தியின் படத்தில் அந்தத் தொழிலாளர்கள் ஒரு தெய்வத்திடம் தங்கள் குறைகளை முறையிடுவதைப்போல் வணங்கிக்கொண்டும், அடக்கமாகவும் நின்றுகொண்டிருக்கும் அந்த நிலை, ரங்கசாமி என்கிற ஆளுமை மீது மனித சமூகத்திற்கு ஏற்படும் இயற்கையான வேதியியல் மாற்றம் குறித்த ஆய்வுகளுக்கான முடிவுகள் என்பதாக அதைத்தான் நாம் உறுதியான ஆதாரமாகக் கொள்ளவேண்டும்.

அக்கூட்டத்தில் அவர் உடனடியாக, தொழிலாளர்களின் பிரச்னைகளுக்குத் தீர்வு கண்டு சுமூகநிலையை எட்டவில்லை, அவரும் வாய்மொழி உத்திரவாதம் மாத்திரமே கொடுத்தார். அதிலேயே அந்தத் தொழிலாளர்களின் நம்பிக்கை உறுதிபெற்று அக்கூட்டத்தையும் போராட்டத்தையும் ஒரேநாளில் முடிவுக்கு கொண்டுவந்தது என்றால் அவர்மீது மக்களுக்கு இருக்கும் நம்பிக்கையின் அளவுகோலை நாம் கணக்கில் கொள்ளவேண்டும்.

68

ரங்கசாமி மாடலுக்குத் துணை நின்ற ஆளுநர்

ரங்கசாமி என்கிற ஆளுமை ஏன் புதுவையின் தந்தையெனப் போற்றப்படவேண்டும் என்பதற்கான தேடலையும், இப்போது பரவலாகப் பேசப்படுகின்ற மாடல் என்பதில் ரங்கசாமி மாடல் எதைப் பொருத்து தேசத்தில் முக்கியத்துவம் பெறுகிறது என்பதையும், இந்த முதல் பாகம் ஏறக்குறைய ஆய்வு செய்துவிட்டதாகவே இருக்கிறது. ஆனால், இதன் முழுமை இன்னும்கூட இருப்பதால் இந்த முதல் பாகம் ஓரிரு விஷயங்களை நினைவில் கொண்டுவந்தும், சில கோரிக்கைகளின் அடிப்படையிலும் நிறைவுபெறுவது தற்போதைக்குச் சிறந்ததாக இருக்க முடியும்.

ரங்கசாமி மாடலாக இருந்து நாம் அறிந்துகொள்ள வேண்டியதின் முக்கிய நிகழ்வாக, அவர் மாணவர்களின் அன்றாட நிகழ்வுகளில் அக்கறைச் செலுத்திய அவரின் செயல்பாட்டைக் கொண்டு தீர்மானிக்க முடியும் என்று நம்பலாம்.

ரங்கசாமி தனது முதல் ஆட்சியாண்டுக் காலத்திலேயே அதாவது 2004ஆம் ஆண்டிலேயே, மாணவர்கள் குடியிருப்பு, வருமானம், ஜாதி சான்றிதழ்களுக்காக அடிக்கடி வருவாய்த்துறைக்குச் செல்வதில் உள்ள சிரமங்களை அறிந்து இம்மூன்றிற்கும்

புதுவையின் துணைநிலை ஆளுநருடன் முதல்வர் ரங்கசாமி

நிலையான ஒரு சான்றிதழ் அளிக்கும் முறையை கொண்டுவந்தார். சரியாக அதற்கு 18 ஆண்டுகளுக்குப் பிறகும்கூட அவர் மாணவர்களின் மீது கொண்ட ஆழ்ந்த பற்றுதலையும் அவர்களின் சிரமங்களை நிர்வாக ரீதியாகக் குறைப்பதிலும் காட்டும் ஆர்வத்தைக் குறைக்காத வகையில் 27.6.2022 அன்று மீண்டும் ஓர் அறிக்கையின் மூலம், 11வது வகுப்பிற்கான சேர்க்கைக்கு அந்த நிரந்தர சான்றிதழைப் புதுப்பிக்க வேண்டிய அவசியம்கூட இல்லை என்று ஆணை பிறப்பித்திருக்கிறார்.

அதன் காரணத்தை ஆய்வு செய்துபார்த்தால் 11வது வகுப்பு என்பது புதுவை மாநிலத்திலேயே சேர்க்கைத் தொடர்பான நிகழ்வுகள் முடிவுக்கு வந்த பிறகு, அது அரசுமுறை பொதுத்தேர்வாகவும் இருந்தாலும் நிர்வாக

நடைமுறைக்கு அதிகத் தேவைகள் இல்லாத சூழ்நிலையில், தேவையில்லாமல் மாணவர்களையும் பெற்றோர்களையும் சிரமப்படுத்துவதில் உள்ள ஒரு அரசாங்கத்தின் சார்பிலான நிர்வாக நடைமுறையில் கவனம் கொள்ளத்தக்க வேண்டிய தேவையை அவர் எவ்வளவு ஆழ்ந்து கவனிக்கிறார் என்பதை நாம் கூர்ந்து கவனிக்கவேண்டும்.

மாணவர்களின் சிரமங்களை தினந்தோறும் சிந்திக்கும் ஒரு நல்ல தலைமையின் சிந்தனை மட்டுமே இவ்வாறு இருக்க முடியும். ஓர் அரசாங்கத்தின் நிர்வாகத் தலைமையாக இருந்த ஒவ்வொரு மணித்துளியிலும் ரங்கசாமி என்கிற ஆளுமை அவர்களின் அன்றாடப் பணிகளில் உள்ள சிரமங்களையும் கூர்ந்து கவனத்தில் கொண்டு தீர்ப்பதற்கு முயற்சிகள் செய்ததைப்போல் புதுவையின் வரலாற்றில் வேறு எவரும் முதல்வராக இருந்தபோது செயல்பட்டதற்கான ஆதாரங்களை நாம் தேட முடியாது என்பதும், தேடினாலும் கிடைக்காது என்பதையும் நாம் அறியவேண்டும்.

அதைப்போலவே, இந்தியாவிலேயே பெண்களின் புகார்களை விசாரிப்பதற்கென்று ஒவ்வொரு காவல் நிலையத்திலும் தனிப்பிரிவுகள் தொடங்கப்பட்டது. 2003ஆம் ஆண்டிலேயே நடைபெற்றது.

பொதுவாக பெண்கள் அவர்களின் பிரச்னைகளை காவல்நிலையத்திற்குக் கொண்டுசெல்வதில் உள்ள சிரமங்களை, இந்த மண்ணிற்கே உரிய வகையிலான சித்தாந்த காரணத்தால்தான் அவர்களின் சிரமங்களுக்குத் தீர்வு காணப்படவேண்டும் என்கிற உறுதியான முடிவுக்கு ரங்கசாமி வந்திருக்கிறார்.

ரங்கசாமியைப்போல் சட்டமன்றத்தைப் பயன்படுத்தி மக்களின் சிரமங்களை ஓர் அரசாங்கத்தின் தரப்பிலிருந்து தீர்வுகண்ட தலைவர்கள் இந்த மண்ணில் காண்பது அரிதான ஒன்று. இதை நிரூபிக்கும் வகையில், சுதந்திரம் பெற்றதிலிருந்து புதுவை மக்கள் வாரிசு சான்றிதழை நீதிமன்றங்களில் மட்டுமே பெறமுடியும் என்கிற சூழ்நிலையில், அதன் காரணத்தால் பெரும் தவறுகள் நடந்ததும், நீதிமன்றங்களில் சான்றிதழ்

பெறுவதில் ஏற்படும் காலதாமதத்தால் பல குடும்பங்கள் வறுமையில் தள்ளப்பட்டதும் நாம் அறிந்ததுதான்.

நமது அண்டை மாநிலமான தமிழகத்தில் கிராம நிர்வாக அலுவலரும், துணை வட்டாட்சியரும் வாரிசு சான்றிதழ் கொடுத்தால் போதும் என்று இருந்த ஒரு சட்டமுறை, புதுவையில் மட்டும் விதிவிலக்காக, நீதிமன்றங்களில் வாரிசு சான்றிதழ்கள் கொடுக்கப்பட்டால் மட்டுமே செல்லுபடியாகும் என்ற சட்டத்தை மாற்றாமல் இருந்த பல ஆட்சியாளர்கள் மத்தியில், 2021ஆம் ஆண்டு முதல்வராகப் பதவியேற்ற ரங்கசாமி அத்தகைய வாரிசு சான்றிதழ்களை வட்டாட்சியர் அலுவலகங்களில் கொடுப்பதற்குச் சட்டம் இயற்றினார்.

அநேகமாக மக்களின் பிரச்னைகளுக்காகவும், நிர்வாக சிக்கல்களுக்காகவும், சுதந்திரம் பெற்றதிலிருந்து புதுவையில் நடைமுறையில் இருந்த மாற்றப்படாத பழைய பஞ்சாங்க நடைமுறைகளை, இன்னும் ஆழமாகக் கூறுவதென்றால் பிரெஞ்சு அரசாங்க காலத்தில் இருந்த நடைமுறைகளையே ஆட்சி நிர்வாக முறையிலும் பின்பற்றிய போக்கினை முற்றிலும் துணிந்து மாற்றுவதற்கு, சட்டமன்றத்தைப் பயன்படுத்திய ஒரே முதல்வர் ரங்கசாமி மட்டுமே என்றால் அது மிகையாகாது.

ஆக இதன் இறுதியான முடிவு, ரங்கசாமி என்கிற ஆளுமை பிரெஞ்சு அரசாங்கத்தால் உருவாக்கப்பட்ட உள்கட்டமைப்பில் இயங்கிவந்த, அதன் இயங்குதலை வெறும் கட்டடம் என்ற அளவில் மாற்றியமைத்தப் பெருமைகளோடு, ரங்கசாமி ஆட்சியின் செயல்பாடுகள் முடிந்துவிடவில்லை. நிர்வாக முறையிலும் சில செயல்கள் பிரெஞ்சு அரசாங்கத்தின் காலத்திலிருந்து பின்தொடர்ந்த மாற்றமுடியாத செயல்களாக மற்ற முதல்வர்கள் உணர்ந்த நடைமுறைகளையும்கூட ரங்கசாமிதான் மாற்றியமைத்தார் என்பது உறுதியாகிறது.

இதைப்போலவே, மற்ற முதல்வர்கள் சட்டமியற்றிய எண்ணிக்கையை ரங்கசாமியின் சட்டமியற்றிய கணக்கோடு காலத்தின் அளவுகோல் கொண்டு கணக்கிட்டாலும் அருகில் நெருங்கவே முடியாத அளவிற்கு மிகுந்த எண்ணிக்கைக்

கொண்ட சட்டத்தை சட்டசபையின் வாயிலாக நிறைவேற்றி மக்களின் பிரச்னைகளுக்குத் தீர்வு கண்டவர் ரங்கசாமி.

அதனால்தான் இந்தப் புத்தகத்தின் முதல் பாகம் முடிவுறும் நிலையில், அவரின் கனவுத் திட்டமான மாநில அந்தஸ்து கோரிக்கையின் முதல் படிநிலை வெற்றி கிடைத்திருக்கிறது. வரலாற்றுச் சிறப்புமிக்க அந்த வெற்றி புதுவைக்கான மண்ணின் மீது இந்த அரசுக்குள்ள உரிமையை மீட்டெடுத்திருக்கிறது.

புதுவை அரசிற்கு புதுவையிலுள்ள நிலங்களை 19 வருடங்களுக்கு மட்டுமே குத்தகைவிடும் அதிகாரம் மட்டுமே உண்டு. அதிலும் நிலத்தை விற்பதற்கு எந்த அதிகாரமும் புதுவைக்கு இல்லை. சட்டமன்றம் தீர்மானம் இயற்றினாலும், ஓர் அங்குல நிலத்தைக்கூட விற்பதற்கு சட்டமன்றக் கொள்கை முடிவின் மீது கவர்னர் என்பவர் அனுமதி அளிக்கும் அதிகாரம் அற்றவராகவே இருந்தார். அந்தக் கோப்புகளை மத்திய உள்துறைக்கும், ஜனாதிபதிக்கும் அனுப்பி அனுமதி பெற்ற பிறகே கவர்னரும்கூட அரசின் கொள்கை முடிவின் மீது, நிலத்தை விற்பனை செய்வதற்கு அனுமதியளிக்க முடியும். இதைத்தான் இத்தனை காலமும் புதுவை மண்ணிற்கான அதிகாரக் குறைவு என்று கூறினோம். மாநில அந்தஸ்து கொடுக்கும் முதல்நிலை தேவை என்றும் இதனைக் கொள்ளலாம்.

உதாரணமாக, இதன் அதிதீவிர நோக்கத்தைக் கணக்கில் கொள்ளும்போது, அதன் தேவை எத்தகைய சிறப்புக்குரியது என்பதை நம்மால் அறிந்துகொள்ள முடியும். புதுவையின் அரசு சார்பு நிறுவனமான ஏ.எப்.டி. மில் மிகவும் நட்டத்தில் இயங்கி அதன் தொழிலாளர்களின் நிலை கேள்விக்குறியானது. இந்நிலையில் அந்நிறுவனத்திற்குச் சொந்தமான, தமிழகத்தில் பட்டானூர்ப் பகுதியில் உள்ள தேவையற்ற, காலியாக இருந்த நிலங்களை விற்பனை செய்து, மில்லை நடத்தவும், தொழிலாளர்களுக்குரிய இழப்பீட்டை வழங்கவும், முந்தைய நாராயணசாமி தலைமையிலான காங்கிரஸ் அரசு முயற்சி செய்தது.

ஆனால், அதற்கு மத்திய அரசின் அனுமதி கிடைக்கவில்லை.

இதன் காரணம், 1963ஆம் வருடம் இயற்றப்பட்ட யூனியன் பிரதேச சட்ட விதிகளின்படி இதற்கான அனுமதி கிடைப்பதில் தடை ஏற்படுத்தியது.

ஆனால், தற்போது அவ்வாறு இருந்த நிலையை மாற்றி அரசின் கொள்கை முடிவின் மீது நிலத்தை வாங்கவும், விற்பனை செய்யவும் புதுவையின் கவர்னரே ஒப்புதல் அளிக்கும் அதிகாரத்தை மத்திய அரசிடம் முதல்வர் ரங்கசாமி பெற்றிருக்கும் ஒப்புதல், மற்ற பெரிய மாநிலங்களுக்கு இணையான மண்ணுரிமையை புதுவை அரசு பெற்றிருக்கும் வரலாற்றுச் சிறப்புமிக்க இந்த வெற்றி, முதல்வர் ரங்கசாமி அவர்களையேச் சேரும்.

இந்த வெற்றியைப் பெறுவதற்கு, தமிழ்க்குடியில் பிறந்த கவர்னர் தமிழிசை சௌந்தரராஜன் அவர்கள், முதல்வர் ரங்கசாமிக்குத் துணை நின்றிருப்பதற்காக அவருக்கு இந்த நூல் நன்றியைத் தெரிவித்துக்கொள்கிறது.

69

ராஜயோகி புதுவையின் பிதாமகர்

நாம் சித்தர்களைக் கண்டிருக்கிறோமா? அப்படிக் கண்டவர்களும் சரி அல்லது அதைக் கேள்வி ஞானத்தோடு மட்டும் அறிந்தவர்களும் சரி, சித்தர்கள் இடக்குமுடக்கான கேள்விகள் கேட்டு உண்மையை வரவழைப்பதிலும் அல்லது சொல்லவந்த கருத்தினை இலைமறை காயாக வெளிப்படுத்துவதிலும் கைதேர்ந்தவர்களாக இருப்பதைக் கேள்விப்பட்டிருப்போம். அந்தவகையில் ரங்கசாமி என்கிற ஆளுமை அறிவியல் சார்ந்த ஒரு யோகியாக வாழ்க்கையில் இருந்திருக்கிறார் என்பதை பல தகவல்களின் ஆதாரங்களைக் கொண்டு நாம் கணிக்கமுடியும்.

வாரந்தோறும் சனிக்கிழமை சிறப்பு பூஜை செய்யப்படும் அப்பா பைத்தியம்சாமி கோவிலுக்கு, 02.07.2022 வெள்ளிக்கிழமை அன்று படையலுக்காக மாம்பழங்களைக் கொண்டு சென்றிருந்தேன்.

அப்போது, நான் தற்போது வசிக்கும் மகாத்மா நகரைச் சார்ந்த ஊர்ப் பெரியவர்கள், கோவில் சம்பந்தமாக முதல்வரிடம் ஒரு கோரிக்கை வைப்பதற்காக என்னுடன் வந்திருந்தனர். நான் வேறுசில அரசியல் காரணங்களால் அவர்களுடன் நிற்காமல், தள்ளி

நின்றுகொண்டு, அவர்களிடம் பழங்களைக் கொடுத்துவிட்டு, "முதல்வரிடம் ஊர் சார்பிலான கோரிக்கைகளைப் பேசிவிட்டு வாருங்கள்" என்றேன்.

முதல்வர் ரங்கசாமியின் அருகில் சென்ற பெரியவர்கள், "ஐயா... மகாத்மா நகரிலிருந்து கோவிலுக்குப் படைக்க மாம்பழங்கள் கொண்டுவந்திருக்கிறோம்" என்று கூறினர்.

உடனே முதல்வர் ரங்கசாமி, "மகாத்மா நகரில் மாமரம் இருக்கிறதா..? எங்கு இருக்கிறது?" என்று சிரித்துக்கொண்டே கேட்டிருக்கிறார்.

சென்றவர்களுக்கு குரல் வற்றிய நிலையில், ஊர்ப் பெரியவர்கள், "இல்லங்க ஐயா, ஜனார்த்தனன் கொடுத்தது..." என்று எனது பெயரைக் குறிப்பிட்டிருக்கிறார்கள்.

அதற்கும் முதல்வர், "அவர் வீட்டில் மாமரம் இருக்கிறதா..?" என்று, வெறும் 40 மாம்பழங்களுக்கே மேலும் ஒரு கேள்வியைக் கேட்டிருக்கிறார்.

சரி, அங்கு என்னதான் நடக்கிறது என்கிற ஐயத்தில், நான் முதல்வரின் அருகில் சென்று, "நான்தான் கொண்டுவந்தேன் ஐயா" என்றேன்.

அதற்கு முதல்வர் ரங்கசாமி, "வேறொன்றுமில்லை... இந்தப் பழங்கள் எங்கிருந்து வந்தன என்றுதான் கேட்டேன்?" என மேலும் அதே கேள்வியைக் கேட்டார்.

நான் "தேத்தாம்பாக்கம்..." என்று எனது பூர்வீகத்தைக் கூறியதும், "மாம்பழங்களை உள்ளே பூஜைப் பொருட்கள் உள்ள அறைக்குள் கொண்டு செல்லுங்கள்..." என்று கூறினார்.

இது ஒரு சாதாரண நிகழ்வாகவே இருந்தும், இதனுள் மூன்று காரண காரியங்கள் அடங்கியிருப்பதை அவர் தெளிவுபடுத்தியிருப்பதாக உணர்கிறேன். ஏனெனில், வெறும் 40 மாம்பழங்களுக்கு அவர் இத்தனைக் கேள்விகள் கேட்டிருக்கத் தேவைகள் ஏற்பட்டிருக்காது.

அதன்படி முதலாவதாக, இதை மகாத்மா நகரில் இருந்து கொண்டுவந்ததாகக் கூறிய ஊர்ப் பெரியவர்களின்

டென்னிஸ் விளையாடும் ரங்கசாமி

பைக் பயணத்தில் ரங்கசாமி

பொய்யை அவர் அவர்களுக்குத் தெளிவுபடுத்துகிறார். அடுத்ததாக 'நான் கொண்டுவந்தேன்' என்று கூறிய அகம்பாவத்தை அழிக்கும்விதமாக, அந்தப் பழங்களை பூமி கொண்டுவந்ததையும், அந்த பூமியின் பெயர் அடையாளத்தையும் நினைவுப்படுத்துகிறார். மூன்றாவதாக, நான் செருக்குடன் எனது பூர்வீக அடையாளத்தை மறைக்க முயற்சி செய்வதை சுட்டிக்காட்டுகிறார்.

இதைப்போன்ற அனுபவங்கள் பலருக்கும் பல நேரங்களில் ரங்கசாமியிடம் ஏற்பட்டிருக்கும். அவர்கள் ஒருவேளை அதனைச் சாதாரணமாகக் கடந்து சென்றிருக்கலாம். ஆனால், அதைப்போன்ற நிகழ்வுகள் அசாதாரணமானவை என்பதை, இனிவரும் காலங்களில் அவர்கள் அறிந்து அதனைப் பதிவுசெய்வர் என்ற நம்பிக்கை இருக்கிறது.

ஏனெனில், இத்தகைய ஞானம் அவருக்கு இத்துடன் முடிவடையவில்லை. பொதுவாக இந்தப் பூமியில் யோகி வாழ்க்கை வாழ்ந்தவர்கள் கடைப்பிடித்த அனைத்தும் ரங்கசாமியின் வாழ்விலும் இயற்கையாக நடந்தேறியிருக்கிறது. அதனை இந்தப் புத்தகத்தில் நாம் எழுதாமல்விட்டதை நினைவுப்படுத்தவே மேற்கூறிய நிகழ்வுகள் நடந்ததின் 4–வது காரணம் என்று நான் நம்புகிறேன்.

உதாரணமாக, யோகி வாழ்க்கை வாழ்ந்த மகாத்மாவையும், ராமலிங்க அடிகளாரையும் எடுத்துக்கொள்ளுங்கள். இதில் மகாத்மா, உணவுக் கட்டுப்பாடு மற்றும் தீமைதராத தேர்ந்தெடுத்த உணவுகளைக் கண்டெடுக்கச் செய்த முயற்சிகளும், அதனைப் பொது சமூகத்திற்கு ஆரோக்கியத்திற்காக வெளிப்படுத்திய விதங்களும்தான் மகாத்மா குறித்த முதல் யோகி தன்மையின் வெளிப்பாடு என்று கருதலாம்.

மகாத்மா அவ்வாறு தீராத நோய்களும் தனக்கு வந்தபோது உணவுக் கட்டுப்பாட்டின் மூலம் அதனை வென்று மீண்டுவந்ததை மனித சமூகத்திற்கு உணர்த்தியிருக்கிறார். அதற்கு ஆதாரமாக நீண்ட தனது நடைப்பயிற்சி உடல் ஆரோக்கியத்தைப் பேணிக்காப்பதில் அளப்பறிய பணி செய்திருப்பதையும்கூட அவர் மனித சமூகத்திற்குக் கூறிச் சென்றிருக்கிறார்.

மற்றொரு யோகியான ராமலிங்க அடிகளார், பசிப்பிணியை தீர்ப்பதில் பெரும்பங்காற்றி அணையா அடுப்பினை உருவாக்கினார். இந்த 2 யோகிகளின் தன்மைகளையும், அவர்கள் பின்பற்றி வாழ்ந்த மனக்கட்டுப்பாட்டின் வாழ்வியல் முறைகளையும் அதனை மக்களுக்குத் தெளிவுப்படுத்துவதிலும் காட்டிய நெறிமுறைகளை ரங்காசாமி பின்பற்றியிருக்கிறார் என்பதை அவரின் வாழ்நாளை உற்றுநோக்குகின்றபோது நாம் அறிந்துகொள்ள முடியும்.

ரங்கசாமி கூட்டங்களில் பேசும்போது, ‘வேண்டுவது விடுத்து வேண்டாதவை நீக்கினாலே நாம் நோயற்ற வாழ்வு வாழ்ந்து வாழ்நாளை உயர்த்த முடியும்’ என்கிற

கோட்பாட்டைக் கூறி, அதனைக் கடைப்பிடிப்பதிலும் இன்றுவரையிலும் செயலாற்றிக்கொண்டிருக்கிறார்.

அதைப்போலவே, காலையும் மாலையும் என இரண்டு வேளை, இளைஞர்களுக்கு இணையாக டென்னிஸ் விளையாடுவதை தினந்தோறும் தவறவிடாத நெறிமுறையாகக் கொண்டிருக்கிறார்.

இதைப்போலவே அப்பா பைத்தியம்சாமி கோவிலில் தினந்தோறும் எது நின்றாலும் அன்னதானம் நிற்காத வகையில் செயல்பட்டுக்கொண்டிருக்கிறார். உணவுத் தேவைப்படும் அனைவருக்கும் அங்குப் பசிப்பிணியை போக்கிக்கொண்டிருக்கிறார். இத்தகைய நெறிமுறைப்பட்ட செயல்களுடன் அவர் எப்போதும் சமரசம் செய்துகொள்ளாமல் தொடர்ந்து கடைபிடித்து வருகிறார். அவர் கோவிலுக்குச் செல்கிறார், உண்மையான சித்தர்களைத் தேடிக்கண்டு உறவாட முயற்சி செய்கிறார்.

இதையெல்லாம் தாண்டி அவரின் வாழ்வியல் முறை, அவர் குறித்த யோகி நிலைப்பாட்டினை ஐயத்திற்கு இடமில்லாத வகையில் தெளிவுப்படுத்துவதை நமக்கு உணர்த்துகிறது.

குறிப்பாக, யோகி நிலைப்பாட்டின் முக்கியத்துவம் எதில் அடங்கியிருக்கிறது என்றால், தனக்கு வரும் நோயை மனவலிமையுடன் எதிர்த்துப் போராடுவதில்தான் அதன் பூரணத்துவம் முற்றிலும் அடங்கியிருப்பதாகக் கொள்ள முடியும். அந்த வகையில் தனது குன்றாத மனவலிமையை முற்றிலும் ரங்கசாமி கொரோனா காலத்தில் வெளிப்படுத்தியிருப்பதை நாம் அறிந்துகொள்ளும் ஒரு வாய்ப்பு ஏற்பட்டது.

கொரோனா பெருந்தொற்று ஏற்பட்டு அதிலும் டெல்டா வைரஸ் பரவிய காலம். மிகக் கொடுமையான கொரோனா காலமாக இருந்தபோது அந்த வைரஸால் பாதிக்கப்பட்ட 60 வயதைக் கடந்த முதியவர்கள் பெரும்பாலும் உயிர் பிழைப்பது கடினமான காலமாக இருந்தது. அதிலும்கூட நோய்த்தொற்று ஏற்பட்ட முதல் 5 நாட்களுக்குள் சிகிச்சை எடுத்துக்கொண்ட முதியவர்கள் மாத்திரமே உயிர்பிழைக்கும்

சூழல் இருந்தபோது, முதல் 10 நாட்களில் கவனிக்காமல் விட்ட பாதிப்புகள் ஏற்பட்டபோதும், கொரோனாத் தொற்று உறுதிசெய்யப்பட்ட பிறகும் தன்னால் அதை வெல்லமுடியும் என்று நம்பிக்கையில் இருந்தார்.

அவரது உடல் ஆரோக்கியம் மீது அவர் கொண்டிருந்த நம்பிக்கையே அவரை மருத்துவமனை செல்வதற்கு சுலபத்தில் அனுமதிக்காத அளவிற்கு ஒரு யோகி நிலையில் அவர் இருந்தார் என்று கொள்ளலாம். அதில் தவறு, சரி என்கிற நம்பிக்கைக்கு அப்பாற்பட்ட யோகிநிலை குறித்துத்தான் நாம் ஆய்வு செய்யவேண்டும். அரசியலிலும்கூட அவர் அவ்வாறுதான் இருந்தார்.

ஒரு யோகி, அரசியல் இராஜ்யம் ஆண்டால் எவ்வாறு இருக்குமோ அதைப்போல அதாவது ராஜயோகி அரசாள்கிறார் என்று கொள்ளலாம். அரசியல் தர்மங்களுக்குச் சிலநேரங்களில் பணி செய்தாலும், நெறி தவறாமை என்பதைக் கடைப்பிடிப்பதை அதில் முக்கியமாகக் கொள்ளலாம்.

பதவியைப் பெறவேண்டும் என்பதற்காக அனைவரிடமும் சமரசம் செய்துகொள்வது, அரசியல் பேசவேண்டும் என்பதற்காக தனிமனிதத் தாக்குதலைக் கைக்கொள்வது என்கிற அரசியல் சார்ந்த அதீத குணாதிசயங்கள் அற்றவராக ரங்கசாமி இருந்துள்ளார். இதை நாம் இதற்கு முன்பே பார்த்திருப்பதையும்கூட இதனுடன் ஒப்பிட்டுப் பார்க்கும்போது அவர் ஒரு ராஜயோகி என்பதை நாம் அறிந்துகொள்ள முடியும். இவ்வாறு ராஜயோகியாக இருந்த பிதாமகர் பீஷ்மர் ஒரு அரசின் செயல்முறைகளை எவ்வாறு நேர்மை தவறாமல் கொண்டிருந்தாரோ, அவ்வாறே ரங்கசாமியும் 'புதுவையின் ராஜயோகி பிதாமகராக' வாழ்ந்து வருகிறார்.

70

ரங்கசாமிக்கு முனைவர் பட்டமும், வாழ்நாள் கேபினெட் அந்தஸ்தும் அளிக்கப்பட வேண்டும்

'புதுவையில் இதுவரை சர்வதேச தொழிற் சாலைகள் ஏன் வரவில்லை?' என்பதற்குள்ளே, அதன் மண்ணிற்கான உரிமைகளை அது இதுவரை பெற்றிருக்கவில்லை என்கிற காரணமும் சேர்ந்தே உள்ளதை நாம் இறுதியாக உணரவேண்டும்.

நீரை உறியாத, காற்று மாசு ஏற்படுத்தாத தொழிற்சாலைகள் வரவேண்டும் எனில், அந்தப் பிராந்தியம் முக்கியமாக, அந்தப் பிராந்தியத்திற்கான மண்ணுரிமையைப் பெற்றிருக்கவேண்டும் என்கிற இறுதியான கருத்தியல் அதனுடன் சேர்ந்திருப்பதை நாம் கவனத்தில் கொள்ளாமல் விட்டாலும், ரங்கசாமி மாடல் இந்தத் தேசத்திற்கு அதனைக் கவனத்தில் கொண்டு சென்றிருக்கிறது.

புதுவை ஏன் தொழில் வளர்ச்சி அடையவில்லை என்கிற காரணத்தை உற்றுநோக்கினால் சிலர் ரங்கசாமியைக் காரணமாகக் கூறுவர். அவர்தான் பல தொழிற்சாலைகளுக்கு அனுமதி அளிக்க மறுத்துவிட்டார் என்று கூறுவார்கள்.

ஆனால், உண்மையான காரணம், தண்ணீர் உறிஞ்சப் படுவதிலும், காற்று மாசுபடுவதிலும் உள்ள குறைகளை முன்னெடுத்தக் காரணம்

புதுவைக்கு நிலம் தொடர்பான அதிகாரத்தைப் பெறுவதற்காக ஆளுநர் மாளிகையில் நடந்த சீராய்வுக் கூட்டத்தில் முதல்வர் ரங்கசாமியும், துணைநிலை ஆளுநர் தமிழிசை சௌந்திரராஜனும்.

என்பதை நம்மில் அநேகர் மறந்துவிட்டனர். சரி, இவை இரண்டையும் ஏற்படுத்தாதத் தொழிற்சாலைகளை ஏன் புதுவைக்குக் கொண்டுவர முடியவில்லை என்றால், அத்தகைய தொழிற்சாலைகள் சலுகைகளுடன் கூடிய நிலத்தைக் கொடுக்கும் அதிகாரம் உள்ள பகுதிகளில்தான் தங்கள் நிறுவனங்களைத் தொடங்க முன்வருவர் என்பதையும் இதில் பிரிக்கமுடியாத அம்சமாகவே நாம் உணர்ந்துகொள்ள வேண்டும்.

அவ்வாறு ஒரு அதிகாரம் புதுவைக்கு இதுவரை இல்லாத நிலையை மாற்றி, நிலத்தை வாங்கவும் விற்கவும் உரிமை பெற்ற மாநிலமாக புதுவை மாற்றப்பட்டதின் மூலம், ரங்கசாமி இனிவரும் எதிர்கால புதுவையை சர்வதேச தொழிற்சாலைகள் அமைக்கக்கூடிய வகையில் ஒரு புதிய தொடக்கத்தை ஆரம்பித்திருப்பது, எதிர்காலத்தில் வேறொரு

புதிய வகையான புதுவையை உருவாக்கும் முயற்சிக்குக் கிடைத்த வெற்றி என்பதிலிருந்தும், இனி நவீன புதுவையின் எந்த அம்சங்களையும் ரங்கசாமியைத் தவிர்த்து வேறு எந்த ஆளுமைகளும் புதுவையில் உரிமை கொள்ள முடியாத நிலையையும்கூட ஏற்படுத்தியிருக்கிறார் ரங்கசாமி என்பதையும் இதில் நாம் உணரவேண்டும்.

என்னிடம் பா.ஜ.க.வைச் சார்ந்த மாநிலத் துணைத் தலைவர் முருகன் யதேச்சையாகத்தான் ஒரு கேள்வியைக் கேட்டார். "புத்தகத்தின் தலைப்பு எதுவாக இருக்கும்?" என்று கேட்டார். நான் சற்றும் யோசிக்காமல் "மண்ணுடன் வாழ்ந்த மாமனிதரின் வரலாறு அல்லது ராஜயோகி என்கிற இரு தலைப்புகளில் ஒன்றை முடிவு செய்வதற்கு உள்ளேன்" என்று கூறினேன்.

அதற்கு அவர், "புதுவை மண்ணின் வரலாறு என்றால் ரங்கசாமி 200 வருடங்களாகவா இருக்கிறார்? எதன்படி அவ்வாறு ஒரு தலைப்பு பொருந்தும்?" என்றார்.

நான் எந்த முன்னேற்பாடும் இல்லாமலேயே உடனடியாக பதில் அளித்தேன், "புதுவை எத்தனை நூற்றாண்டுகள் வரலாற்றைக் கொண்டு இருந்தாலும், அதன் பெருமையையும், அடையாளத்தையும் இந்த உலகம் கடந்த 20 வருடங்களாகத்தான் அறிந்திருக்கிறது அல்லது இனிவரும் காலத்தில் எத்தனை நூற்றாண்டுகள் அதன் வளர்ச்சியை இன்றைய நிலையைவிட வேறு எவராலும் அதிகமானதாகத் தீர்மானிக்கப்பட்டாலும் ரங்கசாமியின் இந்த 20 ஆண்டுகால ஆளுமையின் அடித்தளம் உருவாக்கியக் கட்டமைப்பே அவை அனைத்திற்கும் ஆதாரமாக இருக்கப்போகிறது என்பதால், அதன் உண்மையான வரலாறு ரங்கசாமியின் வரலாற்றோடு தொடர்பு கொண்டிருப்பதான, கருத்தியலுடன் கூடிய அந்தத் தலைப்பே அதற்குச் சரியான தீர்வாக இருக்கலாம்" என்றேன்.

அந்த வகையில் ரங்கசாமி என்கிற ஆளுமையின் தன்னிகரற்றப் பணிகளால் புதுவை அடைந்த வளர்ச்சியையும், அதனுடன் சேர்ந்த அடையாளத்தையும் சேர்ந்தே வெளிப்படுத்துவதால் இந்த ஆய்வு நூலில் 'ரங்கசாமி ஏன் புதுவையின் தந்தையாகிறார்?' என்ற ஆய்வுக்கான பூரண

வெற்றியைக் கொண்டிருக்க முழுதகுதியையும் அந்தத் தலைப்பே பெற்றிருக்க முடியும் என்று நம்பத்தோன்றுகிறது. ஆனால், அவ்விரு தலைப்புகளும் அமையவில்லை என்பது வேறு விஷயம்.

அதைப்போலவே, இந்த நூலுக்கான பிழைத்திருத்த உதவியைச் செய்த பேராசிரியர் ராமானுஜம், என்னிடம் வேறொரு கேள்வியை முன்வைத்தார்... "இந்த நூல் மிகவும் ஆழமாக வந்திருக்கிறதே, படிக்கும் அனைவரும் புரிந்துகொள்ள முடியுமா? அதனால், அனைவருக்குமான எளிமையான நடைமுறையைப் பின்பற்றும் வகையில் மாற்ற முயற்சி செய்யலாமா?" என்றார்.

"அதனை நானும்கூட உணர்ந்திருக்கிறேன். ஆனால், இது திட்டமிட்ட எழுத்தல்ல, பொதுவாக மிகவும் ஆழமாக எழுதுவது என்பது எனது நடைமுறை என்பதால், என்னை இறைவன் இதற்குப் பயன்படுத்தி இருக்கலாம். ஆனால், இந்நூல் இன்னும் நூறு, இருநூறு ஆண்டுகளுக்குப் பிறகும் ரங்கசாமி குறித்த ஆராய்ச்சியாளர்களுக்கு, முனைவர் பட்டம் பயிலும் மாணவர்களுக்குப் பல புதிய பரிமாணங்களைப் புதிதுபுதிதாகத் தோற்றுவித்துக்கொண்டே இருக்கும் அமைவை இந்நூல் பெற்றிருக்கிறது" என்று கூறினேன். அவரும் அதனை ஒப்புக்கொண்டார்.

இந்த நூல் ஒரு ஆய்வுநூல் மட்டுமே. எதையும் எங்கேயும் கட்டாயமாக ஏற்றுக்கொள்ள வேண்டும் என்று கூறிச்செல்லவில்லை. அதன் கருத்தியல் மீதான நம்பிக்கையை வாசிப்பவர்களே ஆய்வு செய்து உண்மை நிலையை அறிந்துகொள்ளவே வலியுறுத்துகிறது.

அதன் காரணம் அதன் கருத்தியல் மீது நூலுக்கிருக்கும் நம்பகத்தன்மை அளப்பறியதாக இருப்பதாகத்தான் நாம் உணரவேண்டும். அதனால், இந்த நூலின் கருத்தியல்கள் அனைத்தும், வாசிப்பவர்களின் ஆய்வுகளுக்கே உட்படுத்தும் அளவிற்கு அதன் தன்மை உண்மை நிலையை எட்டுகிறது என்றால் அதன் காரணத்தை உருவாக்கிய ரங்கசாமியை நாம் எதன் நிலையில் நிறுத்திப் பார்க்கவேண்டும் என்கிற கூடுதல் கேள்வியும் இங்கே நம்மிடம் சேர்ந்தே வந்துவிடுகிறது.

ஒட்டுமொத்த இந்தப் புத்தகத்தின் அபிப்பிராயங்களின் நம்பகத்தன்மையின் உறுதிநிலை ரங்கசாமிக்குக் கூடுதலான தரவுகளைக் கேட்க விரும்புகிறது. அவர் குறித்து எழுதிய இந்த நூல், பல மாணவர்களை ஆராய்ச்சி மாணவர்களாக உருவாக்கும், பல்வேறு விதமான கருத்தியலை உருவாக்கும் சாதனமாக இருக்க முடியும் என்றால், அதன் வாழ்க்கையை வாழ்ந்தவர் நிச்சயம், தேசத்தின் பெரும் பல்கலைக்கழகங்களால் டாக்டர் பட்டம் பெறுவதற்கான இயற்கையானத் தகுதியை அடைந்துவிட்டதைத் தெள்ளத்தெளிவாக நமக்கு உணர்த்துகிறது.

ஆனாலும், இந்த நூல் அதை மட்டுமே கோராமல் கூடுதலான ஒரு விஷயத்தையும் புதுவையின் சட்டசபைக்குப் பரிந்துரை செய்ய விரும்புகிறது. 73வது வயது வரையிலும், திருமணமே செய்யாமல் ஒட்டுமொத்தப் புதுவையின் வளர்ச்சியோடு தொடர்புடைய ரங்கசாமிக்கு வாழ்நாள் கேபினெட் அந்தஸ்து கொடுத்து மரியாதை செய்வதற்குப் புதுவை சட்டமன்றமும், கவர்னரும் முன்வரவேண்டும்.

எந்த எதிர்பார்ப்பும் இல்லாமல் புதுவை மண்ணிற்காகவே வாழ்ந்துகொண்டிருக்கும் அந்த அரும்பெரும் தலைவருக்கு எத்தனையோ பதவிகளை தேசம் அளிக்கலாம். ஆனால், புதுவை மக்களால் உருவாக்கப்பட்ட சட்டமன்றம் அளிக்கும் அங்கீகாரம் அதன் மக்கள் அவருக்கு செய்த மரியாதைக்கான அடையாளம் என்பதை நினைவில் கொண்டு இதனை நிறைவேற்றவேண்டும்.

இதைப்போல் கோவாவில், முன்னாள் முதல்வர் தற்போதைய சட்டமன்ற உறுப்பினர் பிரதாப் சிங் ராணேவுக்கு அம்மாநில சட்டமன்றம் வாழ்நாள் கேபினெட் அந்தஸ்து அளித்து அங்கீகரித்திருப்பதை ஆதாரமாகக் கொண்டு, இம்மக்களின் காணிக்கையாக, ரங்கசாமி என்கிற மாமனிதருக்கு, அந்த மரியாதையைச் செய்யவேண்டும் என்ற கோரிக்கையுடன் இந்த நூலின் முதல் பாகம் தனது நிறைவை எட்டுகிறது.

* * *

ஆ. நமச்சிவாயம்
உள்துறை, மின் துறை, தொழில்கள் மற்றும் வணிகம்,
கல்வி மற்றும் உயர்கல்வி, விளையாட்டு மற்றும்
இளைஞர் விவகாரங்கள் மற்றும் முன்னாள் படைவீரர்கள்
நல அமைச்சர்
புதுச்சேரி அரசு

எண் 1, மந்தக்கரை வீதி
V. மணவெளி
அரும்பார்த்தபுரம் அஞ்சல்
புதுச்சேரி-605 110
மின்னஞ்சல் : namassivayam55@gmail.com

தேதி : ....

வாழ்த்துச் செய்தி

'புதுவையின் தந்தை' என்ற சிறப்புமிக்க அங்கீகாரத்தைப் பெற்ற புதுவை முதல்வர் ரங்கசாமி அவர்களின் சாதனைகளை அனைவரும் அறியும்வண்ணம் சிறப்பு நூலாக வெளியிடுவது அறிந்து மிகவும் மகிழ்ச்சி அடைகிறேன்.

பல்வேறு புதியத் திட்டங்களை உருவாக்கி புதுச்சேரியின் முன்னேற்றத்திற்கு பல வழிகளில் வித்திட்ட மக்கள் முதல்வர் அவர்களின் சாதனைகளை நூலாக்குவது பெருமைக்குரியதாகும்.

புதுவையில் புதிய மாற்றத்தை ஏற்படுத்தி தனது அரசியல் பயணத்தை வெற்றிப் பாதையில் செலுத்திக்கொண்டிருக்கும் முதல்வர் ரங்கசாமி அவர்களின் சிறப்புகளை நூலாக வெளியிடுவது எதிர்வரும் அரசியல் முனைவோர்களுக்கு இந்நூல் ஒரு தூண்டுகோலாக அமையும் என்பதில் ஐயமில்லை.

'ரங்கசாமியின் காமராசர் மாடல்' எனும் இந்த நூல் வெற்றி பெறவும் அதனை உருவாக்கிய முனைவோர்களுக்கு எனது உளமார்ந்த வாழ்த்துக்களையும் தெரிவித்துக்கொள்கிறேன்.

(ஆ.நமச்சிவாயம்)

/. : 0413-2232270, 2225120 *தொலைநகலி* : 0413-2222839 *இல்லம்* : 0413-2666524 *கைபேசி* : 94432 65665

க. லட்சுமிநாராயணன், B.Sc., B.L.
அமைச்சர் பொதுப்பணி,
சுற்றுலா மற்றும் உள்நாட்டு விமான போக்குவரத்து, மீன்வளம் மற்றும் மீனவர் நலம், சட்டம், தகவல் தொழில்நுட்பம் மற்றும் எழுதுபொருள் மற்றும் அச்சுத் துறைகள்
புதுச்சேரி அரசு

அலு. : 0413-2335279
2232254
வீடு : 0413-2338181
2220666
கைபேசி : 94432 38181
எண் 95, பெருமாள் கோயில் வீதி
புதுச்சேரி-605 001
மின்னஞ்சல்: lakshminarayananpdy@gmail.com

தேதி : 14.07.2022

நூலாசிரியர் ச.ஜெனார்த்தனன் தொடர்வடிவில் எழுதிய கட்டுரைகளைப் படித்த போது ஐயா என்.ரங்கசாமி அவர்களின் குணாதிசயங்களை அறிய முடிந்தது. ஆரவாரமில்லா பேச்சு, அளவில்லா மனித நேயம், ஏழ்மையைக் கண்டு துவண்டு வாழ்க்கையின் விளிம்பில் உள்ள மக்களுக்கு ஓர் ஆலமரமாய் நின்றவர். உடுத்த உடையும், இருக்க இடமும், வயிற்றுக்கு உணவும் வழி செய்து கொடுப்பது அரசியல் சட்டம் வழிநிற்கும் அரசின் நெறி, அதுவே அறம் சார்ந்த வழியும் கூட என்பதைப் பக்கத்துக்குப் பக்கம் விளக்கி நியாயப்படுத்தி உள்ளார் ச.ஜெனார்த்தனன்.

முன்னாள் முதல்வர் குபேர் அவர்களை 'பப்பா' என்று அழைப்பர். என்.ஆர். ஐயா அவர்களுக்கு முன்னால் ஆட்சி அதிகாரத்தில் பொதுவாழ்வில் இருந்தோர் யாருக்கும் அந்தப் பாசப் பட்டம் கிடைக்கவில்லை. மக்களோடு மக்களாய் மக்களின் தலைமகனாய் வாழும் என்.ஆருக்கு மட்டுமே அத்தகுதி உண்டு. இப்புத்தகத்தின் வாயிலாக 'ரங்கசாமி ஏன் புதுச்சேரியின் தந்தையாகிறார்?' என்ற வினாவிற்கு பல தலைப்புகளில் காரணங்களைக் கூறி மெய்ப்பிக்கிறார் நூலாசிரியர். புதுச்சேரி வரலாற்றில் ஓர் எளிய வீட்டுப்பிள்ளை அரசியல் பின்புலம் ஏதுமின்றி மக்களுக்காற்றிய தன்னலமற்ற தொண்டின் மூலம் மட்டுமே ஆட்சி அதிகாரத்தில் 13 ஆண்டுகள் முதலமைச்சராக ஆளமுடிகிறது என்பதே அதற்கு ஓர் அத்தாட்சி.

ரங்கசாமி அவர்கள், புதுவை மாநிலத்தில் வாழும் மக்கள் அனைவரையும் தனது மைந்தராகப் பாவித்துக் காப்பாற்றி வருவதால் 'புதுச்சேரியின் தந்தை' என்று இக்கட்டுரையின் ஆசிரியர் கூறுவது, காலத்தை வென்று நிற்கும் பட்டம் என்பது உண்மை. அவரின் கூர்ந்த நோக்கமும், ஆதாரத்துடன் நிர்மாணிக்கும் பாங்கும் போற்றுதலுக்குறியது. 'வாழ்ந்தவர் கோடி, வீழ்ந்தவர் கோடி, மக்களின் மனதினில் நிலையாய் நின்பவர் யார்?' என்ற கேள்விக்கு, புதுச்சேரி மண்ணில் மக்கள் மனதினில் நிலையாய் நிற்பவர் மக்கள் முதல்வர் ஐயா ரங்கசாமிதான் என்பதை வெளிக்கொணர்ந்த கட்டுரையாளரை வாழ்த்துகிறேன்.

(க. லட்சுமிநாராயணன்)
பொதுப்பணித்துறை அமைச்சர்

C. DJEACOUMAR
AGRICULTURE MINISTER
Animal Husbandry & Animal Welfare, Forest & Wild Life, Social Welfare, Backward Classes Welfare and Women & Child Development Minister
GOVERNMENT OF PUDUCHERRY

Off. : 0413-2232249
2337722
Mobile : 94426 29929
No. 5, Kamarajar Street
Vasantha Nagar, Villianur
Puducherry–605 110
e-mail : agrimin.pon@nic.in

11-07-2022
Date : ....

அணிந்துரை

மாண்புமிகு முதல்வர் ந.ரங்கசாமி அவர்கள் குறித்து வெளிவரும் இந்நூல் அதன் சிறப்புகள் முழுமையும் பெற்றிருப்பதை இந்நூலை வாசித்த போது உணர முடிந்தது. இதுவரை நாம் அறிந்திருக்க முடியாத வகையில் மாண்புமிகு முதல்வர் ரங்கசாமியின் திட்டங்கள் ஏற்படுத்திய தாக்கங்களை நூலின் ஆசிரியர் ஜெனார்தனன் மிக ஆழமாக ஆய்வு செய்திருப்பதை உணர முடிந்தது. நம் மாணவர்களுக்கும் எதிர்கால சந்ததியினரும் அறிந்துகொள்ள வேண்டிய அறிய விஷயங்கள் இந்நூலில் இருக்கிறது. இந்த தேசத்திற்கே முன்னோடியான திட்டங்களை மாண்புமிகு முதல்வர் ந.ரங்கசாமி அவர்கள் முதல்வராக இருந்தபோது தான் கொண்டு வந்திருக்கிறார் என்ற செய்தி தேசமே நம்மை திரும்பிபார்க்கும் வகையில் இருப்தை அறிந்து புதுவையில் நாமும் அவருடன் வசித்திருக்கிறோம் என்கிற பெருமிதத்தை எனக்கு வாசிக்கும் போது உருவாக்கிய ஆசிரியர் ஜெனார்தனனுக்கு எனது மனமார்ந்த வாழ்த்துக்கள்.

க. ஜெயக்குமார்
வேளாண் அமைச்சர்
புதுச்சேரி

AK. சாய் ஜெ சரவணன் குமார்
குடிமைப்பொருள் வழங்கல் மற்றும் நுகர்வோர் விவகாரங்கள், மாவட்ட ஊரக வளர்ச்சி முகமை, சமுதாய வளர்ச்சி, நகர்ப்புற அடிப்படை சேவைகள், தீயணைப்பு மற்றும் சிறுபான்மை விவகாரங்கள் அமைச்சர்
புதுச்சேரி அரசு

அலுவலகம் : 0413-2220604
தொலை நகலி : 0413-2335014
கைபேசி : 94435 36721
எண் 33, ஈ.சி.ஆர். மெயின் ரோடு
வடிவாம்பிகை நகர், இலாசுப்பேட்டை
புதுச்சேரி-605 008
மின்னஞ்சல் : bjpaksaij@gmail.com

தேதி : 12/7/22

வாழ்த்துச் செய்தி

கடந்த 20 ஆண்டுகளுக்கு மேலாக புதுச்சேரி மக்களிடையே அதிகம் பரிச்சயமான அரசியல் தலைவராக திரு N. ரங்கசாமி திகழ்கிறார். இவரது எளிமையான வாழ்க்கை முறை மக்களை அதீதமாக ஈர்த்தது. இவர் முதலமைச்சராக இருந்தாலும் பொது மக்களிடையே பழகும் முறை நேர்மை எளிமை மக்களிடம் காட்டும் பரிவு ஆகியவை புதுவை மக்களை மிகவும் கவர்ந்ததால் புதுவை மக்களால் அன்பாக மக்கள் முதல்வர் என்று அழைக்கப்படுகிறார். மேலும், இந்த நூலில் மாண்புமிகு முதல்வர் திரு N. ரங்கசாமி அவர்கள் பற்றி மிக தெளிவாக கூறப்பட்டு உள்ளது.

வாழ்த்துக்கள்

இப்படிக்கு,

(AK. சாய் ஜெ சரவணன் குமார்)

பெ. ராஜவேலு
சட்டப்பேரவை துணைத்தலைவர்
புதுச்சேரி சட்டப்பேரவை
புதுச்சேரி

அலுவலகம் : 0413-2335326
2232209
தொலைநகலி : 0413-2221611
கைபேசி : 83002 18103
மின்னஞ்சல் : dy-speaker.py@gov.in

நாள்: 14.07.2022

வாழ்த்துச் செய்தி

நமது முரசு மாலை நாளிதழில் **"முதல்வர் ரங்கசாமி ஏன் புதுவையின் தந்தையாகிறார்"** என்ற தொடர் வெளிவந்தபோதே இதனை புத்தகமாக வெளியிட்டால் மிகவும் சிறப்பாக இருக்கும் என்று எண்ணினேன். அந்த உணர்வை புரிந்து கொண்டதைப்போல இந்நூலாசிரியர் **திரு. ஜெனார்த்தனன்** அவர்கள் இத்தொடரை புத்தக வடிவில் வெளியிட்டுள்ளார். இன்னும் எத்தனை நூற்றாண்டுகள் ஆனாலும் மாண்புமிகு முதலமைச்சர் திரு. ந. ரங்கசாமி அவர்களின் மகத்துவம் கொண்ட சாதனைகளை எவராலும் மறைக்க முடியாத வகையில் இந்நூல் சிறந்த ஆவண வடிவம் கொண்ட நூலாக வெளிவருவதில் மட்டற்ற மகிழ்ச்சி அடைகிறேன்.

இந்நூல் ஆசிரியருக்கு வாழ்த்துரை வழங்குவதில் பெருமை கொள்கிறேன். மேலும் பல நூல்கள் எழுதி புதுவைக்கும் தமிழ் மொழிக்கும் உலகளவில் பெருமை சேர்க்க வேண்டுமென உளமார வாழ்த்துகிறேன்.

அன்புடன்,

(பெ. ராஜவேலு)

கழகமே கோயில் புரட்சி தலைவியே தெய்வம்

அனைத்திந்திய அண்ணா திராவிட முன்னேற்றக் கழகம்

புதுச்சேரி மாநிலம் (கிழக்கு)

A. அன்பழகன், Ex.M.L.A.,
புதுச்சேரி மாநில கழக செயலாளர்
எண். 564, பாரதி வீதி, புதுச்சேரி-605 001.
செல் : 098430 35874

தேதி : 03-08-2022

வாழ்த்துச் செய்தி

ஆளுமை சக்தி மிக்க தலைவர், எளிமையானவர், மக்களின் அன்பை பெற்ற மனிதப் பண்பாளர், மாண்புமிகு புதுச்சேரி முதல்வர் திரு ரங்கசாமி அவர்களின் நல்லாட்சி செயல்திட்டங்கள் குறித்து அவ்வப்போது தினசரி நாளிதழ்களில் தெரிவித்து வந்த தனது கருத்துக்களை புத்தகமாக தொகுத்து வெளியிட்டுள்ள அன்பு சகோதரர் திரு. S.ஜெனார்த்தனன் அவர்களின் உயரிய நோக்கத்திற்கு வாழ்த்துக்கள்.

நம் நாட்டை ஆண்ட நேர்மையான, திறமை மிக்க மன்னர்கள் மற்றும் பல்வேறு அரசியல் தலைவர்களின் ஆட்சியின் சிறப்பு அவர்களின் திறமை சம்பந்தமான குறிப்பேடுகள் இல்லாத காரணத்தினால், மக்களால் போற்றப்பட வேண்டிய அவர்களின் வரலாற்று சுவடுகள் இல்லாத சூழ்நிலையில் அவர்களைப் பற்றி இக்கால சந்ததியினர் தெரிந்து கொள்ள முடியாத நிலை ஏற்பட்டுள்ளது.

அந்த வகையில் திரு. ரங்கசாமி அவர்களின் ஆட்சி காலத்தில் ஏழை, எளிய மக்களுக்கு உதவிடும் எண்ணற்ற திட்டங்களையும், மாணவ, மாணவியர்களுக்கு பொறியியல் மற்றும் மருத்துவம் உள்ளிட்ட உயர் படிப்புகளுக்கு அரசின் சார்பில் முழுமையான இலவச கல்வி பயிலவும் மற்றும் மக்கள் நலன் சார்ந்த பல்வேறு திட்டங்கள் குறித்து இந்நூலில் குறிப்பிடப்பட்டுள்ளது. இந்த நூல் எதிர்கால நல்லாட்சி புரியும் அரசியல் தலைவர்களுக்கு இந்தப் புத்தகம் துணை நிற்கும். அந்த வகையில் இந்த நூலின் ஆசிரியர் பணி சிறக்க அன்பான நல்வாழ்த்துக்கள்.

என்றும் அன்புடன்

[signature]

A. அன்பழகன். EX MLA.

பாரதிய ஜனதா கட்சி
BHARATIYA JANATA PARTY

E-mail: samybjp@gmail.com, puducherrybjp@gmail.com
Cell: 99436 36000, 99521 72272

V. SAMINATHAN, Ex.MLA.,
State President

Date : ....

வாழ்த்துரை

சாமானிய மனிதன் ஒரு மிகப்பெரிய பொறுப்பிற்கு வந்தாலும் தன்னிலை மாறாமல் அதே எண்ணம், செயல்பாடு, பாமர மக்களிடம் பழகும் முறை, நேர்மையுடன் கூடிய குணம், தாம் கொண்ட கொள்கையில் உறுதி, நம்பிக்கை அரசியல் பின்னணிகள் எதுவும் இல்லாமல் இவ்வளவு உயரிய இடத்திற்கு வந்தும் சாமானிய மக்களின் உற்ற தோழனாக இருக்கும் முதல்வர் திரு.ரங்கசாமி குறித்து மிகத்தெளிவாக குறிப்பிட்டிருக்கும் இந்நூல் அந்த வகையில் மிகவும் முக்கியத்துவம் பெற்றதாக கருதுகிறேன்.

வாழ்த்துக்கள்.

என்றும் தாயகப் பணியில்

(V.சாமிநாதன்)
மாநில தலைவர்

✆: 0413-2204649
Head Quarters : Pt. Deen Dayal Upadhyaya Bhavan, Plot. No. 45&46, 1st Main Road, 3rd Cross, Sithanandha Nagar, Puducherry - 5.

ALL INDIA N.R. CONGRESS

No. 65/6, E.C.R Road, Pakkamudayanpet, Lawspet,
PUDUCHERRY-605 008.

State Secretary :
N.S.J. Jayabal @ Ayyanar, Ex M.L.A.
Mobile : 94432 62923

Date : 14.07.2022

வாழ்த்துச்செய்தி

புதுச்சேரி மாநிலத்திற்குப் புதுவாழ்வு அளித்திட்ட நம் மக்கள் முதல்வர் **ந. ரங்கசாமி** எனும் **என். ஆர்.** அவர்களை **புதுவையின் தந்தை** என அழைக்கப்படவேண்டும் என்பதை நண்பர் ஜனார்த்தனனின் அவர்களின் உயரிய சிந்தைனையில் தோன்றியதுதான் இந்த நூல். புதுவையின் தந்தை என்பதற்கான முழு அங்கீகாரமும், தகுதியும், பெருமையும் உடையவர்தான் நமது புதுவை முதல்வர் ஐயா ரங்கசாமி அவர்கள். ஏனெனில் புதுச்சேரியின் வளர்ச்சிக்கு புதிய திட்டங்களை உருவாக்கி பல வழிகளில் முன்னேற்றேங்களுக்கு வித்திட்டவர். ஏழை எளிய மக்களின் வாழ்க்கை தரம் உயர்வுக்கு தன் வாழ்நாள் முழுவதையும் அர்பணித்துக்கொண்டு வாழும் ஈடு இணையற்ற தலைவர் ஐயா ரங்கசாமி அவர்களை "**புதுவையின் தந்தை**" என்கிற சிறப்பு மிக்க அங்கீகாரத்தை அளிப்பதில் மக்கள் எல்லோரும் ஏற்றுக்கொள்வார்கள்.

ஆகவே முதல்வர் ஐயா ரங்கசாமி அவர்களின் சிறப்புகளை "**புதுவையின் தந்தை**" என்கிற நூல் வெளியிடுவது அறிந்து மிகவும் மகிழ்ச்சி அடைகிறேன். அதனை உருவாக்கிய அத்துணை உள்ளங்களுக்கும் எனது உளமார்ந்த வாழ்த்துக்களையும் பாராட்டுக்களையும் தெரிவித்துக்கொள்கிறேன்.

இப்படிக்கு

14.07.22

(N.S.J. ஜெயபால் @ அய்யனார்)

N.S.J. JAYABAL @ AYYANAR
Ex. MLA.,
STATE SECRETARY
ALL INDIA N.R. CONGRESS
PUDUCHERRY.

Resi. : No. 18, 2nd Cross St., Ramanapuram, Kathirkamam Post, Puducherry-605 009.

www.ingramcontent.com/pod-product-compliance
Lightning Source LLC
LaVergne TN
LVHW060328051026
849517LV00004B/1247
* 9 7 8 9 3 9 4 7 6 2 4 6 6 *